स.

इ itihās

धारें

जावजी

# लोकहितवादी.

सरदार

राव बहादूर

## गोपाळराव हरि देशमुख

जे. पी.

जन्म-स० १८२३. मृत्यु-स० १८९२.

# गुजराथ देशाचा इतिहास.

Gujarātha deśācā itihā.

हा ग्रंथ

अनेक गुजराथी इतिहासग्रंथांचे आधारें

**लोकहितवादी**

Deshmukh, Gopal Hari

यांनीं लिहिला.

---

त्याची ही दुसरी आवृत्ति

**मुंबईंत**

जावजी दादाजी यांच्या

'निर्णयसागर' छापखान्याचे मालक तुकाराम जावजी

यांनीं छापून प्रसिद्ध केली.

---

१८९४.

# महाराष्ट्र देशांतील लोकांमध्यें

ग्रंथसमृद्धिद्वारें ज्ञानवृद्धि व्हावी

## या हेतूनें

# देशबांधवांस

### हा ग्रंथ

परमप्रीतिपुरःसर अर्पण केला आहे.

## लोकहितवादी.

# अनुक्रमणिका.

# प्रस्तावना.

श्रीरामचंद्र व पांडव यांच्या पूर्वीपासून या भरतवर्षांत अनेक लहान लहान पृथक् पृथक् राज्यें होतीं. त्या राज्यांच्या मर्यादा नद्या व डोंगर यांणीं वेष्टित असल्यामुळें त्यांचा स्वाभाविकच सीमाबंध झालेला दिसे. त्या राज्यांतून निरनिराळ्या भाषा व लिपी चालत. हीं सर्व राज्यें बहुतकरून क्षत्रिय राजांच्या ताब्यांत असून त्यांस त्यांच्या राज्यांचींच नांवें दिलेलीं असत. ह्मणजे, त्यांचीं नांवें ऐकिलीं असतांच हे अमुक देशाचे राजे असें तत्काळ समजे. 'मालवेश्वर', 'गुर्जराधिपति', 'काशीनरेश्वर', इत्यादि नांवें पाहिलीं ह्मणजे ते माळवा, गुजराथ, काशी, यांचे राजे असें सहज ओळखतां येई. याशिवाय ज्यांच्या त्यांच्या योग्यतेप्रमाणें 'अश्वपति', 'गजपति', 'नरपति', इत्यादि उपपदेंही त्यांस दिलेलीं असत. या राजांच्याही ताब्यांत लहान लहान उपराज्यें किंवा मांडलिक संस्थानें असत. त्यांस 'मंडलेश्वर', 'सामंत', 'नायक', इत्यादि नांवें देत. अशा उपराज्यांपैकीं 'मथुरामंडळ', 'उज्वामंडळ', इत्यादि नांवें खुणेकरितां दाखविण्यास कायम आहेत. वर सांगितलेल्या राज्यांत किंवा उपराज्यांत कधीं कधीं एखादा महापराक्रमी राजपुरुष उत्पन्न होऊन, तो भोंवतालचीं दाहा पांच राज्यें जिंकून तेथील राजांकडून खंडणी घेऊं लागला ह्मणजे त्यास 'सार्वभौम', 'चक्रवर्ती', 'राजराजेश्वर', अथवा 'महाराज' असें ह्मणत. अशा सार्वभौम व चक्रवर्ती राजांमधूनही युधिष्टिर, विक्रम, शालिवाहन, यांच्यासारखे विशेष महापराक्रमी जे राजे झाले त्यांणीं आपले शकही स्थापिले. त्यांस 'शककर्ते' असें ह्मणण्याचा परिपाठ पडला. परंतु अशा कित्येक शककर्त्यांच्या पश्चात् त्यांचे शक बुडून गेले; ते 'वल्लभी शक', 'राज्याभिषेक शक', 'सन जलूस', वगैरे होत.

याप्रमाणें राज्यक्रांतीचें रहाटगाडगें आज पृथ्वीच्या उत्पत्तीपासून एकसारखें युगपरंपरेनें चालत आलें आहे. व याविपर्यांची चळवळ हिंदुस्थानांत जितकी होत आली तितकी यावत् पृथ्वीवर दुसरी कोठेंही चालू असल्याचें दिसत नाहीं. ह्मणजे, हिंदुस्थानांतील राज्यें, राजपुरुष, वगैरे फार प्राचीन काळापासून चालत आल्याचे दाखले सर्व पुराणांतून व काव्यांतून वर्णिलेले

आहेत. असें असतां, पुढें असा चमत्कार झाला कीं, सर्व दिवसभर श्रम करून जसा मनुष्य थकतो, व रात्र झाली ह्मणजे स्वस्थपणें निद्रासुख भोगीत निश्चेष्ट पडतो, तद्वत् या भरतवर्षाची स्थिति झाली. विद्या-शौर्य-पराक्रमरूपी जागृदवस्थेंत जीं जीं लौकिकाचीं, कीर्तिप्रसाराचीं आणि बुद्धिमत्तेचीं कामें आर्यावर्तातील लोकांकडून प्राचीन काळापासून घडत आलीं; तीं सर्व विश्रांतीप्रत पावून अविद्या, अशौर्य व अपराक्रमरूपी निद्रेमध्यें लोक चूर झाले; असें पूर्वापर इतिहास बघितला ह्मणजे दिसतें. परंतु यांत आश्चर्य नाहीं. उदयास्त हे पदार्थमात्रास जसे लागलेले दिसतात तसे राष्ट्रीयस्थिती-सही चिकटलेले आहेतच. व याला साक्षी जगाचा इतिहास हाच प्रत्यक्ष आहे. सूर्यनारायणाचा एकदा उदय झाला ह्मणजे तो आकाशांत वर चढतां चढतां अगदीं मध्यान्हीला आपल्या पूर्णवैभवानें युक्त असा तेजःपुंज आणि देदीप्यमान गोल दिसतो; परंतु पुढें पुनः तोच तेजोराशि अस्ताचलाची वाट धरून लागून शेवटीं सूक्ष्मवैभवयुक्त होऊन अस्तंगत होतो. हीच गोष्ट राष्ट्री-यस्थितीची आहे. एकवेळ जें राष्ट्र विद्या-शौर्य-पराक्रमादिकेंकरून अत्युच्च पदावर अधिष्ठित असतें तेंच कालांतरानें विद्या-शौर्य-पराक्रमशून्य होऊन पूर्ववैभवच्युत होतें पुढें सूर्यनारायण चार प्रहर रात्रीनंतर जसा पुनः उदया-चलाकडे येण्यास निघून उषःकाल येतो, आणि नंतर सर्व क्रम पूर्ववत् चालून पुनः त्याचा उदयास्त होतो; तद्वत् राष्ट्राचीही स्थिति होते, आणि तीच या हिंदुस्थानाचीही झाली यांत नवल नाहीं.

ह्याप्रमाणें हिंदुस्थान निद्रावश झाल्यावर त्यामध्यें ज्या अनेक गोष्टी घडल्या त्याही इतिहासक्रमांत नमूद आहेतच. मुसलमानांची कारकीर्द ही हिंदूंच्या निद्रेंतील मध्यावधींत घडली. पण त्या कारकीर्दीनें जें या देशाचें रूप बदलून गेलें तें कांहीं विलक्षणचें. नंतर भरतभूमि जागृदवस्थेंत

१. मुसलमानांच्या कारकीर्दीनें देशांतील रीतिरिवाजांचें विलक्षण रूप ब-दलून गेलें हें ह्मणणें कांहीं अत्युक्तीचें नाहींच. मुसलमानी आचारविचार व पेहराव लोकांमध्यें शिरल्याचे दाखले एक दोन किंवा दहा पांच नाहींत. जिकडे तिकडे मोहरमचे उत्साह, ताबुताची गर्दी, 'दुल्लादुल्ला' भजन, फकीरांचे वेष, पीरांचे नवस व दिवस, याप्रमाणें अनेक अवैदिक आचार हिंदु लोकांमध्यें तणुं काय त्यांच्यांतलेच ह्मणून प्रचलित झालेले आपण सर्वत्र बघतों.

येऊन बघते तों सर्व नवी सृष्टि! तिचे क्षात्रधर्मी पुत्र बहुतेक नष्ट होऊन व अवशिष्ट राहिलेले निःसत्व होऊन स्त्रिया किंवा बालक यांच्यासारखे शौर्यपराक्रमशून्य व गलित झाले. झोंप लागली, आणि दारावर पाहरा करणारा कोणीच राहिला नाहीं, तेव्हां चोरांनीं व लुटारूंनीं घरांत शिरून सर्व चीजवस्त सावडून न्यावी; त्याप्रमाणें, भरतवर्ष निद्रावश झाल्यावर परदेशीय मंडळी गुरु, शिक्षक, उपदेशक, व्यापारी, उदमी, वैद्य, इत्यादि रूपांनीं तस्कर होऊन घरांत शिरली व होतें नव्हतें त्या सर्वांचा कबजा आपलेकडे घेऊन, उलट तेच आपल्याला घराचे मालक असें ह्मणूं लागले!

आतां हा रूपकालंकार पुरे. हिंदुलोकांचे शौर्यपराक्रम नाहींसे होऊन हा देश मुसलमानांनीं पादाक्रांत केला. कोणाचा हेतु परदेशांतील संपत्ति लुटून नेऊन आपल्या देशाची भर करावयाची असा असतो; परंतु मुसलमान मंडळी जी इकडे आली तींतील कांहीं लोक शिवाय करून बाकीच्यांनीं आपला देश भरण्याची खटपट कधींच केली नाहीं. ते या देशांत आले ते येथेंच लुटकले, व येथेंच वस्ती करून राहिले. हा देश विस्तीर्ण, रसाळ, आणि सुसंपन्न असल्यामुळें त्यांस येथें बहुत सुख झालें. कालांतराचा फेरा कांहीं विलक्षण आहे. पूर्वीं या देशाचे संरक्षण जे एतद्देशीय क्षत्रिय लोक होते त्यांचे जागीं हे बाहेरून आलेले मुसलमानच देशरक्षक झाले. त्यांणीं या देशांतील निरनिराळे प्रांत आपल्या ताब्यांत घेऊन तेथील तेथील राज्योपभोक्ते तेच झाले. परंतु सर्वदा ध्यानांत ठेवण्याची गोष्ट हीच कीं, पदार्थमात्रास, राष्ट्रमात्रास, अथवा व्यक्तिमात्रास उन्नतपतनावस्था ही नैसर्गिकच आहे. ती पतनावस्था पुनरपि या मुसलमानांस सहाशें वर्षांनीं आलीच. याचें कारण तरी हिंदुलोकांप्रमाणेंच. अविद्या, अज्ञान, असावधपणा, गैरमाहितगिरी, चैन, विलास, बेपर्वाई, निरुद्योगिता, आळस, निरभिमान, इत्याद्यनेक दुर्गुणांचें बिऱ्हाड त्यांच्यांमध्यें शिरल्यावर पतनावस्था अगदीं दाराशीं ओ म्हणून ठेपलेलीच असें समजावयाचें. अंधपरंपरेचे विचार, रीति, आणि आचार तसेच चालून राज्यवैभवसुखाचें यंत्र दिवसेंदिवस गतिशून्य होत चाललें. या आचारविचार आणि रीतींपैकींच वंशपरंपरेचे अधिकार व राज्यकर्तृत्व चालणें हें एक या गतिशून्यत्वास मुख्य

कारण आहे. हें आजपर्यंत कोणाच्या लक्ष्यांत आलें नव्हतें, हें या देशांतील राज्यभारवाहकांचें दुर्भाग्य होय असें म्हटलें पाहिजे. पांच वर्षांच्या वयाचा राजा, नऊ वर्षांचा दिवाण, सात वर्षांचा फडणीस, अशी राजमंडळाची स्थिति हिंदुस्थानांत ठिकठिकाणीं असल्याचे दाखले आहेत. याचें कारण, त्या त्या चिमण्या अधिकाऱ्यांचे वाडवडील व बापजादे त्या त्या अधिकारावर होते म्हणून त्यांचीं त्यांचीं कामें त्यांच्या त्यांच्या वंशांकडेसच चालवयाचीं, असा इकडचा दस्तुर आहे. परंतु या वहिवाटीनें एकंदर देशांतील राज्यांस मोठा अपाय होऊन तीं विशकलित झालीं व हळू हळू डबघाईस येत चाललीं. इत्यादि महत्वाच्या गोष्टी ज्या राष्ट्रसंबंधानें इकडे घडल्या त्यांचें ज्ञान इतिहासाशिवाय व्हावें कसें? व तो इतिहास समजल्यावांचून आपल्या देशबांधवांस अशा राष्ट्रांची स्थिति समजावी कशी?

पूर्वीं गुजराथेंतील क्षत्रिय राजे स्वतंत्र असत. पुढें पुढें ते दिल्लीच्या बादशाहीचे अंकित म्हणूनही राज्य करीत होते. पुढें अहमदशाह नांवाच्या एका मुसलमानी सरदारानें अहमदाबादेस स्वतंत्र बादशाही स्थापन केली होती. परंतु ती दिल्ली येथील अकबर बादशाहानें मोडून टाकून गुजराथ हा एक दिल्लीचा सुभा केला. पुढें तो प्रांत राघोबादादा, विंचूरकर, व गायकवाड या पुण्याच्या महाराष्ट्र सरदारांचे हातीं आला, व त्यामुळें तो पुणें व सातारें येथील राज्याचा सुभा झाला, आणि पेशवाई बुडाल्यावर तो प्रांत इंग्रजांचे हातीं गेला. अशी गुजराथ येथील राज्यपरंपरा चालत आली आहे.

गुजराथचा इतिहास जमविण्याचें काम प्रथमतः आलेक्झांडर किनलॉक् फॉर्बस्, असिस्टन्ट् जड्ज्, अहमदाबाद, यांनीं आरंभिलें; व जितका तपासून व शोधून इतिहास मिळवला तितका त्यांनीं ‘रासमाला’ नांवाच्या पुस्तकरूपानें सन १८५६ त प्रसिद्ध केला. तेव्हांपासून गुजराथच्या ऐतिहासिक माहितीवर किंचित् प्रकाश पडूं लागून त्या प्रांताची ज्ञानद्वारा उन्नति होऊं लागली. इंग्रजी तऱ्हेच्या विद्याशिक्षणांत आणि सुधारणेंत जसा दक्षिणदेश अग्रेसर बनला, तसाच गुजराथ प्रांतावर इंग्रजांचा किंचित् प्रकाश पडल्याबरोबर तोही दक्षिणदेशाचे बरोबरीला येऊन ठेपण्यासारखा झाला. सुमारें तीस वर्षांपूर्वीं गुजराथेंतील इंग्रजी मुलखांत मुन्सफ,

मामलेदार, दप्तरदार, वगैरे अधिकारांवर दरोबस्त दक्षिणी ब्राह्मण व प्रभू असत. त्याकाळीं गुजराथी भाषेंत ग्रंथ नसून भाषाही व्याकरणबद्ध नव्हती. परंतु जसजसा तिकडे नवीन तऱ्हेचा विद्योत्कर्ष होऊं लागला तसतशी सर्व विद्या, ग्रंथ, आणि सुधारणा गुर्जर लोकांच्या अंगभूत झाल्यासारखीं दिसूं लागलीं. तिकडील लोक स्वभावतःच उद्योगी, बुद्धिमान् आणि संपन्न असल्यामुळें कांकणभर वांठ्यानें दक्षिणी लोकांपेक्षां गुर्जरलोकांचें सर्वप्रकारच्या विद्यासुधारणांत पाउल पुढें जात असलेलें दिसतें.

गुजराथी लोकांची व्यापारहुन्नरावर विशेष भक्ति असल्यामुळें त्यामध्यें त्यांची वृद्धि ज्यास्त चालून तेणेंकरून त्यांना किफायतही चांगली होते. याविषयींचें वर्णन पुढील इतिहासाचे प्रथम भागांत शेवटीं खुलासेवार दिलेंच आहे. हे लोक दक्षिणी लोकांसारखे मिजासी नसून अंग मोडून निरभिमानपणें काम करण्यांत मोठे वस्ताद आहेत. दक्षिणी लोकांच्या थाटावरून व डौलावरून ते यांस 'राजेश्री' असें म्हणतात. परदेशीं विद्याभ्यासार्थ जाण्यामध्येंच काय ते दक्षिणी लोक पुढें आले आहेत. पण गुजराथी लोकांत विद्याभ्यासाशिवाय व्यापाराकरितांच इतक्या दूर जाणारे व गेलेले लोक पुष्कळ आढळतील. व यावरून ते वैश्य(वाणिज्य)कर्मांत मोठे निपुण व धाडसी आहेत असें म्हणावें लागतें. त्यांमध्यें नागर जातीचे लोक आहेत ते मात्र चाकरीची इच्छा करणारे आहेत; बाकीचे वाणी वगैरे लोक चाकरीची पर्वा करीत नाहींत. यामुळें त्यांना व्यापारोद्यमास फार लांबवर जावें लागतें व तेणेंकरून त्यांचे अंगीं इतर चाकरीनौकरी करणारांपेक्षां साहस, दूरवर पोंच, दीर्घदृष्टि, इत्यादि अमोलिक गुण साहजिक प्राप्त होतात. त्यामुळें त्यांस द्रव्य व संपत्ति पुष्कळ मिळून त्यांजमध्यें इतर प्रांतांपेक्षां सधनता ज्यास्त वास करिते. बाहेरदेशीं फिरण्यासवरण्यांत ते लोक दक्षिणी ब्राह्मणांसारखे प्रतिबंधांत मुळींच नसल्यामुळें, सर्व पृथ्वीभर त्यांचा प्रवेश व गमन आहे. त्यांजमध्यें कारागिरी आणि कलाकौशल्य हींही दक्षिणेपेक्षां ज्यास्त असलेलीं दिसतात. उत्तम विणगारे, उत्तम सुतार, उत्तम कांतारी, उत्तम शिंपी, उत्तम गवंडी, वगैरे सर्व कारागीर गुजराथेंत जितके सांपडतील तितके दक्षिणेंत सांपडावयाचे नाहींत.

गुजराथ प्रांतांत अद्यापि स्वराज्यें पुष्कळ असून, इंग्रजांच्या ताब्यांत

जितका गुजराथी मुलूख आहे त्याचे चौपट मुलूख तेथील ठाकुरांच्या ताब्यांत आहे. यामुळें द्रव्यप्राप्तीला व आबादानीला तो मुलूख फार चांगला असून व्यापाराच्या सोईही तिकडे पुष्कळ आहेत. तथापि इंग्रजी राज्याची बरोबरी करणारें एकही स्वराज्य नाहीं हें कबूल केलें पाहिजे. ज्ञानाची वृद्धि, कायद्यांचा धरबंद, लोकोपयोगी कामाची विपुलता, कामदारांची निर्लोभता, छापण्याची मोकळीक, इत्यादि महत्त्वाच्या व सोईच्या गोष्टींचा तिकडे अभाव आहे. ह्मणजे या गोष्टींकडे तिकडील ठाकुरांचें (राजांचें) लक्ष्यच लागत नाहीं. ही टीका केवळ गुजराथेंतील स्वराज्यांवरच आहे असें समजूं नये. हिंदुस्थानांतील एकंदर एतद्देशीय राज्यांची हीच स्थिति आहे. याचें कारण बघितलें असतां इंग्रजी राज्य चालविण्याचें धोरण ज्या नमुन्यावर आहे ते नमुने इकडील लोकांस गैरमाहित आहेत आणि माहित करून दिले तरी त्याप्रमाणें चालण्याचें त्यांना कठिण वाटून अंधपरंपरेनें जे राज्यकारभारासंबंधाचे रीतिरिवाज चालत आले असतात ते त्यांच्यानें सोडवत नाहींत. यामुळें स्वराज्याचा घांट आणि इंग्रजी राज्याचा घांट अगदीं भिन्न पडतो. स्वराज्यांत लहान बाळकें सुद्धां राजे होतात; लोकांत ज्ञान, विद्या, यथान्याय वर्तन, व देशहिताकडे लक्ष्य, यांचे नांवानें शून्य असतें; चैनबाजी, ऐषआराम, हींच काय तीं त्यांचीं कर्तव्यें समजून त्यांत तेथील लोक दंग असतात; नीच पुरुष प्रधान, मुत्सद्दी, इत्यादि थोर थोर व जबाबदारीच्या जाग्यावर नेमले जातात; यामुळें दरबारांत हलकट, आर्जवी, व मतलबी अशा लोकांची चलती राहून लोकांना सुख व शाश्वति मिळत नाहीं.

गुजराथ देशांतले लोक स्वभावत: गरीब, उद्योगी, राजनिष्ठ आणि व्यापारांत निमग्न असून आपल्या प्रांतास कसकशा प्रकारें संपत्ति व वैभव मिळवून आपल्या जातीस कसे भूषवीत आहेत, इत्यादि गोष्टी आपण आज ज्या प्रत्यक्ष पाहतों, त्यांचा पूर्वापर इतिहास लोकांना ज्ञात असावा अशा हेतूनें ज्या फॉर्बस् साहेबांनीं त्याची मिळवामिळव केली त्यांचे एतद्देशीयांवर मोठे उपकार आहेत असें वाटल्याशिवाय राहवत नाहीं. फॉर्बस् साहेबांचे श्रम एतद्देशीय सर्व भाषांतून उतरून लोकविश्रुत करणें हे प्रत्येक इतिहासप्रिय देशाभिमान्याचें कर्तव्य आहे असें आह्मी समजतों. आपल्या लोकांमधील ऐतिहासिक ज्ञानसंपादनाची उदासीनता जी आज फार प्राचीन काळा-

पासून चालत आली आहे तिच्याविषयीं येथें आज नव्यानेंच विवेचन करावयाचें आहे असें नाहीं. ती उदासीनता दूर ढकलून, निदान आपआपल्या देशांतील निरनिराळ्या प्रांतांच्या इतिहासाविषयीं तरी अगदीं अज्ञाण न राहण्याची उत्सुकता आतां आपण धरिली पाहिजे. दक्षिणचा इतिहास गुजराथ्यांस माहित नाहीं, गुजराथ्यांची माहिती बंगालच्या लोकांस ठाऊक नाहीं, आणि बंगाल्यांची हकीकत मद्रासी लोकांस कळत नाहीं. तर अशा प्रकारचें घोर अज्ञान चांगलें नाहीं. अशा घोर अज्ञानाचीं आणि औदासीन्याचीं फळें आज एतद्देशीयांस कसकशीं भोगावीं लागत आहेत याचें ज्यास्त स्पष्टीकरण करण्याचें प्रयोजन आहे असें आह्मांस वाटत नाहीं. निरनिराळे प्रांतांच्या इतिहासग्रंथांची आपल्या भाषेंत असलेली उणीव यथाशक्ति दूर व्हावी या हेतूनें आह्मीं जो इतिहासलेखनाचा क्रम सुरू केला आहे त्यांतीलच हा एक भाग असून त्याचा देशबंधूंनीं उपयोग करून घ्यावा, ह्मणजे श्रमाचें सार्थक झालें असें वाटेल व गृहीतक्रम सततपणें चालविण्यास उत्तेजन येईल अशी उमेद आहे.

**लोकहितवादी.**

# गुजराथ देशाचा इतिहास.

## भाग पहिला.

### भूमिवर्णन.

हिंदुस्थानच्या पश्चिमेस जो प्रदेश आहे त्याला जुन्या व संस्कृत ग्रंथांत '**गुर्जर देश**' असें ह्मटलेलें असून प्रचारांत '**गुजराथ प्रांत**' असें ह्मणतात. हा प्रांत इंग्रज सरकारच्या ताब्यांत आहे. ह्याच्या उत्तरेस **कच्छ**चें अखात, **रण**, व **मारवाड** प्रांत; पश्चिमेस **आरबी** समुद्र; दक्षिणेस **खंबायत**चें अखात, व **ठाणें** जिल्हा; आणि पूर्वेस **पंचमहाल**, **मेवाड**, **माळवा** व **खानदेश** हे प्रांत आहेत. ह्मणजे, हा प्रांत उत्तर अक्षांश २०°-२४,४५' व पूर्व रेखांश ६९°-७४,२०' यांच्यामध्यें असून याचें क्षेत्रफळ ५०७०९ चौरस मैल आहे.

**कच्छ**च्या **रणा**पासून तों **खंबायत**च्या अखातापर्यंत जो प्रदेश त्या प्रदेशास '**सौराष्ट्र**' किंवा '**काठेवाड**' असें **गुजराथी** लोक ह्मणतात. तरी त्या सर्व प्रदेशास एकंदर '**गुजराथ**' असेंच म्हणण्याचा परिपाठ आहे.

**गुजराथ** देशाविषयींचा प्राचीन इतिहास फारसा कोठें आढळत नाहीं. **वडनगर**च्या आसपासचा प्रदेश, ज्यास पूर्वी '**आनर्त देश**' ह्मणत तो, व त्याच्या उत्तरेकडील **मारवाडां**तला थोडा प्रदेश, **महीकांठा** आणि बाकी इतर भोंवतालचा प्रांत या सर्वांस '**सौराष्ट्र देश**' ह्मणत. इ० स० च्या सातव्या शतकांत कोणी एक **बौद्धधर्मी हुएन त्संग** नांवाचा **चिनी** साधू या देशांत आला होता. त्याणें आपल्या प्रवासाचें जें वृत्त लिहिलें आहे त्यांत त्याणें **सौराष्ट्र** देशाची सीमा **मही**नदीपर्यंत असल्याचें लिहिलें आहे. इ० स० च्या आठव्या शतकांत **गुजराथ**ची राजधानी **पंचासर** इचा नाश होऊन तेथील राजवंशानें **अनि**ह-

ल्वाड नगर हीं आपली राजधानी केली. आणि तेव्हांपासून त्या राजांनीं जो जो मुलूख काबीज केला तो तो सर्व गुजराथेंतच गणूं लागले.

गुजराथ हें नांव मूळ संस्कृत 'गुर्जरत्र' या शब्दावरून अपभ्रंशरूपानें झालें आहे. 'गुर्जरत्र' याचा अर्थ 'गुर्जर लोकांनीं रक्षिलेला देश' असा आहे. यावरून असें अनुमान होतें कीं, त्या काळीं या देशांत जे चावडाकुळाचे राजे राज्य करीत होते त्यांस 'गुर्जर' ही संज्ञा असावी. व यास प्रत्यंतर पाहणें असल्यास 'रत्नमाला' नामक ऐतिहासिक ग्रंथांत जयशेखर चावडा याणें आपल्यास 'गुर्जरराज' असें नांव घेतलें आहे असें आढळतें.

राज्यकारभार व्यवस्थेनें आणि सुयंत्रतेनें चालण्यासाठीं हल्लीं या गुजराथ प्रांताचे मुख्य बारा भाग पुढें लिहिल्याप्रमाणें केले आहेत:—

| | |
|---|---|
| १ अहमदाबाद जिल्हा. | ७ काठेवाड इलाखा. |
| २ खेडा जिल्हा. | ८ पालनपूर इलाखा. |
| ३ सुरत जिल्हा. | ९ महीकांठा इलाखा. |
| ४ भडोच जिल्हा. | १० रेवाकांठा इलाखा. |
| ५ गायकवाड संस्थान. | ११ पावागड पंचमहाल. |
| ६ खंबायत संस्थान. | १२ सुरत इलाखा. |

यांपैकीं पहिल्या चार जिल्ह्यांत आणि पावागड पंचमहाल यांतील कांहीं भाग यांमध्यें इंग्रज सरकारचा अंमल चालू आहे. आणि बाकीच्या सात भागांत व पंचमहालापैकीं कांहीं तालुक्यांत देशी जमीनदारांचा अंमल असून त्यांजवर इंग्रज सरकारचा 'रेसिडेन्ट्' व 'पोलिटिकल् एजन्ट्' यांची देखरेख असते.

**पर्वत व डोंगर**—आबू आणि विंध्याद्रि या पर्वतांच्या रांगा पूर्वबाजूला असून त्याशिवाय चांपानेरापुढें कोणतेही डोंगर नाहींत. सौराष्ट्रांत (काठेवाडांत) लहान लहान डोंगर आणि टेंकड्या पुष्कळ आहेत. त्यांत गिरनार, शत्रुंजय, तारिंगा, बरडा, उष्म, गोप, अंबाजी, आणि चोटिला हे डोंगर मुख्य आहेत.

**जमीन**—या देशाची जमीन बहुतकरून सपाट आणि उत्कृष्ट रीतीची पिकाऊ व रसाळ आहे. पण काठेवाड, महीकांठा, आणि

पालनपूर, या इलाख्यांतील कित्येक भाग बरड जमिनीचा व नापीक आहे. गुजराथच्या पूर्वबाजूचे पहाडांत आणि काठेवाडांतील गिरनार व बरडा या डोंगरांच्या आसपास रान व झाडी फार आहे. कित्येक जमिनी तांबड्या, काळ्या, वगैरे रंगांच्या असून कित्येक रेताड आहेत.

**नद्या**—गुजराथेंत **नर्मदा, तापी, मही, साबरमती, बनास, वात्रोघ,** आणि **सरस्वती,** व त्याचप्रमाणें **काठेवाडांत भद्दर, शत्रुंजी, मच्छु,** वगैरे अनेक मोठ्या व लहान नद्या आहेत.

**उत्पन्न**—गुजराथची जमीन बहुत रसाळ आणि पिकाऊ असल्यामुळें व त्यांत अनेक नद्या व सरोवरें यांची समृद्धि असल्यामुळें त्यांत अनेक प्रकारचीं धान्यें (गहूं, तांदूळ, ज्वारी, बाजरी, हरभरे, मूग, उडीद, तूर), आणि नीळ, अफू, कापूस, कुसुंबा, शिरस, कडेई, गूळ, किराणा, बडिशेप, अहाळीव, वगैरे बहुत व्यापाराचे व निर्वाहाचे पदार्थ उत्पन्न होतात, व त्यांचा परदेशीं खपही फार होतो.

**मुख्य शहरें** वगैरे—गुजराथेमध्यें अहमदाबाद, **सुरत** व बडोदें हीं शहरें पहिल्या प्रतींत येतात; **खेडा, पाटण, वडनगर, राधनपूर, पालनपूर, ईदर, धोळका, जुनागड, नवानगर, जामनगर, लिमडी, वढवाण, धरमपूर, लूनावाडा,** वगैरे शहरें दुसऱ्या प्रतींत जातात; आणि **भडोच, खंबायत, धोलरा, गोध्रा, भावनगर, मवा, दिव, जाफराबाद, वेरावळ, मांगरोळ, पोरबंदर, द्वारका, गोगो, जोडिया,** वगैरे गांवें तिसऱ्या प्रतींत बसतात, व हीं सर्व समुद्रतीरचीं बंदरें आहेत.

**राजकोट, सादरा,** आणि **डिसा** हीं स्थळें **पोलिटिकल् एजन्टांच्या** राहण्याच्या जागा असून तेथें इंग्रज सरकारच्या छावण्या आहेत. **बडोदें** हें **गायकवाड सरकारच्या** राजधानीचें शहर असून, तेथेंही **इंग्रज** सरकारची छावणी व **गायकवाडाचा रेसिडेन्ट्** आणि **रेवाकांठ्याचा पोलिटिकल् एजन्ट्** यांच्या जागा आहेत. **पंचमहालाचें गोध्रा** हें मुख्य ठिकाण आहे.

**व्यापार, हुन्नर,** वगैरे—गुजराथ देश हा व्यापार व हुन्नर यांज-

विषयीं फार पूर्वीपासून प्रख्यात आहे. फार प्राचीनकाळीं जेव्हां **ग्रीक**, **रोमन**, **मिसरी** व **आरब** या जातीचे व्यापारी या देशांत व्यापाराकरितां येत, तेव्हां **काठेवाड**च्या बंदरचे वाणी पूर्वेकडे **जावा**बेटापर्यंत व पश्चिमेकडे **मक्का**, **मोझांबिक**, **झांझिबार**, वगैरेंपर्यंत व्यापाराचे संबंधानें जात येत असत. आणि आजच्या काळीं तर या देशांतील लोकांचें परदेशाशीं व्यापारसंबंधानें फारच मोठें दळणवळण चालू आहे. **गुजराथें**तला कापूस, लोंकर, आणि किराणा जिन्नस तर **इंग्लंडा**पर्यंत जातो आहे. आणि त्याचप्रमाणें **भडोच**, **धोलरा**, **भावनगर** व **वे**रावळ येथील निरनिराळ्या जातीचा कापूस, लोंकर वगैरेंची माहिती तर **इंग्लंडां**त अवघ्या लोकांस ठाऊक आहे.

कलाकौशल्य आणि हरहुन्नर यांविषयीं **हिंदुस्थानां**त **गुजराथे**च्या तोडीचा दुसरा प्रांत सांपडणार नाहीं असें म्हटलें असतां प्रमाद होणार नाहीं. अहमदाबाद येथील रेशमी, सुती व किनखापी वगैरे जातीचें उत्कृष्ट कापड इराण, आरबस्थान व **मारवाड** या देशांत प्रतिवर्षी फार खपतें. त्याचप्रमाणें मश्रू, गजनी, धोतरजोडे, दुपट्टे, कलाबतूचीं कामें, भरगची वस्त्रें, वगैरे सामान प्रशंसा करण्यासारखें होतें. **खंबायत**चें दगडी व स्फटिकाचें खोदीव काम, **पट्टण** येथील रेशमी वस्त्रें, **जामनगर**चें सुगंधी सामान, व **सिहोर** येथील निरनिराळ्या धातूंचीं भांडीं, यांची सर्व **हिंदुस्थानां**त प्रख्याति आहे. **कपडवंज** येथें कांचेचे व साबणाचे कारखाने आहेत. शिल्पकामांविषयींही या प्रांतांतील लोकांची शेंकडों वर्षांपासून प्रसिद्धि आहे. व याचे नमुने बघणें असतील तर **आबू**, **तारिंगा**, **चंद्रावती**, **गिरनार** आणि **अहमदाबाद** येथील देवळें, **मुसलमानी** इमारती व मशिदी पाहिल्या म्हणजे समजतील.

**लोकवस्ती**—एकंदर **गुजराथ** प्रांतांत सुमारें पंचवीस लाखांवर लोकवस्ती नाहीं. त्यांत बहुतेक **हिंदु** लोकांची संख्या फार मोठी असून **मुसलमानां**ची वस्ती थोडी आहे. यांत **हिंदु** लोकांची वस्ती मोठी आहे खरी, तरी त्यांजमध्यें जातीभेदांचीं बंडें इतकीं आहेत कीं, तशीं **हिंदुस्थानां**तील इतर कोणत्याही भागांत सांपडणार नाहींत. त्यांजमध्यें खानपानाच्या संबंधाचे इतके धरबंद आहेत कीं, **ब्राह्मण ब्रा**-

ह्मणांच्या हातचें पाणी देखील पीत नाहींत! मग लग्नव्यवहार कोठच्या असणार? लोकांचा मुख्य धंदा व्यापार आणि शेती हा आहे. येथील लोक व्यापाराचे संबंधानें वगैरे सर्वत्र दृष्टीस पडतात. व यामुळें **महाराष्ट्र** आणि **मारवाड** यांमधील लोकांपेक्षां हे लोक ज्यास्त संपत्तिमान् आहेत.

**धर्म—गुजराथें**त अनेक धर्म व धर्ममतें प्रसृत आहेत. तरी त्यांमध्यें उंच वर्णांत **जैन**, **शैव** व **वैष्णव**, या तीन धर्ममतांप्रमाणें चालणारे लोक फार आहेत. त्यांत **वाण्यां**मध्यें बहुतेक **जैन**पंथी लोक आहेत; **ब्राह्मणां**मध्यें **शैव** व कांहीं **शाक्त**मार्गी लोक आहेत; आणि बाकीचे बहुतकरून **वैष्णव** लोक आहेत. या प्रांतांत **वैष्णव**पंथाच्या दोन शाखा आहेत: एक **स्वा**मीनारायण पंथ व दुसरा **वल्लभ**सांप्रदाय. या देशांतील **काठी**, **कोळी**, इत्यादि जंगली व अज्ञान लोकांस अमुक एक धर्म ह्मणून कांहीं नव्हता. अशा रानटी लोकांमध्यें **स्वा**मीनारायण पंथ दिवसेंदिवस ज्यास्त ज्यास्त फैलावत चालला आहे. कुंभार, अंत्यज, व इतर असेच हलक्या जातीचे लोक यांजमध्यें **शाक्त(माता)**धर्माचा प्रचार विशेष आहे.

**तीर्थें** अथवा **पवित्र स्थानें—गुजराथें**त **जैन** आणि **ब्राह्मण** लोकांचीं धर्मक्षेत्रें व पवित्रस्थलें पुष्कळ आहेत. त्यांत **गिरनार**, **शत्रुंजय**, **आबू**, **ऋ**षभदेव, **सामळाजी**, **के**शरिया, व **तारिंगा** हीं **जैन** लोकांचीं स्थानें असून **द्वारका**, **डाकूर**, **प्रभास**, **सिद्धपूर**, **सोमनाथ**, **शुक्ल**तीर्थ, वगैरे **ब्राह्मणां**चीं क्षेत्रें आहेत. याचप्रमाणें **शैव** व **वल्लभ**सांप्रदायी यांचीं देवालयें प्रत्येक शहरांत आहेतच. **वर**ताल, **अहमदाबाद**, **गढडा**, **मूळी**, **जुनागड**, इत्यादि ठिकाणीं **स्वा**मीनारायणाचीं मोटमोठीं मंदिरें आहेत. तसेंच **जुनागड**, **तळाजा**, वगैरे ठिकाणीं **बौद्ध**धर्माच्या वेळच्या गुंफा व शिलालेख वगैरे प्राचीन अवशिष्ट चिन्हें व खुणा असल्यामुळें, प्राचीनविद्याशोधक लोकांचें लक्ष्य इकडील प्रांतांकडे फार लागतें.

**लोकस्वभाव** आणि **रीतिभाती**—या प्रांतांतील लोक स्वभावतः उद्योगी भोळे आणि दयाळू आहेत. **गुजराथ** देशासारखी

निरुपद्रविता कोणत्याही प्रांतांत नाहीं. या प्रांतांत काठीलोक म्हणून एक जात आहे. ते मात्र लढवय्ये व कडवे लोक आहेत. बाकी शौर्यवीर्यवान् असे लोक कोठेंच सांपडावयाचे नाहींत. त्या बिचाऱ्यांना आपला उद्योगधंदा करुन निर्वाह करण्यापेक्षां धिंगामस्ती आणि दांडगाई करुन घरें भरण्याचें माहितच नाहीं. त्यांच्या या गुणांवरुन, 'गुजराथ ही हिंदुस्थानची गाय आहे,' असें लोक ह्मणतात. व हें म्हणणें गुजराथी लोकांच्या स्थितिरीतीकडे बघितलें म्हणजे खरें आहे असें दिसतें.

**किरकोळ**—अन्य प्रांतांपेक्षां हा गुजराथ प्रांत संपन्न व सुखी आहे. याचें कारण उघडच आहे कीं, येथील लोक उद्यमी व हरहुन्नरी आहेत हें एक; व दुसरें, हा प्रांत बहुतकरुन एतद्देशीय राजांच्या व संस्थानिकांच्या ताब्यांत असल्यामुळें त्यांतील सर्व उत्पन्न या देशांतल्या देशांतच खर्च होतें. परदेशीय राजे व एतद्देशीय राजे यांचीं राज्यें असल्यापासून कोणतें हिताहित आहे हें सांगण्याची कांहीं आतां जरुर नाहींच व तें सांगण्याचें प्रस्तुत स्थलही नव्हे. देशी राज्यांमुळें कारागीर व कुशल लोकांस उत्तेजन मिळून त्यांच्या मालास ग्राहक मिळतात. तशी गोष्ट परकीय राजांचे अमलांत अनुभवास येत नाहीं. गुजराथ देश तीन तारांवर अवलंबून आहे असें ह्मणतातः—एक तार सुताची, दुसरी रेशमाची, आणि तिसरी कलाबतूची. या तीन तारांवर सर्व गुजराथेचें जीवन आहे. पूर्वी सुरतेस कशियाचें काम फार नामी होत असे. पुढें सुरत जळाल्यानंतर तेथील कशियाचे कारागिरांचा अर्धा अधिक भाग मुंबई, पोरबंदर, व कच्छप्रांत इकडे गेला. व तिकडील भाट्ये, लवाणे, खोजे, मेमण, वगैरे दरोबस्त लोक मुंबईस येऊन संपन्न झाले आहेत.

व्यापारसंबंधाचें लिहिणें शिस्तवार वहींत लिहिण्याची विद्या जशी गुजराथेंत आहे तशी इतर कोणत्याही प्रांतांत नाहीं. जांगड, नोंद, उधार, कच्चामेळ, पक्कामेळ, रोजमेळ, नगमेळ, खतावणी, इत्यादि हिशेब कोणी दहा वह्यांनीं ठेवितो व कोणी वीस पंचवीस वह्या ठेवून करितो. ह्याप्रमाणें जसा ज्याचा व्यापार त्याप्रमाणें तो हिशेब ठे-

वितो. आणि तो हिशेब चोख ठेवणाराला वेतनही तसेच चांगलें द्यावें लागतें. व्यापाऱ्यामध्यें सावधपणा, काटकसर, सत्य, मुदत पाळणें, इत्यादि जे गुण अगदीं अवश्य आहेत ते गुर्जर लोकांत पूर्णपणें वसत आहेत आणि त्याचा लाभ जो, व्यापारास बर्कत येणें, तो ते उत्तमप्रकारें भोगीत आहेत.

हा मुलूख दर्याकांठचा असल्यामुळें बंदराच्या सोई, देशावरावर जाणें, मालाची व भावाची खबर राखणें, इत्यादि कामें गुजराथी लोकांच्या अगदीं अंगवळणीं पडलीं असून त्यांचें महत्त्व त्यांस जितकें कळतें तितकें इतरत्रस्थ व्यापाऱ्यांस समजत नाहीं; ही गोष्ट खोटी नव्हे. आतां इंग्रजीमुळें व्यापारांत नव्या नव्या सुधारणा व सोई झाल्यामुळें गुजराथी लोकांच्या पूर्वीच्या टापटिपी आणि व्यवस्था यांचा इतका प्रकाश पडत नाहीं ही गोष्ट खरी. परंतु त्या कामावर दृष्टि बसली असल्यामुळें इंग्रजी तऱ्हेच्या नव्या सुधारणांकडेही त्यांचें अलक्ष्य नाहीं. ह्मणजे, वस्त्रें विणण्याचीं यंत्रें निघाल्यामुळें हातचें काम मागें पडूं लागलें असें बघून लागलींच त्यांणीं तसलीं यंत्रें आणवून कापडाचे कारखाने व गिरण्या उभ्या केल्या. इंग्रजी तऱ्हेच्या विद्या कला शिकण्याकडे त्यांचें लक्ष्य असून विद्योत्तेजनाविषयींही त्यांचे प्रयत्न चालू आहेत. गुजराथेंत पूर्वीं ग्रंथसमृद्धि कांहीं नव्हती. ती आलीकडे फार वाढून हिंदुस्थानांतील इतर विद्याव्यसनी राष्ट्रांच्या बरोबरीला गुर्जर देशचे व्यापारीभाई येऊन पोहोंचूं लागले आहेत. गुजराथी लोकांत विद्याप्राप्तीकडे लक्ष्य देण्यापेक्षां व्यापारहुन्नराकडे चित्त देणेंच विशेष योग्यतेचें समजत असल्यामुळें आजपर्यंत विद्यादेवता त्या प्रांतांत पाठमोरीच असे. परंतु आतां इंग्रज सरकारच्या सहवासानें तिचा अधिवास इतर विद्याप्रिय देशांप्रमाणेंच तेथें होऊं लागून त्यांची विद्याशिक्षणावरील अभिरुची दिवसेंदिवस ज्यास्त ज्यास्त होत आहे. इंग्रजी सुधारणा होण्यापूर्वीं या देशांत इतरत्र ज्या अव्यवस्था आणि गैरसोई असत, त्याच अव्यवस्था आणि गैरसोई गुर्जर प्रांतांतही असत. परंतु दुसरीकडे जसजशा त्या गैरसोई व अव्यवस्था नाहींशा होत चालल्या तसतशा गुजराथेंतीलही गैरसोई आणि अव्यवस्था नाहींशा होत चा-

लल्या. रेल्वे, तार, शाळा, छापखाने, ग्रंथवृद्धि, सभा, संभाषणें, रस्ते, पूल, यंत्रें, वगैरेंच्या आगमनानें देशाचें रूप अगदीं बदलून गेलें. असें आहे तथापि, तिकडे पूर्वीपेक्षां ह्या सुधारणांनीं व स्वरूपांतरानें द्रव्यवृद्धि होत आहे असें मात्र नाहीं. विद्यावृद्धि आणि लोकव्यवस्था ह्या दोन गोष्टींचें तिकडे नांव नसे, त्या दोन्ही गोष्टी मात्र आज सर्वत्र झाल्या आहेत. परंतु बर्कतीच्या नांवानें पूज्य दिसतें. जणुं काय वरील दोन्ही गोष्टींच्या किमतीबद्दलच तिकडील बर्कत खर्ची पडली काय नकळे! असें होण्याचें कारण असें दिसतें कीं, पूर्वीचे पैसा येण्याचे मार्ग बहुतेक बंद होऊन पूर्वीचीं श्रीमान् घराणीं दरोबस्त खालावलीं. यामुळें संपत्तीचा दमदारपणा राहिला नाहीं. दारिद्र्यावस्थेच्या संबंधानें एकंदर हिंदुस्थानाला अनेक कारणें लावितां येतील. व हिंदुस्थानांतील एकंदर सर्व भागांवर दारिद्र्य प्रत्यक्ष डोकावून बघतें आहे. तरी गुजराथेंत त्यांचे देशी राजे, संस्थानिक, ठाकूर, वगैरे असल्यामुळें तिकडे तितकें दारिद्र्य उघड उघड दृष्टोत्पत्तीस येत नाहीं. बाकी अंतस्थ स्थिति सर्वत्र एकसारखीच आहे. याबद्दलचें विवेचन करण्याचें हें स्थल नव्हे, ह्मणून आपण हा प्रस्ताव येथेंच सोडून गुर्जरदेशसंबंधी इतर किरकोळ गोष्टींकडे लक्ष्य देऊं.

गुजराथेंत स्वामीनारायण पंथ, वल्लभीसांप्रदाय आणि जैनधर्म हे जे चालू आहेत त्यांविषयींही याच प्रकरणांत थोडेंसें विवेचन करूं. स्वामीनारायण हा विष्णूचा अवतार होय असें त्याचे शिष्यजन समजतात, व त्याची मूर्ति करून देवळांत स्थापितात. तिच्याबरोबर स्वामीनारायणाचे मातापितर, धर्म आणि भक्ति इतक्या मूर्ति ज्यास्त करून स्वामीनारायणाबरोबरच त्यांची पूजा करितात. स्वामीनारायणाचे सेवकवर्गास 'सत्संगी' ह्मणतात. स्वामीनारायणाचीं मंदिरें गुजराथेंत बहुत ठिकाणीं असल्याचें वर लिहिलेंच आहे. हा पंथ गुजराथेंत नवीनच निघाला आहे. वल्लभीसांप्रदायाचें मुख्य तत्व अर्पणविधीवर आहे. मनुष्यानें स्वत्व कशावरही न मानितां ईश्वरार्पण करून त्याचा प्रसाद म्हणून वस्तुमात्राचा स्वीकार करावा; हा ईश्वरार्पणविधि म्हणजे, हें मत प्रतिपादन करणारे वल्लभाचार्य किंवा त-

त्स्थानापन्न असलेल्या गुरुवर्यासच केला पाहिजे असा आचार्यांचा हुकूम आहे. त्याप्रमाणें त्यांचे भोळे भक्तजन सर्वस्वार्पणविधि करून आपला भाव दाखवितात. या सर्वस्वार्पणाची व्याप्ति इतकी कांहीं झाली आहे कीं, त्याविषयीं येथें लिहिण्याची देखील सोय नाहीं. आपली पाणिगृहीता स्त्री देखील गुर्वर्पण करून नंतर ती आचार्यांचा प्रसाद म्हणून ग्रहण करावयाची असा निर्लज्जपणा वल्लभीसांप्रदायांत अंधपरंपरेनें चालत आला आहे. त्याविषयींचें विशेष विवेचन करण्याचें प्रस्तुत प्रयोजन नाहीं. म्हणून आपण गुजराथेंतला तिसरा प्रचलित धर्म जो जैन त्याविषयीं थोडें अवलोकन करून पुढें चालूं. जैनधर्म म्हणजे अहिंसा किंवा दयाधर्म. प्राणिमात्राची हिंसा न करणें म्हणजे त्याचा जीव न घेतां त्याचें रक्षण करणें. या धर्माचारामुळें गुजराथेंत बहुतकरून मत्स्यमांसाहार वर्जच आहे असें म्हटलें असतां हरकत नाहीं. मुसलमान, ख्रिश्चियन व दक्षिणेकडून आलेले कुळंबी, कोळी, वाघरी आणि इतर रजपूत यांजमध्यें मात्र मत्स्यमांसाहार चालला तर चालतो. बाकी जैनांवांचून इतर पंथाचे व सांप्रदायाचे लोकही सर्वत्र अहिंसाधर्म पाळतात. गुजराथेंत जैनधर्मी लोकांस 'श्रावक' या नांवानें ओळखतात. गुजराथेंत प्रचलित असलेले जे वरील वैष्णवी मताचे पंथ व सांप्रदाय सांगितले तेही अहिंसायुक्तच असल्यामुळें एकंदर गुजराथेंत दयाधर्माचें प्राबल्य विशेष आहे. वृद्ध गुरें व जनावरें यांचेकरितां 'पांजरापोळ' नांवाचीं आश्रयस्थानें गुजराथेंत ठिकठिकाणीं आहेत व तींच या दयाधर्माचीं प्रत्यक्ष उदाहरणें होत. येणेंप्रमाणें हिंदुस्थानांतील इतर प्रांतांस अस्वाभाविक जे तीन प्रकारचे धर्ममार्ग गुजराथेंत चालतात त्यांजविषयीं थोडक्यांत विवेचन केलें.

गुजराथी लोकांच्या रीतीभातींच्या संबंधानें पाहिलें असतां हिंदुस्थानांतील इतर प्रांतींच्या लोकांच्या रीतीभातींवर ज्या टीका व दूषणें ठेवतां येतील त्यांपेक्षां कांहीं ज्यास्त टीका करितां येईल व ज्यास्त दूषणें देतां येतील असें वाटत नाहीं. लोकांच्या रीतीभातींवरही देशहिताचा संबंध अवलंबून नसतो असें नाहीं आणि तसें पाहिलें असतां

शुद्ध व हितकर अशा रीतिभाती लोकांमध्यें प्रसृत होणें विशेष श्रेयस्कर आहे. गुजराथी लोकांमध्यें ज्याप्रमाणें व्यापाराचें कसब पूर्णपणें असलेलें दिसतें तसा त्यांजमध्यें मितव्ययाचा प्रचारही जर त्याच मानानें चालेल तर प्रस्तुत जी तिकडे दरिद्रता दिसते आहे ती बऱ्याच अंशांनीं नाहींशी होईल. लग्नखर्च आणि ज्ञातिभोजनें यांचेखालीं तर गुजराथी लोकांचे पैशाचा धुव्वा उडून जातो. व त्याप्रमाणें खर्च केला नाहीं तर आपला मान कमी होतो असें ते लोक समजतात. वधूवरें अगदीं लहान असतांच कित्येक वर्षें त्यांचे वाङ्निश्चय ठरतात व ते निश्चय तशींच कांहीं अपरिहार्य विघ्नें आलीं तर मात्र फिरतात; नाहीं तर पुढें तींच नवरानायको विवाहविधीनें पक्कीं होतात. त्याचप्रमाणें वरानें वधूला कांहीं तरी स्त्रीधन दिल्यावांचून लग्न व्हावयाचें नाहीं असा गुजराथी लोकांत निर्बंध आहे. गुजराथी लोकांत 'नागर' म्हणून एक उंची ब्राह्मणज्ञाति आहे; त्यांजमध्यें एक स्त्री जीवमान असतां दुसरी स्त्री होत नाहीं असा नियम आहे. मग पहिली स्त्री अंधळी, लुळी, खुळी किंवा रोगी असो, ती जीवंत असतां दुसरी स्त्री करण्याचा पुरुषास अधिकार नसतो. या नागर ज्ञातीमध्येंच एक 'वारद नागर' म्हणून जात आहे. ती उंच वर्गाच्या नागरांनीं बहिष्कृत केलेली आहे. परंतु त्या बहिष्कृत लोकांनींच निश्चयानें दूर राहून आपली ती एक स्वतंत्रच ज्ञाति केली आहे. गुजराथेंत 'कडवे कुणबी' म्हणून एक मोठी ज्ञाति आहे. त्या ज्ञातींत मोठमोठे सावकार व लक्षाधीश आहेत. परंतु त्यांची अशी एक रीति आहे कीं, दहा किंवा बारा वर्षांनीं एक नियमित मुहूर्त येत असतो, त्या दिवशीं सर्व देशभर—जेथें जेथें त्या लोकांची वस्ती आहे तेथें तेथें—लग्नें व्हावयाचीं. इतर कोणत्याही दिवशीं लग्नें होण्यास त्यांजमध्यें मनाई आहे. ह्या मुहूर्ताच्या संबंधाचीही मोठी मौजच आहे. ती अशी:—गायकवाडी अमलांतील कडीपरगण्यांत उंझा म्हणून एक गांव आहे. तेथें उमिया माता नांवाची वरील कडव्या कुणब्यांची कुलदेवता आहे. तिचा गुरव दहा किंवा बारा वर्षांनीं चिठ्ठ्या टाकून मुहूर्त काढितो. व त्याप्रमाणें नंतर तेथून मंगलपत्रिका रवाना होतात. पुढें त्या मुहूर्ता-

वर त्या लोकांमध्यें लग्नांची गर्दी होते. ज्यांच्या घरीं कन्या असतील ते त्या मुलींच्या वयाकडे वगैरे कांहीं एक न बघतां तेवढ्यांतल्या तेवढ्यांत योग्य वरयोजना झाली तर बरेंच आहे; नाहीं तर तो मुहूर्त जाऊं नये म्हणून कोणी कसाही हमाल, मजूरदार, वगैरे जो मिळेल त्याजबरोबर त्या सुमुहूर्तीं लग्नविधि उरकून घेतात. आणि लागलीच त्याची फारखत घेतात. यास 'बायवर' म्हणतात. पुढें मग जेव्हां योग्य स्थल मिळेल तेव्हां लग्न करून ठेवलेल्या त्या अनामत विवाहितेचा, दक्षिणेकडील शूद्र वगैरे लोकांमध्यें जसा पाट (पुनर्विवाह) लावितात, त्याप्रमाणें पाट लावून कन्यादान करितात. नियमित मुहूर्तावर मजूरदार वगैरेही जर कोणी मिळाला नाहीं तर निदान फुलाच्या माळेबरोबरच हा सुमुहूर्तींच्या विधीचा संस्कार आटोपून घेतात व पुढें योग्य वर मिळेपर्यंत तो विवाह तसाच राखून ठेवून नंतर वर लिहिल्याप्रमाणें पाटाचा विवाह करितात. माळेबरोबर विवाह लाविला तर लग्नानंतर ती माळ विहिरींत टाकून देतात व कन्येचे चुडे काढून ठेवून तिला विधवा समजतात. व पुढें योग्य स्थळ मिळाल्यानंतर तिचा 'नातरा' म्हणजे वर लिहिल्याप्रकारचा पाट लावितात. त्यांजमध्यें पाटाची चाल फार असून त्याप्रमाणें त्यांचीं लग्नेंही फार लौकर तुटतात. गरीब नवऱ्याच्या बायकोला दुसरा श्रीमंत नवरा मिळेल तर ती पहिल्या नवऱ्यास कांहीं पैसे देऊन व त्याशीं तंटाबखेडा, भांडाभांडी, किंवा कज्जा करून त्याजपासून फारखत लिहून घेते व दुसरा श्रीमान् नवरा करिते. अशाप्रकारच्या पुनर्विवाहास 'सचूडी नातरा' ह्मणतात. आणि विधवा होऊन जो पुनर्विवाह होतो त्यास 'रांडेली कन्यानो नातरा' असें म्हणतात. श्रीमान् नवऱ्याच्या बायका बहुतकरून असला नातरा (पाट) लावीत नाहींत. कारण, नवऱ्याची मिळकत पुष्कळ असल्यावर ती सोडून जाववत नाहीं. याकडच्या कुणब्यांमध्यें श्रीमान् वरयोजना करण्यांत कधीं कधीं कन्येच्या बापास वराला फार पैसा द्यावा लागतो व याकरितां किती एक लोक कन्याविवाहाचे पायीं अगदीं भिकारीही होतात !

गुजराथ प्रांतांत इतर मुलखाप्रमाणेंच विद्याज्ञान इंग्रजी होईपर्यंत

मुळींच नव्हतें म्हटलें तरी हरकत नाहीं. परंतु अलीकडे शाळा, पाठशाळा, वगैरे स्थापन होऊन लोकांमध्यें विद्याप्रसार वाढत चालला आहे. स्त्रीशिक्षणाकडेही लोकांचें लक्ष्य बरेंच लागलें असून त्यांजमधील अज्ञानतिमिर विद्याशिक्षणज्योतीनें नाहींसें होत चाललें आहे; हें सुचिन्ह होय. कित्येक गांवांत इंग्रजी शाळा स्थापन झाल्या असून अहमदाबाद, सुरत, व राजकोट येथें पहिल्या प्रतीच्या शाळा (हायस्कुलें) आहेत. त्याचप्रमाणें मोठमोठ्या गांवीं कन्याशाळाही स्थापन झाल्या असून त्यांतून दिवसानुदिवस विद्यार्थिनींची वृद्धि असलेली दिसते. या सर्व विद्याशाळांवर देखरेख करणारे गोरे अंमलदार असून त्यांचे हातांखालीं दुय्यम किंवा नायब अधिकारी मदतीला असतात. अहमदाबाद आणि राजकोट येथें वरील शाळांशिवाय अनुक्रमें 'गिराशास्कूल्' व 'राजकुमारकॉलेज्' या नांवाचे श्रीमान्, थोर व संस्थानिक सरदार या लोकांच्या मुलांकरितां स्वतंत्र वर्ग स्थापिले आहेत. त्यामुळें त्यांचेही विद्याभ्यास स्वतंत्रपणें व चांगल्या रीतीनें होतात.

येणेंप्रमाणें गुजराथप्रांताची बाह्यदृष्टीची त्रोटक हकीकत सांगितली. यावरून त्या देशाची हल्लींची स्थिति कशी काय आहे याचें थोडक्यांत अनुमान होईल. आतां आपल्याला गुजराथ देशाच्या प्राचीन व अर्वाचीन इतिहासाकडे वळावयाचें आहे तिकडे वळूं.

---

# भाग दुसरा.

## गुजराथेंतील प्राचीन इतिहास.

(इ० स० च्या सातव्या शतकाच्या आखेरीपर्यंत.)

हिंदुलोकांमध्यें इतिहास लिहून ठेवण्याची चाल मुळापासूनच नसल्यामुळें इ० स० च्या सातव्या शतकापर्यंत या देशांत कोण कोण राजे होऊन गेले; त्यांणीं किती किती वर्षें राज्य केलें; आणि त्यांचे धर्म, नीति, रीतरिवाज, कायदे, वगैरेंमध्यें कसकसे फेरफार झाले; याविषयींची माहिती होण्यास कांहीं एक साधन नाहीं. तरी त्या

संबंधानें शोधक लोकांनीं मोठमोठे प्रयत्न करून शिलालेख, जुने शिक्के, ताम्रपट आणि परदेशीय लोकांच्या जुन्या इतिहासांत या देशाचे संबंधानें काय काय उल्लेख केलेले आहेत ते बघून, त्यांवरून जी माहिती मिळवितां येईल तीवरून प्राचीन इतिहास मिळविण्याची खटपट केली आहे. त्यावरून पाहिलें असतां असें आढळतें कीं, प्राचीनकाळीं **गुजराथेंत कोळी** व **भिल्ल** यांचीच वसती होती. '**पुराणां**'वरून तर असें समजतें कीं, पुढें **मथुरेहून** श्रीकृष्ण व बलराम हे **यादवकुलींचे** राजे **कलियुगाचे** प्रारंभीं **द्वारकेस** येऊन तेथें राज्य करीत होते. पुढें त्यांच्या वंशजांकडून त्यांचें राज्य **कावे** व **वाघरी** या लोकांनीं घेतलें. इतका शोध लागतो. त्यानंतर त्यांजपासून कोणत्या **क्षत्रियांनीं** तें राज्य काबीज केलें याचा पत्ता लागत नाहीं. परंतु त्यानंतरचा जो कांहीं तुरळक तुरळक इतिहास मिळतो तो बराच विश्वसनीय आहे. भावनगराजवळ **वळे** म्हणून गांव आहे. तेथेंच **वळभीपूर** म्हणून एक प्राचीनकाळीं मोठें नगर होतें असे दाखले असून त्याबद्दलच्या प्रत्यक्ष साक्षीही मिळतात ताम्रपटांतून **वळभीपुराचें** नांव दाखल असून त्याठिकाणीं जमीनींत देवळें व घरांचे पाये वगैरेही खुणेच्या बहुतेक गोष्टी आढळतात. त्याचप्रमाणें **श्रावक** लोकांच्या प्राचीनग्रंथांत त्या नगराचें वर्णनही सांपडतें. **वळभीपुरचें** राज्य इ० स० च्या तिसऱ्या शतकाच्या अखेरपर्यंत तर कायम होतें असा पुरावा मिळतो. पुढें इ० स० ३१९ सालीं त्या नगरांत, **मगधदेशस्थ मौर्यवंशोद्भव** अशोककुलांतील **शिलादित्य** हा राजा राज्य करीत होता असा दाखला मिळतो. अशोकराजा मोठा कीर्तिमान् व विद्याव्यसनी असल्याविषयीं त्याची फार प्रख्याति आहे. तो **बुद्धधर्मी** होता. त्याचाच वंशज **शिलादित्य** असल्यामुळें तोही **जैनधर्मी** होता याविषयींचा वाद असण्याचें कांहीं कारण नाहीं. वरील सालीं **यवन** (**ग्रीक**) लोकांनीं त्याजवर स्वारी करून त्याचा पराजय केला व त्याचे राजधानीच्या नगराचा उच्छेद करून टाकिला. त्या दुष्ट लोकांनीं **वळभी**पुराचा इतका बेमालूम नाश केला यांत कांहींच आश्चर्य नाहीं. परधर्मी लोकांचा करवेल तितका नाश करण्याचा तर **यवनादिकांचा**

पहिल्यापासून अभिमानच असे व त्या अभिमानाच्या पायीं त्यांजकडून अनेक अनन्वित कृत्यें घडलीं आहेत. नगरेंच्या नगरें अशा प्रकारें अगदीं बेमालूम होऊन गेल्याचीं उदाहरणें अनेक आहेत. वडोयापासून दहा कोशांवर चांपानेर म्हणून एक उद्वस्त व निर्मनुष्य नगर आहे. त्याच्या उद्वस्ततेसही असेच दुष्ट राजांचे जुलूम कारण झाले असावेत. वल्लभीपुराचा शकही चालत होता असें कितीएक जुन्या लेखांवरून समजतें. ह्याप्रमाणें जुन्या काळच्या नगरांचे व राजांचे इतिहास तुरळक तुरळक तरी विश्वसनीय असे मिळतात. परंतु त्यांबद्दलचा शोध तपास वगैरे कांहींएक न करितां, शापानें नगर पालथें झालें, देवतेच्या कोपानें जळून गेलें, समुद्रानें गिळून टाकलें, सर्व शहर स्वर्गवासी झालें, इत्यादि मिथ्या कल्पना व असंभाव्य गप्पा पिकवून भ्रम उत्पन्न करण्याची अज्ञान लोकांस संवयच पडून गेली असते. त्याप्रमाणें वल्लभीपुराविषयींही गप्पा व कल्पना यांणीं भरलेल्या काहण्या ऐकूं येतात. कोणी म्हणतात, कोणीएक योगी वैराग्याचे वेषानें वल्लभीपुरांत भिक्षाटन करीत आला असतां त्यास तेथें भिक्षा मिळाली नाहीं, तेव्हां त्याणें क्रुद्ध होऊन तें नगर उपडें केलें! परंतु या काहणीची असंभव्यता किती आहे याजविषयीं ज्यास्त लिहिण्याचें कांहीं कारण नाहींच. वल्लभीपुराचे राजे मोठे उदार असल्याबद्दल त्यांची ख्याति असून काठेवाडांत अनेकांजवळ त्यांच्या वेळचीं दानपत्र आहेत.

पहिल्या भागांत सांगितलेला बौद्धधर्मी चिनी मनुष्य साधु होऊन जो इकडे फिरत होता, तो वल्लभीपुरांतही येऊन गेल्याबद्दल त्याणें आपल्या प्रवासवर्णनांत थोडक्यामध्यें पण सुरेख वर्णन केलें आहे. तें असें:—"वल्लभीपुरांत बौद्ध लोकांचे शंभर संघ (मठ) होते व त्यांत सहा हजार साधु राहत होते. ते साधु हीणायान सम्मतिय मताचे होते. जेथें जेथें बुद्ध गेला, तेथें तेथें अशोकराजानें स्तूप बांधिले होते. वल्लभीपुरांत कोणी क्षत्रियराजा राज्य करीत असून तो कान्यकुब्ज हर्षवर्धन (शिलादित्य) याचे वंशापैकींच होता. त्याचें नांव ध्रुवभट असें असून तो चपल आणि तापट स्वभावाचा असे. त्याची चाल दांडगी आणि अहंकारी असे; तरी

तो विद्या आणि सुशीलता यांना मान देत असे. तो प्रतिवर्षी एक मोठी 'मोक्षपरिषद्' नांवाची सभा भरवून त्या सभेस सर्व देशांतल्या लोकांस बोलावित असे व त्या सभेच्या वेळीं सात दिवसपर्यंत सर्वांना आपल्या पदरचें अन्नवस्त्र व औषधपाणी पुरवीत असे." या लेखावरून बघितलें तर इ० स० च्या सातव्या शतकापर्यंत वल्लभीपुराचें अस्तित्व कायम असल्याचें दिसतें. वल्लभीनगराविषयीं 'शत्रुंजयमाहात्म्यां'तही कांहीं उल्लेख सांपडतो. व तेथें शिलादित्य राज्य करीत असून, तो पहिल्यानें बौद्धधर्मी होता; परंतु पुढें श्रीमल्ल नांवाचा जैन लोकांतील श्वेतांबरमताचा एक साधु आला, आणि राजदरबारांत त्याणें वाद जिंकून राजाला जैनमत ग्रहण करावयास लाविलें; व तेव्हांपासून शिलादित्य जैनधर्मी झाला; अशी कथा सांपडते. हा राजा ऋषभदेवाचा मोठा भक्त होता.

शिलादित्यापर्यंतच म्हणजे चौथ्या शतकापर्यंतच काय तें वल्लभीपुरचें राज्य होतें असा जैन ग्रंथांवरून शोध लागतो. आणि वर लिहिल्याप्रमाणें चिनी प्रवाश्याचे वृत्तांतावरून सातव्या शतकापर्यंत तें शहर कायम होतें असें दिसतें. ह्या प्रमाणें दोन मतें निरनिराळीं असून दोन्हीही प्रबल आहेत. तेव्हां निकाल काय तो होत नाहीं. वल्लभीपुराचे नाशाविषयीं आणखी एक दंतकथा ऐकिवांत आहे. ती कितपत खरी असेल तें सांगवत नाहीं; तथापि, ती असंभाव्यही म्हणवत नाहीं. ती दंतकथा अशी:—

एक काकू नांवाचा मारवाडी व्यापारी या नगरांत येऊन राहिला होता. व तेथें त्याणें बहुत द्रव्य कमाविलें. त्याला एक मुलगी असून तिला एक अमोलिक रत्नजडित कमरपट्टा होता. तो वल्लभीनगरच्या राजपुत्रानें बघून तिच्या जवळ मागितला; परंतु तो तिणें तिला दिला नाहीं. तेव्हां राजानें तिजपासून तो कमरपट्टा बळजबरीनें हिसकावून घेतला. यामुळें काकू मारवाड्याला अतिशय राग येऊन तो नगरत्याग करून निघून गेला. तो परदेशीय यवनराजाकडे गेला व त्यास पैश्याचा यथेच्छ पुरवठा करून वल्लभीनगरच्या राजाचा सूड घेण्याकरितां यवनी फौज घेऊन वल्लभीपुरावर आला.

तेव्हां त्या धर्मपिशा लोकांनीं नानाप्रकारचे व अनन्वित जुलूम करून त्या नगरच्या लोकांस त्रास दिला. तेथें एक पवित्र सूर्यकुंड होतें त्यांत गाई मारून त्यांचें रक्त टाकून तें पाणी भ्रष्ट केलें, आणि तेथील राजास मारून सर्व नगर उजाड करून टाकिलें.

ही गोष्ट कशीही असो. परंतु वरील भिक्षावृत्तीच्या साधूनें तें नगर शापदग्ध केलें किंवा उपडें घातलें वगैरे असंभाव्य गप्पांसारखी कांहीं ही गोष्ट दिसत नाहीं. या गोष्टीवरून **व**ल्लभीपुरचा राजा जुलमी व अन्यायी होता व त्याला त्याची प्रजा त्रासून गेली असून इतक्यांत **म्लेच्छां**ची स्वारी त्या नगरावर आल्यामुळें त्याचा सर्वांशीं उच्छेद झाला यांत आश्चर्य नाहीं, असें आढळून येईल. आणि अशीं कांहीं कारणें झाल्याशिवाय नगरेंच्यानगरें शून्यवत् होणेंही संभवनीय नाहीं[1]. अस्तु.

**जैन** लोकांच्या ग्रंथांत असें लिहिलें आहे कीं, **व**ल्लभीपुराचा नाश झाल्यानंतर तेथील लोकांनीं **चं**द्रप्रभ, **व**र्धमानदेव आणि **पा**र्श्वनाथ इत्यादि तीर्थकरांच्या मूर्ती **सो**मनाथपट्टण, **श्री**मालपूर, **वा**ली, **सां**देरा आणि **नां**दोल येथें नेऊन ठेविल्या; व ह्या वेळचा **श्री**मल्लवादी नांवाचा साधु आपल्या शिष्यजनांसहवर्तमान **पं**चासर येथें जाऊन राहिला.

**व**ल्लभीपुरचा प्राचीन काळचा उत्कर्ष व तेथील संपत्तिमत्ता यांजविषयींचीं वर्णनें वाचिलीं व तेथील जुनीं कामें बघून त्या शहरच्या पडक्या आवारांत उभें राहिलें म्हणजे जे नाना विचार मनांत येतात तेणेंकरून चित्ताची स्थिति कांहीं विलक्षण होते. कालांतरानें या दुनियेंतील आज अस्तित्वांत असणाऱ्या भरभराटीच्या शहरांची दशा काय होऊन जाईल हें कोणीं सांगावें? सारांश, जगांतील वस्तुमात्राला जसा

---

१. अयोध्या, द्वारका, उज्जनी, अरासूर (अबूचे डोंगरावर), कनौज, इत्यादि ओसाड शहरें उत्तर प्रांतीं पुष्कळ आहेत. त्यांच्या उद्ध्वस्ततेविषयीं लोक भलभलत्या गोष्टी सांगतात. परंतु त्या प्रमाण नसून वर लिहिल्याप्रमाणें त्या शहरांची परचक्रांमुळें अशी धूळधाण झाली असावी; हीच गोष्ट खरी आहे.

उत्कर्षापकर्ष आहे, तसाच मोठमोठ्या शहरांना आणि राष्ट्रांनाही आहे हें जगाच्या इतिहासांतील अनेक उदाहरणांनीं व्यक्त होत आहे.

---

## भाग तिसरा.

### पंचासर येथील चावडा लोकांच्या राज्याची समाप्ति, आणि कल्याणचा चालुक्य राजा भूवर याची सत्ता.

(इ० स० ७४६ पर्यंत.)

वल्लभीपुरच्या राज्याची समाप्ति झाल्यानंतर थोडक्याच काळानें गुजराथेंत सोमनाथपट्टणाहून चावडे नांवाचे क्षत्रिय राजे येऊन त्यांणीं झिंझुवाड्याजवळ पंचासर म्हणून एक गांव आहे तेथें राज्य स्थापिलें. याप्रमाणें तें राज्य इ० स० ७४५ पर्यंत तेथें कायम असून, त्या काळीं तेथें जयशेखर नांवाचा राजा राज्य करीत होता. या राजाचीं आणि कल्याणच्या भूवर चालुक्य नांवाच्या राजाचीं मोठमोठीं युद्धें झालीं, व त्या वेळीं कल्याणच्या बाजूला यवन लोक मदतीला होते. असा इतिहास मिळतो. शेवटीं जयशेखराचें राज्य जाऊन त्या धांदलींत त्याणें आपली रूपसुंदरी नांवाची गर्भवती राणी गिरनार पर्वताचे रानांत नेऊन सोडिली. पुढें तिचा संभाळ तेथील भिल्ल लोकांनीं केल्यावर ती प्रसूत होऊन पुत्र झाला. तो वनांत झाल्यामुळें त्याचें नांव 'वनराज चावडा' असें ठेविलें.

चावडा कुळाविषयीं निरनिराळ्या ग्रंथकारांचीं निरनिराळीं मतें आहेत. चावडा वंशास संस्कृत ग्रंथांत 'चापोत्कट' (प्रबल धनुर्धारी) असें नांव दिलेलें आढळतें. परंतु हें केवळ संस्कृत कवींचें लाघव होय. चावडा वंशाचे नांवाची उत्पत्ति मूळ चौरा यापासून आहे. आणि 'चौरा' हें नांव 'चोर' यापासून झालें आहे. हे लोक देवपाटणच्या किनाऱ्यावर राहून समुद्रावर चांचेपणाचा धंदा करीत यावरून त्यांस 'चोर' असें म्हणत. त्याचें 'चौरा', आणि 'चौरा'चें 'चौडा' किंवा 'चावडा' असें नांव झालें. भाट लोकांत ज्या दंतकथा चालत आल्या आहेत

त्यांवरून **चावडा** वंशाचे मूळ नांवाची परंपरा वरच्याप्रमाणेंच घडून आल्याचें स्पष्ट दिसत आहे. व त्यावरून असेंही कळतें कीं, इ० स० च्या सातव्या शतकांत या वंशजांनीं **देवपाटण** नगरास कोणा परकीय व्यापारी लोकांच्या टोळीस लुटलें आणि तेथून तें नगर सोडून ते **पं**चासर येथें येऊन राहिले. तेव्हां, **चौरा** किंवा **चावडा** हें त्यांचें खरें वंशनाम आहे.

इ० स० ६९६ त या वंशामध्यें वर सांगितलेला **जयशेखर** नांवाचा एक शूरवीर असा राजा झाला. त्याला त्या वेळीं '**यशोराज**' असेंही नांव दिलेलें आढळतें. त्याच काळीं **दक्षिणेकडे कल्याण** येथें **चालुक्यवंशीय भूवर** नांवाचा राजा राज्य करीत असून तोही मोठा शूरवीर होता. **भूवर** याचे जवळ लढाऊ सरदार व लढाऊ फौज जय्यत असे. या सरदारांनीं व त्याचे लोकांनीं राजाचे नांवावर बाहेर लढाया मारून मुलूख काबीज करून **चालुक्य** वंशाचे नांवानें तेथें राज्यकारभार सुरू करावा. **भूवर** यास राज्यसंपादनास कधींही आपलें नगर सोडून प्रत्यक्ष बाहेर पडावें लागत नसे. याप्रमाणें आजूबाजूचा बहुत मुलूख त्याचे शूर सरदारांनीं जिंकून त्याची राज्यमर्यादा बरीच मोठी केली होती.

अशा वेळीं त्याचे व त्याच्या सरदारांचे मनांत, **गुजराथेकडे** मोर्चा फिरवून तिकडील मुलूख व राज्य मिळाल्यास बघावें, असें आलें. त्या वेळीं वर लिहिल्याप्रमाणें **जयशेखर** किंवा **यशोराज** हा **गुजराथेंत** राज्य करीत असून, तो मोठा शूर, धीर, बलवान् व तेजस्वी असून त्याजवळ संपत्तिही पुष्कळ होती. त्याचे जवळ सैन्य अगणित असून त्यांना पुरवठा मोठा होता. परंतु **यशोराजाचे** हे गुण व त्याचा लौकिक **भूवर** यास पुरासा माहित नसल्यामुळें, तो आपणास अजिंक्य आहे अशी **भूवर** याची कल्पनाही नव्हती. तो आपल्या विस्तीर्ण राज्यमर्यादेनें आणि त्याचे जे सरदार हमेषा यश संपादून येत त्यामुळें, **गुज**राथेवर स्वारी करण्यापूर्वींच त्यास असें वाटलें होतें कीं, **गुजराथ प्रांत** म्हणजे आपल्या राज्यसीमेंतलाच असून **यशोराज** हा आपल्या **मांडलि**कांपैकींच झाल्यासारखा आहे.

भूवर चालुक्य हा राजा म्हणजे कांहीं सामान्य नव्हता. त्याणें देशोदेशच्या संपत्ति, हत्ती, घोडे, उंट, व रथ लुटून आणून, तो मोठा समृद्ध झाला होता. त्याची विद्याकलाकौशल्याकडे फार प्रीति असून त्यांस तो मोठें उत्तेजन देत असे असा त्याचा लौकिक आहे. त्यामुळें त्याचे कल्याणनगरांत गांवोगांवचे विद्वान्, कसबी, व कारागीर येऊन वसति करून राहिले होते. त्यामध्येंच कामराज नांवाचा एक महाविद्वान् व सुप्रसिद्ध कवि राजाचे पदरीं राहिला असून त्यास राजा आपला केवळ मित्र समजत असे. असा तो गुणशीलवान् राजा होता. त्याला गुजराथ प्रांतावर स्वारी करण्याचें स्फुरण कशानें आलें याविषयीं पुढील आख्यायिका प्रसिद्ध आहे:—

एके दिवशीं राजा भूवर, त्याचा पुत्र युवराज कर्ण, मीर वगैरे सरदार, आणि वर सांगितलेला कविवर्य कामराज इत्यादि लोकांची सभा जमून राज्यप्रकरणीं कांहीं कामें चाललीं होतीं. इतक्यांत तेथें शंकर म्हणून एक गुजराथी कवि, राजाची सुकीर्ति व औदार्य वगैरे गुण ऐकून फिरत फिरत आला. दरबारांत प्रवेश करून त्याणें तत्काळ एक नवीन पद्य केलें. त्यांत राजाचें अभीष्ट चिंतिलें होतें. तेव्हां राजानें त्याची काव्यचातुरी बघून आपल्या आश्रयास असलेल्या कामराज कवीलाही, कांहीं नवीन पद्यें करून आलेल्या या नव्या कवीस ऐकवून थक्क करून टाकण्याविषयीं सांगितलें. पण कामराजाकडून राजाच्या विनंतीप्रमाणें कवि शंकर याजवर तेज पडण्यासारखें त्या वेळीं कांहींच कवित्व होईना. तेव्हां राजा खेद पावून त्याणें दीर्घ व उष्ण निःश्वास सोडिला. पुढें त्याणें शंकर कवीस, 'तुम्ही कोठचे? इतके दिवस अप्रसिद्ध असे कोठें होतां?' इत्यादि प्रश्न केले. तेव्हां त्याणें सांगितलें कीं, 'गुजराथ देशांत जयशेखर म्हणून राजा फार धार्मिक, उदार व विद्वानांचा पोशिंदा, असा राज्य करीत असतो, त्याच्या पदरीं मी आहें.' याशिवाय, हा प्रसंग बघून, शंकर कवीनें जयशेखराच्या शौर्यवीर्याची मोठीच वाखाणणी केली. ह्याप्रमाणें एका परकीय राजाची बहादुरी आणि लौकिक ऐकून राजा विचारांत पडला. त्याणें शंकर कवीची तर संभावना करून त्याला निरोप दिला.

परंतु त्याच्या तोंडून त्याच्या राजाचे गुणानुवाद ऐकून त्याला गुजराथच्या राजाविषयीं एकप्रकारें मत्सर उत्पन्न झाला. त्याणें तत्काळ आपल्या सरदारांस बोलावून विचारिलें कीं, 'तुम्हीं इतका मुलूख काबीज करुन तेथील राज्य आपल्या राज्यास मिळविलें; आणि गुजराथच्या जयशेखराचें राज्य कसें तुमच्या नजरेंतून चुकलें?' तेव्हां त्या सरदारांत चंद म्हणून एक सरदार होता, त्याणें सांगितलें कीं, 'आम्ही आबूच्या पहाडावरुन परतलों, तेव्हां जयशेखराचा श्यालक ( मेहुणा—बायकोचा भाऊ) शूरपाल याची फौज आम्हाला वाटेंत भेटली होती' पण त्या थोड्याशा फौजेचे वाटेस जाऊन तिला जिंकण्यांत कांहीं पुरुषार्थ नाहीं असें वाटून आम्ही तसेच सौराष्ट्राकडून इकडे निघून आलों. यामुळें तो प्रांत तेवढा राहिला खरा.' हें ऐकून राजानें आपलें सैन्य तयार करण्यास हुकूम दिला. त्याप्रमाणें सर्व लष्कर तयार झालें खरें; तरी त्यांना तो काल असावा तसा कूच करण्यास अनुकूलसा वाटेना. परंतु राजाचा हुकूम झाला कीं, 'तावडतोब कूच करुन एकदम पंचासरावर जाऊन उतरा,' व त्याप्रमाणें त्यांस कांहींएक कांकूं केल्याशिवाय निघणें प्राप्तच झालें.

इकडे शंकर कवि जो कल्याणाहून निघाला तो लागलाच गुजराथेकडे परतला व पंचासर येथें येऊन त्याणें ही सर्व हकीकत जयशेखराचे कानावर घातली. जयशेखराला युद्धाची फारच गोडी असल्यामुळें, त्याला ही बातमी ऐकून किंचितही चिंता वाटली नाहीं. उलट त्याला मोठा उत्साह वाटून त्याणें आपल्या सरदारांस उत्तम उत्तम कड्या, कडीं, शिरपाव, वगैरे बक्षिसें देऊन आपापलीं सैन्यें सज्ज करण्याचा हुकूम दिला. भूवराची फौज हळू हळू पंचासरास येऊन दाखल झाली. ती कांहीं कमी नव्हती, चार हजार तर फक्त लढाऊ रथ होते. आणि भाले चाळगणारे स्वार व पायदळ हें तर असंख्य होतें. लढाऊ फौजा निघाल्या ह्मणजे रस्त्यावरील गांवांची काय दशा होते हें सर्वांस ठाऊकच आहे. गांवचे गांव उजाड करीत व पिकें तुडवीत त्या फौजेनें लोकांचा फार नाश केला. भूवराचें सैन्यही मोठें चैनी असून वाटेनें जेथें जेथें त्यांचा मुकाम होई तेथें तेथें त्यांणीं कसरती व कवाइती क-

रून आपल्यामध्यें पूर्ण आवेश आणिला होता. त्यांणीं रस्त्यानें जो जुलूमजबरदस्ती व स्त्रीपुरुषांचा छळ केला, त्या सर्वांची खबर **जय**-शेखरास येऊन पोहोंचली. त्यामुळें त्याला फारच राग आला. त्याणें **कल्याण**च्या सैन्याचा मुख्य जो **मीर** त्यास लिहून पाठविलें कीं, 'कुत्र्याला दगड मारिल्यावर तें ज्याप्रमाणें वेडेपणानें कातावून त्या दगडालाच चावे घेत सुटतें, तसे तुह्मी येवढे कातावून भलभलतीं कृत्यें काय करीत सुटलांत ?' त्यावर **मीरा**नें असें उत्तर पाठविलें कीं, 'तूं दांतीं तृण धरून आम्हांला शरण ये किंवा लढाईला सिद्ध हो.'

ह्याप्रमाणें **मीरा**चा जबाब आला तेव्हां **जय**शेखराचा मेहुणा **शूर**-पाल हजर नव्हता. तो राजाला न कळवितांच आपलें स्वतःचें सैन्य घेऊन **भू**वराच्या लष्करावर रात्रीच्या वेळीं छापा घालण्याचे तयारीस लागला होता. त्याणें एके वेळीं अशी संधि पाहिली कीं, शत्रूच्या सैन्यांतील कित्येक मुख्यमुख्य सरदार लूटफांट करण्याकरितां रात्रीं सैन्य सोडून बाहेर गेले होते. आणि कित्येक खाऊन पिऊन मौजाविलासांतच दंग होते. अशी त्या सैन्यांतली गाफिलगिरी बघून **शूर**-पाल आपल्या सैन्यासह शत्रुसेनेवर तुटून पडला. तेव्हां त्यांची सर्व प्रकारें दाणादाण होऊन त्यांत **चंद** सरदार मारला गेला; **द्वंद** सरदार जखमी झाला; आणि **प्रमार** सरदार याणें आपल्याकडे असें अपेश आलेलें बघून लज्जेनें आपला सरदारी योद्ध्याचा पोषाख काढून टाकिला आणि बैरागयाचा वेष घेऊन तो **का**शीकडे तीर्थयात्रा करण्यास निघून गेला. याप्रमाणें **कल्याण**च्या फौजेची धूळधाण झाली. हें पाहून **मीरा**ला असें वाटलें कीं, 'असा अपमान आपल्या राजाला तर सहन होणार नाहीं.' ह्मणून त्याणें **गुज**राथेंतून फौज काढून, '**कल्या**-णापासून आठ मजलांवर फौजेचा मुक्काम व्हावा,' असा हुकूम दिला. त्याप्रमाणें तें पराभूत सैन्य **कल्याणा**च्या आलीकडे जाऊन थोपलें.

ही पराजयाची हकीकत राजा **भूवर** यास कळल्यावर तो आपलें आणखी सैन्य घेऊन काय हकीकत आहे याचा शोध घेण्यास आला. तेव्हां **मीरा**नें राजाची भेट घेऊन मोठमोठ्या बढाईच्या गोष्टी सांगितल्या कीं, 'कांहीं चिंता नाहीं; पहिल्यानें ठोकर लागली, यामुळें पुढें

विशेष सावधगिरीनें जाऊन विशेष आवेशानें सैन्य लढेल. सैन्याला चेतना आणण्याला असे कांहीं अपमानकारक प्रकार झालेच पाहिजेत. आपण कांहीं काळजी करूं नका.' नंतर मीरानें राजाज्ञेवरून आपल्या सैन्याची एकत्र सभा भरविली आणि त्यांस एक उत्तम आवेश व हिम्मत येण्यासारखा उपदेश करून, एकदम पंचासरावर चाल करून जाण्याचा हुकूम केला. तेव्हां पुनः कल्याणची फौज गुजराथच्या मोहिमेला निघाली. तिजबरोबर भूवरही निघाला. फौजेबरोबर चालतां चालतां रणवाद्यें वाजत होतीं. शेवटीं तें सैन्य पंचासरावर येऊन ठेपलें. त्या वेळीं राजा जयशेखर हा किल्ल्याचे दरवाजे लावून आंतमध्यें आपल्या राज्यसंबंधी कांहीं कामें करीत बसला होता. त्या किल्ल्यास शत्रुसैन्यानें वेढा घातला व किल्ला सर करण्याविषयीं मीरानें हुकूम केला. तों राजश्यालक शूरपाल याणें येऊन मीराच्या फौजेस मागें हटविलें. राजा जयशेखरानें सर्व सरदारांस सांगितलें कीं, 'हें शत्रुसैन्य पुनः चवताळून आलें आहे. तेव्हां सर्वांनीं जीवाची आशा न धरितां लढलें पाहिजे. आणि ज्यांस जीव वांचून राहण्याची आवड असेल त्यांनीं आपआपल्या घरीं जाऊन स्वस्थ बसावें.' तेव्हां सर्वांनीं एकविचारें राजास सांगितलें कीं, 'आम्ही मरूं किंवा मारूं. आम्हाला जीवापेक्षां समरभूमि विशेष प्रिय आहे.'

भूवराचे लोक बावन्न दिवसपर्यंत किल्ला घेण्याविषयीं धडपडत होते, पण त्यांस यश मिळालें नाहीं. नंतर भूवर व मीर यांणीं अशी मसलत योजिली कीं, 'ज्या अर्थीं राजश्यालक शूरपाल हाच जयशेखराकडे मोठा शूर सरदार आहे; त्या अर्थीं त्यालाच फितवून आपलेकडे वळवावा म्हणजे यशप्राप्ति दूर नाहीं.' आणि या मसलतीप्रमाणें मीरानें शूरपालाचे बुद्धिभेद करण्याकरितां त्याला एक पत्र लिहिलें. तें पत्र शूरपालाचा हातीं गेल्यावर त्याणें तें फोडून पाहिलें व लागलेंच त्याचें उत्तर लिहिलें कीं, 'हे मूर्खा, तूं मला आणि जयशेखराला भिन्न समजूं नकोस. तो आणि मी एकच आहोंत. मी कुलवान् घराण्यांतला आहें; तुला भुलून मी असा अधमपणा करणार नाहीं. अशा कु-

त्यांनीं स्वर्गसुख न मिळतां जगांत अपकीर्तीचा कालिमा मात्र लागतो. हीं कामें जे खऱ्या बीजाचे नव्हेत त्यांजकडून होतात !'

येथपर्यंत सर्व गोष्टी अनुकूल झाल्या. शूरपालाला फितविण्याचा प्रयत्न व्यर्थ गेल्यावर भूवर व मोर यांणीं लढाईला पुनः सुरुवात केली. या वेळीं राजा जयशेखर हा आपल्या महालांत पत्नी रूपसुंदरी इच्या सहवर्तमान बसला असून युद्धाची काय खबरबात येते ती ऐकण्याकरितां वाट पहात होता. तेव्हां रूपसुंदरी राजास म्हणाली, 'महाराज, शुभशकुन झाल्याशिवाय युद्धाला गेल्यास त्यांत यश मिळत नाहीं.' त्यावर जयशेखरानें उत्तर दिलें, 'स्त्री वरून आणावयाला व शत्रूला हांकून देण्याला शकुन बिलकुल लागत नाहीं. एका ईश्वराचें नांव घेऊन त्या त्या कार्यास लागावें ह्मणजे तोच शुभशकुन होय.'

या युद्धाविषयीं कृष्णाजी पंडित नांवाच्या एका ग्रंथकारानें आपल्या 'रत्नमाला' नांवाच्या ग्रंथांत फार उत्तम वर्णन केलें आहे. त्यांत त्याणें लिहिलें आहे कीं, हें भारती युद्धाप्रमाणें मोठें तुंबळ युद्ध झालें. उभयपक्षांकडचे हजारों वीर समरांगणीं पडले व जिकडे तिकडे प्रेतांचा खच झाला होता. अशा समयीं लढाईबरोबर भाट लोक असत. त्यांणीं आपआपल्या पक्षाचे वीरांस उत्तेजन देत जावें. याप्रमाणें मोठ्या जोरानें लढाई चालली होती. एका बाजूनें शूरपाल शत्रूच्या सैनिकांस पराभूत करून हांकून देत होता, आणि दुसऱ्या बाजूनें भूवर हा त्या पळपट्या वीरांस उमेद देऊन पुनः माघारें फिरवीत होता. भूवराकडील योद्धेही कांहीं कमी नव्हते. हें युद्ध बाण, गदा, त्रिशूल, खड्ग (तरवारी), वगैरे जुन्या रीतीच्या हत्यारांनीं झालें. भूवराचा भट नांवाचा योद्धा फार पराक्रमी असे. लढाई चालू असतांच या भटानें शूरपालास बाणानें एक मोठी जखम करून खालीं पाडिलें. त्याबरोबर तो अचेतन होऊन खालीं पडला. तशी शत्रूला किल्ल्याचे पश्चिम बाजूनें वाट करण्यास सवड होऊन ते किल्ल्यावर चढूनही गेले. सारांश, जयाचें पहिलें पारडें फिरून तें शत्रुपक्षाकडे झालें.

ही बातमी जयशेखरास कळली. त्याचे कडील मोठमोठे शूर ल-

द्रव्ये तर पुष्कळ पडले व त्यामुळें त्याला यापुढें जय मिळण्याची आशा उरली नाहीं. शूरपाल अचेतन पडल्यावर त्याला शिबिरांत नेलें होतें तो सावध झाला. तेव्हां त्याला जयशेखरानें निरोप पाठविला कीं, 'तूं इतका वेळ युद्ध करून दमला आहेस. आतां मी शत्रूचे समाचाराला जातों. परंतु तुझी बहीण रूपसुंदरी (राजपत्नी) गरोदर आहे, तेव्हां तिला एखाद्या सुरक्षित स्थळीं पोंचविण्याचें काम मात्र तूं कर. म्हणजे, कदाचित् या युद्धांतच माझा शेवट झाल्यास या पराजयाचें उटें, माझा जो पुढें रूपसुंदरीच्या उदरीं पुत्र होईल तो काढील व तोच माझा वंशपुरुष माझे पश्चात् राहील.' प्रथमतः शूरपालानें ही गोष्ट करण्याचें नाकारिलें. तो म्हणाला, 'तुम्हीच माझ्या बहिणीचे रक्षणास बसा व मी पूर्वीप्रमाणेंच पुढें युद्ध चालवितों.' परंतु जयशेखरानें शेवटीं त्याला आपलें म्हणणें ऐकण्यास भाग पाडून, त्याजबरोबर आपली गर्भवती प्रियपत्नी इची सुस्थळीं राहण्याकरितां रवानगी करून दिली. रूपसुंदरी ह्मणाली, 'माझे प्रिय प्राणपति जेथें जातील तेथें मी जाईन, व त्यांची जी गति तीच माझी गति; याकरितां त्यांना सोडून मी कोठेंही सुस्थळीं जाणार नाहीं.' परंतु पुढें जयशेखरानें व तिच्या भावानें (शूरपालानें) तिला पुष्कळ समजावून सांगितल्यावर ती भावाबरोबर जाण्यास कबूल झाली. नंतर शूरपाल तिला वनांत घेऊन गेला.

इकडे जयशेखराकडे कांहीं आतां किल्ला परत जात नाहीं व त्याला जय मिळेल अशी आशा नाहीं असें पाहून भूवरानें त्याला सांगून पाठविलें कीं, 'तूं दांतीं तृण धरून मला शरण ये, म्हणजे तुझें राज्य वगैरे सर्व तुला परत देतों.' त्यावर जयशेखरानें उत्तर दिलें कीं, 'असें करून जीव वांचविण्यांत काय पुरुषार्थ आहे? युद्धांत मी मेलों तर मला गुजराथ अंतरेल पण स्वर्ग मिळेल; व माझे पश्चात् चावडा कुळाची कीर्ति होईल.'

जयशेखराचें असें गुरमाईचें उत्तर ऐकून भूवराला विशेष राग आला व आतां हा जय पूर्णपणें मिळवावयाचा असा त्याणें निश्चय केला. जयशेखराचीं माणसें थोडींच राहिलीं होतीं. त्यांजवर भू-

वराचें मोठें लष्कर येऊन पडल्यावर त्यांचा सप्पा उडाला. व शेवटीं जयशेखरही शत्रूकडील बहुत वीर मारून समरदेवतेला बलि पडला. तेव्हां भूवराचे लोक एकदम पंचासरनगरांत शिरले व राजाचे स्त्री-महालापर्यंत जाऊन पोहोंचले. तेथील रखवालदारांनीं राजस्त्रियांचे रक्षणाकरितां बहुत आवेशानें युद्ध केलें. पण त्याचा योग्य परिणाम झाला नाहीं. इतक्यांत राजस्त्रियांनीं आपल्या पतीसाठीं सहगमन करण्याचा निश्चय करून चंदनाची चिता तयार केली व त्या चितेंत जयशेखराच्या चार राण्या, त्याचे दास व दासी, चाकरमाणसें आणि शहरांतील ज्या लोकांस राजाचा सर्वस्वीं आश्रय होता व जे त्याजवर पूर्ण प्रीति करीत अशा सर्व लोकांनीं राजाकरितां प्रवेश करून आपल्याला दग्ध करून घेतलें. त्यांना तसें न करण्याविषयीं भूवराच्या लोकांनीं पुष्कळ हरकती केल्या. परंतु त्यांणीं त्या हरकतीस जुमानिलें नाहीं. नंतर भूवरानें जयशेखराची उत्तरक्रिया आपल्या हातानें करून जेथें त्याच्या स्त्रिया वगैरे दग्ध झाल्या तेथें जयशेखराचें स्मारक ह्मणून एक शिवालय बांधिलें. व त्या देवाचें नांव त्याणें 'गुर्जरेश्वर' असें ठेविलें. जयशेखराचे मृत्यूचा व त्याचे स्त्रियादिकांच्या चिताप्रवेशाचा दिवस पंचासरनगरांत फारच उदासवाणा आणि भयंकर भासला.

या रीतीनें चालुक्यराजाकडून चावडावंशाचे राज्याची अखेरी झाली. नंतर त्याणें कच्छ व सौराष्ट्र येथील राज्यें काबीज करून घेतलीं. गुजराथ देशाची हवा, पाणी, जमीन, संपन्नता व लोकांची रहाणी वगैरे पाहून भूवर चालुक्य यास गुजराथेंतच राहावेंसें वाटलें. परंतु त्याच्या मंत्री-व-प्रधानमंडळीनें त्याला सांगितलें कीं, 'कल्याण सोडून गुजराथेंतच राहणें अजून निर्भय झालें नाहीं. कारण, शूरपालासारखे अभिमानी कांटे अद्यापि शिलक असल्यामुळें त्यांजपासून काय काय उपद्रव आणि धोके येतील याजबद्दल काळजी आहे. ह्मणून आसपासच्या राजांवर खंडणी बसवून व हा जो सर्व मुलूख काबीज केला आहे याजवर एक आपल्या तर्फेचा अधिकारी नेमून, आपण आपलें कल्याणास चलावें हें बरें.'

प्रधान व मंत्री यांचा असा विचार ऐकून भूवर राजानें आपली कन्या मिलनदेवी नांवाची होती तिला हें नवीन राज्यस्वामित्व सर्व अर्पण केलें व तिच्या कारभाऱ्याचे जागेवर त्याच्या प्रीतींतला व विश्वासाचा कोणी एक चावडावंशीयच मनुष्य नेमून त्याला त्याणें 'शल्यभृत्' अशी पदवी दिली. हा मनुष्य जरी राजा भूवर याच्या प्रीतींतला व विश्वासाचा असे, तरी त्याप्रमाणें तो त्या प्रीतीस व विश्वासास पात्र नव्हता; असें जें त्याणें पुढें अधमपणाचें वर्तन केलें त्यावरून स्पष्ट दिसतें.

---

## भाग चौथा.

### अन्हिलवाड येथील चावडा वंश.

(इ० स० ७४६ पासून इ० स० ९४२ पर्यंत.)

पूर्वभागांत भूवर चालुक्य याजकडे पंचासरचें राज्य गेलें असें सांगितलें. परंतु त्या प्रांतांतील चावडाकुळसंबंधी जो लोकांस अभिमान होता तो कमी झाला नसून त्याच्या योगानें चालुक्याकडे फार दिवस गुजराथचें राज्य राहिलें नाहीं. तशांत जयशेखर याची पत्नी रूपसुंदरी गर्भवती असून तिला वनामध्यें एकीकडे तिच्या शूरपाल बंधूनें नेऊन ठेविली होती, ती थोडेच दिवसांनीं ईश्वरकृपेनें पुत्ररत्न प्रसवली. या पुत्ररत्नानें तर पुढें मोठें शौर्यपराक्रम करून आपल्या शत्रूंस हांकून लाविलें व 'अन्हिलवाड' नांवाचें एक नवें नगर वसवून चावडाकुळाचें राज्य व नांव राखिलें.

राजश्यालक शूरपाल आपली भगिनी (राजपत्नी) रूपसुंदरी इला घेऊन वनांत गेला, इतकी मात्र हकीकत पूर्वभागांत आली आहे. पुढें काय वृत्त झालें तें कळण्याची वाचकांस उत्कंठा होईल ह्मणून तिकडे वळूं. शूरपालानें तिला वनांत एकीकडे नेऊन सोडून दिली. व आपण जयशेखराबरोबर समरांत मरण्याकरितां परत आला. तों जयशेखर मारला गेला होता. तेव्हां त्याणें असा विचार केला कीं, 'आतां आपल्याला तरी वांचून काय करावयाचें आहे? भूवराबरोबर

आपणही आणखी चार हात खेळून मरून जावें हें बरें.' परंतु फिरून त्याणें असा बेत केला कीं, 'भूवराला आतां जबरदस्त असा शत्रु गुजराथेंत दुसरा कोणी राहिलाच नाहीं. आणि मीही मेलों गेल्यावर तर त्याला सगळें रान मोकळें सांपडेल. तेव्हां हें बरें नाहीं. त्याच्यावर त्याला धाक दाखविण्यासाठीं आपण कांहीं दिवस जिवंत राहिलें पाहिजे. म्हणजे कालांतरानें केव्हांना केव्हां तरी त्याचा सूड उगवितां येईल. ईश्वरी कृपेनें माझ्या बहिणीला पुत्र झाल्यास गुजराथचें राज्य जें चावडाकुळापासून गेलें आहे तें मी पुनः मिळवीन. परंतु मीच नसलों तर ह्या गोष्टी कधींही होणार नाहींत.' असा विचार करून तो पुनः बहिणीला शोधण्यास परतला. परंतु ती त्याला फिरून सांपडली नाहीं. कित्येक म्हणतात, तोच मुळीं पुनः लाजून तिला तोंड दाखविण्यास गेला नाहीं, आणि शेवटीं गिरनारपर्वताच्या आसपासच्या जंगलांतच राहून दिवस काढण्याचें त्याणें योजिलें.

आतां रूपसुंदरीची वनांत काय गति झाली ती बघूं. शूरपाल निर्दयपणें तिला सोडून गेल्यावर तिला एक भिल्ल भेटला. आणि त्याणें तिच्या तोंडून तिची सर्व हकीकत ऐकून ही थोर कुळांतील व राजस्त्री असून गर्भवती आहे असें समजून तो तिला म्हणाला, 'तूं माझी प्रिय भगिनी आहेस. तूं येथें राहण्यास कांहीं एक शंका किंवा भीति मनांत आणूं नकोस. या अटवीमध्यें फळें फुलें जें कांहीं मिळेल तें मी तुला देईन.' हा त्या वनेचरबंधूचा आदरसत्कार रूपसुंदरी राणीनें मनोभावेंकरून स्वीकारिला व तेथेंच ती आयुष्याचे दिवस कंठण्यास राहिली. अशा वनवासांत असतां वैशाख शुद्ध पौर्णिमेच्या दिवशीं सूर्योदयीं ती प्रसूत होऊन तिला वर लिहिलेलें पुत्ररत्न झालें.

हा पुत्र एक वर्षाचा झाला. तेव्हां शीलगण सूरी नांवाचा एक जैन साधु फिरत फिरत रूपसुंदरी जेथें आपल्या बालासह होती तेथें आला. तो आपली झोळी तेथेंच एका झाडाच्या खांदीला अडकवून खालीं बसला; व स्वस्थ झाल्यावर त्याणें त्या लाहन्या मुलास इकडे तिकडे हिंडतां फिरतां पाहिलें. तेव्हां त्या मुलाची कांति बघून तर त्याला फारच आश्चर्य वाटलें. नंतर त्याणें पूसतपास केली तेव्हां त्याला

समजलें कीं, 'याची आई ही राजस्त्री असून हाही राजपुत्र आहे.' त्या साधूचाही रूपसुंदरीनें मोठा मान ठेविला. साधूनें सांगितलें कीं, 'ज्या अर्थी जयशेखराचा हा वंश आहे त्या अर्थी त्याचें राज्यसुख भोगण्याचा हक्क याचा आहे. कांहीं फिकीर नाहीं. याचें रक्षण चांगल्याप्रकारें होऊन याचें वैभव याला परत मिळेल.' त्या साधूनें तो राजपुत्र वनांत जन्मला म्हणून त्याचें नांव 'वनराज' असें ठेविलें. मुलगा जों जों मोठा होत चालला तों तों त्याचे गुण व पराक्रम लोकांच्या अनुभवास ज्यास्त ज्यास्त येऊं लागले. पुढें वनराजाचीही कीर्ति, शूरपाल जो जंगलामध्येंच राहून मधून मधून भूवर यास चिचकवीत व भेवडावीत होता, त्यास कळली. तेव्हां तो आपल्या बहिणीकडे जाऊन तिला भेटला आणि नंतर वनराजाला आपल्याबरोबर घेऊन तो पुनः आपल्या पहिल्या ठिकाणीं जंगलांत गेला. तेथें त्याची थोडीबहुत तयारी होतीच. वनराज चौदा वर्षांचा होईपर्यंत मामाच्या साहचर्यास होता व तितक्या अवधींत तो एखाद्या सिंहबालकाप्रमाणें चपल व पराक्रमी बनला. आपल्या पित्याचें गेलेलें राज्यवैभव पुनः मिळविण्याविषयींची महत्त्वाकांक्षा मामाच्या सहवासानें त्याच्या मनांत दिवसेंदिवस अधिकाधिक वाढत चालली व त्याबद्दल तो नेहमीं विचार करूं लागला.

वनराजाचें वय जेव्हां मोहिमी करण्याजोगतें झालें तेव्हां तो हमेशा मामाच्या बरोबर जात असे व त्या त्या वेळीं त्याणें अनेक पराक्रम करून मामाकडून व आपल्या लोकांकडून बहादुरी मिळवावी. त्याच्या शौर्यवीर्यावरून सर्वांना आशा व खात्री वाटली कीं, जयशेखराचें नष्टराज्य हा मुलगा खास मिळवील. आपलें गुजराथचें राज्य आपल्याला शत्रूपासून परत घ्यावयाचें, हा आपला बेत आपल्या लोकांस वनराजानें अनेक वेळां जाणवून त्यांस उमेद आणिली. त्यांतील मुख्य मुख्य लोकांस, 'आपलें राज्य आपल्याला मिळालें तर तुम्हांला मोठमोठ्या हुद्यांच्या जागा व अधिकार देऊं', अशा उमेदी देऊन त्याणें त्यांचें सर्व प्रकारें आनुकूल्य करून घेतलें. एका व्यापाऱ्याची श्रीदेवी म्हणून स्त्री होती, तिणें वनराज, शूरपाल, व त्याचे लोक

यांस नेहमीं अन्नसामग्रीचा पुरवठा करावा; ह्मणून तिला वनराजानें असें कळवून ठेविलें होतें कीं, 'जेव्हां मी सिंहासनारूढ होईन तेव्हां तुझ्या यशस्वी हातचा तिलक लावून घेईन.' चांपा अथवा जांब या नांवाचा एक मोठा शूरवीर सरदार होता; व ज्याणें मागाहून 'चांपानेर' नांवाचें शहर वसविलें, त्याला त्याणें, आपलें राज्य आपल्याला मिळाल्यावर मुख्य प्रधानकीचीं वस्त्रें देण्याचें अभिवचन दिलें होतें; व त्याप्रमाणें, अन्हिल नांवाच्या एका मनुष्यानें त्याला जंगलांतील रस्ते व वाटा दाखविल्या, त्याचा उपकार फिटावा म्हणून त्याला त्याणें असें सांगितलें कीं, 'मी जें शहर वसवीन त्याला तुझें "अन्हिलवाड" असें नांव देईन.' ह्याप्रमाणें, शूरपालानें पूर्वींपासून जी हळू हळू तयारी चालविली होती, ती वनराजाच्या पराक्रमावरून व त्याणें ज्या सरदार लोकांस मोठमोठ्या आशा व उमेदी दाखविल्या त्यांवरून सर्वांचें एकचित्त होऊन, हेतुसिद्ध्यर्थ बाहेर पडण्याची बहुशः पूर्णपणें सिद्धता झाली.

कल्याणचा राजा भूवर याणें, गुजराथ प्रांत हस्तगत झाल्यानंतर सहा सहा महिने राहून बराच पैसा गोळा करावा, व त्या वेळीं तिकडे फारच वाखाणलेले सोरठी (काठेवाडी) घोडे प्रत्येकवेळीं पुष्कळ नेत जावे. याप्रमाणें तो एकदां असा पुष्कळसा पैसा वसूल करून व वर लिहिल्याप्रमाणें काठेवाडी घोडे घेऊन परत कल्याणाकडे चालला असतां, वनराजानें अकस्मात् त्याजवर हल्ला करून तें सर्व द्रव्य आणि घोडे हिसकून घेतले. याप्रमाणें वनराजानें कल्याणच्या राजाचे मुलखांतून हळू हळू असेंच द्रव्य लुटून नेत जाऊन जंगलांत गुप्तपणें मोठी तयारी केली. जवळ पैसा पुष्कळ झाला तसा त्यानें 'अन्हिलवाड' नांवाचें शहर बांधण्यास सुरुवात करण्याचा विचार ठरविला. व त्याप्रमाणें वि० सं० ८०२ म्हणजे इ० स० ७४६ या वर्षीं माघ वद्य सप्तमी, शनिवारीं, दुपारीं तीन वाजतां वनराजाच्या आज्ञेवरून त्या शहराचा पाया घातला; आणि पूर्वीं वचनपूर्वक ठरल्याप्रमाणें त्या शहराचें नांव 'अन्हिलवाड' असें ठेविलें. ह्याप्रमाणें शहर तयार झाल्यावर तेथें त्यानें आपल्याला राज्याभिषेक

करवून वर सांगितल्याप्रमाणें श्रीदेवीच्या हातचा तिलक लावून घेतला आणि चांपा यास मुख्य प्रधानकीचीं वस्त्रें दिलीं. येणेंप्रमाणें वनराज राजचिन्हान्वित झाल्यावर त्यानें आपली मातोश्री रूपसुंदरी व जैन साधु शीलगण सूरी यांस वनांतून या नवीन अन्हिलवाड शहरांतील उत्कृष्ट राजमंदिरांत आणून ठेविलें. या वेळीं शीलगण सूरी यानें पंचासर येथील एक पार्श्वनाथाची मूर्ति आणून या नवीन नगरांत स्थापिली व त्याच देवळांत वनराजाची एक मूर्ति करून बसविली. वनराज हा मोठा दैवभोळा व धार्मिक होता असें जरी नाहीं, तरी त्याणें पुढें पट्टणास उमामहेश्वर आणि गणपति यांचीं देवळें बांधून त्यांमध्यें त्या मूर्तींचे तो सरकारी खर्चानें उत्सव करीत असे. यावरून चावडाकुळांत पूर्वी शैवधर्म प्रचलित असून जसजसें जैन साधूचें त्याला साहचर्य होत चाललें तसतसा तो मोठा धार्मिक होत चालला असें दिसतें.

वनराज चावडा हा इ० स० ६९६ या वर्षी जन्मला; त्यानें आपल्या वयाच्या ५० व्या वर्षी अन्हिलवाड हें नगर बांधिलें, आणि तो आपल्या वयाचे ११० व्या वर्षी म्हणजे इ० स० ८०६ या वर्षी मृत्यु पावला! राजपुरुषाला इतकें वय असल्याचीं उदाहरणें इतिहासांत फारच क्वचित् आढळतात. वनराजाचे मागून त्याचा मुलगा योगराज हा अन्हिलवाड येथील गादीवर बसला. तोही फार चांगला राजा होता. त्यानें आपल्या राज्यांत संपत्ति पुष्कळ मिळविली. तो मोठा विद्वान् आणि ग्रंथकार होता. त्यानें लिहिलेला एक ग्रंथ आहे असें भाट लोक सांगतात; पण तो ग्रंथ कोणता हें मात्र अद्यापि कोणास समजलें नाहीं. कोणी म्हणतात, तो ग्रंथ म्हणजे चावडावंशाचा इतिहास या नांवाचा असावा; व कोणी म्हणतात, उमामहेश्वराचे स्तुतिपर एखादा ग्रंथ त्याणें लिहिला असावा. योगराज युद्धकौशल्यांतही मोठा निष्णात होता.

योगराज मोठा न्यायवर्ती असून आपली सुकीर्ति दूरवर जावी अशी त्याची मनापासून इच्छा होती. भाट लोकांनीं त्याच्या या गुणांचें वर्णन बहुत केलें असून त्याच्या समर्थनार्थ एक चमत्कारिक

गोष्ट लिहिली आहे ती अशीः—योगराज जेव्हां अन्हिलवाड येथें राज्य करीत होता तेव्हां सोमनाथपट्टण या बंदरांत परदेशचे कांहीं व्यापारी मोठा किंमतवान माल घेऊन उतरले होते. ही संधि बघून त्याचा मुलगा क्षेमराज आणि त्याचे इतर बंधुबांधव यांनीं त्या व्यापाऱ्यांवर चालून जाऊन त्यांस लुटिलें. ही खबर योगराजास कळल्याबरोबर त्यानें त्याबद्दल फार खेद दाखवून मुलांस लिहिलें कीं, 'तुम्हीं केलें हें काम फार वाईट केलें. येणेंकरून तुम्ही माझ्या निर्मल कीर्तीस कालिमा मात्र आणीत आहांत. परदेशांत, गुजराथचा राजा व तद्वंशीय चोर व लुटारू आहेत अशी आपली बदनामी होऊन, आजपर्यंत मिळविलेला लौकिक तुह्मी धुळीस मिळविण्याला प्रवृत्त झालांत ही मोठ्या शरमेची गोष्ट आहे. अशा चोरीच्या कामांवरूनच आपल्या पूर्वजांना मिळालेलें वाईट नांव घालविण्याकरितां मी प्रयत्न करीत असतां तीच अपकीर्ति पुनः तुह्मी ताजी करून ठेवतां हें काय ?'

योगराजानें एकंदर ३५ वर्षेपर्यंत राज्य करून तो आपल्या वयाच्या योग्यकालीं मृत्यु पावला. त्याचे मागून त्याचा मुलगा क्षेमराज हा गादीवर आला. ह्याची प्रकृति तलख असून शत्रूंबरोबर तो नेहमीं झगडत असे. नेहमीं त्याच्या आणि त्याचे शत्रूंच्या झटापटी चाललेल्या असत. त्यानें आपल्या बापाच्या वेळेपेक्षां राज्यसीमा आणि दौलत हीं बरींच वाढविलीं. तो इ० स० ८६६ मध्यें मरण पावला. म्हणजे, त्यानें २५ वर्षे राज्य केलें. त्याचे पश्चात् त्याचा पुत्र भूयड किंवा पृथु हा गुजराथचा राजा होऊन, त्यानें इ० स० ८९५ पर्यंत, म्हणजे, २९ वर्षे राज्य केलें.

भूयड याचे मागून वैरिसिंह हा त्याचा मुलगा राज्यावर बसला. याचे वेळेस तो बहुतकरून मुसलमान शत्रूंबरोबर लढाया व तंटे करण्यांतच गुंतलेला असे असें समजतें. त्यांत शेवटीं वैरिसिंहाचाच जय झाला. वैरिसिंहाला 'विजयसिंह' असेंही म्हटलेलें आढळतें. तो एकंदर २५ वर्षे राज्य करून इ० स० ९२० मध्यें मृत्यु पावला.

विजयसिंहाचे मागून त्याचा मुलगा रत्नादित्य किंवा रावतसिंह

हा अन्हिलवाड येथील गादीवर बसला. हा मोठा शौर्यवान् आणि बलवान् असून त्याची हिंमत फार मोठी होती. तो सत्यवचनी असून चोर, चहाड, लबाड, ठग, व व्यभिचारी अशा दुर्गुणी व परोपद्रवी लोकांचा मोठा शास्ता असे. अशा लोकांना तो आपल्या राज्यांत पाऊल देखील ठेवूं देत नसे. हा इ० स० ९३५ त मृत्यु पावला. म्हणजे, त्याणें १५ वर्षे राज्य केलें. त्याचे नंतर **सा**मंतसिंह हा **व**नराजकुलांतील म्हणजे **चा**वडावंशीय सहावा आणि शेवटचा पुरुष **गुज**राथचा राजा झाला.

**सा**मंतसिंहाचे संबंधानें **भा**टांचें मत अनुकूळ नाहीं. ते आपल्या ग्रंथांत लिहितात कीं, हा राजा स्थिरबुद्धीचा आणि हिंमतदार नसून, मित्र कोण व शत्रु कोण हें जाणण्याचें त्याला ज्ञान नव्हतें. त्याच्या मनोवृत्तींचें चांचल्य फार असून तसें राजपदधारी मनुष्यास सर्वांशीं अयोग्य होतें. त्यानें सात वर्षे राज्य करून आपल्याला वंश नाहीं म्हणून तें राज्य **क**ल्याणच्या **सो**ळंखीवंशीय **क्ष**त्रिय राजाचे स्वाधीन केलें. हा बनाव असा जमून आला:—

इ० स० ९४२ मध्य, **क**ल्याणचा **भू**वर राजा, ज्यानें **ज**यशेखर याजबरोबर **पं**चासर येथें पहिलें युद्ध केलें, त्याच्या चौथ्या पिढींतील **भु**वनादित्य नांवाच्या राजाचे पुत्र **राज**, **बीज**, व **दं**डक हे कित्येक यात्रिक मंडळीसह **सो**मनाथाच्या यात्रेकरितां निघाले होते. ते जातांना वाटेंत अन्हिलवाड येथें उतरून राजदरबारांत गेले. त्या वेळची राजकुलांत अशी चाल असे कीं, रीतीप्रमाणें जो युवराज गादीवर बसेल त्याचे इतर कोणी भाऊ असतील त्यांनीं आपलें शौर्य-पराक्रम दाखविण्यास बाहेर पडावें. व अनेक शहाणपणाचीं व शौर्याचीं कामें करून आपले विवाह करावे व संपत्ति सत्ता वगैरे जें ऐश्वर्य मिळेल तें मिळवावें. त्याप्रमाणें, वरील **सो**ळंखीवंशीय **भु**वनादित्याचा पुत्र **राज** हा केवळ यात्रेच्या उद्देशानेंच बाहेर पडला नसून त्याचे पोटांत महत्वाकांक्षा होतीच. यात्रिकसमूह राजदरबारांत आलेला पाहून त्यांत अग्रभागीं रूपवान् असा **राज** **सा**मंतसिंहाचे दृष्टीस पडला. तेव्हां त्याजबद्दलची चौकशी करून त्याला समजलें कीं, हा कुलवान् राजकुमारच आहे. नं-

तर त्यानें त्याला आपली उपवर भगिनी **लीलादेवी** ही देण्याचा नि-श्चय केला. व त्याप्रमाणें **राज** व **लीलादेवी** यांचा म्हणजे **सोलंकी** व **चावडा** या दोन कुळांतील वधुवरांचा विवाह होऊन त्या उभयकुळांचें ऐक्य झालें. बहिणीचा विवाह झाल्यानंतर **सामंतसिं**हानें असें प्रसिद्ध केलें कीं, '**लीलादेवीच्या** पोटीं जो मुलगा होईल तोच अन्हिलवाडच्या राज्याचा अधिकारी होईल.' पुढें **लीलादेवी** व **राज** हें दंपत्य तेथेंच राहिलें. कांहीं दिवसांनीं **लीलादेवी** गर्भवती होऊन तिचे पूर्णमास भरले. परंतु प्रसववेदनेनें ती एका-एकीं मृत्यु पावली. तेव्हां तिचें गर्भाशय फाडून आंतून जिवंत मूल काढिलें. तो मुलगा होता. हें मूल मूळनक्षत्रावर जन्मलें होतें म्हणून त्याचें नांव '**मूळराज**' असें ठेविलें. पूर्वीं प्रसिद्ध केल्याप्रमाणें हाच **गुजराथच्या** गादीचा मालक होता, म्हणून **सामंतसिंहानें** त्याला आपल्याजवळ पाळिलें. या राजकुमारानें लहानपणापासूनच आपलें बुद्धिवैभव आणि पराक्रमशालिता दाखविण्यास प्रारंभ केला. यामुळें सर्व लोक त्याजवर प्रीति करून हा आपला राजा होणार म्हणून त्यांस आनंद होत असे. **मूळराज** हा रंगानें काळसांवळा होता, परंतु फारच रूपवान् असे. पुढें तो अतिशय व्यभिचारी आणि लोभी निघाला. हे दोन दुर्गुण त्याजमध्यें फारच वाईट होते. त्यानें जेवढी संपत्ति मिळवावी तेवढी जमिनींत पुरून ठेवावी. तो युद्धकौशल्यांत असावा तसा निपुण नव्हता; तरी त्यानें कसेंही करून शत्रूला कपटभावानें फसवावें आणि आपण विजयी व्हावें, हें कसब त्याला फार चांगलें साधलें होतें. तो पुढें वयांत आला असतां एके दिवशीं **सामंत**सिंह मदिरापानानें धुंद झाला होता; आणि त्या धुंदींत त्यानें **मूळरा**जाला राज्यभिषेक करण्याविषयीं एकदम हुकूम दिला. व त्याप्रमाणें **मूळराजाला** राज्याभिषेक झाला. परंतु, तो पुनः शुद्धीवर आला ते-व्हां त्याला आपल्या अविचाराचें कृत्य समजून, झाली ही गोष्ट बरी झाली नाहीं, असें वाटलें. आणि त्यानें तत्काळ झालेला राज्याभि-षेक रद्द केला. **सामंतसिंहाच्या** या अनिश्चित वर्तनाबद्दल कोणी

एक जैन ग्रंथकार असें ह्मणतो कीं, 'चावडाकुळांतील एकवचनाला आणि सत्यप्रियतेला या योगानें अपवाद आला.'

सामंतसिंहाचें हें करणें मूळराजाला अर्थात् फारच अपमानकारक वाटून त्यानें आपल्या पक्षाचे लोक गोळा केले व एकदम मामावर चालून येऊन त्याला ठार मारिलें. आणि आपण निश्चितपणें गुजराथचा राजा झाला. ह्याप्रमाणें ज्यानें त्याचें बालपणापासून लालनपालन केलें त्या मामाचा नाश करून त्याचें राज्य मूळराज घेऊन बसला; इतकेंच नव्हे, तर मातुलपक्षापैकीं पुढें मागें कोणीं राज्याला वारसदार म्हणून राहील याकरितां त्यानें तत्पक्षांतील एकंदर लोकांस मारून टाकिलें व आपण निर्भय झाला. 'कुमारपालचरित' लिहिणारा ग्रंथकार तर मूळराजाच्या या अतिगर्ह्य व क्रूरपणाच्या कृत्यावरून असें म्हणतो कीं,'जांवई, मद्यपी, वाघ, विंचू, उन्मत्त, भाचा आणि राजा, यांजवर कधीं कोणीं उपकार करूं नयेत. त्यांजकडून उपकार फिटण्याची तर आशा नाहींच. परंतु उलट अपकार मात्र होतील!

---

# भाग पांचवा.

## चालुक्य अथवा सोळंखी वंश.

(इ० स० ९४२ पासून इ० स० ९९७ पर्यंत.)

चौथ्या भागांत सांगितल्याप्रमाणें चालुक्यवंशांतला प्रथम पुरुष मूळराज हा इ० स० ९४२ मध्येंच अन्हिलवाडचा राजा झाला. परंतु तो अशक्त असून मातुलवधाच्या निंद्य व सर्वांना अमान्य अशा कृत्यानें लोकांना तो नावडताच झाला होता. त्याची अशक्तता व असमर्थता जाणून भोंवतालच्या राजांनीं त्याजवर स्वारी करून गुजराथ प्रांत जिंकण्याचा विचार चालविला. व त्याप्रमाणें उत्तरेकडून अजमीर येथील राजानें व दक्षिणेकडून तैलंगणच्या राजाचे प्रधानानें अशा उभयतांनीं एककालींच मूळराजावर स्वाऱ्या केल्या. त्या वेळीं मूळराज आपल्या प्रधानाचे विचारें अन्हिलवाड येथून निघून कच्छ-

प्रांताचे सरहद्दीवर कंठकोट नामक किल्ला होता तेथें जाऊन राहिला. असें करण्यांत त्याच्या प्रधानाचा व त्याचा असा हेतु होता कीं, अजमीरच्या राजास पावसाळ्यांत अन्नसामग्री वगैरे मिळणार नाहीं, तेव्हां तो आपल्याशीं आपाप तह करून फौज घेऊन. निघून जाईल. परंतु त्याचा हेतु सिद्धीस गेला नाहीं. अजमीरचा राजा चतुर्मास अन्हिलवाड्याला वेढा घालून होता व आश्विनमासच्या नवरात्राला सुरुवात झाल्याबरोबर त्यानें लढाईची तयारी केली. तेव्हां मूळराजानें आपल्या प्रधानाचे विचारें अजमीरच्या राजाला कांहीं खंडणीवजा पैसा देऊन एकीकडे काढिलें; आणि मग राहिलेल्या तैलंगण प्रधानावर स्वारी करण्याची तयारी केली. त्या लढाईत तैलंगणपक्षाकडील बहुत लोक मारले जाऊन त्यांचे सैन्याची दाणादाण झाली.

येणेंप्रमाणें उभय शत्रूंची बरीवाईट व्यवस्था लावून मूळराज जरा स्थिर झाला. तों त्याचें चित्त एक देवस्थान बांधण्याचे विचाराकडे लागलें. त्यानें बरेच दिवसांपासून 'रुद्रमाळा' नांवाचें एक भव्य शिवालय बांधण्यास सुरुवात केली होती. व तें देवालय अजून पुरें व्हावयाचे होतें. यासंबंधानें तिकडे अशी एक दंतकथा चालत आली आहे कीं, शंकरानें मूळराजाची आपल्या चरणीं भक्ति बघून त्याला सौराष्ट्रावर स्वारी करून जय मिळविण्याविषयीं स्वप्नामध्यें दृष्टांत दिला. त्यावेळीं गिरनारप्रांतांत वामनस्थळी म्हणून एक राज्य होतें; तेथील ग्राहरिपु नांवाच्या राजानें, सोमनाथाच्या यात्रेस जाणाऱ्या यात्रिकांना लुटूनलवाडून फार दुःखयातना द्याव्या व त्यांजवर फार जुलूम करावा. तेव्हां त्याला जिंकून त्याचें पारिपत्य करण्याविषयीं सोमनाथानें वर लिहिल्याप्रमाणें राजाच्या स्वप्नांत जाऊन त्याला आज्ञा केली कीं, 'तूं त्या जुलमी राजास जिंकून पदच्युत कर.' त्याप्रमाणें मूळराजानें आपल्या प्रधानाची सल्ला घेऊन वामनस्थळीवर जाण्याची मोठी तयारी केली. ही खबर ग्राहरिपूला लागतांच त्यानेंही मूळराजाशीं सामना करण्याची तयारी चालविली. त्याचा एक मुलगा भादरनदीचे कांठीं राज्य करीत होता तो, त्याचप्रमाणें त्याचे कच्छ येथील लाखा व सिंधुराज हे दोघे स्नेही राजे, आपापल्या फौजा घेऊन त्याला

मदत करण्याकरितां येऊन पोहोंचले. इकडे मूळराजालाही श्री-लप्रस्थ, मारवाड, काशी आणि श्रीमाल येथील राजे आपापलें सैन्य घेऊन साह्यार्थ निघाले. त्या दोन्ही पक्षांचा सामना, काठेवाडांत आठकोट नांवाच्या गांवाजवळील जंबुमाळीनदीवर होऊन, मोठें तुमुल युद्ध झालें. त्यांत मूळराजाचे हातानें ग्राहरिपूचा वध झाला. आपल्या मित्राचा असा समरांगणांत नाश झालेला बघून लाखा कच्छी हा फारच संतप्त झाला आणि त्या आवेशांत शत्रूसैन्यावर चालून गेला. तेव्हां त्याचीही ग्राहरिपूप्रमाणेंच गति होऊन तो समरभूमीवर मरण पावला. लाखाची आठकोट या गांवीं अजूनही कांहीं साक्षा आहे, म्हणजे, प्रतिवर्षी त्या गांवांत सर्व लोक जमून वाजतगाजत लाखा जेथें पडला त्या भूमीची पूजा करण्याकरितां जातात !

लाखा आणि ग्रहरिपु हे दोघे मित्र व स्नेही असल्यामुळें ग्राहरिपूच्या बरोबर लाखा याजशींही मूळराजाचें शत्रुत्व झालें. परंतु यापेक्षांही त्या दोघांमध्यें वैमनस्य होण्याला दुसरें कारण झालें. तें असें कीं, मूळराजाचा बाप राज सोळंखी हा आपल्या संसाराची वाताहत झाल्यावर द्वारकेस यात्रेला ह्मणून गेला; व तेथून तो परत फिरल्यावर कच्छप्रांतीं लाखाच्या दरबारीं तेथील मुत्सद्दी म्हणून राहिला. तेथें त्याचें लाखाची बहीण रायाजी इजबरोबर लग्न झालें व तिजपासून पुढें त्याला एक पुत्र झाला. त्याचें नांव 'राखाईच' असें ठेविलें होतें. पुढें लाखा व राज सोळंखी यांजमध्यें कांहीं मानापमानाच्या संबंधानें तंटा उपस्थित होऊन त्यांत त्या परस्परांची कांहीं बोलाचाली झाली; व तेंच प्रकरण पुढें वाढून लाखा व राज सोळंखी यांजमध्यें लढाई झाली. त्या लढाईत राज सोळंखी मारला गेला. तेव्हां त्याचे शवाबरोबर त्याची बायको लाखाची बहीण हीं सती गेली. नंतर त्याचा भाऊ बीज सोळंखी यानें आपला पुतण्या यास त्याचे बापाचा सूड उगविण्याकरितां उभा केला. याप्रमाणें हें एक मुख्य व मूळ कारण लाखा याच्याशीं मूळराजाचा वैरभाव उत्पन्न होण्यास झालें होतें.

ग्राहरिपूबरोबर झालेल्या लढाईत मूळराजानें लाखा यास मारिलें

असें पूर्वी सांगितलें आहे; परंतु **मारवाड**चे **भाट** लोक असें लिहितात कीं, **मूळ**राजाचा मेहुणा **सीं**योजी **रा**ठोड या नांवाचा या लढाईत होता त्याच्या हस्तें **लाखा** मारला गेला. प्रत्यक्ष **मूळ**राजाचे हस्तें **लाखा** मारला गेला नाहीं.

हा जय मिळवून **मूळराज** ताबडतोब **सो**मेश्वराचें दर्शन करण्यासाठीं **पाटण** येथें गेला. नंतर तेथून लढाईत मिळालेल्या लुटीसहित अन्हिलवाड्यास परत आला. त्यानंतर थोड्याच दिवसांनीं त्यास एक पुत्र झाला. त्याचें नांव '**चामुंड**' असें ठेविलें होतें. या मुलास समजूं लागल्यावर त्यानें **सिद्ध**पुर येथें रुद्रमाळा नांवाच्या देवळामध्यें प्रत्यहीं जाऊन बसावें. तेथें त्यास '**पुराणा**'दिकांतील कथा ऐकण्याचा व त्यांतही विशेषेंकरून '**भारतां**'तील वीर पुरुषांचे इतिहास व त्यांचीं युद्धें यांच्या हकीकती ऐकण्याचा फार छंद लागून त्या कथाश्रवणानें त्याचे अंगीं एक प्रकारचें शौर्यवीर्य स्फुरण पावूं लागलें ! व त्यावरूनच तो पुढें मोठा पराक्रमी होईल असें पुष्कळांनीं भविष्य केलें. एकेसमयीं हा मुलगा राजसभेंत येऊन नमस्कार करून खालीं बसला असतां त्या वेळीं देशोदेशींचे वकील आपआपल्या राजाचे तर्फे, अन्हिलवाडच्या राजास खुष करण्यासाठीं नजरनजराणे घेऊन आले होते. **अंग**देशच्या वकीलानें येऊन एक सुंदर रथ नजर केला. समुद्रकिनाऱ्यावरून लाल मणि आले आणि **वनवास** येथून आलेल्या वकिलानें **मूळ**राजापुढें सुवर्ण आणून ठेविलें. **दे**वगिरीच्या राजाचा वकील हाही या वेळीं वार्षिक खंडणी घेऊन आला होता. **कोल्हा**पूरच्या वकिलानें, आपल्या राजाकडून आणविलेलें जवाहीर **मूळ**राज याच्या पदीं नम्र होऊन पुढें ठेविलें. या वेळीं **का**श्मीर देशाहून सुंदर पशम, **कुरु**देशाहून रंगीत छत्र, आणि **पं**चाळ देशाहून गाई व दास यांचे नजराणे आले होते. परंतु **लाट** देशाचा राजा **द्वारप** याजकडून तो नजराणा आला, त्यापासून तर उलट भलताच परिणाम निपजला. या राजानें एक हत्ती पाठविला होता; परंतु त्यास कांहीं खोडी असल्यामुळें ज्योतिष्यांनीं असें सांगितलें कीं, 'हा हत्ती अपेशी आहे,' हें जोशीबोवांचें भाषण ऐकून स-

भेंत जमलेल्या लोकांस मोठा खेद झाला. **द्वारप** राजानें अपशकुन केलेला पाहून, **चामुंड**बालकास मोठा क्रोध चढला. पहा, हें या सिंहशावकाचें शौर्य! 'मुलाचे पाय पाळण्यांतच दिसतात' असें ह्मणतात, त्याचें हें प्रत्यक्ष उदाहरण होय! परंतु त्या वेळीं त्यास राजानें आवरून धरून त्या नजराण्याचा तिरस्कार केला व तो परत पाठविला. मग चांगली वेळ पाहून, **लाट**देशाधिपति **द्वारप** यास शिक्षा करण्यासाठीं **मूळराज** व पुत्र **चामुंड** असे उभयतां सैन्य घेऊन **लाटदे**-शाकडे चालते झाले. कांहीं दिवसांनीं **सूर्यापुर** आणि **भडोच** या शहरांवरून सैन्य शत्रूच्या राज्यांत जाऊन पोहोंचलें. त्यावेळीं **द्वारप** राजा आपल्या सैन्यासह लढण्यास सिद्ध झाला. त्याच्या मदतीकरितां, **दक्षिणें**तील बेटाचे राजे आले होते. त्यांवर **चामुंड** यानें **गुजराथ**च्या लष्करासह जाऊन हल्ला केला; आणि त्याच्या पाठोपाठ **मूळराजा**नें आपल्या सैन्यासह चाल केली. ही मोठी भयंकर लढाई होऊन तींत **द्वारप** राजा मारला गेला. **चामुंडराजा**नें रक्तपानाविषयीं तृषित झालेल्या तरवारीची तृषा तृप्त करून, तो आपल्या बापाजवळ गेला. त्या वेळीं **मूळराजा**नें आपल्या त्या प्रतापी व वीर पुत्रास हर्षानें आलिंगन देऊन सर्व सैन्यास **अन्हिलपुरा**कडे परत फिरण्याची आज्ञा केली. यावेळीं **मूळराजा**ची कीर्ति परिपूर्ण झाली. चारही दिशांकडील राजे त्याच्या ताब्यांत आले. त्याणें **कच्छदेश** जिंकला, **सोरठदेश** ताब्याखालीं घेतला, आणि **नर्मदा** व **विंध्याद्री**चे दक्षिणबाजूचे देशांवर त्याचीं विजयनिशाणें फडकूं लागलीं. **आबूचे प्रमार** राजे आपणाहून त्यास श्रेष्ठ गणूं लागले, आणि **मारवाडचे** तसेच उत्तर**हिंदुस्थाना**तील राजे त्याजबरोबर आपलीं सैन्यें घेऊन स्वाऱ्या करूं लागले. तो घरींही राणी व पुत्र यांचे संबंधानें सुखी होता. त्याच्या मागें गादीचा वारस होणाऱ्या **चामुंडा**सारख्या योग्य पुत्राचें सुख, यापूर्वी **पाटणा** येथें झालेल्या मोठमोठ्या पराक्रमी राजांच्या देखील नशीबीं नव्हतें. असें होतें तरी वृद्धावस्थेंत देखील त्याचें मन शांत राहिलें नव्हतें. त्यानें आपल्या मातुलवंशाकडील माणसांना मारून जीं अघोर पापें केलीं होतीं, तीं निरंतर त्याच्या म-

नाला दुःख देत होतीं. या पापांपासून मुक्त होण्याची त्याची पुष्कळ इच्छा होती आणि त्याकरितांच तो नेहमीं पवित्र स्थानीं तीर्थयात्रा करीत भटकत फिरत होता. अखेरीस त्याचें मन **श्री**स्थळ येथें स्थिर झालें, असें वाटतें. **हिं**दूलोकांत हें **श्री**स्थळ मोठ्या तीर्थाची जागा गणली जाते. या स्थळाला लोक '**मा**तगया' असें ह्मणतात. या गांवानजीक **स**रस्वती नांवाची पवित्र नदी पूर्वदिशेस वाहत आहे. **हिं**दूलोकांत असें सांगतात कीं, गयेपासून स्वर्ग तीन योजनें दूर आहे, **प्र**यागापासून दीड योजन, आणि **श्री**स्थळापासून तर एकच हात दूर आहे!

**श्री**स्थळीं राहून तेथें **मू**ळराजानें उपवास, व्रतें, व यात्रा, इत्यादि बहुत प्रायश्चित्तें केलीं; परंतु तीं सर्व जोंपर्यंत **ब्राह्म**णांनीं कबूल केलीं नाहींत तोंपर्यंत निष्फल आहेत असें समजून, त्यानें देशावराहून **ब्राह्म**णांस पाचारण करून आणविलें आणि त्यांचा बहुत सन्मान करून, दानें घेण्याविषयीं विनंति केली. त्याप्रमाणें त्यांपैकीं कित्येक **ब्राह्म**णांनीं दानें घेतलीं व कितीएकांनीं राजदान घेण्याचें नाहीं ह्मटलें. या प्रसंगीं **मू**ळराजानें १० **ब्राह्म**णांस मोठ्या दक्षिणेसहित **सी**होर गांव अर्पण केलें. कित्येक **ब्राह्म**णांना त्यानें **श्री**स्थळाच्या आसपासचीं गांवें दिलीं; व सहा **ब्राह्म**णांस ६ घोडे व १२ गांवांसहित **खं**बायत नगर दान दिलें. इतकें करून या राजानें आपलें शेष आयुष्य **श्री**स्थळांत राहून काढलें, व आपण दिलेल्या दानांचें रक्षण करण्याची **चा**मुंडास शिफारस करून, अखेरीस इ० स० ९९७ त तो परलोकवासी झाला.

---

## भाग सहावा.

### चालुक्य अथवा सोळंखी वंश. (पुढें चालू.)

**(इ० स० ९९७ पासून इ०स० १०२६ पर्यंत.)**

**मू**ळराजानंतर त्याचा पुत्र **चा**मुंड हा राज्यासनावर बसला. तो **गु**जराथ देशाचें राज्य करण्यास सर्वप्रकारें योग्य होता. त्यानें आपलें राज्य मोठ्या शहाणपणानें आणि नीतीनें चालवून राज्यसंपत्ति

आणि कीर्तीची वृद्धि करून, आपला पिता **मूळराज** यानें दिलेल्या दानाचें त्यानें चांगल्या प्रकारें रक्षण केलें. **चामुंड** राजास **वल्लभराज**, दुर्लभराज आणि **नागराज** असे तिघे पुत्र झाले. त्यांत पहिला **वल्ल**-भसेन किंवा **वल्लभराज** हा कामकाजांत फार कुशल, विवेकी, आणि शूर होता; त्यामुळें त्याजवर **चामुंडाची** विशेष प्रीति होती. **गुजरा**-थचे राजशत्रु **चामुंड** मेल्यामागें निवांत वसण्याची इच्छा करीत होते; परंतु या पुत्रास पाहून उलट त्यांची नाउमेद झाली. **चामुंडाचा** दुसरा पुत्र **दुर्लभसेन** हाही पराक्रमी व शूर होता. या दोघां भावांनीं एकत्र राहून विद्याभ्यास केला होता, आणि उभयतांही निरंतर आपल्या बापाचाच कित्ता घेऊन चालत होते. तिसरा पुत्र **नागराज** यास **भीमदेव** नांवाचा एक मुलगा होता. यानें **सोमनाथाच्या** रक्षणांत **सुलतान महंमद** याचे फौजेशीं मोठ्या बहादरीनें लढाई केली होती.

**सुलतान महंमद गिझनवी** हा इ० स० १०२४ च्या सप्टेंबर महिन्यांत **सोमनाथपाटणावर** ३००० स्वार घेऊन आला होता. **हिं**-दुस्थानांत ही त्याची बारावी स्वारी होती. या स्वारीच्या वेळीं त्याजबरोबर पुष्कळ **मुसलमान** लोक आपल्या धर्माची वृद्धि आणि मूर्तिपूजेचा नाश करण्याच्या इच्छेनें आले होते. **सुलतान महंमद** एक महिन्याच्या आंत **गिझनीहून मुलतानास** आला आणि तेथून तसाच **रण**(रेतीचें मैदान)मार्गें **अजमिरावर** आला. नंतर **अजमीरचा** किल्ला सर करून तेथून अरवली डोंगर उतरून व **आबू** नांवाचा डोंगर मागें टाकून, **गुजराथ** देशाची राजधानी जें अन्हिलवाड शहर, त्यापुढें येऊन दाखल झाला. त्यावेळीं तेथें **चामुंड** राजा राज्य करीत होता. त्याचें चित्त त्यावेळीं राजवाडे आणि तलाव बांधविण्याकडे गुंतलें होतें. **मुसलमानांचें** लष्कर एकाएकीं येऊन पोहोंचल्यामुळें त्यास आपले सरदार व मांडलिक यांस एकत्र जमवितां आलें नाहीं. अशा बलाढ्य शत्रूशीं युद्ध करून आपल्याच्यानें राज्याचें रक्षण होऊं शकणार नाहीं असें समजून, तो अन्हिलवाड **नगर** सोडून पळून गेला आणि तें शहर **मुसलमान** लोकांनीं आपल्या कबज्यांत घेतलें.

सुलतान महंमदानें ही स्वारी कांहीं राज्य घेण्याच्या इच्छेनें केली नव्हती. त्याचा मुख्य मतलब हिंदूंच्या देवस्थानांचा विध्वंस करण्याचा होता, यामुळें तो तेथें न राहतां लागलाच पुढें सोमनाथपट्टणाकडे गेला.

सौराष्ट्रदेशाच्या दक्षिण किनाऱ्यावर नाघेर नांवाचा सदा हिरवाचार व फलद्रुप प्रांत आहे. त्यांत वेरावळ नांवाचें एक बंदर व खाडी आहे. या खाडीच्या दक्षिणेकडील बाजूनें बाहेर पडणारा आणि समुद्राच्या भयंकर आवाजांनीं गाजणारा असा एक मजबूत खडक आहे. त्या खडकावर हा देवपाटणचा (सोमनाथशहरचा) किल्ला आहे. या किल्ल्याच्या नैर्ऋत्यदिशेस, जेथें किल्ल्याच्या तटबंदीच्या भिंतीस समुद्राच्या लाटा उसाळ्या मारीत आहेत त्या भिंतीच्या शेजारींच सोमेश्वराचें प्राचीन देऊळ आहे; पण या देवळांत हल्लीं एकही मूर्ति नाहीं; तथापि तेथील पडलेल्या उजाड भागावरून, आणि त्या भागांत पडले असलेले खांब, पाये, आणि कोरींव कामांच्या प्राचीनकाळच्या खुणांवरून असें अनुमान होतें कीं, या मूळ देवळाचा मोठा दबदबा असेल. या सर्व देवळाची आज नासधूस झाली आहे, तरी देखील या शहरीं जागजागीं इमारतींत चिणलेले व मोकळे पडलेले प्राचीनकाळचे कोरींव दगड आणि भंगलेल्या कित्येक मूर्ति आपल्या दृष्टिगोचर होत आहेत, त्यावरून या शहरावर वेळोवेळीं पाहिजे तितक्या आपत्ति व दुर्धर प्रसंग गुजरले आहेत. तथापि, प्राचीनकाळीं तें हिंदुलोकांचें मोठें स्थान होतें असें समजल्याशिवाय रहात नाहीं.

सुलतान महंमदाचें सैन्य एकदम उतावळीनें आलें त्यामुळें त्यास मार्गांत कोणी प्रतिबंध करूं शकलें नाहीं; तरी पण तें सैन्य ज्या वेळीं सोमनाथ शहरीं येऊन पोहोंचलें त्या वेळीं तेथें सोमनाथाच्या रक्षणासाठीं आणि मुसलमानांना शिक्षा करण्यासाठीं रजपूतलोकांची मोठीच संख्या एकत्र जमली होती. त्या प्रसंगीं मुसलमान लोकांचा धिक्कार करून हिंदु लोक आपापसांत असें बोलूं लागले कीं, 'मुसलमान लोकांनीं हिंदूंच्या देवस्थानास पीडा केली व त्यांजवर ते जुलूम करितात त्याच्याबद्दल मुसलमानांचा संहार करण्यासाठीं सोमेश्वरदेवानेंच,

आपणांस आपोआप खेंचाटून येथें आणिलें आहे.' मुसलमानांनीं पहिले दिवशीं मुक्काम करून दुसरे दिवशीं पैगंबराच्या हिरव्या निशाणामागें चाल करून ते किल्ल्यानजीक गेले, आणि त्यांनीं मारा सुरू केला. मुसलमानांच्या तीरांच्या मारानें किल्ल्यावरील हिंदु लोक मागें हटले, आणि सर्व भयभीत होऊन सोमेश्वराच्या मंदिरांत गेले आणि नेत्रांतून आसवें गाळून देवाला साष्टांग नमस्कार घालून मदत मागूं लागले. इतक्यांत मुसलमान लोक किल्ल्यास शिडी लावून वर चढूं लागले. तें पाहून हिंदु लोकांना एकदम क्रोधावेश चढला व ते त्या ठिकाणीं पुनः एकत्र जमून, दिनराज अस्तास गेला नाहीं तोंच त्यांनीं तेथून मुसलमानांस खालीं पाडलें. हिंदूंचा मार आणि लढाईचे श्रम यामुळें महंमदाचे लोकांस उभें देखील राहवेना; त्यामुळें त्या दिवशीं ते सर्व लोक परत छावणींत विश्रांति घेण्याकरितां गेले, आणि दुसऱ्या दिवशीं सकाळीं येऊन त्यांनीं पुन्हा हल्ला सुरू केला. परंतु किल्ल्याच्या रक्षकांनीं त्या दिवशींही त्यांना हांकून लाविलें; त्यामुळें ते प्रथमपेक्षां ज्यास्त निराश झाले. सोमनाथाचें संरक्षण करण्याकरितां आलेले आजूबाजूचे राजे त्या दिवशीं महंमदाच्या छावणीसमोर लढाई करण्यास तयार झाले. महंमद आपल्या मनांत समजला कीं, 'त्यांनीं ही वेढा उठवावयासाठीं तजवीज केली आहे.' त्यावरून त्याणें आपल्या फौजेची एक तुकडी किल्लेदारांस आडकवून ठेवण्यासाठीं पाठविली आणि बाकीची फौज घेऊन आपण स्वतः बाहेर पडलेल्या लोकांशीं लढण्यास आला. ती लढाई मोठ्या निकरानें चालली आणि कोण विजयी होईल हें कांहींच समजेना. इतक्यांत अन्हिलवाडचा वल्लभसेन राजकुमार आणि त्याचा पुतण्या भीमदेव हे मोठ्या सैन्यासह येऊन पोहोंचले; त्यामुळें हिंदु लोकांस धीर आला, परंतु मुसलमान लोकांची पुष्कळच हिंमत खचली. तें पाहून महंमदानें घोड्याखालीं उतरून निमाज पढून, ईश्वराची मदत मागून, आपल्या लोकांस धीर दिला, आणि सांगितलें कीं, 'तुम्ही ज्या राजाबरोबर जाऊन लढाया करून आजपर्यंत जखमी झालां आहांत, त्याला सोडून आतां जाल तर तुम्हाला ही मोठ्या शरमेची गोष्ट आहे.' असें

म्हणून तो पुन्हा घोड्यावर स्वार होऊन, एका बहादूर **सिर**काशियन स्वाराचा हात पकडून स्वतः अघाडीस आला. तोंच त्याचेमागून **मुस**-लमानही एकदम तयारी करून पुढें घुसले. त्यांच्या आवेशाचा परिणाम असा झाला कीं, **र**जपूत लोकांच्या फौजेंत दाणादाण झाली. विजयी **मु**सलमानांनीं यावेळीं पांच हजार **हिं**दूंची कत्तल उडविली. त्यांचीं प्रेतें शत्रूच्या पायांतून अडखळूं लागलीं, आणि शिलकी लोक जीव घेऊन पळाले. पुढें **अ**न्हिलपूरच्या राजाचें निशाण जमिनीवर पडलें असें पाहून किल्ल्यावरील लोकही किल्ला सोडून जहाजांत जाऊन बसले आणि समुद्रमार्गे पळून गेले !

**म**हंमदानें नंतर किल्ला आणि दरवाजा यांजवर आपली चौकी बसवून, आपल्या गुलास आणि अमीर लोकांस बोलावून तो **सो**मनाथाच्या मंदिरांत गेला. त्या वेळीं नानातऱ्हेचे विचित्र, नकशीदार आणि फारच सुशोभित रत्नजडित स्तंभांचें मोठें दगडी **शि**वालय त्याच्या पाहण्यांत आलें. देवळांतील रंगमंडपांत विशेष उजेड पडावा म्हणून तेथें एक सोन्याच्या सांखळीनें दिवा टांगला होता. त्या रंगमंडपाच्या मध्यभागीं **सो**मेश्वराचें ९ फूट उंचीचें पाषाणाचें लिंग होतें. **म**हंमदानें या लिंगाचा भंग करण्यास ज्या वेळीं आरंभ केला त्या वेळीं **ब्राह्म**ण लोक पुढें येऊन फार विनवणी करून म्हणाले कीं, 'जर आमच्या देवाच्या मूर्तींचा भंग न कराल, तर तुम्हाला आम्हीं विपुल द्रव्य देऊं.' तें त्यांचें म्हणणें ऐकून **म**हंमदाचें मन थोडें लालचावलें; परंतु मागाहून त्यानें आपल्या सरदारांची सल्लामसलत घेऊन असा जबाब दिला कीं, 'मूर्ति विकण्याच्या कीर्तीपेक्षां ती फोडण्याच्या कीर्तीस मी ज्यास्त चाहतों.' नंतर **म**हंमदानें तें लिंग फोडून त्याचे तुकडे केले. एक तुकडा तेथील मुख्य मशिदीच्या पायऱ्यांत बसविला; एक तुकडा **गि**झनी येथील आपल्या कचेरीच्या पायऱ्यांत बसविण्याकरितां राखून ठेविला; आणि बाकीचे तुकड्यांतून एकेक तुकडा **म**क्का व **म**दिना येथील मशिदींच्या पायऱ्यांत बसविण्यासाठीं पाठवून दिला. **मु**सलमानी तवारीख (बखर) लिहिणारा लिहितो कीं, त्या वेळीं लिंगाच्या तळीं त्यांस असंख्य द्रव्य सांपडलें होतें.

सोमनाथावर विजय संपादन केल्यानंतर तेथून सुलतान महंमद भीमदेवाची खबर घेण्याकरितां गेला. भीमदेवानें सोमनाथाच्या रक्षणांत तीन हजार मुसलमान लोक कापून काढले होते व तो यावेळीं तेथून ६० कोस दूर जाऊन गंडवा (गणदेवी) किल्ल्यांत छपून बसला होता ! त्या किल्ल्याला सभोंवार खाडी असल्यामुळें खालीं उतरण्याकरितां मात्र एकाच बाजूनें रस्ता होता. महंमदाच्या फौजेचा प्रथम तर कांहींच इलाज चालला नाहीं, परंतु कांहीं वेळानंतर ओहोटी झाली तेव्हां संधान पाहून, ईश्वराची प्रार्थना करून तो फौजेसह समुद्रपार उतरून गेला. भीमदेव त्या वेळीं तेथून पळून गेला, तेव्हां किल्ल्यांत त्याचीं बायकोमुलें होतीं तीं सुलतानाच्या हातीं लागलीं. त्या सर्वांस बरोबर घेऊन सुलतान महंमद अन्हिलवाडाकडे गेला व तेथें त्यानें सर्व चातुर्मास्य मुक्काम केला.

अन्हिलवाड पाटणची जमीन रसाळ आणि सुखदायक असून तेथील हवा त्यास बरीच पसंत पडल्यामुळें त्याचें मन तेथेंच राहण्याविषयीं उत्सुक झालें व त्याणें गिझनीचें राज्य आपला मुलगा मसाऊद यास देण्याचा विचार केला. त्याणें सिलोन आणि पेगू येथील जवाहीर, मोतीं वगैरेंविषयीं गोष्टी ऐकिल्या होत्या; त्यामुळें त्याचें मन त्याकडे वेधलें होतें. त्याला जवाहीर गोळा करण्याचा फार शोक होता म्हणून त्याणें त्या कामासाठीं जहाजें तयार करविण्याचा विचार केला. परंतु त्याच्या अमीरउमराव व सरदार वगैरेंनीं त्याचा तो विचार मोडून काढून गिझनीस परत जाण्याची शिफारस केल्यावरून त्यानें परत स्वदेशीं जाण्याची तयारी केली.

स्वदेशीं परत जातेवेळेस, गुजराथदेशाचें राज्य कोणास द्यावें या गोष्टीचा विचार चालला. कित्येकांनीं दुर्लभसेनास राज्य द्यावें म्हणून आपलें मत दिलें व कित्येकांनीं आपलीं मतें वल्लभसेनाच्या तर्फेनें दिलीं; परंतु वल्लभसेनानें कधींही कांहीं विचार करून बादशाहाजवळ त्या बाबतींत अर्ज केला नव्हता; त्यामुळें पाटणचें राज्य दुर्लभसेनास देण्याविषयींचा ठराव झाला. त्याच्या रक्षण्यासाठीं थोडी फौज ठेवून बाकीची फौज बरोबर घेऊन तो गिझनीकडे जावयास निघाला अ-

सतां, दुर्लभसेनानें असा अर्ज केला कीं, 'आपण गेल्यामागें लगेच वल्लभसेन माझ्यावर हल्ला करील, करितां त्याचा बंदोबस्त झाला पाहिजे.' या अर्जावरून बादशाहानें वल्लभसेनास कैद करून आपणाबरोबर घेतलें. असें झालें तेव्हां भीमदेव आणि अजमीरचा राजा वीसलदेव यांनीं मार्गांत आडवें होऊन महंमदाच्या फौजेची फार दुर्दशा केली. शिवाय, एका वाटाड्यानें त्या फौजेस एका खराब आडवाटेनें डोंगरावर चढविल्यामुळें तिला खाण्यापिण्याचे फार कष्ट भोगावे लागले. तेव्हां या गोष्टीची महंमदास चिरड येऊन त्यानें त्या वाटाड्यास ठार मारून टाकण्याचा हुकूम केला. पुढें थोड्याच दिवसांनीं सुलतान मुलतान येथें जाऊन पोहोंचल्यावर लगेच तेथून निघून गिझनीस गेला.

मुसलमानी इतिहासलेखक लिहितात कीं, त्या वेळीं सुलतान महंमदानें गुजराथचें राज्य दाबिशलीम नांवाच्या मुसलमान सरदारास दिलें होतें; आणि बहुतकरून दाबिशलीम हाच हिंदुग्रंथकारांचा दुर्लभसेन असेल.

मुसलमान तवारीखवाले सदरीं सांगितल्याप्रमाणें दुर्लभसेन आणि वल्लभसेन यांच्यामध्यें आपसांत वैर झाल्याचें लिहितात. परंतु हिंदु इतिहासलेखकांनीं लिहिलेल्या वर्णनांतून तर कांहीं निराळाच प्रकार आढळतो. चामुंड राजा हा शत्रूच्या भयानें पळून गेला असें हिंदु ग्रंथकार लिहीत नाहींत. परंतु ते असें सांगतात कीं, या राजानें लंपट होऊन आपली बहीण चाचिणी देवी इच्याशीं व्यभिचार केला. या गोष्टीचा पुढें त्याला पश्चात्ताप होऊन त्या पापनिवारणासाठीं राज्यासन वल्लभसेनास देऊन आपण काशीयात्रा करण्याकरितां निघून गेला. मार्गांत माळव्याच्या राजानें त्याचीं छत्रचामरादि राजचिन्हें हिरावून घेतल्यामुळें त्याला क्रोध आला व तो तसाच माघारा येऊन त्याणें आपल्या पुत्रास माळव्यावर फौज घेऊन जाण्याची आज्ञा केली. त्या आज्ञेप्रमाणें वल्लभसेन लष्कर घेऊन माळव्याच्या राजास शिक्षा करण्याकरितां जात होता, इतक्यांत वाटेंतच त्याला देवी येऊन तो मरण पावला. तेणेंकरून सैन्य निराश होऊन परत आलें.

वल्लभसेनाच्या शरीराचा बांधा ठेंगणा होता. तरी त्याची मानसिक

शक्ति सतेज होती. त्याच्या चेहऱ्याचा रंग कांहींसा लालसर होता. वल्लभसेनास राज्यलोभ फार होता तरी त्याचा स्वभाव घातकी नव्हता. तो आपलें वचन पाळिल्यावांचून कधींही राहिला नाहीं. तो बहुतकरून आपलीं कामें अपुरीं सोडूनच मरण पावला.

वल्लभसेनाच्या मरणामुळें निराश होऊन **चा**मुंडराजानें दुर्लभसेनास राज्यावर बसविलें आणि आपण साधूचा वेष धारण करून, **न**र्मदानदीकांठीं **शु**क्लतीर्थ नांवाचें तीर्थ आहे तेथें जाऊन राहिला; व त्याच स्थानीं कांहीं कालांतरानें त्यानें आपल्या आयुष्याची पूर्णता केली. **चा**मुंडराजाच्या शरीराची काठी सडपातळ व उंच होती; आणि रंगांत पिवळटपणाची झांक विशेष असे. तो भोक्ता पुरुष असून त्याला खाण्यापिण्याचा विशेष शौक असे. याणें आपल्या राज्यप्रदेशांत पुष्कळ चांगलीं चांगलीं झाडें लाविलीं होतीं व त्याचप्रमाणें, वापी, सरोवरें, व तलाव वगैरे कित्येक जलाशय बांधण्याचे कामासही त्यानें प्रारंभ केला होता. परंतु हाही राजा आपलीं कामें तशींच अपुरीं सोडून मरण पावला.

दुर्लभसेनानेंही आपलें राज्य फार चांगल्या प्रकारें चालविलें होतें. यानें देवळें वगैरे बांधवून आपल्या राज्यांत पुष्कळ धार्मिक कामें केलीं होतीं. अन्हिलवाड येथें दुर्लभसरोवर नांवाचा एक मोठा तलाव आहे, तो याच राजानें बांधविला असल्याची साक्ष त्या सरोवराचें नांव देत आहे. दुर्लभसेनानें थोडींच वर्षे राज्य केलें. त्यानें आपला गुरु **जि**नेश्वर **सू**री म्हणून होता त्याचे उपदेशानें **जै**नधर्माची दीक्षा स्वीकारून, त्या धर्मांत तो मोठा प्रवीण झाला होता. त्यानें जीवदया उत्तमप्रकारें पाळिली. दुर्लभसेन आणि त्याचा भाऊ **ना**गराज या उभयतांनीं **मा**रवाडचा राजा **म**हेंद्र याच्या बहिणींशीं स्वयंवरांत लग्नें लाविलीं होतीं; व या उभयतांच्या बहिणीनें स्वयंवरांत याच **म**हेंद्रराजास पसंत करून लग्न लाविलें होतें. त्या काळीं मुली मोठ्या होऊन स्वयंवर करीत. ही स्वयंवराची चाल आलीकडे कोणत्या हेतूनें व कारणानें कशी मोडली असेल ती असो. सांप्रत ती पुनः प्रचा-

रांत येणें इष्ट आहे व ती प्रचारांत आली असतां हितावहही होईल असें वाटतें.

नागराजाचा मुलगा भीमदेव मोठा झाला तेव्हां दुर्लभसेन आपल्या कल्याणार्थ तप व तीर्थयात्रादि करण्याची इच्छा झाल्यामुळें त्यानें भीमदेवास राज्य संभाळण्यास सांगितलें. भीमदेवानें राज्य संभाळण्याचें प्रथमतः नाकारलें; परंतु दुर्लभसेन आणि नागराज यांचा विशेष आग्रह पाहून मागाहून त्यानें ती गोष्ट कबूल केली. येणेंप्रमाणें भीमदेवास राज्याभिषेक झाल्यानंतर कांहीं दिवसांनीं ते उभयतां बंधु मरण पावले.

दुर्लभसेन हा उंच बांध्याचा आणि फारच सुस्वरूप असा पुरुष होता. हा मोठा सज्जन होता. त्याचा स्वभाव एखाद्या साधु पुरुषाप्रमाणें होता. हा मोठा ज्ञानी असल्याकारणानें त्याला क्रोध म्हणून फारसा कधीं येतच नसे. साधुसंग व स्नानदानादि पुण्यमार्ग त्यास विशेष आवडत असत. गंगातटाकीं जाऊन राहण्याची त्याला फार इच्छा होती. राज्यप्राप्तीसाठीं युद्ध करण्याचा लोभ त्यानें सोडून दिला होता. यावरून महंमदानें त्याजकडे राज्य सोंपविलें त्या वेळीं, अशा सत्पुरुष राजानें आपल्या भावाविषयीं पूर्वी लिहिल्याप्रमाणें, कांहीं कागाळी केली असेल असें संभवत नाहीं. इ० स० १०२४ त महंमदानें स्वारी केली असें मुसलमान लोक म्हणतात. या वेळीं पट्टणच्या सिंहासनावर भीमदेव होता असें हिंदु ग्रंथकार लिहितात; आणि मुसलमान लोक चामुंड होता असें ह्मणतात. मग खरें काय असेल तें असो!

---

## भाग सातवा.

### चालुक्य अथवा सोळंखी वंश. (पुढें चालू.)

### (भीमदेव.)

**(इ० स० १०२२ पासून इ०स० १०७२ पर्यंत.)**

भीमदेव इसवी सन १०२२ त अन्हिलवाडच्या गादीवर बसला. हा मोठा बलाढ्य आणि बाणेदार पुरुष होता. हेमाचार्य नांवाचा कोणी एक ग्रंथकार असें लिहितो कीं, हा आपलें राज्य फार चांगल्या प्रकारें चालवीत होता. तो चोर आणि लुटारू लोकांस मोठ्या साव-

धगिरीनें पकडून शिक्षा करीत असे; व तेणेंकरून त्याच्या राज्यांत रस्तेलूट व चोऱ्या होतच नव्हत्या. देशोंदेशचे बहुत राजे त्याच्या दरबारीं येऊन त्याचा आश्रय घेत होते. यामुळें लोक त्याला 'राजाधिराज' असें ह्मणत असत. **पुंड्र** आणि **आंध्र** देशच्या राजांकडून याच्या दरबारीं नजराणे आले होते. याची कीर्ति थेट **मगध**(बहार)देशापर्यंत पसरली होती. कविवरांनीं त्याच्या महान् महान् पराक्रमाचीं काव्यें **मागधी** आणि इतर भाषेंत केलीं होतीं. तेणेंकरून त्यास कोणी ओळखत नव्हतें असें नव्हतें.

या **भीम**देव राजानें **सिंध** व **चेदी**चे राजे जिंकून तेथें आपला अंमल बसविला होता. या राजांवर स्वारी करण्याचें कारण असें सांगतात कीं, एके दिवशीं **भीम**देवाच्या हेरानें येऊन सांगितलें कीं, '**सिंध** आणि **चेदी**च्या राजांनीं आपला तिरस्कार करून आपल्या निंदेचे ग्रंथ तयार करविले आहेत.' हें ऐकून लगेच **भीम**देवानें आपल्या प्रधानाशीं मसलत करून, त्या राजांना शिक्षा करण्यासाठीं सैन्य तयार केलें. आपल्या राज्याआड **पंजा**बांतील मोठ्या नद्या असल्याकारणानें **सिंध**चा राजा शत्रूंना जिंकून आपल्या राजधानींत निर्भयपणें रहात असे. परंतु **भीम**देवानें त्या नदीवर तराफ्यांचा पूल बांधून आपलें सैन्य पार उतरून नेलें; आणि त्या राजास शिक्षा करून तो तसाच परभारें तेथून **चेदी**वर गेला. **चेदी**च्या **कर्ण**राजानें **भीम**देव आल्याची वार्ता ऐकून आपलें लष्कर तयार केलें. तरी पण त्यानें **भीम**देवाच्या पराक्रमाची जी कीर्ति ऐकिली होती त्यावरून, आपल्याच्यानें **भीम**देवास जिंकवलें जाणार नाहीं असें तो समजत होता. **भीम**देवाशीं लढाई करण्याची त्याची मनापासून इच्छाच नव्हती. **भीम**देवानें प्रथम त्या राजाकडे शिष्टाई करण्याकरितां आपला वकील पाठवून त्याजकडून असें सांगितलें कीं, 'खंडणी देऊन शरण ये ह्मणजे आम्ही परत जातों.' **चेदी**च्या राजानें ती शिष्टाई कबूल करून कित्येक हत्ती, घोडे, सुवर्ण, मोहोरा, आणि **माळ**व्याच्या **भोज**राजापासून लढाईत जिंकून आणलेली सोन्याची पालखी, अशी भेट पाठवून तो स्वतः शरण आला. येणेंप्रमाणें **भीम**देव ही कामगिरी

फत्ते करून आपल्या सैन्यासहित घरीं परत आला. त्या दिवशीं अन्हिलपुरांत लोकांनीं मोठा आनंदोत्सव केला होता.

**माळवा** प्रांतांत, जगत्प्रसिद्ध **भो**जराजा राज्य करीत होता. त्याच्याशीं या **भीम**देवाची कट्टाकट्टी चाललीच होती. **भीम**देवानें ज्या वेळीं आपलें सैन्य घेऊन **सिंध**देशच्या राजावर स्वारी केली होती त्या वेळीं **भो**जराजानें आपला सेनापति **कुल**चंद्र याजबरोबर सैन्य देऊन त्यास **गु**जराथ प्रांत सर करण्याकरितां पाठविलें होतें. परंतु तो **पा**टण शहर लुटून परत गेला. कोठें असाही लेख आढळतो कीं, त्यानें राजाच्या गैरहजरींत **अ**न्हिलपूर काबीज करून तेथील महालां-च्या द्वारांत शंख रोंवले; आणि तेथून जयपत्र घेऊन परत **माळ**व्यास गेला. तेव्हां **भो**जराजानें त्याची मोठ्या सन्मानानें भेट घेतली. परंतु जेव्हां त्याला असें समजलें कीं, मीठ पेरण्याऐवजीं यानें **पा**टण शह-रांत शंख रोंविले; त्या वेळीं **भो**जराजानें मंत्र्यास ठपका देऊन सांगि-तलें कीं, 'हें ठीक केलें नाहीं. शंख रोंवल्यानें तर **पा**टणच्या राजास शुभ शकुनच झाला. या शकुनाच्या योगानें, **माळ**वा देशांत समृद्धि होऊन ती एके दिवशीं **गु**जराथेंतही जाईल.' पुढें या शकुनाप्रमाणेंच गोष्ट घडून आली.

**भो**जराजा **प्र**मारवंशी होता व **माळ**व्यांत **धा**रानगरीचें राज्य करीत होता. हा राजा मोठा धर्मात्मा व काव्यकलेंत कुशल होता. या **भो**जराजाच्या सभेंत मोठमोठ्या कविश्रेष्ठांस आणि विद्वान् लो-कांस चांगला आश्रय मिळत असे. हा राजा मोठा ज्ञानी असून तो संपत्ति अस्थिर आणि क्षणभंगुर समजत असे. **अ**न्हिलवाडच्या **भी**मदेव राजानें, **भो**जराजाच्या दरबारीं संधिविग्रहिक (वकील) पाठ-विला होता. परंतु त्यापासून कांहीं चांगला परिणाम होण्याऐवजीं उ-लट उभय राजांत वैर मात्र वाढलें होतें. हे दोघे राजे परस्परांवर कविता लिहून पाठवीत असत. **भो**जराजा तर या प्रकारचा व्यवहार चालविण्यास लायक होता; परंतु लढाईच्या कामांत **भीम**देवाची त्या-च्यावर तान होती. ज्याप्रमाणें दातृत्वशक्तीमुळें **भो**जराजाची दात्यांत गणना असे, त्याप्रमाणें **भीम**देव आपल्या पराक्रमानें आपणास शूरवीर

म्हणवीत असे. तात्पर्य, एक दानशूर व दुसरा रणशूर होता. **भोज**राजाच्या औदार्याची फारच प्रशंसा आहे. त्याच्या पदरीं **कालिदास** नांवाचा कवि होता. त्याचीही कीर्ति प्रसिद्धच आहे. एके दिवशीं **गुजराथ**चे लष्करानें **धारा**नगरीबाहेर, कोणा देवीची पूजा करण्यास जात असतां **भोज**राजास गांठून कैद केलें होतें. याप्रमाणें या उभय राजांच्या दरम्यान बहुतवेळ असेच प्रकार चालले होते. एके प्रसंगी **माळवा**देशावर दुष्काळ पडल्याकारणानें **भोज**राजानें **गुजरा**थेवर स्वारी करण्याची आपली इच्छा दर्शविली; परंतु **भीम**राजाचा संधिविग्रहिक त्या वेळीं **भोज**राजाच्या दरबारीं होता. त्याला ही बातमी लागल्यावरून त्यानें, **माळवा** आणि **तै**लंगणच्या राजांच्या दरम्यान जें जुनाट वैर चालत आलें होतें तें या वेळीं ताजें करून, **तै**लंगणच्या राजास **माळव्या**वर हल्ला करण्यास कळविलें होतें; आणि यामुळें त्याची फौज **गुजरा**थेवर येऊं शकली नाहीं. पुढें कालांतरानें **भोज**राजानें **भीम**देवाबरोबर, त्यास अनुकूल असे करार करून सख्य जोडलें; व या स्नेहसंबंधाच्या कालावधींत त्यानें आपलें मन **धारा**नगरीची आबादानी करण्याकडे लावून, तें शहर पुष्कळ सुशोभित केलें. एकेवेळीं **भीम**देव वेष पालटून, आपला संधिविग्रहिक जो **दा**मर (**दा**मोदर) त्याच्या माणसांसह **भो**जराजाच्या दरबारीं गेला होता. परंतु त्यावेळीं त्याचा चांगला वाईट कसा काय परिणाम झाला तें समजलें नाहीं.

या वेळीं **चं**द्रावती नगरीचा **धं**दुराज (**धुं**डिराज) **प्र**मार, **आ**बूच्या पहाडावरील **अ**चलेश्वराच्या गडावर राज्य चालवीत होता. हा **अ**न्हिलवाडच्या ताब्यांतील मांडलिक राजा म्हणून गणला जात असे. तो **गुजरा**थच्या **भीम**देव राजाच्या अमलांतून सुटून **भोज**राजाच्या पक्षांत जाऊन मिळाल्याकारणानें **अ**चलेश्वर किल्ल्याखालीं जो मुलूख होता त्याची वहिवाट **भीम**देवानें आपलेकडे घेऊन तेथें आपला प्रधान **वि**मलशा यास पाठविलें व 'दंडपति' ही पदवी त्यास दिली. हा जातीचा वाणी आणि **जै**नधर्मी होता. लोक असें म्हणतात कीं, हा **वि**मलशा तेथें होता त्या वेळीं अंबादेवीनें

त्याचे स्वप्नांत येऊन आज्ञा केली; त्या आज्ञेप्रमाणें, **आबू** पहाडावर त्याणें **युगादिनाथाचें** देऊळ बांधविलें. **आबूच्या** पहाडावर जीं मोठमोठीं व प्रख्यात **जैनमंदिरें** आहेत तीं याणेंच बांधविलेलीं आहेत. त्यांस '**देलवाड्याचीं देवळें**' म्हणतात. **अरासुरच्या** डोंगरावर **अंबाजीच्या** देवळानजीक **कुंभारियाचें** देऊळ आहे. तेंही या **विमलशानेंच** बांधविलेलें आहे असें ह्मणतात. **पालिठाणा** आणि **चंद्रावती** येथलि बहुत सुंदर देवळें याच्याच कारकीर्दींत झालीं आहेत. **अंबाजीचें** देऊळ हल्लीं **दांतियाचे** ठाकुराचे ताब्यांत आहे. त्या मुलुखांत स्वस्थता असल्यामुळें या **अंबाजीची** यात्रा हल्लीं फार मोठी वाढली आहे. वर्षांत तीन चार संघ म्हणजे जमाव तेथें जात असतात. **गुजराथेंत** यात्रेस सर्व लोक जमून जाण्याची रीति आहे, त्यास 'संघ' असें ह्मणतात. त्या जमावाचा जो पुढारी असतो त्यास 'संघवी' म्हणतात. कित्येक श्रीमान् व धार्मिक लोक धर्मार्थ संघाचे लोकांस वाटखर्ची देतात व जेवावयास घालितात. हा मुलूख **मेवासी** असल्यामुळें इकडे **भिल्ल**, **कोळी** वगैरे चोर लोकांचें फार भय असतें, यांजकरितां त्या यात्रिकसंघाबरोबर रखवालीस शिपाई लोक ठेवितात व **ठाकूर** आपले तर्फे व्यवस्था ठेवितात. **ठाकुरांस** या यात्रेचे उत्पन्नापासून एक लक्ष रुपयांची पैदास आहे. या **अंबाजी** देवतेस **जैनधर्मी** लोकही मानितात.

---

१. अहमदाबादचे जैनांतील श्रेष्ठ हठीसिंग व मगनभाई कर्मचंद्र यांणीं अंबाजीस मानूं नये ह्मणून ठराव करून, एक संघ काढला होता. परंतु तो अंबाजीची वाट सोडून पुढें आबूकडे चालला, तों त्या संघांत महामारी उठली व पुष्कळ यात्रेकरू लोक मेले! तेव्हां शिलक राहिलेले लोक सदरील उभयतां शेटांस ठपका देऊन सर्व परत आले, आणि त्यांनीं अंबाजीस जाऊन तेथें नाकदुरया काढून प्रार्थना केली. तेव्हां जरीमरी शमली. हा प्रकार सन १८४६ सालीं घडला. तेव्हांपासून प्रथम अंबाजीस जाऊन नंतर जैनमंदिरांस जाण्याचें कायम झालें. अंबाजीची मूर्ति नसून देऊळ रिकामेंच आहे. याचप्रमाणें बेचराजीचेंही नुस्तें देऊळच आहे. अशीं आणखीही मूर्तींवांचून बहुत देवळें आहेत. अंबाजीजवळ ज्वलत्पर्वतानें जळलेलें असें मोठें एक रान आहे व तेथें पूर्वीं अरासुरी ह्मणून एक शहर होतें. परंतु तें अंबाजीच्या शापानें व क्रोधानें जळालें, असें ह्मणतात. अंबाजीचे डोंगरावर कोटेश्वरापाशीं सरस्वती नदीचा उगम आहे.

आबूच्या पहाडावरील देवळें फारच अप्रतिम आहेत! त्यांची बरोबरी आग्रा येथील **ताजमहालाची** इमारत मात्र करूं शकेल! त्याशिवाय दुसरें एकादें ठिकाण या **भरतखंडांत** असेल असें दिसत नाहीं! **विमलशानें** आपलें नांव अजरामर राखण्यासाठीं हीं देवळें बांधविलीं आहेत. त्यास त्या डोंगरावर अशा अप्रतिम इमारती तयार करण्यास जो काय खर्च लागला असेल त्या द्रव्याचा पार लागत नाहीं! बाकी समाधानार्थ, त्यानें लाखों रुपये खर्च केले असें म्हटलें ह्मणजे झालें. लोकवार्ता अशी आहे कीं, प्रथमतः **आबूच्या** पहाडावर **शिव** आणि **विष्णूचीं**च देवळें होतीं. तेथें **विमलशास जैन**धर्मी देवालयें बांधविण्याची मनाई झाल्या कारणानें, त्यानें परवानगी मिळविण्यासाठीं राजालाही पुष्कळ द्रव्य दिलें होतें.

**भीम**देवाच्या कारकीर्दीत **दाहल** देश, हल्लीं जो **टिपरा** नांवानें प्रसिद्ध आहे, तेथें, आणि **काशीच्या** पवित्र **वाराणशी** नगरींत **कर्ण** नामेंकरून एक राजा राज्य करीत होता. त्यानें स्वपराक्रमानें १३६ राजांस आपले मांडलिक करून सोडिलें होतें. या राजास **भोज**राजाची कीर्ति दुःसह झाल्याकारणानें त्यानें **गुजराथच्या भीम**देवाशीं अशी मसलत केली कीं, 'मी **माळवा** देशावर पूर्वबाजूनें चढून येतों व तुम्ही पश्चिमबाजूनें हल्ला करा.' या मसलतीप्रमाणें उभयराजांचीं सैन्यें दोहों बाजूंकडून **माळवा** देशावर आलीं. त्या वेळीं **भोज**राजा आजारी पडला होता त्यामुळें त्याणें आपल्या देशांत येणाऱ्या डोंगरी मार्गांत (घांटांत) स्वारांचीं ठाणीं ठेवून आपण **धारानगरींत** निवांत बसून राहिला. या वेळीं **भीम**देवराजाचा वकील **दामर** हा **कर्ण**राजाच्या छावणींत होता. **भीम**देवानें बातमी मागविल्यावरून **दामर** वकीलानें ती कविताबद्ध लिहून पाठविली. तींतील रूपक पुढें लिहिल्याप्रमाणें होतें:— "आंब्याच्या वृक्षावर फळें पिकलीं आहेत, फांद्या नम्र होऊन राहिल्या आहेत, आणि वाऱ्याच्या योगानें त्या इकडे तिकडे डोलत आहेत, परंतु परिणाम काय होईल हें समजत नाहीं." ही बातमी वाचून **भीम**देव धीर धरून बसून राहिला. तिकडे **भोज**राजानें आपला

मरणसमय नजीक आला असें जाणून त्यानें दानधर्म करण्यास सुरुवात केली. राज्यकारभार आपल्या मनुष्यांकडे सोंपवून त्यांस त्याणें अशी शिफारस केली कीं, 'ज्या वेळीं माझें देहावसान होईल त्या वेळीं माझ्या ताटीवर माझे हात खुले ठेवा.' असें करण्याचा त्याचा हेतु हाच होता कीं, मी या सर्व **माळवा**देशचें राज्य सोडून रिकाम्या हातानें परलोकीं जात आहें हें लोकांनीं पहावें, व या क्षणभंगुर जगांतून आपणाबरोबर कांहींएक येत नाहीं, असें त्यांणीं समजावें! कांहीं दिवसांनीं **भोज**राजा मरण पावला, ही बातमी **कर्ण**राजास पोंचली तेव्हां त्यानें **धारा**नगरींत येऊन **भोज**राजाचा भांडारखाना लुटला. त्या वेळीं **भीम**राजाचा वकील **दामर** यानें त्यांतून अर्धा भाग मागितला. तेव्हां असा ठराव झाला कीं, 'यापुढें **माळवा** प्रांताचें जें उत्पन्न येईल तें सर्व **भीम**देवानें घ्यावें, हल्लींच्या लुटींतील वांट्याचें नांव देखील काढूं नये.'

या काळीं **गिझनी** वंशाचे राज्यास उतरती कळा लागली होती. **सुलतान महंमदाचा** नातू (पौत्र) **मोदूद** हा तक्तावर होता. त्याच्या राज्याची अव्यवस्था पाहून **दिल्ली** आणि इतर ठिकाणच्या **हिंदु**राजांनीं एकत्र होऊन इ० स० १०४३ त अफाट सैन्यानिशीं **मुसलमानां**वर स्वारी केली; आणि त्यांच्या किल्लेदारांस हाकून लावून, **हांशी**, **ठाणेश्वर** व **नगरकोट** वगैरे स्थळें परत आपल्या हस्तगत करून घेतलीं. परंतु अखेरीस **मुसलमान** लोक जीवावर उदार होऊन बाहेर पडले, तेव्हां **हिंदूंना** मागें हटावें लागलें. या वेळीं **हिंदु**सैन्याचा पुढारी अजमीरचा **चव्हाण** राजा **वीसलदेव** हा होता. त्यानें **अन्हिलपूर**चा राजा **भीमदेव** यास मदतीस बोलाविलें. परंतु त्यानें या वेळीं आपल्या जातीचा धर्म आणि स्वतंत्रता पुन्हा स्थापन करण्याच्या पवित्र कामीं वांटेकरी होण्याचें नाकारलें. **सोमनाथाच्या** रक्षणसमयीं **मुसलमानां**शीं लढण्यास **वीसलदेव** आणि **भीमदेव** हे दोघे बरोबर होते, आणि या वेळीं तो एकटाच राहिला याचें कारण हेंच होतें कीं, अजमीर आणि अन्हिलपूरचे राजे यांच्या दरम्यान अव्वलपासूनच वैर चाललें होतें. यामुळें **भीमदेवानें वीसलदेवा**मागें चालून जाणें योग्य मानिलें नाहीं. व अशा कारणांनीं **वीसलदेव** शत्रूच्या हातून आपला

पवित्र देश सोडविण्याची कीर्ति मिळवीत असतां भीमदेव स्वस्थ बसून मौज पहात होता.

वीसलदेव आपला मंत्री कृपाळ यास बोलावून विजययात्रा करण्याकरितां निघाला; त्या वेळीं देशोंदेशींचे राजे त्यास शरण येऊन आपल्या सैन्यासह त्याच्या फौजेंत हजर झाले. परंतु सोळंखीवंशांतील भीमदेव आला नाहीं, इतकेंच नाहीं; तर तो आपली तरवार जोरानें पकडून पृथक् राहिला. तेणेंकरून वीसलदेवास अति क्रोध चढला. तो अजमीरच्या संरक्षणासाठीं थोडकें सैन्य ठेवून, बाकीचें सर्व सैन्य घेऊन प्रथमतः सोळंखी राजावर चाल करून गेला. त्या वेळीं त्यानें मार्गांत पुष्कळ किल्ले उजाड केले. झालोर घेऊन त्यानें तेथील किल्ला पाडून टाकला; तेव्हां तेथील लोक वनाडोंगरांत पळून गेले. ह्याप्रमाणें आबूच्या पहाडावर जाऊन तो अचलेश्वराच्या गडांत दाखल झाला. त्यापुढें त्यानें वागरदेशही सर केल्यावर सोरटदेशच्या राजांनीं येऊन त्यास खंडणी देण्याचें कबूल केलें.

वीसलदेव आल्याची खबर ऐकून सोळंखी राजा (भीमदेव) प्रथम शिव आणि दुर्गेची पूजा करून नंतर आपला विजेसारखा चमकणारा भाला हातीं घेऊन तयार झाला. तो आपणाबरोबर ३०००० स्वार आणि ७० मदोन्मत्त हत्ती घेऊन राजधानीचे शहराबाहेर पडला, आणि त्यानें तेथून चार कोस दूर जाऊन मुकाम केला. थोड्या वेळानंतर त्याणें जोरानें रणवाद्यें वाजवून सैन्याची व्यूहाकार रचना केली, व नंतर तो पुढें सरसावला.

अजमीरचा राजाही तेव्हांच ७०००० लोकांनिशीं समोरून येत होता. त्याच्या सैन्यांत शूर शिपाई लोकांचा मोठा गजबजाट होऊन राहिला होता; ढाला व भाले चमकत होते; आणि जणुं काय चालुक्यराजाचें राज्य बुडविण्यासाठीं समुद्राची भरतीच यावी त्याप्रमाणें चव्हाणराजाचा दळभार उसळून येत होता! चालुक्यराजानें ही वार्ता ऐकतांच सावध होऊन विष्णूचें चरणामृत मस्तकीं धारण केलें आणि पुढें लिहिल्याप्रमाणें मुखावाटे उद्गार काढले:—'आतां एक तर जय मिळवावा, नाहीं तर मरावें; एवढीच गोष्टी राहिली आहे!

मागें हटावें तर कुलास कलंक लागतो. काय? या पृथ्वीवर कोणी लढावयास उरला नाहीं ह्मणून वीसलदेवाची फौज बिनहरकत इतकी पुढें चाल करून आली ?'

सोळंखी राजानें श्रीकंठ नांवाच्या भाटास वीसलदेवाकडे पाठविलें. श्रीकंठ भाटानें तेथें जाऊन वीसलदेव राजास आशीर्वाद केला आणि चालुक्य अथवा सोळंखी राजाची सेना आल्याविषयीं खबर देऊन म्हटलें कीं, 'तुम्हां राजे लोकांची लढाई; त्यांत बिचाऱ्या गरीब प्रजेस कशाकरितां पीडा देतां? हिंदुराजांना असें करणें योग्य नाहीं. याकरितां आपण परत अजमिरास जाऊन आपलें राज्य करा.' चालुक्यराजानें असें सांगितलें कीं, मी ब्रह्मकुळांतील आहें. लढाई करणें हें तर माझें कामच आहे; आणि मागें फिरून शत्रूस पाठ दाखविणें हें मी अतिदुःखदायक मानीत आहें. मृत्यूचा दिवस ह्मणजे माझें मन मोठा सणाचा दिवस समजत आहे. याशिवाय मजबरोबर जे कित्येक मोठेमोठे योद्धे पुरुष आहेत तेही श्रेष्ठ कुळांतील आहेत. ते लढाईत मरतील परंतु मागें पाऊल म्हणून कधींही घ्यावयाचेच नाहींत. याकरितां लढाई करण्याचा विचार तहकूब करून आपण घरचा रस्ता सुधरा.' येणेंप्रमाणें भाटमुखें चालुक्यराजाचा निरोप ऐकतांच चव्हाणराजानें एकदम रणवाद्यें वाजविलीं. घोडे व हत्ती यांजवर सरमजाम चढवून रणशूर योद्धे तयार झाले, आणि थोड्याच अवकाशांत उभय राजांच्या फौजा आमन्यासामन्यास येऊन लगटल्या. या वेळीं चव्हाण हा चतुष्कोणाकृति हारबंध (दुर्गव्यूह) रचून बोलला कीं, 'पहावें आतां चालुक्य याचा भेद करूं शकतो कीं काय?'

लढाई सुरू झाली. शूर शिपाई 'मारा! हाणा!' असें ओरडावयास लागले; व शेकडों लोक आमनेसामाने लढून परस्पर एकमेकांचे हस्तें जखमी झाले. चालुक्यराजानें आपलें सैन्य मागें हटत आहे असें पाहून तो स्वतः त्याच्या मदतीकरितां पुढें सरसावला, आणि त्यानं चव्हाणांचा व्यूह फोडून विशकलित केला. त्या वेळीं परिहार आणि गहिलोट मागें हटून परिहार पळून गेला. व्यूहांतील शिपाई लोकांची फांकाफांक झालेली पाहून कंदाहारी व बलूची

लोक पुढें सरसावून चालुक्यांचे सामन्यास आले. उभय दळांतील शिपायांचे पोषाख रक्तानें भिजून चिंब झाल्यामुळें तो एक देखावा रंगपंचमीच्या रंगांत न्हालेल्या लोकांप्रमाणेंच दिसत होता ! कांहीं वेळानें चालुक्यराज आणि वीसलदेव हेही आमनेसामने येऊन मिळाले. चालुक्यराज घोड्यावर स्वार झाला असून चव्हाणराजा हत्तीवर बसला होता. या उभयतांमध्यें भयंकर युद्ध सुरू होऊन परस्परांवर शस्त्रास्त्रांचे प्रहार होऊं लागले. चालुक्यराजानें चव्हाणाच्या हत्तीच्या मोहोऱ्याकडे आपला घोडा चालविला; परंतु त्यांत तो जखमी झाला. अशा प्रकारें युद्ध चाललें असतां रात्र पडली; तेव्हां उभयतां वेगळे होऊन आपआपल्या छावण्यांतून गेले, आणि युद्धांत जखमी झालेल्या लोकांची निगाबानी करूं लागले. दुसऱ्या दिवशीं सकाळींच चालुक्यराजाचें मंत्रिमंडळ एकत्र जमून, त्यांनीं आपल्या राजास विचारल्याशिवाय चव्हाणाकडे तह करण्याकरितां वकील पाठविला. त्या वकिलानें आणून दिलेलें तहाचें पत्र पाहून राजानें आपला प्रधान कृपाळ यास बोलावून आणलें. पावागडचा राजाही त्या वेळीं तेथें हजर झाला. त्या सर्वांदेखतां चालुक्याच्या संधिकारानें (वकिलानें) सांगितलें कीं, 'तुम्ही मागाल तें देण्यास आम्ही तयार आहों.' हें ऐकून वीसलदेव राजा म्हणाला कीं, 'येथें एक ठाणें ठेवून एक महिन्याच्या आंत आम्ही येथें एक शहर वसवूं. तुम्हास हें कबूल असेल तर नजराणा घेऊन या.' तें राजाचें म्हणणें वकिलानें कबूल केलें. येणेंप्रमाणें चव्हाणराजा वीसलदेव या लढाईत विजयी होऊन त्यानें तेथें आपल्या नांवाच्या वीसलनगर या शहराचा पाया घातला, व नंतर तो घरीं परत गेला.

भीमदेवाचें लग्न एका उदयामती नांवाचे स्त्रीशीं झालें होतें. इनें बांधविलेली एक बावडी (विहीर) अन्हिलवाड येथें अद्यापि आहे, ती आज 'राणीवाव' या नांवानें प्रसिद्ध आहे. या राणीस कर्ण नांवाचा एक पुत्र झाला. याशिवाय मूळराज आणि क्षेमराज असे दुसरे दोन मुलगे भीमदेवास होते. मूळराजाचे आईविषयीं कांहीं माहिती नाहीं; परंतु क्षेमराजाची आई बकुला देवी इजविषयीं असें लिहिलें

आहे कीं, ती एक खरेदी घेतलेली दासी होती. 'प्रबंधचिंतामणि' नामक ग्रंथांत तर ती नायकीण होती असें लिहिलें आहे. क्षेमराजाचें दुसरें नांव हरिपाळ देव असें होतें. दीक्षा धारण केल्यावर तो याच नांवानें ओळखला जात असे असें वाटतें.

मूळराजा बालपणींच फार दयाळु होता. त्याच्या दयालुत्वाची एक गोष्ट सांगतात ती अशीः—गुजराथचे कुणबी लोक हल्लींप्रमाणें पूर्वीं देखील फार हट्टी होते. त्यांनीं दुष्काळाच्या वेळीं राजाचा कर देण्याचें नाकारलें. त्यावरून राजानें एक कारकून पाठवून तपास करविला कीं, ते लोक कर देऊं शकतील अशा स्थितींत आहेत किंवा नाहींत. कारकुनानें जाऊन तपास केला, तेव्हां कित्येक लोक कर देण्यासारखे आहेत असें त्याच्या आढळांत आलें; व त्यानें त्या लोकांस आपणाबरोबर पाटणशहरीं आणिलें. ते लोक दरबारास सन्मुख बसले होते आणि भीतीमुळें डोळ्यांत आंसवें आणून आपापसांत कांहीं बोलत होते. त्या लोकांना अशा संकटदशेंत बसलेलें पाहून मूळराजाच्या नेत्रांतही अश्रु आले. त्याच दिवशीं मूळराजानें घोडा खेळविण्याच्या कामांत चलाखी दाखविल्याकारणानें त्याच्या बापाची (राजाची) मर्जी त्याजवर खूष होऊन त्यानें त्यास कांहीं बक्षीस मागण्यास सांगितलें. तेव्हां मूळराज ह्मणाला, 'या खेडाबळ कुणबी लोकांस कर माफ करा इतकेंच माझें मागणें आहे.' राजा मुलाचा दयाळू स्वभाव पाहून फारच संतुष्ट झाला व त्यानें त्याचें तें मागणें कबूल करून, आणखी कांहीं विशेष बक्षीस मागण्यास सांगितलें. शेतकरी लोक करमुक्त झाल्याकारणानें मूळराजाची कीर्ति चोहोंकडे पसरली. परंतु पुढें कांहीं दिवसांनीं हा लहान वयाचा दयाळू राजपुत्र मरण पावला! तेव्हां सर्व लोकांच्या मनांत खेद उत्पन्न होऊन ते त्या राजपुत्राकरितां फारच हळहळले. ज्या शेतकरी लोकांस, राजानें दुष्काळाच्या सालीं पुत्राच्या सांगण्यावरून कर माफ केला होता, ते शेतकरी लोक पुढील सालीं चांगलें पीक झाल्याकारणानें दुप्पट कर घेऊन आले, परंतु तो घेण्याचें राजानें नाकारलें. तरी शेतकरी तो कर घेण्याविषयीं हट्टच धरून बसले. तेव्हां राजानें त्या तक्रारीचा निवाडा करण्याचें काम ति-

न्हाईत मंडळीकडे सोंपविलें. त्यांनीं, हा कराचा पैसा मूळराजाच्या कल्याणार्थ 'त्रिपुरुषप्रासाद' नांवाचें शिवालय बांधण्याकडे खर्च करावा, म्हणून ठराव केला. या उदाहरणावरून त्या वेळीं राजा आणि प्रजा यांच्या दरम्यान विलक्षण प्रेमभाव असल्याचें दिसून येतें.

भीमदेवानें वृद्धावस्थेंत धर्म व ध्यान करण्याच्या इच्छेनें क्षेमराजास राज्य देण्याचा विचार केला. परंतु क्षेमराजानें राज्याचा स्वीकार करणें नाकारून भीमदेवाबरोबर तीर्थयात्रेस जाण्याची आपली इच्छा दर्शविली. तेणेंकरून ते दोघेही एकविचारें कर्णराजाकडे राज्यासन सोंपवून आपण तीर्थयात्रा करण्याकरितां निघून गेले. पुढें थोड्याच दिवसांनीं भीमदेव कैलासवासी झाला. तेव्हां क्षेमराज सरस्वतीत-टाकीं मुंडिकेश्वर नांवाचें पवित्र स्थान होतें तेथें जाऊन राहिला. हें स्थळ दधिस्थळाच्या शेजारींच आहे. तेव्हां कर्णराजानें दधिस्थळ क्षेमराजाचा पुत्र देवप्रसाद यास दिलें. त्याचा हेतु हाच होता कीं, देवप्रसादानें तेथें राहून आपल्या बापाची खबर घ्यावी. भीमदेव शरीरानें उंच होता. त्याचा चेहरा भव्य असून तो श्यामवर्ण परंतु तेजस्वी कांतीचा होता; आणि त्याचे केश लांब व दाट होते.

---

## भाग आठवा.

### चालुक्य अथवा सोळंखी वंश. (पुढें चालू.)

### (कर्णराज.)

(इ० स० १०७२ पासून इ० स० १०९४ पर्यंत.)

भीमदेवामागें कर्णराज गादीवर बसला. त्यानें इ० स० १०७२ पासून १०९४ पर्यंत सुमारें २२ वर्षें शांततेनें राज्य केलें. या अवधींत त्याची परकीय राजांशीं एखादी लढाई किंवा तंटाबखेडा झाल्याचें नांव देखील नाहीं. त्याचा बहुतेक काळ आपले मांडलिक राजांवर खंडणी वसूल करण्यासाठीं फिरण्यांत गेला. मेवासी लोकांचा बंदोबस्त करण्याची तजवीज मूळारंभीं या राजाचे वेळींच झाली आहे. पूर्वीं या गुजराथदेशांत भिल्ल लोकांची वस्ती पुष्कळ होती.

कर्णराज गादीवर बसल्यानंतर प्रथमतः तो गुजराथदेशाची खंडणी वसूल करण्याकरितां निघाला होता. त्यावेळीं त्यानें जे लोक चोरीचा धंदा करीत होते व जे लोक जंगली होते त्यांना वश करून घेतलें. याचे कारकीर्दींत गुजराथेंत चांगले लोकांची वस्ती होत चालली. भिल्ल कोळी वगैरे जुने रहिवासी हटत जाऊन डोंगरांतून जाऊन राहिले व सपाट ठिकाणचे मेवासी लोकही नाहींसे झाले. धंधुक्यांत धनमेर नांवाचा एक मोठा कोळी सरदार होता. त्याचे येथें आठ हत्ती होते. हल्लीं ज्या ठिकाणीं अहमदाबाद शहर आहे त्या जवळ पूर्वी आशापल्ली नांवाचें गांव असून, त्यांत एक आशा नांवाचा भिल्ल सरदार रहात होता. त्याच्याजवळ तिरंदाज लोकांची एक मोठी फौज होती. या सरदारावर हल्ला करून कर्णराजानें त्यास ठार मारिलें. येथें कर्णराज यास शुभ शकुन झाले; त्यांचे यादगिरीकरितां त्यानें तेथें एक कोचरव नांवाच्या देवीचें देवालय बांधिलें. शिवाय त्यानें त्या ठिकाणीं एक जयंती देवीचें आणि दुसरीं कर्णेश्वर व कर्णमेरुप्रासाद अशीं दोन आपल्या नांवानें, एकूण तीन देवळें आणखीं बांधिल्याविषयींही लेख आढळतो. या शिवाय, त्यानें एक कर्णसागर नांवाचा तलाव आणि कर्णावती नांवाचें नगरही बांधिलें. हें अखेरचें स्थळ म्हणजे कर्णावती शहर, त्यानें आपली राहण्याची जागाच ठरविली होती.

सदर सांगितलेलें कर्णसागर सरोवर कोणत्या स्थळीं होतें ती जागा अमुकच असें आतां निश्चयात्मक ठरत नाहीं; परंतु बहुतकरून कनसागर नांवाचा तलाव मोढेराजवळ आहे तोच हें सरोवर असावें असें अनुमान आहे. त्या जागीं मोठा तलाव असल्याविषयींच्या निशाण्या हल्लीं दृष्टिगोचर होत आहेत; व हा तलाव कर्णराजानें बांधविला, असें तेथील लोकही म्हणतात. या तलावांत पाणी येण्याकरितां, खेराळूच्या पलीकडील डोंगरांतून आलेल्या रूपीण नदीचा प्रवाह फिरविण्यांत आला आहे. मोढेरा गांव मोढ जातीच्या ब्राह्मणांचें मूळस्थान असें म्हणतात. या मोढेरा गांवांत जीं देवळें आहेत तीं देखील कर्णराजानेंच बांधविलेलीं आहेत असें ह्मणतात. गिरनार

नांवाच्या पहाडावरही कर्णराज यानें एक कर्णविहार नांवाचें देऊळ बांधविलें आहे.

दक्षिणेंत चंद्रपूर (चांदा-वऱ्हाडांत) शहर आहे तेथील राजा जयकेशी याची कन्या मैनल देवी इच्याशीं या कर्णराजाचें लग्न झालें होतें. या उभयतांचा लग्नयोग घडून आल्याची हकीकत पुढें दिली आहे, ती खरोखरच मोठ्या मौजेची व आश्चर्यकारण अशी आहे:—एका वेळीं वर सांगितलेला दक्षिणेंतील चंद्रपूरचा राजा जयकेशी याची कन्या मैनल देवी हिनें देशोदेशींच्या राजांच्या तसबिरा मागवून आणिल्या; आणि त्यांतून गुजराथदेशाचा राजा कर्ण याची तसबीर पसंत करून, एका ब्राह्मणाच्या हातीं आपली तसबीर कर्णराजाकडे पाठविली. कर्णराज तिचें स्वरूप पाहून खूष झाला व त्यानें त्या ब्राह्मणाचा मोठा सन्मान करून लग्न करण्याविषयीं त्याजवळ रुकार दिला. तो रुकार पोंहचल्यावरून मैनल देवी अन्हिलपुरास आली; आणि कर्णानें तिच्याशीं आपलें लग्न लाविलें. परंतु, मागाहून ती स्त्री त्याच्या पसंतीस उतरली नाहीं. हें पाहून त्याच्या राज्यांतील लोक आणि कर्णराजाची आई अशीं सर्वजण खेद करूं लागलीं कीं, अशा स्थितीनें राज्य वारसावांचून राहील. मैनल देवी ही अतिदु:खित होऊन खेद करूं लागली व पुष्कळ वेळां ती अपघात करून घेण्यासही सिद्ध झाली; परंतु तिच्या सासूनें तिची समजूत करून तिला तसें धाडसाचें कृत्य करूं दिलें नाहीं. कांहीं दिनावधीनंतर मुंजल नांवाच्या प्रधानास अशी खबर लागली कीं, नमुंजला नांवाच्या नायकिणीवर राजाचें मन जाऊन तिजविषयींची त्यानें इच्छा धारण केली आहे. त्यावरून त्या प्रधानानें नमुंजलेच्या मिषानें मैनल देवीस राजमहालांत आणून दाखल केली. राजानें तिला न ओळखतां ती नमुंजला कलावंतीणच आहे असें समजून तिच्याशीं प्रीतिसंग केला. तेममयीं तिच्या पोटीं गर्भधारण झालें. राणीनें या प्रीतिसंभोगाच्या खुणेकरितां यावेळीं राजाची अंगठी मागून घेतली होती. मागाहून, नायकिणीशीं संग केल्याबद्दल राजास फार पश्चात्ताप झाला; व या महादोषाच्या प्रायश्चित्तासाठीं ब्राह्मणांच्या विचारानें तो राजा. तापवलेल्या पितळेच्या सान मूर्तीस कडकडून आलिंगन देण्या-

मही सिद्ध झाला. परंतु, मागाहून मुंजलप्रधानानें त्यास खरी खरी हकीकत कळविल्यावरून त्याचें मन शांत झालें. सदरील गर्भधारणापासून या मैनल देवी राणीस पालनपूर येथें एक पुत्र झाला; व त्याचें नांव सिद्धराज जयसिंग असें ठेविलें होतें.

सिद्धराज जयसिंग हा अल्पवयस्क म्हणजे बाल्यदशेंत असतांच त्याचा बाप कर्णराज हा इ० स १०९४ त स्वर्गवासी झाला; व वारसाच्या संबंधानें कांहीं तक्रार उपस्थित झाली. त्या तक्रारीचा ताबडतोब निकाल लागून अखेरीस जयसिंग हा गादीवर बसला. कर्णराजाचा पुतण्या देवप्रसाद हा आपल्या काकाच्या मरणाची वार्ता ऐकून जीवंतपणींच जळून मेला व त्याचा मुलगा त्रिभुवनपाळ हा नेहेमीं जयसिंगराजाबरोबरच राहूं लागला. या उभयतांमधील प्रेमसंबंध पुढें इतका वृद्धि पावला कीं, सिद्धराज जयसिंग मोठा होऊन लढायांत जाऊं लागला तेव्हां त्रिभुवनपाळ हमेशा त्याच्या पुढें चालत असे.

---

## भाग नववा.

### चालुक्य अथवा सोळंखी वंश. (पुढें चालू.)

### (सिद्धराज जयसिंग.)

**(इ० स १०९४ पासून इ०स० ११४३ पर्यंत.)**

सिद्धराज जयसिंग लहान वयाचा असल्याकारणानें त्याची आई मैनल देवी हीच राज्यकारभार पहात होती असें मागील भागांत सांगितलेंच आहे. परंतु तिच्या हातीं राज्यसत्ता येण्यास आरंभीं थोडा विक्षेप आला होता, तो येथें सांगणें जरूर आहे. जयसिंगाच्या बाल्यावस्थेंत प्रथम तर कर्णराजाचा मामा आणि उदयामतीचा भाऊ मदनपाळ हाच सर्व राज्यकारभार चालवूं लागला. परंतु, मागाहून त्यानें एका लीला नांवाच्या वैद्यास गैरवाजवी दंड केल्याकारणानें तक्रार होऊन एक मंडळी उपस्थित झाली. त्या वेळीं सामतू नांवाच्या एका मंत्र्यानें (प्रधानानें) युक्तीनें बाळराजा जयसिंग यास आपल्या स्वाधीन करून घेऊन मदनपाळास शिपायांचे हस्तें मारून टाकविलें. येणेंकरून राज्यसत्ता मैनल देवीच्या हातीं आली; व त्यावेळेपासून मैन-

ल देवीनें, सामतू, मुंजन आणि उदा अशा तिघां जैन मंत्र्यांमार्फत राज्याचा सर्व कारभार आपण स्वत: चालविला होता. तिनें आपल्या कारकीर्दीत विरमगांवानजीक मोनसर नांवाचा एक तलाव आणि धोळका गांवानजिक मलाव नांवाचा एक तलाव असे दोन तलाव बांधण्याचीं सार्वजनिक उपयोगाचीं दोन मोठींच कामें केलीं.

या मैनल देवीचा इतिहास उदाहरण घेण्यासारिखा आहे. तलाव बांधवितेवेळीं तलावाच्या पूर्वकांठावर एका कसबिणीचें घर होतें. तें खरेदी घेतलें नाहीं तर तलावाच्या सारखेपणास अडचण येत होती; म्हणून त्या घराकरितां राणीनें पुष्कळ द्रव्य देण्यास काढलें. तरी देखील त्या नायकिणीची समजूत न होतां ती ह्मणूं लागली कीं, 'तुमची जशी तलाव बांधविण्यांत कीर्ति आहे तशीच त्या कामीं आडफांटा आणण्यांत माझीही कीर्ति आहे.' असें असतांही राणीनें तिजवर काडीभर देखील जुलूम न करतां तलाव तसाच एका बाजूनें वांकडा बांधिला. त्यावरून हल्लीं तिकडील लोकांत अशा अर्थाची एक म्हण चालत आली आहे कीं, "न्याय पहाणें असेल तर मलावतलाव पहावा !"

मैनल देवी राणीच्या प्रधानांनींही आपल्या खर्चानें कित्येक इमारती बांधविल्या होत्या. उदा नांवाच्या प्रधानानें कर्णावती नगरींत उदनविहार नांवाचें एक देवालय बांधविलें होतें. सामतू आणि मुंजल या मंत्र्यांनीं बांधविलेलीं कामें याच ठिकाणीं आहेत. एका प्रसंगीं ब्राह्मणांनीं मैनल देवीस तिच्या पूर्वजन्मींची कथा सांगितली. ती अशी कीं, 'पूर्वजन्मीं तूं ब्राह्मण ज्ञातीची स्त्री होतीस, आणि शुक्लतीर्थानजीक भालोड नांवाचें स्थळ आहे तेथें तूं सोमनाथाचे यात्रेस जाण्याकरितां आली होतीस; परंतु तेथें ब्राह्मणांनीं तुजपाशीं पुष्कळ कर मागितल्यामुळें तुला सोमनाथाचे यात्रेस जाववलें नाहीं. याकरितां तेथें तूं उपवास करून देहत्याग केला होतास. आतां या जन्मीं तुझ्या नशिबीं ती यात्रा करण्याचा योग आहे, याकरितां तूं त्या यात्रेस जाण्याची सत्वर तयारी कर.'

ब्राह्मणांच्या सदरील वचनावर विश्वास ठेवून मैनल देवी राणी आपल्या पुत्रास बरोबर घेऊन भालोड येथें गेली, आणि त्या ठिकाणीं

लोकांवर कराचा जुलूम पाहून जयसिंगपुत्राच्या हस्तें उदक सोडवून तो कर तिनें बंद करविला. मग तेथून सोमनाथाच्या यात्रेस जाऊन तेथें तिनें तुलापुरुष वगैरे अनेक प्रकारें दानधर्म करून यात्रा परिपूर्ण केली.

सिद्धराज जयसिंग हा आपल्या आईसह देवनगरींत असतां, माळव्याच्या यशोवर्मराजानें गुजराथदेशाच्या उत्तरभागावर हल्ला केला. या प्रसंगीं सामंत कारभारी अन्हिलवाड्यास होता. त्याच्याजवळ शत्रूस हांकून लावण्यापुरतें सैन्य नव्हतें. तसेंच जें कांहीं सैन्य तेथें हजर होतें तें सर्व कामास लावण्यासारखी त्याच्यांत तरतरी नव्हती; ह्मणून त्यानें यशोवर्मराजास पैसा देऊन परत लाविलें. ही गोष्ट जयसिंगराजा लहान होता तरी त्यास खपली नाहीं. ती गोष्ट त्याला समजली तेव्हां तो फार खिन्न होऊन त्यानें माळवाप्रांत सर करण्याचा निश्चय केला; व त्यानें त्याप्रमाणें स्वारी करून माळवाप्रांत काबीजही केला.

माळवादेशावर स्वारी करण्याची तयारी चालली होती त्या वेळीं जयसिंग राजानें सहस्रलिंग नांवाचा तलाव खोदण्याचे कामाची सुरुवात केली होती. या तलावाचें काम पुरें होईपर्यंत त्याच्यानें स्वारी करवली नाहीं. या तलावाच्या संबंधानें लोकांत एक चमत्कारिक दंतकथा चालत आली आहे. ती अशीः—एक जसमा नांवाची ओड जातींची स्त्री अत्यंत लावण्यलतिका असल्याचें ऐकून जयसिंगराजाचें मन तिच्या प्राप्तीविषयीं फार विव्हळ झालें होतें. त्यामुळें त्यानें माळव्याहून ओड जातीच्या सर्व लोकांना, तलावाचें काम करण्याच्या निमित्तानें पाटण येथें बोलावून आणिलें होतें. त्यांजबरोबर जसमाही आपल्या नवऱ्यासह आली होती. जसमा इजला राजानें आपली राणी करण्याची इच्छा दाखविली, परंतु तिनें त्या गोष्टीस रुकार भरला नाहीं. एका प्रसंगीं जसमानें असें धोरण बांधिलें कीं, राजा आपणास जाऊं न देतां बलात्कारानें अडकवून ठेवील; व याजकरितां ती आपल्या मजुरीचे पैसे चुकते करून न घेतां तशीच चालती झाली. राजा मनुष्यें घेऊन तसाच तिचा पाठलाग करीत गेला; परंतु ती त्यापूर्वींच राजाच्या हातीं सांपडण्याच्या भीतीनें अग्नि-

कुंडांत आपल्या देहाची आहुति अर्पण करून दग्ध झाली होती! दग्ध होतेवेळीं तिनें असा शाप दिला होता कीं, 'या तलावांत कधीं पाणी म्हणून यावयाचेंच नाहीं!' राजा परत घरीं येऊन पहातो तों, तलावांतील पाणी सर्व सुकून जाऊन तो तलाव अगदीं कोरडा ठणठणीत पडला होता! त्यावरून जयसिंगराजानें त्या तलावांत पाणी आणण्याकरितां प्रधानाच्या सल्ल्यानें बळी अर्पण करण्याचा हुकूम केला, आणि त्या कामाकरितां एक **माया** नांवाचा **धेड** पकडून आणविला.

अन्हिलवाड शहरांत ह्या काळपर्यंत अशी चाल होती कीं, **धेड** लोक सर्व लोकांस ओळखतां यावे म्हणून त्यांनीं आपल्या शरीरास कापूस लपेटावा व कंबरेस सांबरशिंग बांधून फिरत जावें; आणि त्यांनीं गांवापासून दूर अंतरावर एका जागीं पृथक्पणें रहावें. सदरील **माया** नांवाच्या **धेडा**नें मरतेसमयीं असें मागून घेतलें कीं, 'यापुढें **धेड** लोक निराळा पोशाख करून गांवाबाहेर न राहतील अशी आज्ञा द्या.' त्याप्रमाणें राजानें **धेड**लोकांस मोकळीक दिली आणि **माया धेडा**चा वध करून त्याचें रक्त तलावांत शिंपडलें.

यानंतर **जयसिंगराजानें माळव्यावर** जाण्याची तयारी करून **सह**-स्रलिंग तलावाजवळ तंबू ठोकले. सगळी तयारी झाल्यावर लष्कराचा तेथून तळ उठून तें मजल दरमजल कूच करीत चाललें. मार्गांत जे जे देश लागले ते ते जिंकून व तेथील राजांचीं सैन्यें बरोबर घेऊन **जयसिंगराजाचें** लष्कर **माळव्याकडे** चाललें. तें लष्कर **माळव्यास** जाऊन पोहोंचण्यापूर्वी त्याच्या मदतीस **भिल्ल**लोकांचें सैन्यही येऊन मिळालें होतें. राजानें आपल्या लष्करासह **क्षिप्रा**नदीवर जाऊन मुक्काम केला व लगेच फौजेचा बंदोबस्त करण्याची व्यवस्था चालविली. **सिद्धराज जयसिंगाच्या** डेऱ्यांत गाणें बजावणें वगैरेचा उत्साहच जिकडेतिकडे चालल्याचें नजरेस येत होतें. **जयसिंगाच्या** लष्करानें या ठिकाणीं बारा वर्षेपर्यंत राहून **माळवा**देशाची राजधानी जें **धारानगर** त्याजवर मार चालविला होता. परंतु कांहींच उपयोग झाला नाहीं. तेव्हां राजानें **मुंजल** दिवाणास मसलत विचारिली. **मुंजलानें** मांगि-

तलें कीं, 'आतां परत घरीं जावें हें बरें, असें मला वाटतें.' इतक्यांत ईश्वरकृपेनें मुंजल दिवाणास माळव्याच्या राजाकडील एका इसमापासून अशी बातमी लागली कीं, 'धारानगरीच्या दक्षिणदरवाजाच्या बाजूनें जर हल्ला केला तर खचित जयप्राप्ति होईल.' दिवाणानें ती बातमी राजास सांगितल्यावरून, जयसिंगानें तावडतोब त्या बाजूनें हल्ला केला. जयसिंगाच्या हत्तीनें तटाचे तीन दरवाजे फोडले; तेणेंकरून हत्तीचा बचाव न होतां परिणामीं तो तर मेलाच, परंतु मार्ग खुला होऊन राजाचा नगरांत प्रवेश झाला. यावेळीं धारानगरीचा यशोवर्मराजा त्याच्याशीं मोठ्या बहादरीनें लढला; परंतु अखेरीस शत्रूंनीं त्यास पकडून कैद केलें.

येणेंप्रमाणें जयसिंग राजानें जय संपादन करून भोजनगरींत आपलें निशाण फडकवून परत घरचा रस्ता सुधरला. त्यानें परत जातांना मार्गांत जे कित्येक छोटेखानी राजे वरचेवर यात्रेकरू लोकांस लुटून त्रास देत होते त्यांचा पराभव करून त्यांस किल्ल्यांतून बाहेर हांकून लाविलें; आणि नंतर तो यशोवर्मराजास जयाचे निशाणाखालीं आपल्या हत्तीवर बसवून मोठा हर्षभरित होत्साता स्वनगरांत दाखल झाला. त्या वेळीं हेमाचार्यानें श्वेतांबरींत गुजराथच्या राजांची कीर्ति गाइली होती, असें म्हणतात.

हा हेमाचार्य एक श्वेतांबरमताचा जैनधर्मी साधु होता. हा मोठा विद्वान् आणि बुद्धिमान् असल्यामुळें तो जयसिंग राजाच्या दरबारीं मोठा पंडित म्हणून मानला जात असे. या साधूचे आईबाप मोढ जातीचे वाणी असून, ते धंधुक्यांत रहात असत. आई जैनधर्मी कुलांतील कन्या असून, बाप ब्राह्मणधर्म पाळीत होता. त्यांनीं आपल्या मुलाचें नांव चंगदेव असें ठेविलें होतें. हा चंगदेव जेव्हां ८ वर्षांच्या वयाचा झाला त्यावेळीं कोणी देवचंद्राचार्य फिरत फिरत धंधुका येथें आले. त्यांनीं तेथें त्या मुलाची कांति पाहून त्याच्या आईस समजावून सांगितलें कीं, 'हा पुत्र मला दे म्हणजे मी त्याला दीक्षा देईन.' आईनें धर्मास्थेनें मुलगा त्याच्या स्वाधीन केला; परंतु त्याला देवचंद्राचार्यांनीं आपणाबरोबर कर्णावती येथें नेला नाहीं तोंच मागोमाग

त्या मुलाचा बाप आला, आणि मुलास साधूनें नेल्याची वार्ता ऐकून तो रडत, छाती बडवीत, साधूजवळ येऊन मुलगा मागूं लागला. देवचंद्र या वेळीं उदायन प्रधानाच्या घरीं होता. प्रधानानें वाण्याची समजूत करून सांगितलें कीं, 'तुझा मुलगा दीक्षा घेण्यास खुषी आहे; करितां तूं त्याच्यासाठीं हळहळूं नकोस.' हें ऐकून तो वाणी परत घरीं गेला.

नंतर त्या मुलानें दीक्षा घेऊन तो आपणास हेमचंद्र असें म्हणवूं लागला. बाळपणापासूनच तो जैन आणि ब्राह्मणधर्माच्या शास्त्रांचें अध्ययन करून त्यांत प्रवीण झाला होता. यामुळें गुरुजींनीं त्यास 'सूरी' अशी पदवी दिली. ह्या हेमचंद्र सूरीनें जयसिंगदेवाच्या वेळीं एक संस्कृत व्याकरणग्रंथ रचिला होता. हा व्याकरणग्रंथ, ब्राह्मणांनीं केलेल्या व्याकरणाचा आधार घेऊन त्यानें केला आहे, असा त्याजवर त्याच्या प्रतिपक्षी ब्राह्मणांचा आरोप होता. यामुळें राजानें सभा भरवून त्यासंबंधें वादविवाद करविला; त्यांत हेमाचार्याचा जय झाला. मग राजानें तें पुस्तक हत्तीवर अंबारींत घालून त्याजवर श्वेत छत्र व राजचिन्हें धरवून मोठ्या स्वारीच्या डौलानें व थाटानें शहरांत मिरवून आणविल्यानंतर आपल्या भांडारखान्यांत ठेविलें. परंतु पुन्हां कोणीं राजास असें सांगितलें कीं, 'त्या ग्रंथांत आपली स्तुति कांहींच गाइलेली नाहीं.' याविषयींचा तपास होण्यापूर्वीच हेमचंद्रानें राजाच्या कीर्तिवर्णनाचें एक सुंदर काव्य तयार केलें; व त्यामागून त्यानें 'द्व्याश्रय' नांवाचें दुसरें एक काव्य तयार केलें. त्यावेळेस तर मग राजाला कांहीं संशयच उरला नाहीं.

जयसिंगानें नंतर त्रिपुरुषप्रासाद व इतर कांहीं देवस्थानांच्या खर्चाची व्यवस्था केली; आणि सिद्धपुरांत जे कित्येक रानटी आडदांड लोक यात्रेकरूंस पीडा देऊन यज्ञयागादिकांचा भंग करीत होते, त्यांस शासन करून, 'रुद्रमहाकाल' नांवाचें देऊळ जीर्ण होऊन पडावयास झालें होतें त्याचा जीर्णोद्धार केला. या देवळाचें काम चमत्कारिक आहे. या देवळांत त्यानें आपलाही एक पुतळा, प्रार्थना करीत आहे अशा डौलाचा, तयार करवून बसविला असून, सर्व देवळांचा कदाचित् नाश झाला

तरी या देवळाचा कोणीं भंग करूं नये अशा अर्थाचा तेथें एक लेख कोरविला. ज्या वेळेस त्यानें या देवळावर ध्वजा चढविली त्या वेळेस जैन लोकांसही त्यांच्या देवळावर ध्वजा चढविण्याची त्यानें मोकळीक दिली. या ठिकाणीं जयसिंग राजानें महावीराचेंही एक देवालय बांधविलें होतें असें जैन लोकांचें म्हणणें आहे; व या स्थळाचें नांव सिद्धपूर म्हणून जें पडलें आहे तें बहुतकरून या सिद्धराजाच्याच वेळीं पडलें असावें. यास पूर्वी 'श्रीस्थळ' असें म्हणत असत.

सिद्धराज जयसिंग या वेळीं पुन्हां माळव्यास गेला व तेथें चार महिने राहिला. इतक्यांत सहस्रलिंग तलावांत पाणी आल्याची बातमी ऐकून तो तसाच घरीं येण्याकरितां निघाला. पुढें मार्गांत श्रीनगर येथें आला, तेव्हां तेथें त्यानें जैनदेवळावर पताका पाहिली; तेणेंकरून त्यास क्रोध आला. तपास करितां, जैन लोकांनीं पताका चढविण्याविषयीं आपणास मोकळीक मिळाल्याबद्दलचे जुने ताम्रपट दाखविले. त्याजवरून राजानें ठराव केला कीं, 'यापुढें दिवाळीच्या दिवशीं मात्र देवळावर पताका चढवीत जावी.'

जयसिंगाच्या दरबारांत एक जगदेव नांवाचा प्रमारवंशज महाबलाढ्य, बुद्धिमान् आणि लक्ष्मीवान् रजपूत होता. त्यास जयसिंग आपल्या बरोबरीनें मान देत असे. या रजपुताच्या पराक्रमावर खूष होऊन राजानें त्यास आपली कन्या अर्पण केली होती. आणि याशिवाय राजा आणि जगदेव या उभयतांनीं कच्छच्या लाखा फुलाच्या कन्यांशीं लग्नें लाविलीं होतीं; यावरून या उभयतांच्या दरम्यान एकीकडून सासराजांवई आणि दुसरीकडून साडूपणाचाही संबंध जडला होता.

जयसिंगानें जसा माळव्याच्या राजावर जय संपादिला होता त्याचप्रमाणें त्यानें सौराष्ट्र (काठेवाड) देशांत गिरनारचा राजा खेंगार यास मारून जय मिळविला होता. ही लढाई होण्याचें कारण असें झालें होतें कीं, सौराष्ट्रांत जुनागडापासून ४ कोसांवर मजेवडी नांवाचें गांव आहे, तेथील एका कुंभाराच्या घरीं राकण देवी नांवाची एक अति लावण्यवती कन्या होती. तिचा विवाह जयसिं-

जाशीं व्हावयाचा होता. (कोणी झाला होता असें म्हणतात.) असें असतां या कन्येस बलात्कारानें नेऊन खेंगार यानें तिच्याशीं आपलें लग्न लाविलें. या कारणावरून खेंगार यास शिक्षा करण्यासाठीं जयसिंग हा आपल्या मोठ्या सैन्यानिशीं सौराष्ट्रावर गेला. तो मुंजपूर, झिंझुवाडा, विरमगांव, वढवाण, आणि सायला वगैरे गांवीं जाऊन कांहीं दिवसांनीं जुनागड येथें आला. कित्येक लोक असें सांगतात कीं, विरमगांवांत मनसर तलाव, आणि वढवाण व सायला येथील किल्ले व तलाव त्यानें या वेळींच बांधविले आहेत. येथेंही त्यानें १२ वर्षेपर्यंत लढाई केली; परंतु कांहीं उपयोग झाला नाहीं. यावेळीं त्याची आई मैनल देवीही बरोबर होती; परंतु तिचें चातुर्य व उपाय यावेळीं सर्व निष्फळ झाले. अखेरीस खेंगारच्या भावाचा आपल्या मामाशीं कांहीं बेबनाव झाल्यामुळें तो शहराचे दरवाजे खुले करून बाहेर आला; व जयसिंगास मिळून त्याचें सैन्य आपणाबरोबर शहरांत घेऊन गेला. जयसिंग शहरांत आल्याबरोबर लगेच खेंगार जिकडे होता तिकडे गेला. खेंगार यावेळीं आपल्या थोड्या लोकांनिशीं हत्यारबंद होऊन सामन्यास आला; आणि मोठ्या बहादुरीनें आपला बचाव करूं लागला; परंतु अखेरीस जयसिंगानें सोरठदेशचा राजा खेंगार यास मारून सोरठदेश घेतला; आणि वनराजाचा प्रधान होता त्याचे वंशांतील सज्जन ह्मणून एक पुरुष होता, त्यास सोरठ म्हणजे काठेवाडचा सुभा केला. राजा खेंगार याचा वाडा जुनागडास गिरनार पर्वतावर अद्याप आहे.

गिरनार हें श्रावक लोकांचें मोठें पवित्रस्थान आहे. जुनागड हा डोंगरी किल्ला असून, हल्लीं बहुतकरून तो ओसाड आहे. त्याचे खालीं जमिनींत इमारती सांपडतात. त्यालगत पर्वत आहे; त्यास गिरनार म्हणतात. त्याचे पायथ्याशीं दामोदरकुंड ह्मणून सुवर्णरेखा नदींत तीर्थ आहे. त्या नदीस 'सुपरीक' असें लोक ह्मणतात. या पर्वताचा एक फांटा आहे त्यास 'रैवतपर्वत' म्हणतात. या डोंगरावर अंबाजी व दत्तात्रेयाच्या पादुका उंच ठिकाणीं आहेत. वरतीं सुंदर पाण्याचीं कुंडें, गोमुखी व कमंडलु वगैरे आहेत. तसेंच, तेथें श्रावक

लोकांचा कोठव असून, नेमिनाथ व तीर्थकार यांचें स्थान आहे. शिवाय आणखी देवळें व कुंडें पुष्कळ आहेत. संप्रतिराजानें बांधलेलें कुमारपाळ राजाचें देऊळ तेथेंच आहे. डोंगरावर टेंकड्या फार असून एक एक टेंकडीवर एक एक देऊळ आहे. तसेंच वर जाण्याला पायऱ्या आहेत. या देवळांतून पहिल्यानें अघोरी तपस्वी रहात होते म्हणून म्हणतात; परंतु हल्लीं तेथें कोणी नाहीं. वरती तीन कोस लांबीचीं फिरण्याचीं ठिकाणें आहेत. उंच टेंकडावर दत्तात्रेयाच्या पादुका आहेत, त्यांस जैन लोक 'नेमिनाथाच्या पादुका' असें म्हणतात. हा नेमिनाथ, श्रीकृष्णाचा काका कोणी समुद्रविजय राजा होता, त्याचा मुलगा होय असें ह्मणतात; व म्हणून तो श्रीकृष्णाचा चुलतभाऊ होय. त्यानें जैनधर्माची दीक्षा घेऊन डोंगरावर तप केलें. या डोंगराचे पायथ्याशीं अशोक राजाचा एका डोंगराचे कडीवर कोरलेला लेख आहे. तो २३०० वर्षांचा जुनाट आहे असें ह्मणतात. तो समजत नाहीं तरी, त्यांत लोकांस समजण्याकरितां जैनधर्माच्या आज्ञा कोरलेल्या आहेत असें अनुमान आहे. त्याचे पलीकडे वल्लभाचार्य गोस्वामी यांची बैठक आहे. हे "आचार्य महाप्रभुजी" जेथें जेथें बसले आणि राहिले त्या त्या जागा पवित्र समजून तदनुयायी लोकांनीं तेथें तेथें इमारती बांधिल्या आहेत. अहमदाबादेंतही एक अशीच बैठक आहे. याप्रमाणेंच स्वामीनारायणांच्याही बैठकी आहेत.

सोरठदेशांत पालीठाणा संस्थानांत पालीठाणा शहराजवळ शत्रुंजय ह्मणून डोंगर आहे; त्याखालीं शत्रुंजी नांवाची नदी आहे. त्या शत्रुंजय डोंगरावर हजारों देवळें आहेत, त्यांपैकीं कित्येकांत हजार पादुका, व कित्येकांत तीर्थंकरांच्या मूर्ति असतात. त्यांस दागिने वगैरे पुष्कळ असतात. तीर्थंकरांच्या मूर्ति एकसारख्याच असतात, परंतु त्या ओळखण्याकरितां प्रत्येक मूर्तीचें चिन्ह पृथक् पृथक् असतें व तें चिन्ह त्या मूर्तीखालीं काढलेलें असतें. त्यावरून ती मूर्ति ओळखिली जाते. ऋषभदेवाचें चिन्ह बैलाचें करितात. कोणाचें शंख, कोणाचें सर्प, अशा प्रकारचीं चिन्हें केलेलीं असतात. या ठिकाणीं सर्व भरतखंडांतील लोक यात्रा करण्यास येत असतात. या

देवळांचे आरंभीं एक दत्ताचें आणि शेवटीं एक महादेवाचें देऊळ आहे. डोंगराच्या पायथ्याशीं श्रावक लोकांची मोठी धर्मशाळा आहे. कोणी यात्रेकरू नित्य वरतीं जातात. सर्व डोंगर पवित्र मानिला जात असल्यामुळें वरतीं कोणी थुंकूं नये व जोडा घालूं नये अशी रीति आहे; परंतु इंग्रेज लोक जातात, त्यांस रेशमी जोडे घालण्यास देतात. वरतीं किल्ला असून त्यांत असंख्य देवळें आहेत. इतकीं अगणित देवळें कोठेंही नसतील. यांतच शेट श्यामजीनें बांधलेलें एक देऊळ आहे तें तीस कोसांवरून दिसतें, असें म्हणतात. या ठिकाणापासून पश्चिमेस गिरनार दिसतो व उत्तरेस सिहोरचे डोंगर दिसतात. येथील भावडजावड्याचीं देवळें इसवी सनाच्या पहिल्या शतकांत झालीं असें म्हणतात. भरतराजानें ऋषभदेवाचें तीर्थ स्थापन केलें. त्यानंतर कांहींचा जीर्णोद्धार ८०० इसवींत झाला. शेवटचा उद्धार १५०० इसवींत झाला. याप्रमाणें अनेक देवप्रतिष्ठा झाल्या. या डोंगरास 'सिद्धाचल' म्हणतात. धनेश्वर सूरी म्हणून कोणी एक साधु वल्लभीपुरांत होता, त्यानें शिलादित्यास जैन केलें. असे अनेक पंडित जैन लोकांमध्यें साधु व जति झाले आहेत व त्यांनीं बहुत ग्रंथ रचले आहेत. एकंदर जैन लोकांचे ग्रंथ फार आहेत; परंतु त्यांत मुख्यत्वेंकरून 'लक्ष्मीवैराग्य' नांवाच्या ग्रंथाची प्रशंसा फार आहे. या डोंगरावर यात्रा भरते, त्याबद्दल पालिटाण्याचे ठाकुरास १०००० रुपये जैन लोक कर देत असतात. हल्लीं त्या कराविषयीं बहुत तक्रार चालू आहे. जैन लोकांनीं केलेले मूळचे ग्रंथ मागधी भाषेंत असून, त्यांजवरील टीका संस्कृत व गुजराथी भाषेंत आहेत. भाद्रपदाचे आरंभीं 'पर्युषण' म्हणून पांच दिवस उपवास करितात. त्यांत कल्पसूत्राबरोबर महावीरस्वामीचें चरित्र वाचितात;त्यास 'वाखाण' म्हणतात.

सिद्धराजानें खेंगार यास मारल्यानंतर गिरनारचें राज्य आपल्या ताब्यांत घेतलें; तेव्हां अर्थात् राकण देवी कबज्यांत आली. तिला घेऊन तो घराकडे चालला. नंतर वढवाण ऊर्फ वर्धमान शहरीं आल्यावर सिद्धराजानें राकण देवीस विचारलें कीं, 'तुझी काय इच्छा आहे ?' ही मोठी पतिव्रता असल्यामुळें तिनें राजाशीं लग्न करण्याचें

नाकारून ती ह्मणाली कीं, 'तूं इच्छेप्रमाणें कबूल करशील तर सांगतें.' राजानें 'होय' म्हटल्यावर तिनें सांगितलें कीं, 'माझा नवरा मेला, मुलें मेलीं; आतां माझी इच्छा इतकीच आहे कीं, नवऱ्याच्या अस्थी मजजवळ आहेत त्यांसह सती जावें.' राजा म्हणाला, 'ठीक आहे.' व त्याप्रमाणें ती वढवाण येथें भोगावा नदीवर जयसिंगासमक्ष सती जाऊन जळून मेली.

सिद्धराज जयसिंग यानें सोरठदेशाचा राज्यकारभार वनराजाचा मोवती चांपा याच्या वंशांतील सज्जन नांवाच्या एका इसमाकडे सोंपविल्याचें पूर्वी सांगितलेंच आहे. मेरुतुंग सूरी आपल्या ग्रंथांत लिहितो कीं, सदरील सज्जन नांवाच्या अधिकाऱ्यानें सर्व सोरठदेशाचें तीन सालचें उत्पन्न नेमिनाथाचें देवालय बांधण्याकडे खर्च केलें होतें. त्याचा राजानें जेव्हां हिशोब मागितला तेव्हां त्यानें तो बरोबर दिला. त्यावरून राजानें त्यास त्याच अधिकारावर कायम ठेवून, गिरनार आणि शत्रुंजयाच्या देवळांचा सांभाळ करण्याचें कामही त्याजकडेसच सोंपविलें. एका प्रसंगीं जयसिंग सोमनाथाची यात्रा करण्याकरितां गेला; तेव्हां मार्गांत गिरनार आणि शत्रुंजय या उभयस्थळीं त्यास प्रतिबंध झाला होता. त्यावरून ब्राह्मणांनीं त्याच्या मनांत कांहीं विपरीत कल्पना भरवून दिली; परंतु त्यानें या वेळीं शत्रुंजय येथें ऋषभदेवाच्या पूजेसाठीं १२ गांव दिले.

या राजाच्या कारकीर्दींत धर्मसंबंधी वादविवाद पुष्कळ चालत असत. हे वादविवाद जैन आणि ब्राह्मण यांच्यांमध्येंच चालत होते असें नाहीं; तर जैन धर्माच्या ज्या मुख्य दोन शाखा दिगंबर आणि श्वेतांबर, त्यांच्या दरम्यान विशेषेंकरून चालत असत. कुमुदचंद्र नांवाचा दिगंबर साधु या वेळीं मैनल देवीच्या माहेरघरा(कर्णावती)कडून अन्हिलवाड येथें आला होता. त्याजबरोबर श्वेतांबर शाखेचे साधु देव सूरी आणि हेमाचार्य यांचा वादविवाद करविण्यासाठीं राजानें सभा भरविली होती. त्यांचा वादविवाद होऊन, त्यांत कुमुदचंद्र पराजित झाला. आपल्या माहेराकडून आलेल्या कुमुदचंद्र साधूचा पराभव झालेला पाहून मैनल देवी राणीस थोडें

वाईट वाटलें; व तिनें त्याचा पक्ष उचलून धरिला; परंतु हेमाचार्यानें तिची समजूत घातली; त्यावरून मागाहून तिनें तो पक्ष सोडून दिला. दिगंबर साधूचा पराभव झाल्यामुळें त्याला गांवाबाहेर काढून लाविलें; व जयसिंग श्वेतांबर साधूची वाखाणणी करीत त्याचा हात धरून राजचिन्हविभूषित होत्साता, जयवाद्य शंख वाजून राहिला आहे, अशा धामधुमीच्या थाटानें, महावीराच्या देवालयांत गेला. राजानें या वेळीं त्या श्वेतांबर सूरीस पुरांतेज आणि देहगांव यांच्या दरम्यानचीं १२ गांवें दिलीं. तीं घेण्याचें प्रथमतः साधुमहाराजांनीं नाकारलें; परंतु अखेरीस त्यांणीं त्यांचें ग्रहण केलेंच. हेमचंद्र मोठा पंडित होता. त्यानें केलेल्या ग्रंथांपैकीं, 'हैमव्याकरण,' 'हैमकोश' इत्यादि ग्रंथ प्रसिद्ध आहेत.

जैन लोक या वेळीं अन्य धर्माच्या लोकांशीं कांहीं उदारतेनें वागत असत; परंतु जैनांच्या इतर शाखांकडे ते मोठ्या करड्या नजरेनें पहात होते. जगांत कोणता धर्म श्रेष्ठ आहे याचा निश्चय ठरविण्यासाठीं जयसिंगानें या वेळीं निरनिराळ्या धर्मांची सर्व विद्वान् मंडळी एकत्र जमविली होती. त्यांस प्रश्न विचारतां, प्रत्येक विद्वान् आपआपल्या धर्माचीच प्रशंसा करूं लागला, परंतु निश्चयात्मक असें कांहींच ठरलें नाहीं. अखेरीस हेमचंद्रानें योग्य जबाब देऊन राजाच्या मनाचें समाधान केलें. तेणेंकरून राजाची मर्जी विशेष सुप्रसन्न झाली. प्रारंभापासूनच अन्हिलवाड नगरांत आळीपाळीनें शैव आणि जैन या उभय धर्मांचा जोर होऊं पहात होता. जयसिंग सोमनाथाच्या यात्रेकरितां गेला होता. तसेंच श्रीस्थळ येथील रुद्रमाळेच्या देवालयाचा त्यानें ही जीर्णोद्धार करविला होता त्यावरून, आणि त्यानें जीं ब्राह्मण लोकांस दानें दिलीं होतीं त्यांवरूनही तो शिवभक्त होता असें म्हणतां येईल; तरी देखील त्यानें जैनधर्मासाठीं जीं कामें करविलेलीं आहेत त्यांविषयींचा विचार जेव्हां मनांत उभा राहतो तेव्हां खात्रीलायक असें कांहींच सांगतां येत नाहीं. सिहोर गांव पूर्वी मूळराजानें ब्राह्मणांस दान दिला होता. त्याचा जयसिंगानें पुन्हां लेख करून देऊन त्या ब्राह्मणांस आणखी १०० गांव बहाल केले. त्या

स्थळी जंगली जनावरांच्या भीतीमुळें राहण्याची अडचण पडूं लागल्या-कारणानें ब्राह्मणांनीं गुजराथेंत येऊन राहण्याची राजाजवळ परवानगी मागितली. त्यावरून राजानें त्यांस साबरमती नदीतीरीं आशामबिली नांवाचा गांव राहण्यास देऊन, ते सिहोर येथून जें धान्य आणतील त्यावरील कराची माफी केली. जयसिंगानें हिंदुस्थानांतून हजार ब्राह्मण बोलावून आणून त्यांस गांव इनाम दिले. या ब्राह्मण जातीचें नांव 'औदीच्यसहस्र' असें आहे. त्यांत हिंदुस्थानच्या अनेक ज्ञाती सामील होऊन एकच ज्ञात झाली आहे, व ती गुजराथेंत प्रसिद्ध आहे.

जैन ग्रंथकार लिहितात कीं, जयसिंगाच्या दरबारीं सिलोनच्या राजाकडून नजराणे आले होते. जसलमीरच्या वृत्तांतावरून समजतें कीं, जसलमीरचा राजा लंज वीजिराय (विजय) गादीवर बसला ते वेळेस जयसिंगाच्या कन्येशीं त्याचा विवाह झाला होता. लग्नसमयीं सासूनें (कन्येच्या आईनें) जांवयाच्या कपाळीं तिलक लावून, असा आशीर्वाद दिला कीं, 'हे पुत्रा, तूं उत्तर बाजूकडे जे राजे बलवान् होत चालले आहेत त्यांच्या आणि आमच्या दरम्यान अर्गलाप्रमाणें (प्रतिबंध) होऊन राज्य कर.' लंजराजाचा बाप दुसज हा इ० स० १०४४ त राज्यासनावर बसला; त्याच्या वृद्धावस्थेंत लंज जन्मला होता. इकडे लक्ष्य देतां, कन्येच्या आईनें जे बलवान् राजे सांगितले ते मुसलमान राजे असावेत असा तर्क होतो.

सिद्धराज जयसिंग याच्या कारकीर्दींत मुसलमान लोक गुजराथेंत दृष्टीस पडले नाहींत, तथापि ते आसपास नजीकच होते. फेरिस्ता ग्रंथकार लिहितो कीं, सुलतान मसाउद यानें इ० स० १०९८ पासून ११४८ पर्यंत राज्य केलें. त्या वेळीं लाहोरास त्याच्या तर्फे हाजीब टोघंटगीन नांवाचा सुभेदार होता. त्यानें आपलें लष्कर थेट गंगानदीपर्यंत नेलें होतें. गिझनीच्या राज्यतळापासून इराण व तुराणचा मुलूख गेल्यानंतर लाहोर हीच राज्याची मुख्य जागा होऊन राहिली होती. इ० स० ११४८ त सुलतान अर्सलानानें लाहोर येथें भिलीम यास सुभेदार करून ठेविलें होतें. सुलतान अर्सलान मेल्यानंतर त्याचा भाऊ बैराम यास न जुमानतां

**भिलीमानें लाहोर** आपल्याच कबज्यांत ठेविलें. अखेरीस **वैरामानें लाहोर** आपल्या ताब्यांत घेतल्या कारणानें **महंमद भिलीम** यानें **शिवालिक** प्रांतांतील **नागोर** आपल्या हाताखालीं घालून तो आसपासच्या **हिंदुराजांच्या** प्रांतांत लुटालूट करुन नासधूस करूं लागला. अखेरीस **लाहोरचें** राज्य घेण्याची त्याची मर्जी होती; परंतु **वैरामानें** त्याच्याशीं **मुलतानानजीक** लढाई केली. त्यांत तो पराजित झाल्या कारणानें त्याचा ग्रंथ आटोपला.

**जयसिंगाविषयीं** कित्येक ठिकाणीं निरनिराळ्या गोष्टी आढळांत येतात, त्यावरुन तो फार उत्तम स्वभावाचा होता असें अनुमान होतें. एका प्रसंगीं तो **माळव्यास** जात असतां आपला मोठा अवाढव्य रथ घांटांत (डोंगरी मार्गांत) चालणार नाहीं असें समजून, त्यानें तो रथ मार्गांत **वाराही** गांवीं ठेवून त्याची जतन करण्याविषयीं तेथील सर्व लोकांस शिफारस केली. तो रथ गांवच्या लोकांपैकीं कोणी तरी एकानें सांठवून संरक्षण न करितां, शिफारशीप्रमाणें सर्वांनीं त्या रथाचे तुकडे करुन एकेक तुकडा प्रत्येकानें सांठवून ठेविला. परत येतेवेळेस राजानें पाहिलें तों रथाची सदरीलप्रमाणें दशा झालेली त्याच्या दृष्टीस पडली. तें पाहून राजास पुष्कळ खेद वाटला; परंतु रागावून त्यानें कोणास शिक्षा न करितां, तो त्यांस 'मूर्ख आहां' इतकें मात्र म्हणाला !

एका वेळीं **माळव्याहून** परत येत असतां **पाटणानजीक उंजा** नांवाच्या गांवीं राजाचा मुक्काम पडला होता. या गांवीं प्राचीनपासूनच **कडव्या कुणबीलोकांची** पुष्कळ वस्ती आहे. **जयसिंग महाराष्ट्रांतून सोमनाथाची** यात्रा करण्यास जाणाऱ्या यात्रेकरूच्या वेषानें गांवांत जाऊन चावडींत लोकांच्या गोष्टी ऐकत बसला. तेथें गांवेंढकरी लोक एकत्र जमून गोष्टी सांगत बसले होते. एकजण म्हणाला कीं, 'आपला राजा विद्वान् लोकांस चांगला आश्रय देतो; तो मोठा दयाळू असून त्याचा आपल्या पदरच्या लोकांवर बहुत प्यार आहे; व तो वस्तींतील प्रजाजनांस बहुत सुख देतो; वगैरे सर्व गोष्टी ठीक आहेत. पण फक्त उणीव इतकीच आहे कीं, त्याच्या पोटीं पुत्रसंतति नाहीं !' अशा गोष्टी ऐकून राजा परत आपल्या मुक्कामाच्या

जागीं आला. दुसऱ्या दिवशीं सकाळीं गांवांतील सर्व लोक राजास भेटण्याकरितां तंबूवर आले. राजास बाहेर येण्यास थोडा वेळ लागला. तितक्यांत ते गांवढळ लोक नेहमीं जसें एकाद्याच्या घरीं गेले म्हणजे खाटल्यावर जाऊन बसतात, त्याप्रमाणें तेथें राजाची सुंदर शय्या बिछावलेली होती तीवर जाऊन बसले! तीवर बसण्यास त्यांस राजाच्या लोकांनीं मनाई केली; परंतु त्या मनाईची त्यांनीं कांहींच पर्वा बाळगिली नाहीं. जयसिंगानेंही त्यांस तेथें बसलेलें पाहिलें; तरी पण तो एक चकार शब्दही त्या लोकांस बोलला नाहीं. तेणेंकरून त्याच्या चाकरमाणसांस मोठेंच आश्चर्य वाटलें!

जयसिंगाविषयीं एक ग्रंथकार लिहितो कीं, तो सुस्वरूप, सडपातळ, आणि नमुनेदार असा पुरुष होता. त्याचे हात कोपरापर्यंत काळे होते. तो बहुतकरून सर्व सद्गुणांनीं भरपूर आणि आश्रितजनांस कल्पवृक्षासारखा होता; तथापि स्त्रैणतेचा त्याच्यांत मुख्य दोष होता. पवित्र पतिव्रता अशा ब्राह्मणस्त्रियांशींही त्यानें व्यभिचार करण्यास मागें पुढें पाहिलें नाहीं. तेणेंकरून कविजनांनीं त्याची फारच निंदा केली आहे. रात्रीच्या समयीं वेष पालटून कोठें काय चर्चा चालते ती पाहण्याकरितां तो फिरतच असे. त्याला कीर्तीचा लोभ विशेष असल्याकारणानें तो लढाया करीत असे इतकेंच नाहीं, तर भाट लोकांस विपुल धन देऊन खूप ठेवीत असे. त्यानें आपल्या पूर्वजांचा एक वृत्तांत लिहविला होता. त्यानें आपल्या औदार्यानें सोरठमध्यें आणि गुजराथेंत इमारती, देवालयें व जलाशय यांचा इतका मोठा विस्तार करून ठेविला आहे कीं, तीं पाहून अज्ञान लोक आश्चर्य पावत आहेत, आणि प्राचीन इतिहासाविषयींची जिज्ञासा बाळगणारे लोक त्यांची वाखाणणी करीत आहेत. 'रासमाळा' नांवाच्या ग्रंथांत जस्टिस् फॉर्बस् साहेबांनीं असें लिहिलें आहे कीं, जयसिंगांत पाहिजे तसे दुर्गुण होते तरी तो हिंदु लोकांत एक श्रेष्ठ राजा होऊन गेला. तो शूर, बलवान् आणि मोठमोठीं कामें करण्याकरितां सदा सर्वकाळ आतुर असा होता. भाटलोक त्याला 'गुजराथदेशाचें भूषण' आणि 'चालुक्यवंशाचा कुलदीप' असें म्हणत आहेत तें वाजवी आहे.

**सिद्धराज जयसिंग** याच्या राज्याची सीमा कोठपर्यंत होती हें खास सांगवत नाहीं. तरी पण **गुजराथ**च्या राज्यावर तर त्याची पूर्ण सत्ता होती असें अनुमान होतें. त्याच्या राज्याच्या पूर्वसीमेवर अचलगड आणि **चं**द्रावतीचे किल्ले होते; एका बाजूस **मो**ढेरा आणि **झिं**झुवाडा, आणि दुसऱ्या दिशेस **चां**पानेर आणि डभोईचा किल्ला होता. **मूळ**राजानें मिळविलेल्या राज्यांत यानें कांहीं एक कमतरता न होऊं देतां उलट त्याची वृद्धि केली होती. उत्तर प्रांतीं त्याची सत्ता आबू पहाडापलीकडे थेट **झा**लोरपर्यंत होती. **सो**रठ आणि **मा**ळवा प्रांत हे तर याच राज्याच्या कारकीर्दींत ताब्यांत आले आहेत. दक्षिणेंत त्याची सत्ता थेट **को**ल्हापुरपर्यंत पसरली होती. **चंद भाट** म्हणतो कीं, 'यानें ज्यावेळीं **क**नौजच्या राजाशीं युद्ध केलें त्या वेळीं यानें आपली तरवार **गं**गानदींत धुतली होती.' पूर्वदिशेकडे त्याचा **अ**जमीर आणि **मे**वाडच्या राजाशीं स्नेह नसता तर त्या दिशेसही त्याच्या राज्याची सीमा फार दूरवर जाऊन पोहोंचली असती. याणें इ०स० १०९४ पासून ११४३ पर्यंत ४९ वर्षें फार चांगल्या प्रकारें राज्य केलें. त्यानें विद्या कलाकौशल्य यांस विशेष उत्तेजन दिलें. तळीं वगैरे सार्वजनिक कामें बहुत बांधिलीं. यास पुत्रसंतान नसून एक कन्या होती. तिचें लग्न **ज**सलमीरच्या **वि**जयराजाशीं झाल्याची हकीकत पूर्वीं लिहिलीच आहे. याचें राज्य पुष्कळ मोठें होतें. **चंद भाट** असें लिहितो कीं, '**क**र्नाटकापासून **हि**माचलापर्यंत २२ राजे याच्या ताब्यांत होते.' तो सन ११४३ त मेला तेव्हां त्यास वारस होते त्यांचा तपशीलः—

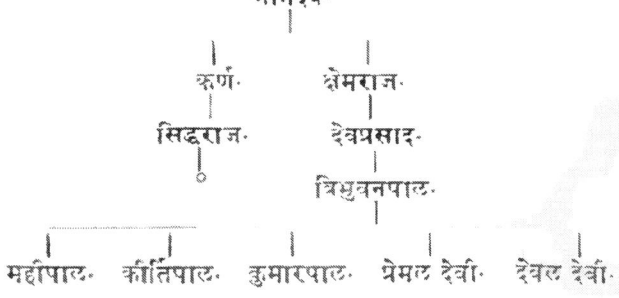

भीमदेव.

कर्ण. — क्षेमराज.

सिद्धराज. — देवप्रसाद.

० — त्रिभुवनपाल.

महीपाल. कीर्तिपाल. कुमारपाल. प्रेमल देवी. देवल देवी.

# भाग दहावा.

## चालुक्य अथवा सोळंखी वंश. (पुढें चालू.)

## (कुमारपाल.)

(इ० स० ११४३ पासून इ० स० ११७४ पर्यंत.)

सिद्धराज जयसिंग यास मागें पुत्रसंतति नसल्याकारणानें त्याच्या गादीवर भीमदेव राजाचा मुलगा क्षेमराज याच्या वंशांतील कुमारपाल नांवाचा कोणी पुरुष बसला. भीमराजाची स्त्री बकुला देवी इचा पुत्र व कर्ण याचा सावत्र भाऊ क्षेमराज यास देवप्रसाद नांवाचा मुलगा होता व त्यास कर्णराजानें दधिस्थळ दिल्याबद्दल वगैरे पूर्वीं सातव्या भागांत लिहिलें आहे तें वाचकांच्या लक्षांत असेलच. या देवप्रसादाच्या त्रिभुवनपाल नामक मुलास, महीपाल, कीर्तिपाल व कुमारपाल असे तीन पुत्र आणि प्रेमल देवी आणि देवल देवी नांवाच्या दोन कन्या होत्या. (वर नवव्या भागांतील भीमदेवाचा वंशवृक्ष पहा.) प्रेमल देवींचें लग्न, सिद्धराजाचा मंत्री (कारभारी) कान्हदेव याच्याशीं झालें होतें, आणि देवल देवीनें काश्मीरच्या राजाशीं लग्न लाविलें होतें.

गादीवर बसलेला कुमारपाल याविषयीं कोणीं सामुद्रिक जाणणाऱ्या ज्योतिष्यानें सिद्धराजास असें भाकित सांगितलें होतें कीं, 'तुझ्या मागें गादीचा वारस कुमारपालच होईल.' हें भाकित राजास न रुचल्याकारणानें राजानें द्वेष धरून कुमारपालास मारून टाकण्याचा विचार केला. या विचाराची गुणगुण कुमारपालाच्या कानीं जातांच तो साधुवेष घेऊन पळून गेला होता. त्याचे पाठोपाठ सिद्धराजानें मारेकरी पाठवून त्यांस हुकूम केला होता कीं, 'तो जेथें सांपडेल तेथें त्यास मारा;' परंतु ठिकठिकाणीं कुमारपालास साह्य मिळून त्याचा सांभाळ झाला. कित्येक दिवसांनीं तो रखडत रखडत परत पाटणास येऊन साधु (जती वगैरे) मंडळींत उतरला. एका प्रसंगीं सिद्धराज आपल्या बापाच्या श्राद्धतिथीच्या दिवशीं सर्व साधूंस बोलावून आणून त्यांचें पादक्षालन करीत असतां, ज्या वेळीं वेषधारी कुमारपाल साधूचे पाय धुण्याची बारी आली, तेव्हां त्याचे पाय अतिकोमल लागले व तशांत त्याणें त्या पायावर ऊर्ध्वरेषा पाहिली; त्यावरून हाच कुमारपाल असें

सिद्धराजानें जाणिलें. राजानें मला ओळखलें, असें कुमारपालाच्या लक्ष्यांत आल्याबरोबर त्यानें, आपण धरलें जाऊं या भीतीनें, दुसरा वेष धारण करून, तो तसाच आपल्या वडिलांचें वतनगांव जें दधिस्थळा तिकडे चालता झाला. राजानें त्याच्या पाठोपाठ माणसें पाठविलीं; तीं येऊन पोहोंचलीं आणि तो पकडला जाण्याच्या बेतांत होता. इतक्यांत तेथील एका आलिंग नांवाच्या कुंभारानें त्यास आपल्या आव्यांत लपवून ठेविलें. मग माणसें शोधून एकीकडे होतांच तो तेथून पळाला; परंतु शिपाई लोक तर त्याच्या मागेंच लगटलेले होते. या दुसऱ्या प्रसंगींही शिपाई अगदीं संनिध खेटल्याचें पाहून त्यानें आपल्या संरक्षणासाठीं एका गांवढेकऱ्याचीं आर्जवें केलीं. त्या गांवढेकरी कुणब्यानें आपल्या शेतास कुंपण घालण्याकरितां कांटे जमवून ढिगारा घातला होता त्यांत त्यास दडविलें. शिपाई लोकांस संशय आल्यावरून त्यांनीं त्या कांट्यांच्या ढिगाऱ्यांत आपले भाले खुपसून तपास केला; परंतु गुजराथच्या राज्यासनावर आरोहण करण्यास दैवानें सज्ज केलेला तो पुरुष तशा संकटांतून देखील चमत्कारिक रीतीनें बचावला. पुढें शिपाई लोक तेथून गेल्यानंतर दुसऱ्या दिवशीं तो त्या कांट्यांच्या ढिगाऱ्यांतून बाहेर पडला व त्यानें तेथून पळ काढिला. तो रखडत रखडत इकडे तिकडे भटकत असतां थकून एका झाडाखालीं जाऊन बसला. इतक्यांत, त्या झाडाखालीं एक उंदराचें बीळ असून, त्याच्या तोंडाशीं कित्येक सुवर्णमोहोरा पडलेल्या त्याच्या दृष्टीस पडल्या, त्या त्यानें गोळा करून घेतल्या. त्या त्याच्या वाटखर्चीस फारच उपयोगीं पडल्या. त्या मोहोरा घेऊन तो पुढें मार्ग क्रमीत असतां, एक वाणीण आपल्या माहेरून सासरीं जात होती; ती मार्गांत उतरून फराळ करीत बसली होती, तेथें हा दोन तीन दिवसांच्या उपवासानें क्षुधित झालेला असा जाऊन पोहोंचला. याणें आपली भोजनाची इच्छा दर्शविल्यावरून त्या वाणी लोकांनीं त्यास आपल्या मंडळींत बसवून जेवूं घातलें. पुढें तो पुष्कळ देश फिरून रडत खडत अखेरीस खंबाइत शहरांत आला; व तेथें तो लागलाच उदायन नांवाचा त्याचा कोणी मित्र

होता त्याच्या घरीं जेवणाची सोय पाहण्याकरितां गेला. तेथें त्याला कोणीं सांगितलें कीं, 'उदायन अपासरास (जैनधर्मी प्रार्थनामंदिरास 'अपासर' म्हणतात,) गेले आहेत;' त्यावरून तो तिकडेसच गेला. त्या प्रार्थनामंदिरांत हेमाचार्यही होते. त्यांनीं कुमारपालास पाहून ह्मटलें कीं, 'हे पाटणच्या राज्याचे भावी राजे आले.' कुमारपालास अशा स्थितींत तें वचन असंभवनीय असें वाटलें; परंतु, हेमाचार्यांनीं त्याची पक्की खातरी केली; त्यावरून कुमारपालानें आचार्यांस वचन दिलें कीं, 'अशी गोष्ट घडली तर मी जैनधर्म मान्य करीन.' त्यानंतर उदायनानें त्यास वाटखर्चीकरितां पैसे दिले. ते घेऊन तो माळव्यास गेला. तेथें त्यानें कडंगेश्वराच्या मंदिरांत एक शिलालेख पाहिला. त्यांत असें लिहिलें होतें कीं, "संवत् ११९९ साल येईल तेव्हां, हे विक्रमा, तुझ्यासारखा दुसरा एक कुमारपाल राजा होईल." अशी एक दंतकथा चालत आली आहे.

कुमारपाल माळवादेशांत असतां, त्यानें तेथें सिद्धराजाच्या मरणाची बातमी ऐकिली; आणि तो तसाच लगबगीनें पाटणास आला. या वेळींही त्यास मार्गांत मोठेच कष्ट भोगावे लागले. मार्गांत भीक मागून पोट भरीत भरीत पाटणास आल्याबरोबर प्रथमतः तो आपला मेहुणा कान्हदेव याच्या घरीं गेला. कुमारपालाची बहीण प्रेमलदेवी या कान्हदेवास दिली होती. सिद्धराजानें आपल्या अंतकाळसमयीं आपल्या मंत्रीमंडळीस (जींत हा कान्हदेव प्रमुख होता,) आपणाजवळ बोलावून त्यांजवळून वचन घेतलें होतें कीं, 'माझ्या देहावसानानंतर कुमारपालास बिलकुल राज्यासनावर बसवूं नये.' या वेळीं कान्हदेवानें वचन दिलें होतें किंवा नाहीं तें समजत नाहीं; परंतु कुमारपाल घरीं आल्याबरोबर त्यानें त्यास मोठ्या सन्मानानें घरांत नेलें. या वेळीं पाटण शहरांत गादीवर कोणास बसवावें याचा विचार चालला होता, तों कुमारपाल आल्या कारणानें, अखेरीस कान्हदेव आणि इतर प्रधानमंडळीनें महीपाल व कीर्तिपाल या उभयतांस अयोग्य ठरवून, कुमारपालासच राज्याभिषेक केला व त्याजपुढें नमस्कार घातला.

कुमारपाल इ० स० ११४३ त ५० वर्षांच्या उतारवयांत राजा झालेला असून, आज दिवसपर्यंत त्याचा सर्व काळ इकडे तिकडे भटकण्याखालींच गेला असल्यामुळें त्यांत त्यानें पुष्कळ गोष्टी प्रत्यक्ष अनुभविल्या होत्या; व तेणेंकरुन तो आपलें राज्य फारच उत्कृष्ट रीतीनें चालवीत होता. यास राज्याभिषेक झाल्यानें राज्यांतील जे कित्येक जुने कामगार नाखुष झाले होते त्या सर्वांस यानें प्रथमतः बडतर्फ केलें. परंतु तेणेंकरुन त्या सर्वांची एक टोळी बनून ती याच्यापुढें उभी राहिली. त्यांनीं एके दिवशीं राजास मारुन टाकण्याच्या इरायानें, राजा हमेश ज्या दरवाजानें गांवांत येत असे त्या दरवाज्यांत मारेकरी उभे केले; परंतु आजपर्यंत अशा पुष्कळ प्रकारच्या संकटांतून निभावलेल्या राजास या वेळींही सुरक्षित राखणें हें सर्वशक्तिमान् ईश्वरासच आवडलें असेल, म्हणून त्या दिवशीं तो दुसऱ्याच दरवाजानें गांवांत येऊन दाखल झाला; आणि जे लोक त्या निंद्य कामांत सामील होते त्या सर्वांस पकडून आणून त्यानें मारवून टाकिलें. त्याचा मेहुणा कान्हदेव त्यास राज्य अर्पण करण्याच्या कामीं प्रमुख मदतगार होता; तरी मागाहून तो त्याचें नीच कुळ आणि त्याची प्रागंभीची दुःखद स्थिति मनांत आणून त्याचा नेहमीं अपमान करीत असे. त्याविषयीं राजानें त्याची पुष्कळ समजूत घातली; परंतु तेणेंकरुन तर तो त्याचा उलट अधिकच अपमान करूं लागला. तेव्हां राजानें प्रसंग पाहून त्यासही मारवून टाकविलें. तेणेंकरुन इतर लोकांवर चांगला दाब बसला व त्यापुढें सर्वजण राजाचा मान ठेवून वर्तन करूं लागले.

आपणास राज्य मिळाल्यानंतर कुमारपाल, आपल्यावर ज्यांनीं विपत्काळीं उपकार केले होते अशा लोकांस विसरला नाहीं. उदायनाचा मुलगा वाग्भटदेव यास त्यानें आपल्या मुख्य प्रधानकीची जागा दिली; आणि आलिंग कुंभार वगैरे इतर लोकांस त्यानें त्याचप्रमाणें संतुष्ट करुन त्यांनीं केलेल्या उपकारांची चांगल्या प्रकारें फेड केली. उदायनाचा दुसरा पुत्र वाहद हा सिद्धराजाचा मोठा प्रीतिपात्र होता; त्यामुळें त्यानें कुमारपालाचा हुकूम मान्य करण्याचें नाकबूल करुन,

तो नागोरचा राजा वीसलदेव याचा पौत्र आना (आनाक) याज-पाशीं जाऊन राहिला, व त्यानें आनाक यास गुजराथदेशावर स्वारी करण्यास उत्तेजन दिलें.

आनाक आणि कुमारपाल यांच्या दरम्यान युद्ध झालें त्या विषयीं, हेमाचार्यांनीं रचलेल्या 'द्याश्रय' नांवाच्या काव्यांतून फॉर्बस् साहेबांनीं खालीं लिहिलेल्या आशयाचा मजकूर आपल्या ग्रंथांत उतरून घेतला आहे:—

एक लक्ष गांवांचा मालक आनाकराजा यानें असें अनुमान केलें कीं, सिद्धराज जयसिंग स्वर्गवासी झाला आणि कुमारपाल हा कांहीं म्हणण्यासारखा बलवान् व पराक्रमी नाहीं, त्या अर्थी गुजराथ जिंकण्यास कांहीं आयास पडतील असें नाहीं; तर आपण तयारी करावी म्हणजे आपला कार्यभाग सहज साध्य होईल. अशा विचारानें नागोरच्या आनाकराजानें उज्जनीच्या वल्लाळ राजाशीं स्नेह केला. हा वल्लाळ राजा व्यापाऱ्यांच्या तोंडच्या खबरा ऐकून गुजराथच्या स्थितीविषयीं उत्तम प्रकारें माहितगार झाला होता. आनाकराजानें गुजराथच्या पश्चिमेकडील राजांपैकीं कित्येकांस पैसा देऊन व कित्येकांस भीति दाखवून आपल्या पक्षास वश करून घेतलें. याप्रमाणें त्याची तयारी होत होती, तिची खबर कुमारपालाच्या हेरांनीं येऊन आपल्या राजास सांगितली कीं, 'महाराज, आपल्या राज्यावर शत्रूची सेना येत आहे; आणि कंठागांवचा राजा व आपला सेनापति चाहद हे शत्रूस फितूर झाले आहेत. ते, आनाकराजाचें सैन्य आलें कीं, लगेच आपली बाजू सोडून शत्रुपक्षांत जातील, आणि त्या प्रसंगीं माळवादेशचा राजा पूर्वदिशेनें हल्ला करील.' दूतमुखें सदरीलप्रमाणें बातमी ऐकून कुमारपालराजानें कोळी वगैरे इतर जंगली लोकांचें पुष्कळ सैन्य एकत्र जमविलें. तशीच कच्छ आणि सिंध येथील राजांचीही मदत येऊन पोहोंचली. तें सर्व सैन्य घेऊन कुमारपालराजा आबूपहाडानें जसजसा पुढें चालला तसतसे हरणांच्या कातड्यांचें पोशाख करणारे डोंगरी लोक त्याच्या सैन्यांत येऊन मिळूं लागले.

आबूचा प्रमार राजा विक्रमसिंह, जो झालोरच्या सैन्याचा मुख्य सेनापति गणला जात होता, तोही कुमारपालास आपल्यावर चढ समजून त्याच्या मदतीकरितां हजर झाला. आनाकराजा, कुमारपाल सामन्यास आल्याची बातमी ऐकून आपल्या मंत्रीमंडळीची सल्ला मसलत घेतल्याशिवाय एकदम युद्ध करण्यास सिद्ध झाला. त्याची तयारी अद्यापि पुरी झाली नव्हती; इतक्यांतच गुजराथचें सैन्य पहाड वलांडून बाहेर पडलें. ते पाहून आनाकराजाच्या सैन्यानें कुमारपालावर बाणांचा वर्षाव करण्याची सुरवात केली. स्वतः आनाकराजानेंही धनुष्यास बाण लावून तो कुमारपालावर सोडला; परंतु तो बाण व्यर्थच गेला. नंतर आनाक आणि कुमारपाल उभयतां एकमेकांच्या सन्मुख आले. तेव्हां कुमारपाल बोलला कीं, 'आनाकराज, जर आपण मोठे शूर व पराक्रमी असतां तर जयसिंग राजाच्या पदीं नम्र कां झालां असतां ? मीं तुह्मांस न जिंकिलें तर सिद्धराज जयसिंगाच्या धवल कीर्तीस कालिमा लागेल !' या वेळीं एका बाजूनें आह्रद हा गुजराथचें मोठें सैन्य घेऊन, आणि दुसऱ्या बाजूनें गोविंदराज मंत्री मारवाडची सेना घेऊन आमनेसामने येऊन मिळाले व उभयतांची भेटाभेट होऊन दारुण युद्ध सुरू झालें. इतक्यांत कुमारपालानें आनाकराजावर बाण सोडला. तो त्यास लागून आनाकराजा मूर्च्छा येऊन भूमीवर पडला. तें पाहून त्याचे सरदार कुमारपालास शरण आले. येणेंप्रमाणें कुमारपाल आनाकराजाच्या सैन्याचा पराभव करून कित्येक दिवसपर्यंत त्या समरभूमीवरच राहिला होता. आनाकराजानें विजयी कुमारपालास अश्वादि नजराणे पाठवून व आपली कन्या अर्पण करण्याची इच्छा दर्शवून त्याची क्षमा मागितली. तेव्हां कुमारपालानें प्रथम तर ती मान्य करण्याचें नाकारलें; आणि परत असा निरोप पाठविला कीं, 'माझ्या स्वार्थाकरितां भूमीवर पतन पावलेल्या घायाळ लोकांस मारल्याची क्षमा मी करणार नाहीं!' परंतु अखेरीस त्यानें ती विनंति मान्य केली. हा जय संपादन करून कुमारपाल घरीं परत आल्यानंतर कित्येक दिवसांनीं करारप्रमाणें आनाकराजाचा पुरोहित आपल्या राजाची कन्या जल्हणा

ईस घेऊन **पाटण** येथें आला, व तेथें **कुमारपालानें** तिच्याशीं यथाविधि लग्न लाविलें. लग्नसमारंभ चालू असतांनाच अशी बातमी आली कीं, '**विजय सामंत** आणि **कृष्ण सामंत** यांस **माळव्याच्या** **बल्लाळराजावर** सैन्य देऊन पाठविलें होतें, ते जाऊन **माळव्याच्या** राजास मिळाले; आणि **माळव्याचा** राजा उलट **गुजराथेवर** फौजेसह चढाई करून येत असून, तो थोडक्याच दिवसांनीं **पाटणास** येऊन दाखल होईल.' ती बातमी ऐकून **कुमारपाल** पुन्हां **माळवादेश** जिंकून **जयसिंगासारखी** कीर्ति संपादन करण्याच्या इच्छेनें सैन्य घेऊन सामन्यास चालता झाला. कांहीं दिवसांनीं उभय दळें समरांगणीं एकवट झालीं; तेव्हां निकरानें लढाई सुरू होऊन तींत **माळव्याच्या** राजाचा पराभव झाला. तो आपल्या हत्तीवरून खालीं भूमीवर पडला आणि **गुजराथची** फौज जय संपादन करून परत घरीं आली.

एका प्रसंगीं **कुमारपालाच्या** सभेंत कित्येक **भाट (मागध)** लोकांनीं **कोंकणप्रांतींच्या** **मल्लिकार्जुनराजाच्या** कीर्तीचें वर्णन केलें. त्यांत त्यांनीं **मल्लिकार्जुनास** "महामंडळेश्वर" अशी उपमा दिली. तेणेंकरून **कुमारपाल** राजास अतिक्रोध चढून त्या क्रोधावेशांत त्यानें **उदायन** प्रधानाचा मुलगा **आंबड** (**आमराभट**) यास सैन्य घेऊन **कोंकणावर** स्वारी करण्याचा हुकूम केला. त्या हुकुमाप्रमाणें **आमराभट** **कोंकणप्रांताकडे** चालला व **कलावेणी** नदी उतरून पलीकडे गेला नाहीं तोंच शत्रूचें लष्कर त्यास आडवें आलें. तेथें लढाई झाली. पण तींत **गुजराथच्या** सैन्याचा पराभव होऊन **आंबड** (**आमराभट**) परत **गुजराथदेशीं** आला. त्या वेळीं राजास तोंड दाखविण्याची त्यास लाज वाटल्यामुळें, तो काळा पोषाख करून व काळी छत्री उभारून नगराबाहेरच तळ देऊन राहिला. ती खबर ऐकून राजानें त्यास अभय दिलें व दुसरें चांगलें सैन्य देऊन पुनः **कोंकणांत** पाठविलें.

या वेळीं **आंबड** यानें नदीवर पूल बांधून आपलें सैन्य पलीकडे नेलें. नंतर शत्रूवर चालून जाऊन लढाई केली. त्यांत **मल्लिकार्जुन** **आंबडाच्या** हस्तें मरण पावला. **गुजराथची** फौज **मल्लिकार्जुनाच्या** नगरांत शिरली व तेथें **आंबड** यानें **गुजराथच्या** राजाचा अंमल ब-

सविला. नंतर तो पाटणास आल्यावर त्यानें लुटींत मिळविलेलें अगणित द्रव्य आणि मल्लिकार्जुनाचें शिर आपल्या राजाच्या चरणीं अर्पण केलें. कुमारपाल राजानें या प्रसंगीं त्यास मोठ्या हर्षानें प्रेमालिंगन देऊन मल्लिकार्जुनाचा 'महामंडळेश्वर' हा किताब दिला.

उदायन प्रधानाचा सदरील आंबड नांवाचा मुलगा कोंकणप्रांतीं विजय करून आल्यानंतर, कुमारपालानें उदायनाचा दुसरा मुलगा वाहद यास सैन्य देऊन मारवाड देशावर पाठविलें. युद्धसंबंधी त्याचें हें अखेरचेंच काम होतें. वाहद हा प्रथम मारवाडदेशीं राहिलेलों असल्यामुळें तो तेथील रीतीभातीविषयीं चांगला वाकबगार झाला होता; व याच कारणावरून राजानें त्यास या कामगिरीकरितां पसंत केलें. वाहद मारवाडदेशीं यशस्वी होऊन परत आल्यावर राजानें त्यास पुष्कळ शाबासकी दिली; परंतु त्यानें अनन्वित स्वारीखर्च केल्या कारणानें त्या बाबतींत त्यास ठपकाही दिला.

सिद्धराज जयसिंगाच्या भागांत सांगितलेले प्रख्यात हेमाचार्य नांवाचे जैनसाधूंस, कुमारपालही आपल्या गुरुप्रमाणें मानीत होता. या हेमाचार्याविषयीं नानातऱ्हेच्या दंतकथा लोकांत चालत आल्या आहेत; परंतु त्या सर्वच मानण्यासारख्या आहेत असें नाहीं. तथापि, त्यांपैकीं ज्या कित्येक गोष्टींचा राजाच्या कामांशीं विशेषेंकरून निकट संबंध आहे व ज्यांजवरून राजाच्या स्वभावाविषयीं आणि आचरणाविषयीं आपणास यथास्थित विचार करितां येतो त्या गोष्टी येथें अवश्यमेव लिहिल्या पाहिजेत, असें आम्हांस वाटतें.

ज्या वेळीं कुमारपाल राजा सैन्य घेऊन माळव्याम गेला होता त्या वेळीं हेमाचार्यही फिरत फिरत तेथें जाऊन पोहोंचले. तेथें शैवधर्मी लोकांनीं हेमाचार्यांवर जुलूम जबरदस्ती केल्या कारणानें ते जैनसाधु कुमारपालास आपला राजा समजून त्याजवळ फिर्याद घेऊन गेले. उदायन प्रधान हे या प्रसंगीं कुमारपाल राजासमीप होते; त्यांनीं खंबाइतशहरांतील जैनधर्मी मंदिरांत या साधूंनीं सांगितलेल्या भविष्याचें स्मरण देऊन साधूस कुमारपाल राजाला भेटविलें. तेव्हां राजाही त्यांस मोठ्या सन्मानानें भेटला. थोड्याच वेळांत परस्परांत इकडच्या तिक-

डच्या गोष्टी होऊन एकमेकांची इतकी लगट जमली कीं, ती पाहून ब्राह्मण लोक त्याचा हेवा करूं लागले! एक वेळ राजानें हेमाचार्य-साधूंस प्रश्न केला कीं, 'मी आपलें द्रव्य कोणत्या सत्कर्मांत खर्च करूं?' हेमचंद्रांनीं सांगितलें कीं, 'प्रभास पाटणांत सोमेश्वराचें देऊळ समुद्राच्या लाटांनीं दिवसेंदिवस पडत चाललें आहे, त्याचा जीर्णोद्धार करवा.' हे जैनधर्मी साधु शैवधर्माचे पूर्ण वैरी असतां त्यांनीं येणेंप्रमाणें शिवालयाचा जीर्णोद्धार करण्याची कुमारपालास सल्ला दिली. तेणेंकरून ब्राह्मणांस त्यांचा द्वेष करण्याची संधि मिळाली नाहीं. नंतर राजानें कनौज येथील एका भाऊ बृहस्पति नांवाच्या ब्राह्मणास तेथील अधिकारावर मुकरर करून पुष्कळ द्रव्य आणि मुद्रिका देऊन देवपाटणास (सोमनाथपुरीस) पाठविलें. त्यानें तेथें जाऊन देवालयाचा पाया घालून राजास सूचना पाठविली. ती बातमी ऐकून राजाची सुप्रसन्न मर्जी झाली; व त्यानें हेमचंद्रास विचारिलें कीं, 'देवालयाचें काम निर्विघ्नपणें शेवटास जाण्याकरितां आपणास काय केलें पाहिजे?' साधूनें सांगितलें कीं, 'त्या मंदिराचें काम पूर्ण होईपर्यंत तुह्मास शिवव्रतपालन करून मांसभक्षण वर्ज केलें पाहिजे.' राजानें त्याप्रमाणें शिवाच्या जलाधारीं(अभिषेकपात्रां)त पाणी. घालून, त्या नियमाचें ग्रहण केलें. दोन वर्षांनीं देवालयाचें काम आटोपलें आणि वास्तुशांति करून ध्वजा चढविली. तेव्हां राजानें तो नियम सोडण्याविषयीं हेमचंद्रास विचारिलें. हेमचंद्रानें सांगितलें कीं, 'तुह्मांस सोमेश्वराच्या दर्शनासाठीं जाणें आहे; त्या अर्थी तेथें व्रतस्थ जाऊन दर्शन केल्यानंतर नियम सोडला तर फारच चांगलें.' राजानें त्यांचे तें म्हणणें कबूल केलें व सोमेश्वरपुरीस जाण्याची तयारी केली. हेमचंद्र हे जैनधर्मी आहेत, ते सोमेश्वरास येण्याचें नाकारतील, याकरितां त्यांस बरोबर घेण्याविषयीं राजाचे कान भरले तर ठीक होणार आहे, असें ब्राह्मणांनीं धोरण बांधून तसें राजास कळविलें. ब्राह्मणांनीं समजाविल्याप्रमाणें राजानें हेमचंद्रास आपल्याबरोबर येण्याविषयीं सांगितलें. तें ऐकून हेमचंद्र साधु म्हणाले; 'यात्रा करणें हें तर आमचें कामच आहे. तुम्हीं देवपाटणास जाऊन पोहोंचलां नाहीं

तोंच मी गिरनार आणि शत्रुंजय यांची यात्रा करून पादचारी येऊन दाखल होईन.' कुमारपालराजा आपल्या स्वारीसहित सोमेश्वरपाटणास येऊन पोहोंचला; तेव्हां भाऊ बृहस्पति यानें मोठ्या थाटमाटानें सामोरें येऊन राजास गांवांत नेलें. हेमचंद्रही त्या वेळीं येऊन दाखल झाले होतेच. राजा वाजंत्र्यांच्या वाद्यगजरांत मोठा उत्साहित होत्साता मंदिरांत गेला व त्यानें सोमेश्वरदेवास साष्टांग नमस्कार घातला. त्या वेळीं हेमचंद्रसाधु आणि भाऊ बृहस्पति हे मंदिराच्या द्वारानजीकच उभे होते. हेमाचार्य त्या शिवालयाची शोभा अवलोकन करून म्हणाले कीं, 'हे सांब, जे आपण कैलासांत आहां तेच येथेंही आहां!' नंतर हेमचंद्रांनीं आंत गाभाऱ्यांत जाऊन लिंगाची पूजा करून पुढें लिहिल्याप्रमाणें स्तुति केली:—'हे महादेव, तुझें स्थळ, काळ, आणि नांव पाहिजे तें असलें तरी तूं सर्वव्यापी आहेस व निर्दोष असा तूं एकच आहेस. याकरितां तुझी मी पूजा करीत आहें. ज्यानें जन्ममरण टाळण्यासाठीं, रागद्वेष सोडून दिले आहेत असा जो कोणी देव,–मग तो महादेव, विष्णु अथवा ब्रह्मदेव, पाहिजे तो असो,–त्यास माझा नमस्कार आहे!' असें म्हणून हेमचंद्रांनीं साष्टांग नमस्कार घातला. तें पाहून राजाचीं सर्व मनुष्यें आश्चर्य पावलीं. राजानें भाऊ बृहस्पतीच्या सांगण्याप्रमाणें सोमेश्वराची पूजा करून आरति केली, आणि नंतर सुवर्ण व हत्तींचीं दानें दिलीं.

इतका सर्व प्रकार आटोपल्यानंतर कुमारपाल आणि हेमचंद्र असे उभयतां देवालयांत राहून, त्यांनीं इतर सर्व लोकांस बाहेर काढून लाविलें आणि द्वारें बंद केलीं. या वेळीं असें सांगतात कीं, हेमचंद्रानें राजास कांहीं चमत्कार दाखवून त्याची श्रद्धा आपल्या ठिकाणीं बसविली व त्यास उपदेश करून शैवधर्माचा त्याग व जैनधर्माचा स्वीकार करविला. त्यानंतर कुमारपालराजानें मांसमत्स्यादि भक्षण आणि मदिरासेवन यांचा त्याग करून, तो श्रावकधर्मांतील बारा व्रतें पाळूं लागला. त्या व्रतनियमानुरूप त्यानें पशुयाग सर्व बंद केले; व धान्य-

१. पशुयाग गुजराथेंत अश्रुत आहेत व कोणी करील तर त्याविषयीं मोठी तक्रार होईल; तसेंच दीक्षितास ज्ञातीबाहेर रहावें लागेल. सर्प विंचूही कोणी मारीत नाहीं. गुजराथेंत अशी म्हण आहे कीं, "हिंसक जाती दोन; मराठे व मुसलमान ।."

फळांनीं यज्ञ करावे असें ठरविलें; इतकेंच नाहीं, तर त्यानें आपल्या ताब्यांतील सर्व देशांत 'चौदा वर्षेपर्यंत कोणी हिंसा करूं नये' असे हुकूम पाठविले व ते सर्वांनीं मान्य केले. यावेळपर्यंत ब्राह्मण, यज्ञांत पशु मारून आहुति अर्पण करीत होते; त्या ऐवजीं यापुढें पिठाचा पशु करूं लागले. साधूंना हरणांचीं कातडीं मिळण्याचें बंद झालें. पंचाल आणि पल्ली या देशांतून मांसविक्रयाचा धंदा अज्जीबात काढून टाकण्यांत आला, आणि त्यापासून ज्या लोकांचें नुकसान झालें त्यांस तीन सालच्या उत्पन्नाइतकें द्रव्य राजभांडारांतून देण्यांत आलें. कुमारपालराजानें जैनधर्मांतील बारा व्रतें धारण केल्याचें सदरीं सांगितल आहे, त्यापैकीं त्याणें तिसऱ्या व्रतांतील न खोदिलेलें धन अगदीं सोडून दिलें.

कुमारपालाची हेमचंद्रावर इतकी भक्ति जडली होती कीं, त्याच्या सांगण्यावरून त्यानें भाऊ बृहस्पतीसही, तो जैनांची निंदा करितो या सबबीनें, सोमनाथपाटणच्या जागेवरून बडतर्फ केलें होतें; परंतु पुन्हां साधुमहाराजांनींच शिफारस केली तेव्हां तो त्या जागीं कायम झाला. हेमचंद्रावर इतकी भक्ति जडून राजा जरी जैनधर्माभिमानी झाला होता तरी याच्या कारकीर्दीत शैवधर्मसंबंधी कामासाठीं खर्च होण्याची बंदी झाली होती असें नाहीं. केदारचा खस राजा यात्रेकरू लोकांपासून कर घेत असून, केदारनाथाच्या देवळाचा जीर्णोद्धार त्यानें करविला नाहीं म्हणून त्यास ठपका देऊन कुमारपालानें आपला मंत्री पाठवून त्या देवळाची दुरुस्ती करविली. त्यानंतर त्यानें, एक देऊळ कुमारपालेश्वर महादेवाचें आणि दुसरें एक देऊळ पार्श्वनाथाचें, अशीं दोन देवळें पाटणशहरीं बांधविलीं; आणि देवपाटणांत म्हणजे सोमनाथपुरींतही कित्येक अति सुंदर जैनधर्मी देवालयें बांधविल्यानें तें स्थान जैनधर्मी यात्रेकरू लोकांसही जाण्यायोग्य असें बनलें. कित्येक वर्षांनंतर त्यानं सौराष्ट्राच्या साऊसराजास शिक्षा करण्यासाठीं उदायनप्रधानाच्या हाताखालीं वढवान येथें मोठें सैन्य जमा केलें. प्रधानानें स्वारी करून लढाई दिली; परंतु त्यांत तो पराभव पावून जखमी झाला व मेला. त्याचे पुत्र वाग्भट, वाहड आणि आमराभट यांना भडोच व शत्रुंजय

येथें देवालयें बांधविण्याकरितां पाठविलें होतें; त्याप्रमाणें त्यांनीं तीं देवालयें बांधून तयार केलीं. **वाहद** यानें या समयीं **शत्रुं**-जयाच्या लगत्यास **वाहदपूर** नांवाचें एक गांव वसविलें. सदरील देवालयांशिवाय **कुमारपाल**राजानें आणखी एक देऊळ, **खंबाइत**शहरीं ज्या **अपासरां**त (जैनधर्मी प्रार्थनामंदिरांत) **कुमारपाल**राजाची व **जै**-नसाधु **हेमाचार्य** यांची गांठ पडली होती तिच्या स्मरणार्थ त्या **अपा**-सराशेजारीं बांधविलें. यानें **गिरनार**वर, **पालीटाण्या**वर व **तारिं**-ग्यास डोंगरावरही देवळें बांधविलीं.

इतकें केल्यानंतर **कुमारपाल**राजा **शत्रुंजया**चे यात्रेस जाण्याकरितां तयार झाला व त्यानें शहराबाहेर मुक्काम केला; इतक्यांत **दाहल** देशाचा **कर्ण**राजा फौज घेऊन येत आहे अशी वार्ता ऐकून राजा मोठा दिल-गीर झाला, आणि म्हणाला कीं, 'यात्रेस जाण्याच्या वेळीं हें विघ्न मध्येंच कोठून आडवें आलें?' परंतु, थोड्याशा अवकाशानें दुसरी बातमी आली कीं, '**कर्ण**राजा हत्तीवरून पडून मरण पावला, व तेणें-करून त्याची फौज माघारी गेली.' ही बातमी ऐकून **कुमारपाल** खूप होऊन लगेच **शत्रुंजया**कडे चालता झाला. मार्गांत **हेमचंद्र**साधूची जन्मभूमि जें **धंधुका**शहर तें लागलें. तेथें एक देऊळ बांधवून नंतर **शत्रुंजया**वर जाऊन तेथें **वाग्भटा**च्या देखरेखीखालीं त्यानें, डोंगरावर चढण्यासाठीं पायऱ्या बांधिल्या.

या राजानें आपला माऊसभाऊ **आनाक** (अर्णोराज) **सोळंखी** यास **वाघेल** गांवचा गिरासा देऊन आपल्या दरबारीं **सामंत** करून ठेविलें होतें. त्यास या वेळीं **लवणप्रसाद** नांवाचा एक पुत्र झाला. या पुत्राच्या वंशांत जे राजे झाले ते पुढें **वाघेल** नांवानें प्रसिद्धीस आले.

**कुमारपाला**नें एकंदर एकतीस वर्षें राज्य केलें. या वेळीं **हेम**-**चंद्र सूरी** याच्या वयास ८४ वर्षें झालीं होतीं. त्यानें आपला अंत-काल समीप आला जाणून अनशन(निराहार)व्रतास आरंभ करून, आपल्या देहाचा त्याग केला; तेणेंकरून राजा फार दुःखित झाला. त्यानें त्या साधूची देहावसानक्रिया केली; त्याच्या चिताभस्माचे राजानें व सरदारांनीं आपल्या भालीं (कपाळीं) तिलक करून कित्येक दिवस-

पर्यंत दुःखशोकाचें पालन केलें. कुमारपालराजानें या वेळेपासून आपल्या राज्याची सर्व काळजी सोडून दिली. आणि जैनमुनीच्या समाधिकालास सहा महिने होतांच राजाचें आयुष्यही पूर्ण झालें. हा राजा इसवी सन ११७४ त आपल्या वयाच्या ८० व्या वर्षी स्वर्गवासास गेला.

कुमारपालानें मेवाडच्या सिसोदिया राजकन्येशीं विवाह केला होता. परंतु 'राजा मला जैनसाधूच्या पायां पडवील,' या भीतीनें ती कन्या पाटणास येत नव्हती. भाटलोकांनीं त्या कन्येची समजूत करून, ते आपणामध्यें जामीन होऊन तिला पाटणास घेऊन आले; परंतु राजा तसें केल्याशिवाय राहिला नाहीं. हें पाहून भाटलोक राणीला घेऊन पळाले. तेव्हां राजा त्यांमागें गेला. परंतु तो त्यांजपाशीं पोहोंचला नाहीं तोंच राणी अपघात करून मरण पावली. तेणेंकरून भाटलोकांस मोठें दुःख झालें. मग ते आपली अब्रू गेली असें समजून टोळ्यांटोळ्यांनीं एकत्र जमले, आणि तीन मोठ्या चिता पेटवून त्यांत ते उड्या टाकून जळून मेले! या चितांस 'जुमोर' असें म्हणतात-

कुमारपालाच्या कारकीर्दींत जैनलोकांशीं वादविवाद करण्यासाठीं शंकराचार्यस्वामींच्या गादीवरील आचार्य पाटणशहरीं आले होते, तेणेंकरून त्या उभयधर्मांच्या आचार्यांत मोठाच वादविवाद झाला होता. त्याविषयीं लोकांत फारच चमत्कारिक आणि असंभवनीय अशा गोष्टी चालत आलेल्या आहेत. त्यांत एक गोष्ट तर अशी आहे कीं, एका गोरजी(जती)कडून अमावास्येचे दिवशीं चुकून पूर्णिमा म्हटली गेली होती, ती स्थापन करण्याकरितां त्यानें १२ गांवांत चंद्र दाखविला होता. तेणेंकरून त्याच्या शाखेचे जती पुनमिया(पूर्णिमा). गच्छचे साधु असें नांव पावले. अन्हिलवाडपाटणांत या पुनमियागच्छसाधुशाखेचें अद्याप एक अपासर (प्रार्थनामंदिर) आहे.

कुमारपालानें विद्वान् लोकांस फार चांगला आश्रय दिला; पुस्तकांचीं भांडारें संग्रह केलीं; त्याचे संग्रह अद्याप पाटण येथें आहेत. हा सिद्धराजासारखाच पराक्रमी होता. त्याणें ३१ वर्षे राज्य केलें हें वर सांगितलेंच आहे. तो आपल्या मरणानें मेला नाहीं. त्याचा पुतण्या

अजयपालदेव यानें त्यास विष घालून मारून टाकलें, व आपण गादी-वर बसला. त्याचें कारण अजयपालदेव हा वैष्णवधर्मी असून त्यास कुमारपालाची वर्तणूक आवडत नव्हती. हा अजयपाल महीपालाचा मुलगा होता.

---

## भाग अकरावा.

### चालुक्य अथवा सोळंखी वंश. (पुढें चालू.)

### (अजयपाल आणि बालमूळराज.)

(इ० स० ११७४ पासून इ० स० ११७८ पर्यंत.)

कुमारपालानंतर त्याच्या गादीवर त्याचा भाऊ महीपाल याचा पुत्र अजयपाल बसला. त्यानें गादीवर बसल्याबरोबर जैनलोकांचा द्वेष सुरू करून, कुमारपालानें बांधविलेल्या जैनधर्मी देवळांवरही कहर गुजरविला होता. या कारणामुळें जैनग्रंथकार त्या राजास नास्तिक आणि वडिलांचा उच्छेद करणारा असें म्हणत आहेत; परंतु ब्राह्मणलोक त्याजवर कांहींएक दोषारोप करीत नाहींत. यावरून असें अनुमान होतें कीं, हा अजयपाल राजा पूर्ण शिवभक्त होता. तो स्वभावानें क्रूर, स्वच्छंदी आणि मत्सरी असा होता. त्यानें प्रथम तर कुमारपाल राजाचा प्रीतिपात्र कपर्दी यास प्रधानकीचीं वस्त्रें दिलीं व त्यास मोहांत घातलें, परंतु थोड्याच दिवसांनीं तो आपली बरोबरी करितो व आपला मान राखीत नाहीं, असा त्याजवर आरोप ठेवून त्यास तेलांत बुडवून मारून टाकण्याचा हुकूम केला! पुढें रामचंद्र नांवाच्या जैन-अधिकाऱ्यास त्या जागीं नेमिलें. रामचंद्र फार विद्वान् होता, त्यानें कित्येक ग्रंथ लिहिले होते. या पुरुषानें राजाच्या जुलुमास कंटाळून आपणच आपली जीभ ओढून प्राणत्याग केला. आंबड (आमराभट) याचा मोठेपणाही राजास सहन होत नव्हता; कारण, तो जैनधर्मी होता व तो निरंतर असें म्हणत असे कीं, 'मी तर वीतरागास (बुद्धास) मानितों, कुमारपाल माझा राजा आणि हेमचंद्र माझा गुरु होता.' या बोलण्याची अजयपालराजास चिरड येऊन त्यानें आमराभ-

टावर, तो राजद्रोही आहे असा आरोप ठेवून, त्यास हुजूरांत बोलावलें. परंतु त्या वीर पुरुषास लढाईखेरीज हस्तगत होणें योग्य न वाटून, त्यानें जिनेश्वराची पूजा केली, व तो आपले हत्यारबंद लोक बरोबर घेऊन राजमहालाकडे गेला. देवडीवरील शिपायांस मारून आंत घुसला, तोंच अजयपाल सन्मुख येऊन उभा राहिला. तेव्हां दोघांची झकमक उडाली; तींत हा शूर सरदार मरण पावला. त्यानें मरतां मरतां कित्येकांचे मुर्दे पाडले व कित्येकांस जखमी केलें होतें. त्याच्या मरणामुळें नागरिक लोक फारच दुःखी झाले.

अजयपाळ हा फारच जुलमी राजा होता, तेणेंकरून त्याचें राज्य फार दिवस टिकलें नाहीं. लोकांत अशी एक ह्मण आहे कीं, या दुनियेंत चांगल्या वाईट कामाचा मोबदला तीन महिन्यांत किंवा तीन दिवसांत मिळतो. अजयपालाचें त्याप्रमाणेंच झालें. त्यानें तीन वर्षे राज्य केलें नाहीं तोंच एका वैजलदेव नांवाच्या द्वारपालानें त्याच्या पोटांत कट्यार मारून त्याचें प्राणहरण केलें.

अजयपालानंतर त्याचा मुलगा मूळराज हा इसवी सन ११७७ त गुजराथच्या गादीवर बसला. याणें फक्त दोनच वर्षे राज्य केलें. याच्या राज्यकारकीर्दीचा विशेष वृत्तांत कांहींच अढळत नाहीं. हा अल्पवयस्क असल्या कारणानें यास बालमूळराज असें म्हणत असत. याजविषयींची इतकीच माहिती मिळते कीं, अजयपालाची पत्नी परमर्दी राजाची कन्या नैकीदेवी इच्या उदरीं ह्याचा जन्म झाला होता. नैकीदेवी आपल्या पुत्रास ओट्यांत घेऊन गाडुरारगडावर जाऊन लढाई चालवीत होती. तेथें तिच्या पुण्ययोगें पर्जन्य पडून तेथील डोंगरी लोक पळून गेले आणि राणीचा जय झाला.

अजयपालाचा धाकटा भाऊ भीमदेव हा मोठा पराक्रमी होता. तो आपल्या भावजईच्या हाताखालीं सेनाधिपतीचें काम करून कारभारही पहात होता. या भीमदेवास 'भोळा भीमदेव' असेंही म्हणतात. या वेळीं गिझनीचे मुसलमान लोक दीडशें वर्षांनंतर पुन्हा गुजराथेंत आले होते. ही सन ११७८ सालांतील शहाबुद्दीन गोरी याची गुजराथेंतील स्वारी होय. भीमदेवानें शहाबुद्दीन गोरीच्या

फौजेस खूप झोडपून देशांतून हांकून लाविलें. त्या वेळीं त्यास गिझनीस परत कसें पोहोंचतों याची मोठी पंचाईत पडली होती असें ह्मणतात. सन ११७८ सालीं बालमूळराज मरण पावला तेव्हां त्यामागें त्याचा चुलता भोळा भीमदेव हा गादीवर बसला.

---

## भाग बारावा.

### चालुक्य अथवा सोळंखी वंश. (पुढें चालू.)

### (भीमदेव.)

( इ० स० ११७९ पासून इ० स० १२१५ पर्यंत. )

बालमूळराजानंतर त्याचा चुलता भोळा भीमदेव हा इ० स० ११७९ त गुजराथच्या राज्यासनावर बसल्याचें पर्वभागांत सांगितलेंच आहे. या राजाविषयींचा वृत्तांत जैन ग्रंथकारांच्या ग्रंथांत आढळत नाहीं; परंतु आपली ती उणीव चंद भारोट याच्या 'पृथ्वीराजरासा' नांवाच्या ग्रंथांतून भागत आहे. चंद भारोट याचा लेख विशेष तपशीलवार आणि जाणण्यायोग्य असा आहे; परंतु त्यांत कोणत्याही स्थलीं दिवस किंवा वर्ष लिहिलें गेलें नसल्यामुळें, कित्येक ठिकाणीं प्रथम कोणती गोष्ट झाली आणि मागाहून कोणती झाली याचा खचितार्थ होऊं शकत नाहीं.

भीमदेवाच्या कारकीर्दींत, दिल्ली येथें हिंदुपदबादशाही तक्त होतें. तेथें अनंगपाल नांवाचा राजा राज्य करीत होता. त्याच्यावर कनौजच्या विजयपालराजानें स्वारी केली. त्यावेळीं सांभरचा राजा आनंददेव चव्हाण याचा मुलगा सोमेश्वर हा राठोडाच्या सन्मुख अनंगपालाच्या मदतीकरितां आला होता. व या लढाईंत विजयपाल राठोडाचा त्यानें पराभव करून त्यास मागें हटविलें; त्याबद्दल अनंगपालानें आपल्या दोन मुलींपैकीं एक मुलगी सोमेश्वरास देऊन त्याच्याशीं तिचा विवाह केला. या कन्येस पुढें पृथ्वीराज नांवाचा पुत्र झाला. अनंगपालास पुत्रसंतति न झाल्या कारणानें त्यानें आ-

---

१. या भीमदेवास एका ग्रंथांत बालमूळराजाचा धाकटा भाऊ असें म्हटलेलें आढळतें, परंतु इतर गोष्टींवरून त्या लेखाचा संशय आहे.

पल्या वृद्धापकाळीं आपलें राज्य आपला नातु **पृथ्वीराज** यास दिलें; आणि आपण तीर्थयात्रा करून धर्मसाधनार्थ राज्य सोडून चालता झाला. तेणेंकरून **दिल्ली** आणि अजमीर (**सांभर**) हीं दोन्हीं राज्यें एकमेकांशीं जोडलीं गेलीं.

यावेळीं **गुजराथचा भीमराजा** महाबलाढ्य म्हणून गणला जात होता. त्याचें सैन्य फार मोठें होतें. त्याचीं जहाजें **सिंधदेशापर्यंत** जात असत. तशींच **धारादेशांत** त्याचीं ठाणीं होतीं, आणि पुष्कळ राजे त्याच्या दरबारीं येऊन त्यास नमत होते. या **भीमराजाच्या** दरबारीं अमरसिंह **शेवडा** नांवाचा एक **जैनसाधु** होता, त्यास त्या काळीं जादूमंत्रांत मोठा प्रवीण मानीत असत.

यावेळीं **हिंदुस्थानांतील** राजेरजवाड्यांच्या दरम्यान त्यांच्या मदादशेचें चक्र भ्रमण करीत होतें तेणेंकरून ते परस्परांस न देखूं शकल्याकारणानें चोहोंकडे वैर पसरून बसले होते. आपल्या स्वदेशाचे आणि धर्माचे कट्टे शत्रु **मुसलमानलोक** छातीवर झुलून राहिले होते. त्यांस प्रतिबंध करण्यासाठीं सर्वत्रांनीं एकमत होण्याचें सोडून, उलट आपसांतील वैरामुळें "आपलें नाक कापून दुसऱ्यास अपशकुन" करण्याप्रमाणें शत्रूकडे जाऊन मदत करीत होते. परंतु अखेर आपली पण हीच दशा होणारी आहे हें त्यांस सुचत नव्हतें; आणि परिणामीं तसें झाल्याशिवाय राहिलें नाहीं. ज्यावेळीं स्वतःवर शत्रूची फौज येऊन प्रसंग गुजरला तेव्हां त्यांस देखील दुसऱ्यांच्या मदतीसाठीं निराशच व्हावें लागलें; आणि त्या प्रसंगीं **मुसलमानांच्या** बलाढ्य फौजेनें त्यांजवर जे जुलूम केले ते अशा बाणेदार **रजपुतांसही** निमूटपणें सहन करावे लागले. त्यांना आपल्या जीवांहूनही अतिप्रियकर जीं देवालयें तीं यावेळीं **मुसलमान** शत्रूंनीं जमीनदोस्त करून टाकिलीं; त्यांच्या सुंदर आणि पवित्र स्त्रियांच्या पतिव्रताधर्माचा भंग केला; पुष्कळ लोकांस बाटवून **मुसलमान** केलें; आणि या कामाला जे आडवे आले त्यांस यमद्वारीं रवाना करण्यांत आलें. त्यांचे फार

१. याविषयीं, आमचा 'पृथ्वीराज चव्हाण याचा इतिहास' या नांवाचा ग्रंथ पाहिला असतां सर्व इतिहास समजेल.

दिवसांचे जुनाट आणि द्रव्यानें परिपूर्ण भरलेले असे भांडारखाने लुटले गेले, आणि सुखशय्येवर पडून राहणारे व किंचित् अपमान झाला तर तो सहन न करितां त्यापायीं मोठमोठीं साहसाचीं व जोखमीचीं कामें करण्यास तयार होणारे जे राजे त्यांचे पुरे हाल होऊन ते केवळ कुत्र्याच्या मोतानें मेले गेले! या वेळेच्या क्रूर आणि धर्मांध मुसलमानांच्या जुलमाविषयींचीं आपण वर्णनें वाचतों तेव्हां आपणास मोठी खुमखुमी येते; परंतु हें सर्व होण्याचें कारण काय? त्याचें इतकेंच उत्तर आहे कीं, वैर आणि कुसंग यांच्या आडपड्यानें हिंदु-राजांस दूरवर विचार कांहीं सुचलाच नाहीं. या प्रसंगीं गुजराथचा भीमदेव आणि दिल्ली व अजमीरचे चव्हाण यांच्या दरम्यान मोठें वैर उभें राहिलें होतें. तेणेंकरून हीं दोन्ही राज्यें दिवसानुदिवस मंदावत चाललीं आणि मध्यें मुसलमानांना फावलें.

आतां सदरील उभय राज्यांत वैरभाव उद्भवण्याचें कारण पाहिलें तर फारच हलकट आणि बायकांच्या संबंधाचें होतें, असें पुढील हकीकतीवरून कळून येईल. आबूगडांत जैतसी प्रमार नांवाचा एक राजा होता. त्यास सलख नांवाचा पुत्र आणि इच्छनी कुमारी नांवाची एक अतिसुस्वरूप कन्या होती. ती कन्या अजमीरच्या पृथ्वीराजास वधू करून द्यावयाची होती; असें असतां ती अतिलावण्यवती आहे असें ऐकून, भीमदेवानें तिची मागणी करण्यासाठीं अमरसिंह शेवडा यास आबूगडास पाठविलें होतें. अमरसिंहानें आबूगडास जाऊन जैतसी राजास सांगितलें कीं, 'तूं आपली कन्या भीमदेवास अर्पण करून त्यास आपला जामात कर. असें न करशील तर तो भीमदेव आबूगड समूळ उपटून टाकील.' जैतसी यानें तें बोलणें प्रथम मोठ्या विवेकानें ऐकून घेतलें, आणि अमरसिंह शेवडा यास आपल्या येथें पांच दिवसपर्यंत राहून घेऊन, काय उत्तर द्यावें याचा तो विचार करूं लागला. इतक्यांत त्याचा पुत्र सलख उभा राहून म्हणाला कीं,'आबूगडाचें राज्य घेतलें तर देईन; परंतु जैनधर्मी भीमदेवराजाशीं मी आपल्या बहिणीचें लग्न करणार नाहीं! भीमदेवाचे सर्व पराक्रम मला माहित आहेत. तो चव्हाणास ओळखत नाहीं. मारवाडदेशांत

एक लक्ष सैन्य तर तयार आहे! या आबूपहाडाच्या हुकमतीखालीं अठरा राज्यें आहेत; त्यांपैकीं माझ्या मदतीस कोणीच आलें नाहीं तर मग आमचा साह्यकर्ता ईश्वर आहेच!' येणेंप्रमाणें त्यानें नकाराचा जाब देऊन अमरसिंहाची रवानगी केली, आणि नंतर आबूगडाचा कारभार पांचजण आप्तसोयऱ्यांकडे सोंपवून, बापलेंक उभयतां चव्हाणाची मदत मागण्याकरितां गेले. त्यांनीं जाऊन चव्हाणास कळविलें कीं, 'पृथ्वीराजास देऊं केलेली कन्या भीमदेव मागत आहे! केसरीचा भाग जंबुकानें न्यावा काय? आमचा देश तो उद्ध्वस्त करीत आहे, तेणेंकरून रयत व गुरेंढोरें फार दुःख पावत आहेत!' चव्हाणानें त्या पितापुत्र प्रमारांस (पंवारांस) मोठ्या सन्मानानें राहून घेऊन, तें वर्तमान दिल्ली येथें पृथ्वीराजास लिहून पाठविलें. तें वर्तमान ऐकून पृथ्वीराज सैन्याची तयारी करून प्रमाराच्या मदतीस येण्याकरितां सिद्ध झाला.

इकडे अमरसिंहानें जाऊन वधूप्राप्तीच्या नकाराची बातमी भीमदेवास कळविल्यावरून त्याचें मस्तक फिरलें व कपाळास आंठ्या चढल्या; क्रोधानें त्याच्या अंगाचा थरकांप झाला. तो म्हणाला, 'निद्रिस्त सिंहास जागृत करणारा असा कोण आहे?' असें म्हणून त्यानें सैन्य एकत्र करविण्याच्या इषाऱ्याचा डंका वाजविण्याचा हुकूम केला. कच्छ आणि सौराष्ट्रच्या राजांस पत्रें लिहून पाचारण केलें. थोडक्याच दिवसांत गिरनारचा राजा, लोहाना कटारी, वीरधवल वाघेल, राम प्रमार, पेरंभचे मालक, राणिंग झाला, शोडा सारंगदेव आणि गंग डाभी वगैरे सरदार मोठी फौज घेऊन हजर झाले. त्या सरदारांस, आणि त्याचप्रमाणें अमरसिंह शेवडा व जैनमंत्रेश्वर चाचिग यांस घेऊन, भीमदेव आबूगडावर गेला; आणि लगेच त्यानें किल्ल्याला वेढा दिला. या वेळीं चालुक्य आणि प्रमार यांजमध्यें मोठ्या निकरानें लढाई चालू झाली; आणि भूमि रक्तानें आरक्त झाली. परंतु अखेरीस प्रमारांनीं शत्रूस पाठ दाखवून पळ काढला व चालुक्यांचा जय झाला.

यानंतर भीमानें चव्हाणावर जाण्याचा विचार केला; परंतु या

वेळीं त्याच्या सैन्यांत शहाण्या माणसांची उणीव नव्हती. त्यांच्या मसलतीप्रमाणें चालून तो या कामापासून प्रतिबंध पावला होता. हिंदुराज्याची पडती येणार होतीच; ती दोन दिवस पूर्वी येईल इतकेंच. परंतु भीमदेव भोळा ह्मणविला जात होता हें खरें होतें. त्यानें या वेळीं कांहींच विचार केला नाहीं. गोहेल सरदारानें त्यास सांगितलें कीं, 'आपण लढाईची गोष्ट तहकूब ठेवा. प्रमारांचा मोठासा अपराध नाहीं. मर्जी असेल तर कन्येविषयीं मागणी चालवावी.' राणिंग झाल्यानें सांगितलें कीं, 'आपण दुसऱ्या गोष्टी बाजूस ठेऊन, लढाईच्या कायद्याचा विचार केला पाहिजे. येणेंकरून मुसलमानांची शक्ति वृद्धि पावेल.' वीरधवल वाघेल ह्मणाला, आपण चव्हाणांशीं सलोखा करून एकमतानें मुसलमानांस पिटाळून लाविलें पाहिजे. असें केलें असतां आपणास पुष्कळ देश मिळून आपली मोठी कीर्तिही होईल.' परंतु अमरसिंह शेवड़ा आडवा आल्यानें त्यांच्या सांगण्याचा कांहींच उपयोग झाला नाहीं. अमरसिंह ह्मणाला, 'तुमचें सांगणें बरोबर आहे; परंतु रजपुतानें अपमान सहन करणें हें त्यास केवळ धिक्कारयुक्त होऊन जातें. रजपुतानें हरएक जोखमीच्या कामांत अपमान केल्याचें वैर साधलेंच पाहिजे; त्यानें त्या वेळीं अन्य विचार करणें योग्य नाहीं, याकरितां प्रथम तर चला. भीमदेवराजाच्या इच्छेप्रमाणें प्रमार आणि चव्हाणांवर जाऊं या. त्यांस जिंकून नंतर मुसलमानांवर जाऊं!'

मुसलमानलोक तर टक लावून बसलेच होते. जशी गुजराथची फौज अजमीरावर आली तसे तेही अजमीरच्या आसपास तळ ठोकून तयार झाले. येणेंकरून "मृदंगास दोहोंकडून थापा" या म्हणीप्रमाणें गोरी आणि गुर्जर यांच्या दरम्यान चव्हाणाची दशा झाली. चव्हाणानें देवीची आराधना करून प्रार्थना केली कीं, 'हे शक्ति, यावेळीं या म्लेन्छ आणि गुर्जर असुरांपासून माझें रक्षण कर!' अशा समयीं चंद भारोटानें स्वतः जाऊन शत्रूंवर रात्रीचा छापा घालण्याची तयारी केली. गुर्जराच्या सैन्यांत झालालोक चौकी पाहरा करीत होते. चंद भारोटानें येऊन अवचित त्यांजवर हल्ला केल्यामुळें गुर्जरांच्या फौजेंतील लोक फारच घाबरून गेले. अज्ञानाव-

स्थेंत ते आपल्यांतच परस्परांस मारूं लागले आणि सर्व सैन्यांत एकच गोंधळ उडाला! तेणेंकरून भीमदेव समरभूमीवर आला. त्याचा हत्ती मरण पावला आणि तरवार मोडली. इतक्यांत तो भाला घेऊन पुढें सरसावला; परंतु अखेरीस त्यास मागें हटावें लागलें. चव्हाण येणेंप्रमाणें चालुक्यांचा पराभव केल्यानंतर मुसलमानांच्या सामन्यास गेले; आणि त्यांनीं मुसलमान लोकांसही लढाईंत जेरीस आणून, अखेरीस पिटाळून लाविलें. भीमदेवाचा पराभव झाल्यामुळें तो चव्हाणावर दांतओंठ खात होताच; तशांत त्या वैरवृद्धीचें दुसरें एक कारण घडून आलें. तें असें कीं, भीमदेवाचा चुलता सारंगदेव यास प्रतापसिंह, अरिसिंह, वगैरे सातजण मोठे शूर व पराक्रमी पुत्र होते. त्यांची भीमदेवाशीं कांहीं तक्रार पडल्यावरून, ते घराबाहेर पडून सोरठदेशांत गिरनारच्या जंगलांत राहून, यादवांचा मुलूख लुटूं लागले. त्यांना शिक्षा करण्याकरितां भीमदेव स्वतः गेला. त्यावेळीं एके दिवशीं भीमराजा नदीकिनाऱ्यास छावणी देऊन राहिला होता. त्याचा माहूत हत्तीला नदींत धूत होता; इतक्यांत ते लोक येऊन त्यांनीं त्या माहुतास मारून टाकिलें; आणि हत्तीचें पुच्छ कापून पलायन केलें. येणेंकरून आपला मोठा अपमान झाला असें समजून, राजानें हुकूम फर्माविला कीं, 'इतके दिवस त्यांस पकडावें इतकीच माझी इच्छा होती; परंतु आतां तर त्यांचें कोणीं प्राणहरण केलें तरी चिंता नाहीं'.

राजाचा सदरीलप्रमाणें हुकूम झालेला ऐकून, ते प्रतापसिंह, अरिसिंह वगैरे सातजण भाऊ सौराष्ट्रदेशांतून पळ काढून अजमिरास जाऊन चव्हाणांच्या आश्रयास राहिले. तेथें ते एके दिवशीं दरबारांत बसले असतां प्रतापसिंहानें आपल्या मिशीवर ताव दिला. हा त्यानें आपला मोठा अपमान केला असें कन चव्हाणास वाटून तो तसाच उठला व त्यानें लगेच प्रतापसिंहास छाटून टाकलें! हें चव्हाणाचें अघोर कृत्य पाहून प्रतापसिंहाच्या इतर भावांस क्रोध चढून ते लगेच त्याचा सूड उगविण्यास तयार झाले. थोडा वेळपर्यंत चकमक झडून त्यांत ते सर्व भाऊ आणि इतर पुष्कळ लोक मरण पा-

वले! पृथ्वीराज यावेळीं आपल्या खासेमहालांत गेले होते. त्यांनीं मागाहून या कृत्याविषयीं कन चव्हाणास मोठा ठपका दिला; आणि सांगितलें कीं, 'घरीं आलेल्या पाहुण्यांस मारिल्यानें लोकांत आपली निंदा होईल; हें तूं फार वाईट कृत्य केलेंस.' या कृत्यानें अजमिरांत तीन दिवसपर्यंत हरताळ पडली होती.

आपल्या सदरील चुलतभावांच्या वधाची वातमी भीमदेवाच्या कानीं गेली; त्यावेळीं त्यालाही फार राग आला. त्यानें लगेच त्याविषयींचा चव्हाणांवर सूड उगविण्याचा निश्चय करून, प्रधानाच्या सल्ल्यानें चातुर्मास्यानंतर सैन्य घेऊन जाण्याचा ठराव केला. भीमदेवाच्या मनांत सोमेश्वर फार डवचत होता; आणि पृथ्वीराज तर त्याला प्रत्यक्ष अग्नीप्रमाणें भासत होता. भीमदेवानें, चव्हाणांच्या देशावर जाण्याकरितां आपल्या मांडलिक संस्थानिकांस आणि खंडणी देणाऱ्या राजांस सैन्यासह येण्याकरितां आज्ञापत्रें लिहिलीं; आणि आपल्या प्रधानास सांगितलें कीं, 'चला. प्रथम शत्रूंचा देश घेऊन, त्यांस जिंकून, एकछत्री राज्य स्थापन करूं.' त्यानें राणिगदेव झाल्यास बोलावून त्याजवळ आपल्या मनांतील गोष्ट बोलून दाखविली. थोडक्याच अवकाशानें सर्व राजे आपआपल्या सैन्यासह येऊन दाखल झाले. कनक, चौडासी जयसिंह, वीरधवल वाघेल, सारंग मुकवाण आणि इतर कित्येक काठी व भिल्ल सरदारही येऊन हजर झाले. तो अफाट सेनासागर जमलेला पाहून भीमराजास मोठा हर्ष झाला; आणि तो ह्मणूं लागला कीं, 'खचित आपला जय होईल. लढाईचे शब्द ऐकून तर मला अत्यानंद होत आहे.' नंतर भीमदेव, जमलेल्या सर्व योद्ध्यांच्या पराक्रमाची वाखाणणी करून त्यांस लढण्यास उत्तेजन देऊं लागला.

भीमदेव, या मोठ्या अफाट सैन्यासह सोमेश्वरराज्यांत शिरला, तोंच मार्गावरील गांवचे लोक आपलीं घरेंदारें सोडून पळूं लागले. भीमदेव येत असल्याची खबर जेव्हां सोमेश्वरास समजली तेव्हां तोही तयार झाला; पृथ्वीराजास थोड्या सैन्यानिशीं दिल्लीस ठेवून, वाकीचें सैन्य घेऊन तो स्वतः भीमदेवाच्या सामन्यास निघाला. प्र-

संग कीचीराव, जाम यादव, देवराज, भाण भाटी, उदीग बाहु, बळिभद्र, कयमाष, वगैरे सरदार त्याच्या सहवर्तमान चढाई करून आले. सोमेश्वरराजानें त्या सर्वांस बक्षिसें देऊन, इष्टदेवतेची प्रार्थना केली व मोठा हर्षभरित होत्साता तो पुढें सरसावला. कांहीं कालांतरानें उभय पक्षांचीं दळें एकमेकांशीं भिडून संग्रामास सुरुवात झाली. भीमराजाच्या फौजेनें तीन तासपर्यंत कन चव्हाणाच्या फौजेवर बाणांचा एकसारखा वर्षाव चालविला असतांही कन चव्हाणाच्या फौजेनें मोठ्या नेटानें टिकाव धरला. तेणेंकरून अखेरीस भीमदेवाची फौज शत्रूस पाठ दाखवून पळूं लागली; तेव्हां त्याचे पुष्कळ लोक मरण पावले!

एका बाजूनें जाम यादव आणि दुसऱ्या बाजूनें खेंगार असे मोठ्या नेटानें लढूं लागले. तेव्हां कोणत्या पक्षास विजयश्री माळ घालते हें समजेना. इतक्यांत सोमेश्वर क्रोधानें भीमदेवावर चाल करून गेला. उभय राजांनीं परस्परांवर बाणांचा मारा चालविला. उभयतांपुढें वाजंत्री वाजून राहिले होते; भाट आणि बंदीजन उभयतांच्या शौर्याची वाखाणणी करून लढण्याची ईर्ष्या उत्तेजित करीत होते; आसपास योद्ध्यांच्या आवेशगर्जनांनीं रणभूमि दणाणून गेली होती; आणि असंख्य पडलेल्या प्रेतांच्या रक्तमांसभक्षणानें यथेच्छ तृप्ति पावून गृध्र आणि गरुडपक्षी इकडे तिकडे मनसोक्त विहार करीत होते; येणेंप्रमाणें एकंदर चोंहोंकडे मोठा भयाण देखावा बनून राहिला होता. अशा संधीस सोमेश्वरराज शत्रूच्या जबर मारानें भूमीवर पतन पावला, व त्याचें शरीर खंडविखंड झालें! तो प्रकार पाहून चव्हाणाचे लोक हतवीर्य झाले आणि चालुक्याच्या फौजेंत मोठा जयजयकार होऊन राहिला. पृथ्वीराजानें हें दुःखकारक वर्तमान ऐकून आपलें सैन्य परत बोलावून नेलें; आणि आपल्या पित्यामागें पुष्कळ दानधर्म केला. सुवर्णाच्या व चांदीच्या अलंकारभूषणांसह ८००० गोप्रदानें ब्राह्मणांस अर्पण केलीं. त्यानें दुःखशोकांत कित्येक दिवसपर्यंत स्त्रीसंगाचा त्याग करून, भूमिशय्येवर शयन करण्याची सुरुवात केली; आणि निरंतर पित्याच्या मृत्यूबद्दलचें वैर कसें साधावें याच गोष्टीचा

विचार करूं लागला. तो वरचेवर ह्मणे कीं, 'हर हर ! भीमानें सोमेश्वराचा वध केला, अं ! आतां मी भीमास मारून स्वर्गास पाठवीन त्यावेळींच माझी शांति होईल !' पृथ्वीराजास सूड उगविण्याचा निदिध्यास लागलाच होता; तशांत प्रमार लोकही अग्नींत तुपाची आहुति दिल्याप्रमाणें त्यास उत्तेजन देऊं लागले. तेणेंकरून त्याचा क्रोधाग्नि ज्यास्तच प्रज्वलित झाला. प्रमार लोक म्हणूं लागले कीं, 'अरे ! भीमानें सोमेश्वराच्या देहाचे तुकडे तुकडे केले याचा तुला कांहींच शोक वाटत नाहीं काय ? क्षत्रियांचा धर्म काय आहे ? जर तूं भीमास मारून गुजराथप्रांत उद्ध्वस्त केलास तरच स्वर्गीं सोमेश्वराचा आत्मा सुप्रसन्न होईल. तुझ्या नामर्दपानें सुलतानाचीही छाती धडधडत आहे, तेथें गरीब बिचाऱ्या भीमाचा काय पाड ?'

प्रमार लोकांनीं केलेल्या सदरील प्रशंसेनें पृथ्वीराजास विशेष स्फुरण चढलें, आणि तो ह्मणाला कीं, 'मी भीमास जिंकून त्याजपासून लगेच सोमेश्वरास मागून घेईन, आणि नंतर त्यास मारून जोगर्णा (हडळी) आणि वेताळ यांस प्रसन्न करीन.' येणेंप्रमाणें निश्चय करून त्यानें रात्रीं शयन केलें; व प्रातःकाल होतांच सर्व योद्ध्यांस एकत्र जमवून गुजराथेवर जाण्याचा विचार केला. कन चव्हाण, जाम यादव, बलिभद्र, कुरंभदेव, चंद पुंडीर, उतथ्य चव्हाण, लंगडीराय आणि गोविंदराय गेहलोट हे सर्व एकत्र जमून बोलूं लागले कीं, 'चला. चालुक्याच्या देशांत जाऊन त्याचीं मुलें पाळें खणून काढूं. अरे ! सोमेश्वरास मारला. अं ! भीमराजाची आतां आयुष्यमर्यादा पूर्ण भरली !'

सर्वांनीं एक विचार करून मुहूर्त पाहण्याकरितां जोशीबोवास पाचारण केलें. जोश्यानें येऊन सांगितलें कीं, 'या वेळींच चढाई करून जाल तर मुहूर्त फारच सर्वोत्कृष्ट आहे. अवश्य जयप्राप्ति होईल.' सर्वांचा आवेश पाहून, "शुभस्य शीघ्रम्" या न्यायानें बहुतकरून जोशीबोवांनीं मुहूर्त सांगितला असावा. ब्राह्मणाच्या (जोश्याच्या) मुखांतील शब्द कानीं पडतांच पृथ्वीराजानें लगेच तयारी करण्याच्या इशाऱ्याचें नगाऱ्यावर टिपरूं ठोकलें; आणि आपण स्वतः नगराबाहेर

जाऊन मुक्काम केला. लष्कर एकत्र जमण्याचा काय तो अवकाश होता. तें एकत्र होतांच पृथ्वीराज गुजराथेकडे चालूं लागला. भीमराजास त्याच्या हेरांनीं खबर दिली कीं, 'चव्हाणाची चौसष्ठ हजार फौज समुद्राच्या भरतीसारखी गुजराथेवर उसळून येत आहे; करितां, आपली तयारी करा.' सदरील हेरांनीं सांगितलेली बातमी ऐकून भीमास फार राग आला. त्यानें सर्व मंत्र्यांस एकत्र जमवून लढाईची सिद्धता करण्याची आज्ञा दिली. आपल्या राज्यांतील तमाम भागांत निमंत्रणें पाठवून मांडलिक संस्थानिकांचीं सैन्यें जमविलीं. तीन हजार बख्तरें स्वार कच्छ येथून आले. पंधराशें सोरटी, आणि ज्यांच्या बाणांचा नेम कधीं चुकावयाचाच नाहीं असे तिरंदाज कोळीलोक काकारेज येथून येऊन पोहोंचले. झालालोक, मुचकुंद आणि कित्येक काठी सरदारही येऊन हजर झाले. सर्व मिळून एक लक्ष फौज भीमानें जमविली. एक हजार हत्ती तयार झाले. पृथ्वीराज जो भीमाशीं समरांत भिडण्यास अगदीं आतुर झाला होता, तो भीमाची तयारी ऐकून खूष झाला आणि म्हणूं लागला कीं, 'माझी व भीमाची गांठ पडल्याबरोबर मी त्याचें पोट चिरून त्यांतून आपला बाप सोमेश्वर यास काढीन.' जसें चव्हाणाचें लष्कर गुजराथेंत शिरलें, तसें तें नासधूस करूं लागलें. शत्रूची राजधानी थोडी दूर राहिली तेव्हां पृथ्वीराजानें दिवा, शिडी, जाळें, कुदळी, अंकुश आणि त्रिशूल देऊन चंद भारोट यास भीमाकडे पाठविलें. चंदानें जाऊन भीमास वर्तमान कळविलें कीं, 'सांभरचा राजा येत आहे.' भीमराजानें 'ठीक आहे' असें ह्मणून, चंद भारोट यास विचारिलें कीं, 'तुह्मीं या विचित्र वस्तु काय म्हणून आणिल्या आहेत?' तो ह्मणाला, 'पृथ्वीराजाचा हुकूम असा आहे कीं, तूं अंधारांत लपलास तर दिवा घेऊन शोधावा; आकाशांत पळून गेलास तर शिडीवर चढून पकडावा; समुद्रांत गेलास तर जाळें टाकून धरावा; भूमींत लपलास तर कुदळीनें खणून बाहेर काढावा; या अंकुशानें तुला ताब्यांत आणावयाचा आहे; आणि त्रिशूलानें तुला ठार करावयाचा आहे. जितक्या भागांत सूर्य प्रकाशत आहे त्या भागांत, तूं कोठेंही पळून गेलास तरी तेथें पृथ्वी-

राज तुझ्याजवळच आहे असें समज.' भीम ह्मणाला, 'या भीति दाखविणाराचेच मी प्राण घेईन. मी भयंकर भीम आहें, मला पाहून सर्व थरथर कांपतात, याचा थोडा स्थिर मनानें विचार करून पुढें काय करणें तें कर.' चंद ह्मणाला, 'एकवार मांजरास उंदरानें जिंकलें; कावळा हंसाहून वर चढला; हरिण कदाचित् सिंहाबरोबर लढलें; आणि बेडकानें सर्पाची कीर्ति संपादिली; परंतु अशा गोष्टी वारंवार घडण्याचा संभव नाहीं.' भीम म्हणाला, 'जा! तुझ्या सांभरराजास सांग कीं, मी तुला भीत नाहीं.' चंद भारोट याणें तिकडील सर्व हकीकत यथास्थितपणें पृथ्वीराजाजवळ येऊन निवेदन केली. ती हकीकत ऐकल्यानंतर पृथ्वीराजानें नीरधर यास बोलावून आणून त्यास वीरश्री उत्पन्न होण्यासारखें संभाषण केलें. तो ह्मणाला कीं, 'तुम्ही सर्वांत श्रेष्ठ आहां, शिवाय जुने आहां, तुमच्या वाडवडिलांनीं पुष्कळ पराक्रम केले आहेत; याकरितां या समयीं सावध रहावें, मृत्यूस भिऊं नये.' नीरधरानें जबाब दिला कीं, 'आपल्यासारख्या पराक्रमी राजापुढें कोणाचा टिकाव लागणार आहे?' येणेंप्रमाणें नीरधर आणि कन यांनीं राजास उत्तेजन दिलें; इतक्यांत गुजराथचें सैन्य चाल करून येत असल्याची बातमी आली. ती ऐकून सर्वांस लढण्यास सिद्ध होण्याचा राजानें हुकूम केला. सर्वांची तयारी झाली; तोंच शत्रूचें सैन्यही येऊन पोहोंचलें आणि युद्धाला आरंभ झाला. स्वार अघाडीस झाले. चालुक्याची फौज अशी दाट उभी केली होती कीं, शत्रूस तिचा भेद करतां येणें अशक्य होतें. चव्हाणांनींही सामन्यास आपल्या सैन्याची त्याप्रमाणेंच मजबुतीची रचना केली होती. तेणेंकरून युद्ध खूबच घनघोर माजलें. एका बाजूनें कन चव्हाण आणि दुसऱ्या पक्षाकडून सारंग मुकवाण असे उभयतां आमनेसामने लढूं लागले. त्यांत सारंग मुकवाण मारला जाऊन कनाचा जय झाला. उभयपक्षांकडील सहस्रावधि वीरपुरुष जीवाची आशा सोडून मोठ्या आवेशानें लढूं लागले. तशांत चालुक्यांनीं मार्गावरोध केलेला पाहून चव्हाणांनीं दुप्पट मारा चालविला. नंतर पृथ्वीराज आणि भीम असे उभयतां सन्मुख झाले. पृथ्वीराजानें

भीमास सांगितलें कीं, 'आज तूं जीवंत राहणार नाहींस. मी तुला आज सोमेश्वरासंनिध पाठवीन.' कन त्या वेळीं पृथ्वीराजाच्या मदतीस आला. चंद भारोट येणेंप्रमाणें वर्णन करून अखेरीस लिहितो कीं, या प्रसंगीं भीमदेव मरण पावला, व पृथ्वीराज यशस्वी होऊन घरीं आला. तेव्हां भाट, चारण वगैरे बंदीजनांनीं त्या प्रतापशाली महापुरुषाचें यशोवर्णन करून गुणानुवाद गाइले. परंतु भीमदेव या वेळीं मेला असावा असें वाटत नाहीं. तो या मागाहूनच्या कित्येक प्रसंगीं मुसलमानांच्या सामन्याच्या लढायांत होता, अशाविषयीं कित्येक प्रमाणें आहेत.

ह्या कालापूर्वी शहाबुद्दीन गोरी नांवाच्या इसमानें दगाबाजीनें लाहोर घेऊन, गिझनीवंशाचा अखेरचा राजा सुलतान खुशरु मलिक यास पकडून जूर्जिस्थानास पाठवून मारवून टाकिलें! तेणेंकरून गिझनीची सत्ता त्या गोरीच्या हातीं आली होती. गिझनी येथील मुसलमानांचें बल हिंदुस्थानांतील लोक जाणून होते; परंतु त्या वेळीं हिंदुराजांत आपापसांत बेबनाव असल्या कारणानें मुसलमानांस अटकाव करण्यास कोणी समर्थ झाला नाहीं. या वेळीं हिंदु आपापसांत लढून अत्यंत निर्बळ झाले होते; तेणेंकरून मुसलमानांस अटकाव करण्याइतकें कोणांत शौर्य राहिलें नव्हतें हें एक, आणि वैरभावामुळें दुसऱ्या राजांची मदत निरुपयोगी होती हें दुसरें. अशा दोन कारणांनीं मुसलमानांस सहजांत फावलें. त्यांनीं प्रथम दिल्ली, अजमीर, कनौज, वगैरे शहरें आपल्या ताब्यांत घेतल्यानंतर अखेरीस गुजराथेवर पाळी आली.

इ० स० ११९१ त मुसलमानांनीं प्रथम हल्ला पृथ्वी(पृथु)राजावर केला होता. करनाळ आणि ठाणेश्वर यांच्या दरम्यान तिरवडीनजीक लढाई झाली. त्या वेळीं दिल्लीचा अधिकारी चामुंडराज जो पृथ्वीराजाबरोबर होता त्यानें मुसलमानांचा पराभव करून त्यांस हांकून लाविलें होतें; परंतु दोन वर्षांनंतर, ह्मणजे इ० स० ११९३ मध्यें, मुसलमान फिरून आले. तेव्हां सरस्वतीनदीकांठीं लढाई झाली. त्यांत महंमदानें बारा हजार निवडक मुसलमानांसह पृथक्

होऊन, राहिलेल्या रजपुतांवर तुटून पडून पुष्कळांस छाटून टाकलें. चामुंडराजही मारला गेला आणि चव्हाणाची बलवान् फौज अस्ताव्यस्त होऊन पळूं लागली. पृथ्वीराज शत्रूंच्या हातीं कैद झाला व त्याला कांहीं दिवसांनीं बादशाहानें मारवून टाकलें![1] यानंतर महंमद अजमिरास गेला. तेथेंही त्यानें क्रूरपणानें पुष्कळ हिंदुलोकांचा वध करविला; आणि नंतर देश लुटीत घराकडे चालता झाला. या वेळीं हिंदुस्थानचें राज्य त्यानें आपणातर्फे मलिक कुतुबुद्दीन याजकडे सोंपविलें होतें. त्यानें थोडक्याच अवकाशांत मिरत आणि योगिनीपूर वगैरे ठिकाणें जिंकून आपल्या ताब्यांत घेतलीं.

इ० स० ११९४ सालीं शहाबुद्दीन अथवा महंमद गोरी पुन्हा आला आणि त्यानें यमुनानदीकांठचें कनौज, तसेंच बनारस शहर घेतलें. येथें एकंदर एक हजारांहून जास्त मूर्ति आणि देवळांचा भंग करून कित्येकांच्या मशिदी केल्या व अशा प्रकारें हिंदुधर्मावर फारच जुलूम केला. कनौजचा राठोड राजा या वेळीं यमुनानदींत बुडून मेला; आणि त्याच्या वंशजांनीं मारवाडदेशीं जाऊन जोधपूर नांवाचें शहर वसविलें व तें शहर आपल्या गादीची जागा ठरविली. कनौजानंतर अखेर गुजराथेवर पाळी आली. इ० स० ११९४ त कुतुबुद्दीन अन्हिलवाडपाटणावर फौज घेऊन आला. या वेळीं किल्ल्यानजीक

---

१. 'पृथ्वीराजरासा' या ग्रंथांत, पृथ्वीराजानें पहिल्यानें बादशाहाला शरसंधान करून मारिलें व नंतर चंद भाटानें त्याचा व आपला शिरच्छेद केला, असें लिहिलें आहे. याविषयीं आमचा 'पृथ्वीराज चव्हाण याचा इतिहास' पहा.

२. अहमदाबादच्या सभोंवतालीं १४०० मशिदी आहेत असें ह्मणतात, त्यांतील दगड जुन्या देवळांचे फार आहेत. प्रत्येक मशिदीस पंचवीस हजार रुपयांवर खर्च लागला असावा. हल्लीं त्या मशिदी पडीत व ओसाड आहेत. या मशिदी कोणीं बांधल्या त्याचा पत्ताही नाहीं! अहमदाबादगांवची मुख्य देवी भद्रकाली तिचे जुन्या देवळाची मशीदच झाली आहे! आणि तिच्या मूर्तीची जुम्मामशिदीस पायरी आहे! पेशवाईत मात्र दुसऱ्या मूर्तीची दुसऱ्या ठिकाणीं स्थापना झाली आहे.

भीमदेवाचा सरदार जीवनराय लष्करासहित पडून राहिला होता. त्यानें कुतुबुद्दीनाबरोबर लढाई केली, त्यांत तो मरण पावला; व त्याचें लष्कर अस्ताव्यस्त झालें. भीमदेव हें वर्तमान ऐकून राज्य सोडून पळून गेला. कुतुबुद्दीन पाटण जिंकून फार लूट करीत होता; इतक्यांत त्यास दिल्लीस जाण्याविषयीं गिझनीहून हुकूम आला.

इ० स० ११९६ त कुतुबुद्दीनास अशी खबर लागली कीं, नागोरचा राजा तसेच इतर हिंदुराजे, आणि मैरलोक पाटणच्या राजास मिळून, मुसलमानांजवळून अजमीर परत घेण्याचा विचार करीत आहेत. ही बातमी ऐकून कुतुबुद्दीन, आपली फौज त्या वेळीं बाहेर परगण्यांत पसरली होती त्यामुळें दिल्लीशहरांत जितकी हम्मेष राहणारी फौज होती तितकीच घेऊन सामन्यास गेला. त्या प्रसंगीं लढाई झाली, त्यांत कुतुबुद्दीनाचा पराभव होऊन त्याच्या शरीरास जखमा झाल्या; तेणेंकरून तो पालखींत बसून परत अजमिरास आला. येणेंकरून मैरलोकांस विशेष हिम्मत आली. त्या लोकांनीं गुजराथच्या सैन्यास मिळून अजमिरानजीक जाऊन त्याचा पाडाव केला. परंतु थोडक्याच अवकाशांत ती बातमी गिझनीस जाऊन पोहोंचल्यामुळें तेथून कुतुबुद्दीनाच्या मदतीकरितां मोठें सैन्य येऊन दाखल झालें. कुतुबुद्दीन या वेळापर्यंत अजमिरांत कोंडून राहिला होता. त्यास कुमक आलेली पाहून हिंदुलोक तत्काल वेढा उठवून चालते झाले. नंतर कुतुबुद्दीन चांगला झाल्यावर लगेच त्यानें शत्रूच्या मागें जाण्याची तयारी केली. मार्गांत बाली आणि नादोलचे किल्ले सर करून पाटणावर आला; इतक्यांत बातमी लागली कीं, बालीन आणि धारावर्ज पाटणच्या राजाबरोबर छावणी देऊन, शिरोही प्रांतांत आबूगडानजीक पडून राहिले आहेत; आणि गुजराथेंत शिरण्याच्या मार्गाचें रक्षण करीत आहेत. ही बातमी ऐकून कुतुबुद्दीनानें मार्गाची अडचण असतां तेथें जाऊन त्यांजवर हल्ला

---

१. धारावर्ष आणि प्रल्हादनदेव हे दोघे यशोधवल नांवाच्या प्रमार राजाचे पुत्र अनुक्रमें चंद्रावती आणि आबूचे राजे होते. ते अन्हिलवाडच्या राजाचे ताबेदार व मांडलिकांसारखे होते.

केला. त्यांत ५०००० हिंदु मेले; आणि २०००० कैद झाले. मुसलमानांस या वेळीं मोठी लूट मिळाली होती. नंतर कांहीं वेळपर्यंत विश्रांति घेऊन मुसलमान गुजराथेंत आले; आणि त्यांनीं विनहरकत देश लुटून उजाड केला. अखेरीस कुतुबुद्दीन पाटणांत आपलें ठाणें स्थापन करुन अजमीरमार्गें दिल्लीस गेला. त्या वेळीं त्याला जी मोठी लूट मिळाली होती ती व लढाईत पकडलेले हिंदु यांस त्यानें परभारें गिझनीस पाठवून दिलें.

महंमद गोरी इ० स० १२०५ त मेला. तेव्हांपासून कुतुबुद्दीन हा दिल्लीचा बादशाह झाला. त्यानें तेथें पांच वर्षपर्यंत राज्य केलें. अखेरीस तोही इ० स० १२१० त मरण पावला. तो गुलामजातीचा होता त्यामुळें दिल्लीचें राज्य गुलामानें स्थापन केलें अशी लोकांत म्हण चालत आली आहे. भीमदेव इ० स० १२१५ त स्वर्गवासी झाला. या काळापूर्वी मुसलमानांचें ठाणें पाटणांतून हललें किंवा काढून टाकल्याचें समजतें.

## भाग तेरावा.

## वाघेलवंश.

(इ० स० १२१५ पासून इ० स० १२९६ पर्यंत.)

कुतुबुद्दीनानें अन्हिलवाडच्या अखेरच्या चालुक्यराजा भीमदेव याजपासून गुजराथचें राज्य हिरावून घेऊन अन्हिलवाड्यांत आपलें स्वतःचें ठाणें बसविलें. तेव्हांपासून गुजराथेंत हिंदुराज्याची अखेरी झाली असें म्हणवत नाहीं. कारण कीं, भीमदेवाच्या मृत्यूनंतर लगेच वाघेलचे चालुक्य जे वाघेल नांवानेंच प्रसिद्ध होते किंवा ओळखले जात होते त्यांनीं गुजराथेंत सर्वोपरी आपलें राज्य स्थापन केलें.

वाघेलशाखेचा मूळपुरुष अर्णोराज यास अन्हिलपूरचा राजा कुमारपाल याच्या कारकीर्दींत लवणप्रसाद नांवाचा पुत्र झाला होता. त्याविषयींचा वृत्तांत कुमारपालाच्या प्रकरणांत सांगितला आहे तो वाचकांच्या स्मरणांत असेलच. तो लवणप्रसाद भीमदेवाच्या कार-

कीर्दींत प्रधानाच्या जागेपर्यंत येऊन भिडला होता; आणि वाघेलची जहागीर व शिवाय धोलकापरगणाही त्याच्याच ताब्यांत होता.

भीमदेवाच्या मृत्यूनंतर या लवणप्रसादानें धोलका आपल्या गादीची जागा ठरवून हळूहळू सर्व गुजराथ आणि सोरठदेशावर आपला अम्मल बसविला. त्याला मदनराज्ञी नांवाच्या स्त्रीपासून वीरधवल नांवाचा पुत्र झाला. हा वीरधवल पृथ्वीराजाचे बरोबरच्या युद्धांत भीमदेवाबरोबर होता, असें चंदाच्या ग्रंथाधारें समजतें. लवणप्रसाद व वीरधवल यांनीं वस्तुपाल आणि तेजपाल नांवांच्या दोघां बुद्धिमान् वाण्यांस आपल्या मंत्र्यांची जागा देऊन, त्यांच्या विचारानें प्रथमतः राज्याचे कित्येक स्तंभ आणि जुने अधिकारी यांस दंडून पुष्कळ द्रव्य जमविलें. व त्या द्रव्याच्या योगानें सैन्य तयार करून त्यांनीं, धोलकाअमलांतील ५०० गांवचे जे पाटीललोक लोकांजवळून पुष्कळ पैसा काढून, श्रीमान् होऊन बसले होते त्यांस दंड करून पुष्कळ पैसा गोळा केला. नंतर त्यांनीं कित्येक दगलबाज व्यापारी लोकांस दंडून त्यांचें द्रव्य हरण केलें. येणेंप्रमाणें असंख्य द्रव्य मिळाल्यानें पुष्कळ स्वार शिबंदी वगैरे सैन्य राखून धोलक्याचें राज्य लवणप्रसादाकडे आणि खंबायतचा कारभार वस्तुपालाकडे सोंपवून, वीरधवल आणि तेजपाल असे दोघे गुजराथेंत विजययात्रा करण्याकरितां निघाले. या स्वारींत जमीदारलोकांस दंडून जसजशी लक्ष्मी अधिकाधिक सांठत चालली तसतसा वीरधवलाचा लोभही वृद्धि पावत चालला. तो तेजपालास म्हणाला कीं, 'सौराष्ट्रांत धनाढ्य ठाकूर आहेत, त्यांस दंडिलें असतां पुष्कळ द्रव्य मिळेल; याजकरितां चला आपण सौराष्ट्रदेशीं जाऊं.' नंतर दोघेही सैन्य घेऊन तिकडेस जाण्याकरितां निघाले. प्रथम वडवाननजीक गोहेल यास जिंकून तेथून ते वामनस्थलीस गेले. तेथें सांगण आणि चामुंड या नांवांचे वीरधवलाचे मेहुणे राज्य करीत होते. त्यांजकडे त्याणें आपली बायको ह्मणजे त्यांची बहीण जयतलदेवी इला शिष्टाई करण्यास पाठविलें. तिणें जाऊन आपल्या भावांस सांगितलें कीं, 'माझा पति मोठा पराक्रमी आणि शूरवीर असून, त्याणें गुजराथेंतील गांवोंगांवीं व शहरोंशहरीं जाऊन तेथील

लोकांपासून दंड व करभार घेतले आहेत. तर, तुम्हीही माझ्या पतीला घोडे व द्रव्य नजर करून त्यांना खूप ठेवावें. नाहीं तर तुमच्यावरही भयंकर प्रसंग येईल.' बहिणीची ही शिटाई ऐकून तिच्या त्या भावांनीं कांहीं विचार करून, आपली शांति व बहिणीचा संतोष राहील अशा प्रकारचा कांहीं सामदामाचा प्रकार करावयाचा होता. परंतु तसें त्यांणीं केलें नाहीं व गर्विष्ठपणानें त्यांणीं तिचें म्हणणें नाकबूल करून वीरधवलाबरोबर युद्ध करण्याची सिद्धता चालविली. तेव्हां ती जयतलदेवी तेथून निघून आपल्या नवऱ्याकडे आली; आणि तिणें झालेली हकीकत त्याला कळविली. त्यावरून त्याला फार क्रोध येऊन तो आपली फौज घेऊन सांगण व चामुंड यांजवर चालून आला. त्या युद्धांत त्या दोघां भावांनीं मोठ्या पराक्रमानें चांगला टिकाव धरिला होता; परंतु शेवटीं ते दोघेही मारले जाऊन वीरधवलाची फौज विजयी झाली आणि त्यांचे ताब्यांत वामनस्थलीचा कबजा आला. तेव्हां वीरधवलानें आपल्या मेहुण्यांनीं संग्रहित केलेलें सर्व द्रव्य लुटून, त्या युद्धांत व इतर युद्धांत त्याजबरोबर ज्या शूर लढवय्यांनीं पराक्रम केले होते त्यांस इनामें वांटिलीं व त्याचप्रमाणें कित्येकांस जहागिरीही दिल्या. नंतर मेहुण्यांच्या गादीवर त्यांचे मुलगे बसवून, त्यांजपासून करभार घेण्याचें ठरवून तो खेट प्रांताकडे गेला व तेथेंही पुष्कळ द्रव्य मिळवून, कित्येक दिवसांनीं वीरधवल व तेजपाल असे दोघे मिळून धोलक्यास परत आले. वीरधवलाजवळ मोठे कुलीन व शूरवीर असे १४०० रजपूत नौकर त्याचे हाताखालीं होते. त्यांणीं त्याचा दरबारांत फार मान राखावा; व त्यांच्या साह्यानें तो जेथें जाई तेथें फत्ते होऊन येई. त्या वेळीं भद्रेश्वर नांवाच्या बंदरकिनाऱ्यावरच्या शहरांत भीमसिंह पडियार नामें राजा मोठा बलिष्ठ व श्रीमान् होता. त्याजकडे वीरधवलानें आपला वकील पाठवून त्यास कळविलें कीं, 'तूं माझे हाताखालचा मांडलिक राजा आहेस, त्या अर्थीं तूं आमच्याकडे इतरांप्रमाणें करभार पाठवावा.' त्यावर त्यानें असें मगरूरीचें उत्तर दिलें कीं, 'तूंच मला शरण ये.' त्याच्या त्या दांडग्या उत्तरानें वीरधवलाची शांति कशी काय राहिली असेल हें उघडच दिसत आहे.

त्याणें ताबडतोब आपली फौज घेऊन भद्रेश्वरनगराकडे मोहरा फिरविला.

भीमसिंहही वीरधवलाशीं सामना करण्यास कमी होता असें नाहीं. त्याच्या पदरीं सामंतपाल, अनंगपाल आणि त्रिलोकसिंह असे तिघे शूरवीर रजपूत सरदार होते. हें सरदारत्रय पहिल्यानें वीरधवलाकडे नौकरी मागण्याकरितां गेलें होतें. परंतु त्यांणीं पगार फार मागितल्यामुळें वीरधवलाकडून त्यांना पानसुपारी मिळून त्यांची बोळवण झाली. नंतर ते भीमसिंहाकडे आले व त्याणें त्यांचे मोठाले पगार कबूल करून त्यांस आपल्या आश्रयास ठेविलें. भीमसिंहाची व वीरधवलाची फौज पंचग्राम नांवाच्या गांवाजवळ एकमेकांस भेटून, तेथें त्यांचा आमनासामना झाला. तें युद्ध तीन दिवस एकसारखें घनघोर चाललें होतें. तिसरे दिवशीं वरील तिघे बांधव रजपूत सरदार वीरधवलासंनिध आले. तेव्हां त्यांचा कमीपणा दिसावा ह्मणून तो त्यांस म्हणाला, 'अरे, तुह्मी पहिल्यानें मजकडेचना नौकरी मागण्याकरितां आलां होतां, व तुमची मीं पानसुपारी देऊन बोळवण केली ते? आणि त्यामुळें तुम्ही इतक्या उर्जितावस्थेस आलांत ते?' पण ते कशाला वीरधवलाच्या या ह्मणण्यास जुमानतात? व अशा वेळीं लक्ष्य देतात? त्यांणीं गर्दी करून वीरधवलास त्याच्या उपरवट नांवाच्या घोड्यावरून खालीं पाडलें; आणि तो घोडा घेऊन ते भीमसिंहाकडे निघून गेले. वीरधवल घोड्यावरून जमिनीवर पडल्यानंतर त्याच्या लोकांनीं त्याला उचलून त्याचे शिबिरांत नेलें. इकडे, त्या रजपूत सरदारांनीं वीरधवलाचा घोडा[1] आणिला हें पाहून भीमसिंहाला फारच आनंद झाला; व त्या शूरांचे कामगिरीबद्दल प्रसन्न होऊन त्याणें त्या सरदारांस शाबासकी दिली.

पुढें त्याच दिवशीं पुनः वीरधवलानें लढाई चालविली; पण त्याला यश मिळण्याचें चिन्ह न दिसून त्याणें भीमसिंहाबरोबर तह केला. तेव्हां भीमसिंहानें त्याचा घोडा त्यास परत देऊन टाकिला व वीरधवल

१. रजपूत लोकांमध्यें, शत्रूचा घोडा हिरावून आणणें ही विशेष शौर्याची व कीर्तीची गोष्ट आहे असें समजतात.

गेला तसाच परत आला; आणि भीमसिंह आपल्या राज्यावर पुनः स्वस्थपणें राहिला. परंतु, वीरधवलानें, पुढें हळू हळू 'भीमसिंहाचें राज्य लुटून आणीन तरच मी नांवाचा होईन,' अशी प्रतिज्ञाच केली.

या वेळीं महीकांठ्यापैकीं गोध्रा येथें घुघुल नांवाचा एक मांडलिक राजा राज्य करीत होता. परंतु तोही वीरधवलाशीं तेडेबाकेपणाच्या गोष्टी सांगून त्याच्या आज्ञा अमान्य करूं लागला. त्याचप्रमाणें त्याणें, गुजराथेंत जैनयात्रिकांचे संघ येत त्यांना लुटून हैराण करण्याचा क्रम चालविला. त्याजकडे वीरधवलानें भाटाबरोबर निरोप पाठविला कीं, 'तूं आमचा मांडलिक असून असें वर्तन करणें चांगलें नाहीं. आमच्या आज्ञा तुला मान्य केल्या पाहिजेत. असें न करशील तर चामुंड आणि सांगण यांची जी दशा झाली तशी दशा तुझी होईल, हें ध्यानांत ठेव.' त्यावर घुघुल याणें वीरधवलाकडे आपला भाट पाठविला व त्याजबरोबर वीरधवलाला देण्याकरितां एक काजळाची डबी आणि एक लुगडें असें धाडिलें; व त्या भाटाबरोबरच असें सांगून पाठविलें कीं, 'मी सकलराजमंडलास स्त्रियांप्रमाणें निर्बल व निर्वीर्य समजतों.' वीरधवलाकडे घुघुलाच्या भाटानें वर सांगितल्याप्रमाणें लुगडें व काजळाची डबी देऊन आपल्या राजाचा निरोप कळविला. वीरधवलानें त्या भाटाचा रीतीप्रमाणें सत्कार करून त्यास परत लाविलें व आपल्या १४०० रजपूत नोकर मंडळीचें मत घेऊन त्यांना तेजपालाबरोबर गोध्र्यावर जाण्यास हुकूम केला. त्याप्रमाणें तेजपाल निघून गोध्र्याजवळ कांहीं अंतरावर त्याणें मुक्काम केला. हें वर्तमान घुघुलाकडे कळल्याबरोबर त्याची तयारी होतीच व तोही पुढें आपलें लष्कर घेऊन तेजपालाशीं सामन्याकरितां आला. त्याचे लोक शूर होते व त्यांणीं निकरानें लढाई केली तेव्हां आपल्याला अपयश न मिळावें म्हणून तेजपालानें आपल्या बरोबरच्या सात कुलीन रजपुतांना सांगितलें कीं, 'घुघुल याजपासून आपण पराभव पावलों तर आपल्या राजाला आपण तोंड दाखविणें हें लज्जेचें कारण होईल. याकरितां कसेंही करून, मारूं किंवा मरूं अशा प्रतिज्ञेनें आपण समरांगणीं झुंजलें पाहिजे;' व तें त्यांणीं

मान्य करून त्यांणीं सर्व फौजेस मोठें उत्तेजन देऊन शत्रूवर एकचित्तानें चाल केली. त्या त्यांच्या आवेशानें पुढें घुघुलाच्या फौजेनें टिकाव न धरितां ती मागें सरली; व तेजपालानें घुघुलास घोड्यावरून खालीं पाडून त्याला जीवंत धरिलें व कैद करून आपल्या छावणींत पाठवून त्याच फौजेसह तो गोध्राशहरांत शिरला. तेथें त्याणें घुघुलाचें भांडागार लुटून पुष्कळ द्रव्य व जवाहीर आपल्या राजाकरितां उंटांवर भरून घेतलें. त्याचप्रमाणें घुघुल याचे मोठमोठे किंमतवान् घोडेही त्याणें या लुटींत घेऊन ती सर्व लूट धोलक्यास राजपुत्र वीरधवल याजकडे रवाना केली; आणि आपण घुघुल याचे गादीवर गोध्यास आपल्या सरदारमंडळींपैकीं एकास बसवून राजकैदी घुघुल याजसहवर्तमान धोलक्यास येण्याकरितां निघाला. धोलक्यास आल्यावर तेजपालानें राजा वीरधवल याचे स्वाधीन घुघुल यास करून त्याला साष्टांग नमस्कार केला. वीरधवलास तेजपालाच्या शौर्याबद्दल आनंद होऊन, नंतर त्याणें घुघुल यास त्याजकडून आलेलें लुगडें नेसविलें व काजळाची डबी त्याचे गळ्यांत बांधिवली. हा अत्यंत अपमान झाल्यामुळें घुघुल यानें तेथल्या तेथें आपली जीभ ओढून जीव दिला. त्यानंतर वीरधवलानें तेजपाल व इतर शूर योद्धे यांना इनामांदाखल गांवें जहागिऱ्या देऊन खूष केलें.

यानंतर थोडेच दिवसांनीं दक्षिणेंतील यादव(जाधव)वंशीय कोणी सिंघणराज हा गुजराथची संपत्तिमत्ता ऐकून तो संपन्न देश जिंकण्याकरितां लष्कर घेऊन तापीनदीपर्यंत आला. तें ऐकून वीरधवल याची फौज त्यास अटकाव करण्याकरितां महीनदीपर्यंत आली. पुढें उभय दलांची भडोचच्या पुढें गांठ पडली. तेव्हां लवणप्रसाद व त्याचा शूर पुत्र असे दक्षिणी फौजेच्या तोंडावर गेले. इतक्यांत मारवाडांतून चौघे राजे, हा समय वीरधवलाला जेरीस आणण्यास चांगला आहे असें जाणून ते आपल्या फौजा घेऊन वीरधवलावर आले व त्यांस वाटेमध्यें वीरधवलाचे मांडलिक असणारे गोध्रा व लाट येथील राजेही मिळाले. याप्रमाणें एकीकडून सहा शत्रु व

दुसरीकडून एक शत्रु अशा पेंचांत वीरधवल सांपडला; व त्या दोघांशींही एककालीं युद्ध सुरु ठेवणें त्यास भाग पडलें. राजा लवणप्रसाद दक्षिणच्या शत्रूंबरोबर झुंजत होता व बरेच दिवस त्यानें दक्षिणी शत्रूस दाद दिली नाहीं; आणि दुसऱ्या सहा शत्रूंचा समाचार घेण्याकडे खुद्द युवराज वीरधवल गुंतला होता. तेव्हां या समयीं धोलक्याची राज्यव्यवस्था वस्तुपाल बघत होता. परंतु खंबायतेचा शंखराजा जरा वरचढपणा दाखवायला लागला म्हणून त्याचा समाचार घेण्यास त्यालाही खंबायतेस जावें लागलें.

शंखाबरोबर लढाई करण्याचें कारण, खंबायत येथील सय्यद नामक एका मुसलमान व्यापाऱ्यामुळें उपस्थित झालें. वस्तुपाल जेव्हां जेव्हां खंबायतेस जात असे तेव्हां तेव्हां तेथील लोक बहुत नम्रतेनें त्याचें स्वागत करीत व त्याशीं नेहमीं लीनतेनें वागत. पण त्यांमध्यें वर सांगितलेला सय्यद नांवाचा श्रीमान् सावकार वस्तुपालाला मुळींच मानीत नसे. त्या सावकाराकडे वस्तुपालानें भाटाबरोबर निरोप पाठविला कीं, 'सर्व लोकांप्रमाणें तूं मजशीं लीन व नम्र कां असत नाहींस?' त्यावर सय्यदाकडून उत्तर आलें कीं, 'माझ्या लीनतेशीं व नम्रतेशीं तुम्हाला काय करावयाचें आहे? तुम्हाला जें काय पाहिजे असेल तें मजपाशीं मागण्यास पाठवा म्हणजे मी पाठवून देईन.' परंतु या त्याच्या उत्तरानें वस्तुपालाला राग येऊन त्यानें असा हट्ट धरिला कीं, 'तूं मजपुढें नम्र झालेंच पाहिजे, नाहीं तर मी तुला शिक्षा करीन.' यानंतर सय्यद यानें आपला मित्र वरील शंखराज, हा चांचेलोकांचा सरदार असून घोघोजवळ वडुचा बंदरावर राज्य करीत असे, त्यास ही सर्व हकीकत कळवून त्याचें साह्य मागितलें. त्यावर त्या चांचे सरदारानें आपला एक मित्र वस्तुपालाकडे बोलणें करण्यास पाठविला कीं, 'तुम्ही माझ्या मित्रास विनाकारण छळूं नये, याचा परिणाम वाईट होईल.' त्यावर वस्तुपालानें असा निरोप पाठविला कीं, 'मनुष्यांमध्यें वास करणाऱ्या तुझ्यासारख्या भुताला आम्ही भीत नाहीं. तुला सामर्थ्य असेल तर सामन्यास उभा राहा म्हणजे झालें.' हें ऐकून शंखराज याला राग येऊन त्यानें ती गोष्ट तशीच मनांत ठेविली;

व पुढें वर लिहिल्याप्रमाणें, जेव्हां चोहोंकडून शत्रु उठले असून, वीरधवलराजा वगैरे संकटांत आहेत असें पाहिलें, तेव्हां त्यानें आपल्या दूताबरोबर वस्तुपालाकडे निरोप पाठविला कीं, 'या प्रसंगीं तुझा राजा मोठ्या आणीबाणींत सांपडला आहे; अशा समयीं आमचें साह्य तुला हवें असलें तर तूं आमच्याशीं स्नेहानें व नम्रतेनें वाग म्हणजे मिळेल, व आमच्यावरचा अधिकारही तुला आम्ही देऊं. तसेंच, आमचें खंबायत शहर हें आम्हांला परत दे. परंतु आम्हांला जर तूं कःपदार्थ मानतोस तर त्या गोष्टी कशा होतील ? तूं गुणवान् व हुशार आहेस म्हणून तुला आम्ही आपला वरिष्ठ समजून, तुला अशा प्रसंगीं साह्य करावें अशी आमची इच्छा आहे. यावर तुझी जर आमच्याशीं तेढेबाकेपणानें राहण्याची इच्छा असली तर त्याप्रमाणें आमचीही तयारी आहे.' हा निरोप ऐकल्याबरोबर वस्तुपालाला फारच अणखर लागलें. परंतु त्यावेळीं त्या अपमानाबद्दल कांहींएक मनांत न वागवितां पुढें लिहिल्याप्रमाणें त्यानें त्या वकीलाबरोबरच उत्तर पाठविलेः—'तुझ्या राजाची युद्ध करण्याची मर्जी असेल तर इकडची तयारी आहेच. शूर योद्ध्यांचें नांव लोकांमध्यें वाखाणिलें जातें. तुझ्या धन्याची खंबायत शहराविषयींची याचना सफल होणारी नाहीं. जसें आमच्या राजानें तें शहर सैन्य घेऊन जाऊन काबीज केलें आहे, तसेंच तुझ्या शंखराजानेंही सैन्य आणून युद्ध करून तें घ्यावें. त्याला असें वाटेल कीं, इतक्या शत्रुसैन्यांशीं आम्ही कसे लढूं ? तर त्याबद्दलचें त्याला येवढेंच उत्तर कळीव कीं, बलवान् आणि निश्चयी पुरुषांना देवलोकाहून साह्य मिळतें. पितृसंपादित धनाचा उपभोग पुत्रानें घ्यावा ही नीतिच आहे. या नगरचा राजा व भोक्ता वीरधवल आहे. दुसऱ्या कोणीं याची आशा केली तर तो मारला जाईल. याकरितां काय करणें तें विचारानें कर. असें तुझ्या राजाला तूं सांग.' दूतमुखें हें सर्व वर्तमान शंखराजास समजलें व त्यालाही तिकडे मोठा राग आला. नंतर त्यानें आपलें सैन्य जमा करून खंबायतशहरीं आगमन केलें. तेथें येऊन त्यानें सरोवराचे कांठीं तंबू ठोकिला व आपण आल्याची वर्दी सर्वांना कळावी म्हणून नौबद वाजविण्यास सांगितली. तिकडे वस्तुपालानेंही आपली तयारी

ठेविली होतीच. शंखराजाच्या आगमनाची बातमी त्याला कळतांच त्यानें आपले शूर योद्धे सज्ज केले. या योद्ध्यांत संग्रामसिंह, सख्यसिंह, भुवनपाल, वाचिगदेव, सोमसिंह, भुवनसिंह, उदयसिंह, विक्रमसिंह, कुलसिंह, व हरिप्रधान हे मुख्य होते; व त्या सर्वांचा शंखराजाशीं सामना झाला. मध्यें वस्तुपालाचे बाजूचा वीरम आणि शंखाचे पक्षाचा जयंत या दोघांचें कांहीं वेळ युद्ध झालें. परंतु हे सर्व योद्धे शंखराजाचे सैन्याकडून पराजित झाले. तेव्हां वस्तुपालाला मोठें संकट पडलें. त्याचें सैन्यही पुष्कळ पडलें. नंतर त्यानें मोहचक म्हणून एक रजपूत शूर सरदार होता, त्याच्याबरोबर असा विचार केला कीं, कोणतीही गोष्ट करणें तर तिजपासून आपला राजा वीरधवल याचे कीर्तीला व लौकिकाला कमीपणा न येईल असें कांहीं केलें पाहिजे. नंतर वस्तुपाल व मोहचक असे एक शूर रजपूत योद्ध्यांची टोळी घेऊन मोठ्या निकरानें शंखावर गेले व त्याला गांठून त्यास घोड्यावरून खालीं ओढिलें. हें कृत्य कोणी म्हणतात वस्तुपालानेंच केलें व कित्येक म्हणतात भुवनपालानें केलें. तें कांहीं असो. शंखाला घोड्यावरून खालीं ओढल्याबरोबर पुढें तो जीवंत राहिला नाहीं हें सांगणें नकोच. नंतर वीरधवल वाघेला याची फौज जय मिळवून खंबायतमध्यें परत आली आणि तिनें, ज्याचेमुळें ही लढाई उत्पन्न झाली त्या सय्यक व्यापाऱ्याची सर्व संपत्ति लुटून नेली, व शंखराजाचें राज्यही काबीज करून घेतलें. या लढाईत जें द्रव्य वस्तुपालानें मिळविलें तें घेऊन तो वीरधवलाकडे गेला. तिकडेही असाच चमत्कार झाला कीं, त्याचे भोंवतीं सहा शत्रु झुंजत होते; पण त्यांतून एकाच्यानेंही वीरधवलावर जय मिळवला नाहीं. तेव्हां त्यांनीं त्याशीं तह केला व याप्रमाणें वीरधवल विजयी होऊन धोलक्यास परत आला. या महाजयानें तर वीरधवलाची धवल कीर्ति दशदिशांना पसरली. तो जेव्हां विजयश्रीनें मंडित होऊन धोलकानगरांत प्रविष्ट झाला, तेव्हां नागरिक जनांनीं अत्यानंददर्शक महोत्सव केला. त्यांनीं आपलीं घरें नानारंगांनीं चित्रविचित्रपणें रंगविलीं; गुढ्या व तोरणें उभारिलीं; नानावाद्यांनीं सर्व

शहर नादावून गेलें; आसि कुलस्त्रियांनीं मंगलगीतें ह्मणून त्या विजयी वीरधवलाचे गुणानुवाद गाइले. ह्याप्रमाणें घरोघरीं सर्व लोकांनीं आनंदोत्सव केला. येणेंप्रमाणें वीरधवलानें महाराष्ट्रदेशापर्यंत प्रदेश काबीज करून, नंतर समुद्रकिनाऱ्याच्या ज्या राजांस त्याला कर द्यावा लागत असे त्या राजांसही त्यानें जिंकून उलट त्यांजकडून करभार घेण्याचें ठरविलें. त्याचप्रमाणें, मोठमोठ्या जंगलांतून भिल्ल वगैरे लुटारू लोकांचें बंड असे तें त्यानें अगदीं मोडून लोकांस जिकडून स्वस्थता, सुख व आबादी मिळेल तिकडून प्रयत्न चालविले.

ह्याप्रमाणें वीरधवल दिवसेंदिवस बलवान् होत चालला. त्याचे जवळ त्याचे मंत्री मोठे बुद्धिमान् व कुशल असून, त्याचे संग्रहीं लढवय्ये व शूर असे बहुत सरदार होते. अशी स्थिति होती तरी त्याला दिल्लीच्या मुसलमानी बादशहाची फार भीति वाटत असे. एकदां असें झालें कीं, दिल्लीचा सुलतान बादशाह मोजदीन हा आपलें लष्कर घेऊन गुजराथेवर येत आहे असें वीरधवलाला समजलें. तेव्हां तो जरा भिऊन वस्तुपालाला ह्मणाला, 'आतां कसें करावें ? म्लेच्छ लोक हल्लीं मोठे जोरावर असून, त्यांनाच जय मिळावयाचा हें आपणांस माहित आहे.' त्यावर वस्तुपाल ह्मणाला, 'आपण मला पाठवा, मग मला जें काय योग्य वाटेल तें मी करतों.' नंतर वीरधवलानें त्याला एक लाख फौज देऊन बादशाही फौजेवर पाठविलें. ती फौज घेऊन वस्तुपाल हा अबूचे राजास जाऊन मिळाला आणि त्याचे साह्यानें बादशाही फौज जी गुजराथच्या झाडींत पसरली होती, तिला एकाएकीं गराडा घालून कांपून टाकिली. याप्रमाणें त्या वेळीं वस्तुपालानें गुजराथेवर आलेलें संकट दूर केलें. तथापि, गुजराथेंतील लोकांचे व राजांचे मनांतील म्लेच्छविषयक भीति नाहींशी झाली नव्हती. एकदां असें झालें कीं, सुलतान मोजदीन याची आई वाहनांत बसून सारा गुजराथदेश हिंडून आली. तिच्या या प्रवासांत तिला चांचे लोकांनीं अगदीं लुटलें. ही बातमी वस्तुपालाला कळल्यावरून त्याणें लगेच त्या संकटग्रस्त सुलतानमातेस तिच्या योग्यतेप्रमाणें होईल तें साह्य करून तिची उत्तम प्रकारें बरदास्त ठेविली; व

तिच्या स्वारीची पुनः तयारी करून दिली. ह्याप्रमाणें ती हेत्वनुरूप फिरून आल्यावर तिच्या बरदास्तीकरितांच तिच्याबरोबर तो दिल्लीस गेला. तेथें गेल्यावर बादशहाला हें सर्व वृत्त समजून तो वस्तुपालाचा फार फार आभारी होऊन प्रसन्न झाला व त्यानें वस्तुपालाला म्हटलें, 'तुला काय हवें तें माग.' तेव्हां वस्तुपालानें सुलतानसाहेब प्रसन्न झाले आहेत असें पाहून येवढेंच मागितलें कीं, 'तुह्मांकडून गुजराथच्या राजांस पीडा व भय नसावें.' त्याप्रमाणें बादशहानें ती वस्तुपालाची मागणी फार आनंदानें कबूल करून वस्तुपालाचा फार उत्तम प्रकारें सत्कार करून त्यास निरोप दिला. ह्याप्रमाणें युक्तिमान् व शूर मंत्रिमंडलाचे साह्यानें वीरधवल हा अजातशत्रु झाला.

वीरधवलानें आपलें स्वतःचें राज्य फारच न्यायानें आणि कर्तबगारीनें चालवून रयतेस सुख दिलें. तो स्वशत्रूंना जसा कालासारखा होता, तसाच तो आपल्या प्रजेला सुखाचा झरा होता. तो दयालु, सत्यप्रतिज्ञ आणि धर्मनिष्ठ होता. त्याची प्रजा व त्याचे सेवक हे त्यास फार चाहत असत. वीरधवल मरण पावला तेव्हां त्याचे बरोबर त्याचे चितेंत त्याच्या १८० सेवकांनीं आपल्याला जाळून घेतलें! याचप्रमाणें आणखी कित्येक स्वराजनिष्ठ सेवक वीरधवलाचे चितेंत आपला देह ठेवण्यास उड्या टाकीत होते; परंतु तेजपालानें त्यांस रागें भरून व शेवटीं सैन्याच्या बलानें त्यांना चितेपासून मागें सारिलें. वीरधवल मृत्यु पावल्यानंतर वस्तुपालानें त्याचा पुत्र वीसलदेव यास राज्यावर बसविलें. वीसलदेव यानें राजचिन्हें धारण केल्यानंतर कित्येक लोक त्यालाच वाघेलवंशीय प्रथम राजा असें समजतात.

वीरधवलाचे मंत्री वस्तुपाल आणि तेजपाल हे दोघे भाऊ होते. त्यांजविषयीं 'रासमाला' नामक गुजराथी ऐतिहासिक ग्रंथांत असें लिहिलें आहे कीं, ते प्रागवाट अथवा पोरवाल या जातीचे जैनधर्मी वाणी होते. त्यांनीं आपल्या चालत्या काळांत देलवाडा, अबू आणि गिरनार येथें कित्येक देवळें बांधलेलीं प्रसिद्ध आहेत. त्यांचे स्वतः वाडे देखील असे मजबूत बांधलेले आहेत कीं, त्यांच्या कित्येक पिढ्या गुदरून गेल्या तरी ते अन्हिलवाड येथें कायम होते. हे उभय बंधु वीरधवलाचे मंत्री

होण्यापूर्वी, चाहद देव नांवाचा एक जुना सचीव वीरधवलाजवळ होता. 'वीरधवलप्रबंध' म्हणून एक ग्रंथ आहे, त्यांत वस्तुपाल व तेजपाल यांचें वंशवर्णन असें लिहिलें आहे:—त्यांच्या वडिलांपैकीं कोणी चंडप म्हणून गुजराथच्या राजाजवळ मंत्री असे. त्याचा मुलगा चंडप्रसाद, हा सिद्धराजाजवळ कोशाधिप (खजीनदार) होता. त्याला अश्वराज नांवाचा मुलगा होता, व त्या अश्वराजाला कुमारदेवी नामक स्त्रीपासून मल्लदेव, वस्तुपाल आणि तेजपाल असे तीन पुत्र झाले. हें सर्व कुटुंब मंडलीक नामक शहरांत रहात असे. यांत वस्तुपाल हा फार विद्वान् आणि बुद्धिमान् असून, तेजपाल हा शूरवीर असा मोठा पराक्रमी व लढवय्या होता. ते जेव्हां प्रथम धोलक्यास आले तेव्हां राणा वीरधवल याचा पुरोहित (उपाध्याय) सोमदेव यानें त्यांस आपल्या राजाकडे नेऊन भेटविलें. राजा वीरधवल यानें त्यांचे गुण पाहून त्यांस मंत्रीपदावर नेमण्याची आपली इच्छा दर्शविली व ती त्यांनीं कबूल केली. त्यांनीं मंत्रीपद स्वीकारण्याचे पूर्वीं राजा वीरधवल याजपासून असें मागून घेतलें कीं, 'आम्हीं आपलीं कुटुंबें मंडलीक शहरांतून येथें आपल्या नगरींत आणून ठेवूं. आमच्याजवळ तीन लाखांची पुंजी आहे. कोणीही राजसेवा करितो तो कांहीं द्रव्याशेवांचून करीत नाहीं; तद्वत् आम्हींही द्रव्याची आशा बाळगून आहोंत. आमच्या या मंत्रीपणांत आम्ही कितीही द्रव्य मिळविलें तरी त्याकडे आपण बघूं नये. आमची राजसेवा म्हणजे हीच कीं, लोकांमध्यें स्वराजाची निंदा न होतां त्याचें त्याच्या बलवान् शत्रूंपासून रक्षण करावें, आणि परलोकसुखाला आवश्यक अशा रीतीच्या राजनीतीनें आह्मीं आपलें काम पहावें. या गोष्टींत कमीपणा आला तर आपण आम्हांला दोष द्यावा. परंतु, सर्वत्र चहाडखोर लोक असतात तद्वत् येथेंही असतील व ते भलभलत्या चाहड्या आपल्याजवळ सांगून आपलें मन आमचेविषयीं भ्रष्ट करतील व त्यावरून आपण आमची सर्व जिंदगी जप्त करून भांडारखान्यांत जमा कराल, तर तसें करूं देणार नाहीं. आम्ही आपल्या खुषीनें जें द्रव्य आपणास देऊं तेवढें घेऊन आपण समाधान मानावें व आम्हांस आपला सर्व परिवार घेऊन आपल्या न-

गरांतून जाऊं द्यावें.' ही त्या बंधूंची मागणी ऐकून लवणप्रमाद व त्याचा पुत्र यांनीं राजास धैर्य देऊन त्याप्रमाणें त्याजकडून त्या बंधुद्वयाला वचन देवविलें. ते दोघे बापलेकही वीरधवलाचे पदरीं फार चांगले, विचारवान्, दूरदर्शी आणि राज्यकुशल असून शस्त्रविद्येंत पटाईत होते; व त्याचप्रमाणें ते मोठे जैनभक्त असून दानशूरही होते.

गिरनारच्या किल्ल्यावर पूर्वबाजूला संमतशिखर, मलीननाथ आणि सुमेरु अशीं तीन देवळें एकापुढें एक आहेत तीं या दोघां बंधूंनींच बांधिलीं आहेत असें लोक ह्मणतात. गिरनारवरील जैनांच्या देवळांत वस्तुपाल आणि तेजपाल यांच्याविषयीं तुटकतुटक असे पुष्कळ लेख खोदलेले मिळाले आहेत. त्या सर्व लेखांचें भाषांतर प्रसिद्ध कर्नल् टॉड् यांनीं आपल्या 'पश्चिम हिंदुस्थानांतील प्रवास' या नांवाच्या पुस्तकांत लिहिलें आहे. त्यावरुन समजतें कीं, या गिरनारपर्वताचे शिखरावर जी अंबाजीची मूर्ति आहे, ती या वाणी जातीच्या जैनधर्मी मुख्यप्रधानबंधुद्वयानेंच स्थापिली आहे. शिवाय त्यांनीं तेथें एक 'रसकूप' नांवाची विहीर बांधिली होती. 'वीरधवलप्रबंधा'-वरुन असेंही आणखी समजतें कीं, गिरनारच्या यात्रेस येणाऱ्या यात्रेकरुंजवळून, भरडालोक कर घेत असत; व त्या भरडेलोकांस त्यांच्या पूर्वींच्या राजांस करभार द्यावा लागत असे. तो कर वस्तुपालानें बंद करुन त्या भरड्यांना कुंहाडी नांवाचा एक गांव त्या कराबद्दल बक्षीस दिला व तो कर सर्वांना माफ केला. जुनागडच्या पूर्व दरवाजाजवळ गिरनाररस्त्यावर 'भरडावाव' नांवाची एक विहीर आहे; तिजजवळ बसून भरडालोक वर सांगितलेला यात्रिकांजवळून कर वसूल करीत असत.

वीरधवलामागून त्याचा पुत्र वीसलदेव हा राज्याधिकारी झाला हें वर सांगितलेंच आहे. त्याचे वेळीं सिंधप्रांतांतून प्रमारवंशीय सोडा रजपूत हे प्रथमच सौराष्ट्रांत आले; आणि त्यांनीं वाघेल राजापासून गिरास मिळवून तेथें आपलें एक वेगळेंच संस्थान स्थापिलें. 'रासमाला'ग्रंथांत असें लिहिलें आहे कीं, सिंधप्रांतांतील पार्कर येथें दुष्काळ पडून दोन हजार सोडा प्रमार आपलीं मुलेंबाळें व बायका-

पोरें घेऊन, मुंज आणि लघीर या दोघां भावांस आपले पुढारी व मुख्य नेमून ते पंचाल देशामध्यें आले व मुळीचे पूर्वेस थोडे कोसांवर धागरिया नांवाच्या जागीं झोंपडें बांधून राहिले. यावेळीं सौराष्ट्रद्वीपकल्पाच्या या भागांत वाघेले लोकांचा अम्मल असून त्यांचें मुख्य स्थान वढवाण येथें होतें. जेथें सोडा प्रमार वसती करून राहिले त्यांचे शेजारचा भाग चबाड जातीच्या रजपुतांचे ताब्यांत असून, ते वाघेलराजांकडे खंडणी भरीत असत. या चबाडलोकांना समजलें कीं, आपल्या शेजारीं जे दुष्काळांतून सोडालोक आले आहेत ते मोठे पैसेवाले असून, त्यांना अजून सुरक्षतेची जागा मिळाली नाहीं. तेव्हां त्यांची संपत्ति हरण करण्याची कांहीं तरी युक्ति काढली पाहिजे; अशा विचारांत असून ते कांहीं तरी निमित्त शोधीत होते. इतक्यांत असें झालें कीं, हे चबाड लोक शिकारीकरितां सोडा प्रमाराचे तळाशेजारच्या जंगलांत गेले. तेथें त्यांनीं बरीच वेळ शिकार केली. परंतु, त्यांत एका सशाला जखम होऊनही तो पळून सोडा प्रमारांचा तळ पडला होता त्या हद्दींत येऊन कुंपाटींत लपून बसला. तेव्हां त्याचे मागें ते चबाडलोकही आपल्या शिकारीचा पाठलाग करीत आले; व त्यांनीं सोडा प्रमारांकडे येऊन आपली शिकार आपल्याला देण्याविषयीं मागणी केली. परंतु सोडा प्रमारांनीं चबाडांचें मागणें नाकबूल करून, ते त्यांजवर शस्त्र घेऊन धांवले. तेव्हां चबाडांच्या मुख्यानें सोडा प्रमारांचा मुख्य जो मुंज त्यास सांगितलें कीं, 'तूं आमची शिकार आम्हांला घेऊं दे. उगाच तंटा करूं नकोस.' परंतु मुंजानें त्यांस सांगितलें कीं, 'ती गोष्ट कधींही होणार नाहीं. जो प्राणी आम्हांला शरण आला आहे त्याला मरण देणें हें खऱ्या रजपुतांचें काम नाहीं.' असें ह्मणून अखेरीस तो आपल्या लोकांसहवर्तमान चबाडलोकांशीं लढण्यास सिद्ध झाला. त्या लढाईत ५०० चबाड आणि ४०० सोडा असे लोक मेले व त्यांतच मुंजही मारला गेला. यःकश्चित् सशाकरितां मुंज यानें आपला प्राण अर्पण केला, ह्मणून लोकांमध्यें त्याची फार कीर्ति होऊन, भाटलोकांनीं त्याचे फार पोवाडे गाइले आहेत. शरणागतास रक्षण करण्याचें जें प्रमारवंशीय रजपूतबच्चांचें ब्रीद तें

राखण्याविषयीं **मुंज सोडा** याणें एक उत्कृष्ट उदाहरण दाखविलें; असें त्या भाटांचें ह्मणणें आहे. ते असें ह्मणतात कीं, "मेरुपर्वत ढांसळेल, गिरनारपर्वत बसेल, परंतु प्रमारवंशीय रजपुताची पाठ दिसणार नाहीं." या लढाईत **चवाड** यांचा राजाही पडला व त्याची बहीण, जी **वढवाण**च्या या **वीसलदेव वाघेला**ची बायको होती तिणें आपल्या पतीस सांगून आपल्या भावाचा सूड घेण्यास प्रवृत्त केलें. **वाघेल**राजाकडून **सोडा**लोकांना प्रथम करार दिला गेला असल्यामुळें त्याला राणीच्या सांगीप्रमाणें उघड रीतीनें त्यांशीं वैरभाव दाखवितां येईना. ह्मणून त्याणें त्या **सोडा**लोकांस स्नेहभाव दाखवून, कोणीकडून तरी यांचा नाश व्हावा ह्मणून, त्यांस, **साबरमती**च्या बाजूला कोणी **फत्तो** नांवाचे दोघे भिल्ल फार जोरवान् होते त्यांजवर पाठविलें. या भिल्लांनीं त्या जागीं एक किल्ला बांधून त्यांत रहावें आणि **वाघेल**च्या भोंवतालचे मुलखांवर हल्ले करुन गिल्ले माजवावे असा क्रम चालविला होता. त्यांजवर **सोडा**लोकांची रवानगी होतांच त्यांणीं एकदम त्या दांडग्या व लुटारू भिल्लांवर चाल केली आणि त्यांस व त्यांच्या साथीदार लोकांस एकंदर कापून टाकून किल्ला हस्तगत करुन घेतला. ह्या कामगिरीबद्दल **वाघेल**राजा खुष होऊन त्याणें **सोडा** यांस **थान**, **मुळी**, **चोबारी** आणि **चोटीला** असे चार परगणे इनाम दिले. दुसऱ्या एका ठिकाणीं असा लेख आढळतो कीं, संवत् १२१५ श्रावण वद्य प्रतिपदा ह्मणजे इ० स० ११५८ मध्यें **वीसलदेव वाघेला** याणें **प्रमार** रतनजीचे मुलगे **लघीर** आणि **मुंज** यांस **मुळी**, **चोटीला**, **थान** आणि **कांडोरणा** असे चार परगणे दिले. ह्या दोघां भावांत **मुंजा**चा वंश थोडेच दिवसांनीं खुंटला. परंतु **लघीर** याचा वंश तसाच पुढें चालून राज्य करीत आला आहे. हल्लीं **मुळी**च्या गादीवर जो राजा आहे तो **लघीर**वंशाचा एकुणिसाव्या पिढींतला आहे असें म्हणतात.

**वीरधवल** यास **वीरम** आणि **वीसल** असे दोन पुत्र होते. त्यांमध्यें **वीरम** हा मोठा शूर व पराक्रमी होता, पण तो उतावीळ आणि साहसी असे, त्याजवर **वीरधवला**ची विशेष प्रीति असे. **वीसल** याजमध्यें

तर पुष्कळच चांगले गुण असून, त्याजवर वस्तुपाल विशेष प्रेम करीत असे व त्याला ज्यास्त मान देत असे. वस्तुपाल हा वीरमाला दांडगा व हूड समजत असे. हा वीरम वीरमगांव नांवाचें जें शहर आहे तें वसवून तेथें राहत असे. पुढें वीरधवल जेव्हां आजारी पडला तेव्हां राज्यलोभानें तो आपली तयारी करून धोलक्यास आला. पण वस्तुपालानें युक्तीच्या वाटेनें त्याचें कांहीं एक चालूं न देतां वीरधवल स्वर्गवासी झाला तेव्हां वीसलदेव यास प्रधान व मंत्री यांच्या संमतीनें त्याचे गादीवर बसविलें. असें झालें तेव्हां वीरम याची खप्पा मर्जी होऊन तो जाबालीपूर येथें आपल्या सासऱ्याकडे जाऊन राहिला.

वीसलदेवाच्या मागून अर्जुनदेव वाघेला हा राजा झाला. देवनाथपट्टण येथील सोमनाथमंदिरांत इ० स० १२५४ सालचा एक लेख आहे, त्यावरून आपल्याला या अन्हिलवाडच्या वाघेलराजांविषयीं कितीएक प्रकारची चांगली माहिती मिळते. या लेखांत अर्जुनदेवाला "परमेश्वरभट्टार्कश्रीचालुक्यचक्रवर्तीमहाराजाधिराजश्रीमदर्जुनदेव" अशी पदवी लिहिली आहे. अर्जुनदेव हा अन्हिलवाड येथें राज्य करीत असून, तो मोठा शैव होता. या राजाचे श्रीसोमेश्वरदेव राकण, और सरदार चालुक्यदेव, रामदेव, भीमसिंह वगैरे मांडलिक राजे होते. अर्जुनदेवाचा कारभारी श्रीमलदेव नांवाचा होता. याचे सैन्यांत कित्येक मुसलमानधर्मीचेही मोठे शूर व लढवय्ये असे वेलाकुळांतील होरमज आणि नाखुदा नुरुद्दीन फिरोजचा मुलगा खोजा इब्राहीम वगैरे सरदार होते.

अर्जुनदेवाचे मागून पहिल्यानें लवणराजा व त्यामागून सारंगदेव असे अनुक्रमें राजे झाले, असें वाघेलवंशवर्णन करणारे भाट म्हणतात. सारंगदेवाविषयीं, अबूवर इ० स० १२९४ सालचा एक लेख आहे त्यावरून असें समजतें कीं, तो अन्हिलवाड येथील राजा असून, चंद्रावतीचा राजा वीसलदेव याचा मांडलिक म्हणून गणिला जात होता.

सारंगदेवाचे मागून अन्हिलवाड येथें सहावा राजा कर्ण वाघेला हा झाला. शेवटीं इ० स० १२९५ मध्यें या राजापासून दिल्ली येथील बादशाह अल्लाउद्दीन खिलजी याणें राज्य हिरावून घेतलें व

त्याचवेळीं गुजराथेंतील हिंदुराजांची अखेरी झाली. या बादशाहानें हिंदुलोकांवर फार जुलूम करून त्यांस फार छळिलें; व तेव्हांपासून त्याला हिंदुलोक 'खुनी अल्लाउद्दीन' असेंच म्हणतात. ह्याप्रमाणें गुजराथच्या हिंदुपदराजछत्राचा येथें शेवट झाला.

---

## भाग चौदावा.

### दिल्लीच्या बादशाहांचा अम्मल.

इ० स० १२९५ त अल्लाउद्दीन खिलजी याणें आपला चुलता जलालुद्दीन बादशाह यास मारून दिल्लीचें तख्त घेतलें, व आपल्या नांवानें खुतबा पढण्याची सुरवात केली. अल्लाउद्दीन हा फार निर्दय व क्रूरकर्मा होता. तो आपल्या काकाच्या मुळेंच इतक्या चांगल्या स्थितीस पोंचला असें असून, त्याणें अधमपणा केला व त्याला ठार मारून आपण त्याचे राज्याचा उपभोक्ता झाला. ह्यापेक्षां तो कोणता जास्त कृतघ्नपणा असावा पाहिजे होता? हा तख्तनशीन झाल्यादिवसापासून लुटालुटी, दंगे, हाणामाऱ्या आणि लोकांमध्यें अस्वास्थ्य उत्पन्न झालें. सर्वत्र घातकी व अविश्वासाचें वर्तन दिसूं लागलें. त्यानें लोकांना लुटून व लुबाडून इतकें द्रव्य मिळविलें कीं, तसें कधीं कोणत्याही मुसलमानी बादशाहानें आजपर्यंत मिळविलें नव्हतें. महंमूद गिझनवी याणें हिंदुस्थानावर बारा स्वाऱ्या केल्या व बहुत द्रव्य कमाविलें अशी प्रसिद्धि आहे. परंतु त्याचा द्रव्यसंचय अल्लाउद्दीनाचे द्रव्यसंचयापुढें कांहींच नाहीं असें झालें होतें.

'मीरात अहंमदी' नामक एका मुसलमानी ऐतिहासिक ग्रंथांत त्याच्या कर्त्यानें असें लिहिलें आहे कीं, मुसलमान लोकांची समशेर आणि 'दीन'शब्दोच्चार यांच्या योगानेंच हिंदु लोकांना त्यांची पुरी माहिती होऊन त्यांजकडून हिंदुपदबादशाहीची अखेरी झाली. मुसलमान लोकांना त्यांच्या पैगंबराच्या उपदेशानें हें पुरें माहित झालें होतें कीं, कसेंही करून मूर्तिपूजकांच्या आचारविचारांचा उच्छेद करणें हेंच आपलें मुख्य कर्तव्य आहे. सर्व लोक ईश्वरप्रार्थाचा खरा

मार्ग भुलून भलत्याच मार्गानें जात आहेत; तेव्हां त्यापासून त्यांचें परावर्तन करणें व त्यांना सत्पथाला लावणें हेंच आपलें इष्टकर्म असें मुसलमान-लोक समजत असत. आणि ही गोष्ट खरीच. हिंदुधर्मोच्छेदाविषयींचें मुसलमानांचें कुलव्रतच होऊन राहिलें होतें. अल्लाउद्दीन तख्तावर बसल्यापासून तर हिंदु देवालयें आणि त्यांचा धर्म हीं भ्रष्ट करण्याविषयीं त्याचे सतत प्रयत्न चालले होते.

इ० स० १२९७ त त्याणें आपला भाऊ अलफखान आणि वजीर नुसरतखान या उभयतांस फौज देऊन गुजराथ काबीज करण्याकरितां पाठविलें. त्याजवळ १,००,००० स्वार, ३०,००० पायदळ, १५०० हत्ती आणि ४५ लहान मोठे अम्मलदार होते. त्यांनीं येऊन जी देशाची पायमल्ली केली ती तर कांहीं अपूर्वच! अन्हिलवाडचा किल्ला त्यांचे ताव्यांत जाऊन तेथें मुसलमानी ठाणें बसलें; आणि गुजराथचा राजा कर्ण वाघेल हा पळून जाऊन दक्षिणेंत देवगडचा राजा रामदेव याचेजवळ जाऊन त्याच्या आश्रयास राहिला. या वेळीं मुसलमानांना देश काबीज करण्याशिवाय दुसरा कांहींच हेतु नव्हता. परंतु हिंदुपदबादशाही नष्ट होण्यास जें कारण भाटांनीं लिहिलें आहे, त्यावरून बघितलें असतां, पहिल्यानें आपलाच दाम खोटा तेव्हां परक्याला दोष देऊन काय उपयोग? असें आपल्याला कळून येतें. भाटांनीं हिंदुराज्याचें निर्मूलन होण्यास जें कारण झाल्याविषयीं लिहिलें आहे तें खालीं लिहिल्याप्रमाणें:—

कर्ण वाघेल याचे जवळ नागरजातीचे माधव आणि केशव या नांवाचे दोन भाऊ मुख्य प्रधान होते त्यांत माधवाची पद्मिनी नांवाची स्त्री असून ती फारच रूपवती होती. एके दिवशीं माधव घरीं नसतां कर्णराजानें पद्मिनीला बलात्कारें आपल्या महालांत नेलें. हें वर्तमान माधवाचा भाऊ केशव यास कळल्याबरोबर तो आपल्या भावजयीच्या संकटमुक्त्यर्थ हत्यारबंध होऊन कर्णावर चाल करून गेला. पण, त्याच्यानें भावजयीचें संरक्षण न होतां तोच कर्णाचे हातानें मारला गेला. हें सर्व वर्तमान माधव घरीं आल्यावर त्यास कळलें व आपली रूपवती भार्या या दुष्ट व विषयी राजानें हरण केली हा अपमान त्यास

सहन झाला नाहीं. पण त्याबद्दलचें योग्य पारिपत्य करण्यास तो अगदीं असमर्थ होता. तरी, तो उदासीन होऊन स्वस्थ बसला नाहीं. तो लौकरच दिल्लीस गेला; आणि तेथील बादशहाची भेट घेऊन त्यानें गुजराथेवर स्वारी करावी, अशी त्याला माधवानें प्रेरणा केली. माधव दिल्लीस जाऊन बादशाही फौज घेऊन येणार हें वर्तमान राजा कर्णालाही समजलें. त्याजमध्यें शौर्य, वीर्य, पराक्रम, वगैरे कांहीं नस-

१. माधवानें केलें हें, असमर्थाकडून जें व्हावयाचें तेंच केलें. अनीतिप्रवर्तक राजाकडून अब्रूदारांच्या प्राणवित्ताचें रक्षण होईनासें झालें ह्मणजे दुसऱ्या कोणा समर्थ राजसत्ताधारीचा आश्रय करावा लागतो. परंतु त्यांत इतका पेंच राहत नाहीं कीं, ही स्वसंरक्षणाची तजवीज, आपल्यांतीलच नीतिमान् व राज्यकुशल अशा इतर राजसत्ताधारींकडे विनंति व प्रेरणा करून करावी; आणि कधीं कधीं असेंही होतें कीं, अशा मत्त व विषयांध राजास शासन करण्यासारखे प्रबळ देशी राजे नसतातही. त्यामुळें निरुपाय होऊन परकीय राजांकडे जाऊन त्यांचे पाय धरावे लागतात! आपल्या अधिकारस्वातंत्र्यास कोणी बाध आणूं लागल्यास व आपल्या जीववित्त आणि अब्रूवर कोणी उठल्यास दुसऱ्याचें साह्य घेतलेंच पाहिजे. राजकीयप्रकरणांत अशा गोष्टी हरहमेष घडत आल्या आहेत. राघोबादादांनीं प्रतिनिधींचें पद घेऊन तें राजेबहादरांस दिलें व त्याचप्रमाणें मिरजकरांची जहागीर काढून तीही राजेबहादरांस दिली. तेव्हां मिरजकर गोपाळ गोविंद पटवर्धन आणि जगजीवन प्रतिनिधि व यमाजी गमाजी मुतालीक ही सर्व मंडळी निजामाकडे जाऊन, निजामास यमाजी मुतालिकाचा व्याही विठ्ठल सुंदर संगमनेरकर याची भीड घालून त्याचे मार्फत प्रेरणा करविली. आणि नंतर निजामास घेऊन ती सर्व त्रासलेली व कंटाळलेली मंडळी पेशव्यावर आली. पुढें राक्षसभुवनावर लढाई व्हावयाची; परंतु थोरले माधवराव साहेबांनीं हा बेबनाव होण्याचें कारणाचा सर्व तपास करून ज्याच्या त्यास जहागिरी परत दिल्या व उभयपक्षांची समजूत करून लढाई बंद झाली. ही गोष्ट इ० स० १७६२ सालीं घडून आल्याबद्दल इतिहासांत प्रसिद्धच आहे. आपल्या अधिकारवैभवाचें रक्षणाकरितां असें परक्याचें साह्य मागावें लागण्याचा प्रसंग आजपर्यंत पुष्कळांस आलेला आहे!

त्यामुळें पुढें येणाऱ्या संकटांतून मुक्तता होण्याला जे सामन्याचे वगैरे प्रकार त्यांची सिद्धता करण्याचें त्यानें स्वप्नीं सुद्धां आणिलें नाहीं. उलट आपल्या राजधानीवर शत्रु येऊं नयेत म्हणून त्यानें आपल्या अन्हिलवाडपाटण नगराचे दरवाजे बंद करून सर्व दळणवळणाचे मार्ग बंद केले. घरांत चोर शिरूं नयेत ह्मणून स्त्रिया ज्याप्रमाणें घराचीं दारें बंद करून आंत बसतात त्याप्रमाणें कर्ण वाघेल हा राजा होऊन, त्यानें आपल्यास व आपल्या प्रजेस राजधानीमध्यें कोंडून घेतलें; व गुरेंढोरें व माणसेंकाणसें शहरांतून बाहेर किंवा बाहेरून शहरांत येण्याजाण्याची अगदीं बंदी करून टाकिली होती.

माधवानें दिल्लीपति बादशाहास ३६० घोडे नजर करून त्याला आपला हेतु सुचविला; व त्याप्रमाणें त्याणें माधवास तेथेंच अन्हिलवाडच्या प्रधानकीचीं वस्त्रें देऊन, त्याजबरोबर गुजराथेवरच्या स्वारीची तयारी करून पाठविली. माधवाला ह्मणजे प्रधानकीच्या वस्त्रांची अपेक्षा होती असें नाहीं. त्याजकडे प्रधानत्व पूर्वींपासून होतेंच; परंतु दुष्ट राजाचा सूड उगविण्याकरितां त्याणें ही खटपट केली. या योगानें इतकें मात्र झालें कीं, तो जो पूर्वीं आपल्या लोकांचा फार आवडता, हितकर्ता व मित्र असा होता व त्यांच्या प्रेमानें त्यानें सुखैश्वर्य पुष्कळ भोगिलें, तेच लोक त्याजकडून अतिदुष्ट, घातुक आणि धर्मोच्छेदक अशा म्लेच्छांचे स्वाधीन करण्यांत आले, हें फार वाईट झालें! गव्हांबरोबर किडे चिरडले जातात ते असे! पुढें जेव्हां त्याला आपल्या गुजराथदेशाचा सत्यानाश होऊन लोक देशोधडीस लागले; सर्वत्र अशांति, असुख व अस्वास्थ्य माजलें; आणि स्वराज्य व स्वसत्ता यांचें निर्मूलन होऊन सर्वांशीं पारतंत्र्य व हीनता आली असें समजलें असेल तेव्हां, त्याला आपल्या आत्महितशत्रुत्वाबद्दल खरोखर किती पश्चात्ताप झाला असेल हें सांगणें नकोच. माधवानें स्वस्त्रीछलाचे द्वेषाचा सूड उगविण्याकरितां निरुपायानें हें परक्या राजाचें साह्य घेतलें, तों त्याचा असा विपरीत परिणाम झाला हें चांगलें झालें नाहीं! वैरभावाचे आवेशांत दूरवर दृष्टि न पोंचतां अहित व नाश होतो तो असा!

बादशाहाचें लष्कर अन्हिलवाड्यावर येतांच कर्णानें आपलीं बा-

यकापोरें व संपत्ति यांचा लोभ सोडून जीव घेऊन पलायन केलें; आणि मागें सर्व राज्यभार आणि घरदार मुसलमानांचे स्वाधीन केलें. त्यांत कर्णाची अतिरूपवती स्त्री कवलादेवी हीही त्यांचे हातीं सांपडली. तेव्हां ती अल्लाउद्दीनाकडे रवाना होऊन त्याणें तिला आपल्या जनानखान्यांत एक लग्नाची स्त्री करून ठेविलें.

अन्हिलवाडपाटण काबीज केल्यानंतर अलफखान नुसरतखानासह तेथून खंबायतेवर गेला. हें शहर त्या वेळीं मोठें सुखी असून, तेथील व्यापारधंदे फार भरभराटींत असल्यामुळें लोक संपत्तिमान् होते. तेथें मुसलमानांना फार मोठी लूट मिळाली. तेथें नुसरतखानाला एक गुलाम मिळाला. तो त्याणें आपल्या बादशाहाकडे नजर पाठविला. बादशाहानें त्या गुलामास पुढें आपल्या प्रीतिदर्शनाला योग्य असा एक फार मोठा अधिकार देऊन आपला एक सरदार केला. बादशाहानें या गुलामाचें नांव मलीक काफूर असें ठेविलें. इकडे खंबायत लुटल्यावर मुसलमानांची धाड सोमनाथपाटणावर गेली; आणि तेथील देवळाची त्यांनीं फिरून धूळधाण करून दिली. आजपर्यंत महंमूद गिजनवीच्या स्वाऱ्यांवर स्वाऱ्या होऊन, या देवस्थानाची बरीच खराबी झाली होती. पण पुढें बरीच स्वस्थता झाल्यावर गुजराथच्या लोकांनीं त्या देवालयास पुनः पूर्वीचें रूप आणिलें होतें. त्याचा ह्या वेळीं मात्र्क्यान् सत्यानाश होऊन त्याला फिरून हीनदीनता आली. यापुढें इ० स० १३०४ पर्यंत कांहीं विशेष हकीकत झाली नाहीं. गुजराथेंतील हा सर्व विजय अलफखान यानेंच मिळविला असल्यामुळें बादशाहानें वरील सालीं त्यास गुजराथचा कायम सुभेदार नेमून, फौजेसहवर्तमान त्याला फिरून गुजराथेवर पाठविलें. अन्हिलवाड येथें शुक्रवारीं अरसपान जातीच्या किंमतवान् दगडांची जी सुशोभित मशीद आहे ती या अलफखान सुभेदाराचे कारकीर्दीतच बांधिली असें म्हणतात. या मशीदीला इतके खांब आहेत कीं, ते मोजतां मोजतां मनुष्य भुलून जातें. ही मशीद म्हणजे, पहिलें एक देऊळ असून, पुढें मुसलमानांनीं त्याला मशीदीचें रूप दिलें असें म्हणतात. ही इमारत फार खर्चानें बांधलेली व अजब करामतीची आहे असें पाहिल्याबरोबर वाटतें. तशीच ती पहि-

त्यानें बांधली तेव्हां ती भरवस्तींत होती असें दिसतें; परंतु हल्लीं ति-जपासून वस्ती फार दूर आहे.

**दिल्ली** येथें मूळचें **गोरी** घराणें बादशाही भोगीत होतें. त्या घराण्यांतील **शहाबुद्दीन गोरी** हा मेल्यानंतर त्याला औरस संतती नसल्यामुळें त्याचा सरदार **कुतुबुद्दीन** हा तख्तनशीन झाला. त्याचे मागून कितीएक बादशाह झाले त्यांत **जलालुद्दीन खिलजी** हा एक बादशाह झाला होता. परंतु त्याचा, ह्या भागाचे प्रारंभीं सांगितल्याप्रमाणें, त्याचा पुतण्या व ज्या वेळचा हा इतिहास आम्ही लिहीत आहों त्यावेळीं **दिल्ली** येथें बादशाही भोगणारा जो **अल्लाउद्दीन खिलजी**, त्यानें नाश केला. ह्या वेळीं सर्व **हिंदुस्थानांत** जिकडे तिकडे घोर रणें माजलीं होतीं. **मुसलमान** आले असें म्हटलें कीं, सर्वांच्या अंगांवरून थरदिशीं कांटा उभा राही. सर्वत्र त्यांचें भय पसरलें होतें. जे शूरवीर असत ते **मुसलमानांना** जुमानीत नसत व ते त्यांजबरोबर संग्रामास प्रवृत्त होत. परंतु त्यांचा तरी या त्यांच्या नुसत्या धैर्यानें म्हणजे निभाव लागत असे असें नाहीं. **मुसलमानांस** न जुमानणारे थोडे असून त्यांना भिऊन आपल्यास लपवून घेणारे फार असत. त्यामुळें त्या अल्प समुदायाचा त्या **मुसलमानी** सेनासमूहापुढें कांहीं पाड नसे. उलट, अंगीं धैर्य असलेले लोक एकामागून एक रणांगणीं पडून मृत्युमुखीं मात्र जात, व त्यामुळें दिवसेंदिवस क्षत्रियवर्गांतील शूर व कर्तबगार पुरुष नष्ट होत चालले होते. स्त्रिया शत्रुभयानें व पातिव्रत्यरक्षणार्थ पटापट अग्निकाष्ठें भक्षण करण्याकरितां सतीचीं वाणें घेऊन बेधडक आपल्या पतींबरोबर चितांमध्यें प्रवेश करण्यास जास्त जास्त धीट होत चालल्या; व मुलेंबाळें तरी सुरक्षित स्थळीं रहावीं म्हणून त्यांस रानावनांत पोंचवून आईबाप त्या अपत्यांचें वियोगजन्य दुःख सहन करण्यास निरढावून गेले. जवळ असलेली चीजवस्त व सोनेंनाणें छपवून व पुरून कोणाच्या दृष्टीस न पडे असें करावयाचें व भांडींकुडीं विहिरींत व कुव्यांत टाकून ठेवावयाचीं, हा क्रम चालला. नेहमीं दर्शनीं गरीबी व हाय हाय दर्शविण्याचा प्रघात पडला कीं, त्यांजजवळ द्रव्य आहे असा कोणास वहीम सुद्धां येतां उपयोगीं नाहीं. श्रीमंतांना जवळ पैसा व लत्ता कपडा असून

त्यांचा उपभोग घेण्याची चोरी झाली होती. द्रव्याची मोजदाद करावयाची झाली तर ती अत्यंत गुप्तपणें, कोणाचे कानीं त्याचा नाद जाणार नाहीं अशा रीतीनें चालूं लागली. सर्वत्र मन्वंतर फिरून जिकडे तिकडे अस्वास्थ्य, क्षणभंगुरता, आणि अशाश्वती मूर्तिमंत दिसूं लागली. चैन, विलास, आराम व उपभोग हीं जणुं काय हद्दपार होऊन चिंता, हुरहुर, काळजी, उदासीनता, आणि विरागीपणा मोठमोठ्या कुटुंबवत्सलगृहांमध्यें नांदूं लागला. व्यापारधंदा कोणास कांहीं सुचेनासा झाला. त्यांना स्वकर्म व स्वधर्माचरण यांचा लोप झालासें मुद्दाम दाखवावें लागे. रस्ते व वाटा बंद होऊन दळणवळण स्तब्ध झालें. शेतेंभातें ओसाड पडूं लागलीं. सुरक्षितता व संरक्षण नाहींसें होऊन पिकापाण्याची वाताहत होऊं लागली. कोणाचाच जोडा कोणाच्या पायीं राहीनासा झाला. शेतेंभातें केलीं तर त्यांतील पिकें जशींच्यातशीं मालकास मिळतील असा भरंवसा कोणालाच नव्हता. बरें, धान्य व दाणादुणा पिकविला तर त्याचा खप कसा करावा ही पंचाईत. दहादहा वीसवीस वर्षांचीं धान्यें घरांत पेवें सांठवून पडलेलीं राहूं लागलीं. ज्यास जसा सुरक्षणाचा मार्ग सांपडे तसा तो करूं लागला. मोठमोठीं घरें बांधलीं तरी त्यांना खिडक्या व बाऱ्या जितक्या कमी ठेववतील तितक्या कमी ठेवावयाच्या; दारें व जिने लहान लहान व आकुंचित करावयाचे; आणि आपापल्या घरांभोंवतीं व गांवांभोंवतीं मोठमोठ्या मजबूत गढ्या व कोट घालून, बंडखोरांचा उपद्रव आपल्यास होऊं न पावे अशा तजविजींस जो तो लागला. आपला गांव सोडून दुसरे गांवीं जावयाचें झालें तर महत्संकटाचें व प्रयासाचें वाटे. एखादें लग्न शेजारच्या गांवीं जावयाचें म्हणजे कोण मारामार पडे. यात्रामात्रा स्वारशिबंदीशिवाय आणि गट किंवा जमावाशिवाय अगदीं चालेनाशा झाल्या. व्यापारी वगैरेंनीं आपला माल बाहेर नेणें म्हणजे चौक्या, पहारे ज्या ज्या राजाचे ताब्यांत ते असतील त्यांचे त्यांचे परवाने, जकाती, दस्तुऱ्या वगैरेंचा अनेक प्रकारें खर्च करूनही पुनः रस्त्यानें लुटालुटींचा उपद्रव व भीति असेच. सर्व विद्याकलांचा लोप किंवा अस्त होऊन ज्याला त्याला आपला जीव व आपली अब्रू कशी बचावली जाईल

याची पंचाईत व विवंचना पडली होती. असा दारुण प्रसंग हिंदुस्थानांतील एकाच भागांत व एकाच ठिकाणीं नसून, चौहोंकडे सर्वत्र एकसारखा प्राप्त झाला होता. पण अशा आणीबाणीच्या प्रसंगीं एक मात्र फायदा झाला. तो असा कीं, एतद्देशीय लोकांमध्यें स्नेह व मैत्री ज्यास्त ज्यास्त वाढत चालली. अशा विपत्कालांत मित्रांचे साह्याची ज्याला त्याला जरूर वाटूं लागली. माझें तो साह्य करील व त्याचें मी साह्य करीन, असा जो तो एकमेकाविषयीं स्नेहाळू आणि अभिमानी झाला. त्याजवर जो प्रसंग आज गुदरणार तोच कधींकाळीं मजवरही गुदरेल, तेव्हां त्याचें साह्य मीं करून आज वेळेवर मी जर त्याचे उपयोगीं पडलों तर, वखत आल्यास तोही माझे पाठराखणीस धांवून येईल अशी एकामेकांस उमेद वाटूं लागून, परस्परांचें आचरण शुद्ध, सरल आणि सप्रेमाचें राहूं लागलें. हा लाभ, सर्वत्र शांत व स्थिरस्थावर असून सुयंत्र राजसत्ता चालू असते तेथें नसतो, हें विशेषेंकरून ध्यानांत ठेवण्यासारखें आहे. शांत व स्थिर अशा राजसत्तेखालीं जो तो आपला स्वतंत्र आणि मुखत्यार असून त्याला कोणाची पर्वा व मुरवत नसते. तो म्हणतो, 'मला काय कोणाशीं करावयाचें आहे?' तेव्हां अर्थात् त्यांजमध्यें बंधुप्रीति, शेजाऱ्यापाजाऱ्यांविषयीं आत्मवद्भाव आणि कोणतेंही काम करण्यास जूट अशी कधींही दृष्टीस पडावयाचीं नाहींत, हा साधारणतः नियम आहे. असो, वर सांगितलेली अस्थिर देशस्थिति इकडे बरेच दिवस होती. परंतु, पुढें पुढें जसजसा मुसलमानांचा इकडील लोकांस परिचय होत जाऊन, एतद्देशीय लोकांस ते प्रेमानें आणि सौहार्दानें वागवूं लागले; तसेंच, दिवसेंदिवस जसजसें एतद्देशीयांशीं त्यांचें विशेष नैकट्य व साहचर्य होऊं लागलें; तसतसा इकडील लोकांचें मनांतील त्यांजविषयींचा परकीपणा व भीति जात जाऊन, ते स्वतः बरेच स्थिरता व शांति पावले. मुसलमान लोक स्वभावतः भोळे व उदार असल्यामुळें आणि हिंदु लोक धोरणी व प्रसंग पडेल तसें काम करणारे असल्यामुळें त्यांचा एकदां सहवास व दोस्ती पडत चाळल्यावर त्या दोघांना एकजीव होण्याला फारसा उशीर लागला नाहीं. परंतु मुसलमान हे धर्मसंबंधानें फार क्रूर

आणि पाणेदार असल्यामुळें तत्संबंधानें त्यांजकडून होणारा जुलूमच हिंदु लोकांस विशेष भोगावा लागला. पुढें पुढें कित्येक फार चांगले, सुशील व विचारी बादशाह झाले. त्यांनीं तर होईल तितका धर्मसंबंधीं जुलूम कमी करण्याचें औदार्य आणि थोरपण दाखवून या देशांत फार चांगली कीर्ति मिळविली. परंतु जावत्कालपर्यंत धर्मसंबंधाचें खूळ त्या धर्मपिशा मुसलमानांमधून नाहींसें झालें नव्हतें तावत्कालपर्यंत एतद्देशीय शांतिस्वास्थ्याचीही अशाश्वतीच असे. मुसलमानी राजांचें आणि इकडील लोकांचें सूत जमल्यावरही त्या राजांपासून या देशास फायदा म्हणून व्हावा तसा झाला नाहीं. श्रीमान् व समर्थ असें राजशासन मिळाल्यावर त्याजपासून होणारे फायदे म्हटले म्हणजे, व्यापारवृद्धि, विद्याकलांचा उत्कर्ष आणि अनेक सुखसोयींचीं कामें. परंतु ह्यांपैकीं कोणत्याही गोष्टीच्या संबंधानें समाधान मानण्यासारखें या मुसलमानी बादशाहांकडून कांहीं झालें नाहीं. ते स्वभावतः चैनी व विलासी असल्यामुळें सर्वदा ऐषआरामांत आणि सुखानंदांतच चूर असत. त्यांच्या चैनाविलासांना जे खर्च होत त्या संबंधाचे मात्र कामधंदे आणि व्यापार रोजगार वाढले. बाकी विद्याकलांचे शोध आणि अभ्यास यांना उत्तेजन देण्याचा जो समर्थ व श्रीमान् राजांचा तो तसाच राहिला.

असो; येणेंप्रमाणें त्या वेळीं स्थिति होती. अलफखान व नुसरतखान यांणीं गुजराथेंत चांगला विजय संपादिला व अलफखानास तर गुजराथची सुभेदारीही मिळाली तिकडे दिल्लीस नुसरतखान यानें बादशाहास नजर पाठविलेला गुलाम मलिक काफूर याजवर बादशाहाची दिवसेंदिवस ज्यास्त ज्यास्त प्रीति बसत चालली, व बादशाह त्याचे विचारास बराच मान देऊं लागला. हा त्याचा उत्कर्ष तेथील दरबारी मंडळीचे मत्सराला कारण झाला. हें पुढें बादशाहाचेही लक्षांत येऊन त्याणें मलिक यास फौज देऊन दक्षिणेकडे देश काबीज करण्यास पाठविलें; व त्याला, सैन्य देऊन मदतीला जाण्याविषयीं गुजराथचा सुभेदार अलफखान यासही हुकूम पाठविला. मलिक दक्षिणेकडे फौज घेऊन कूच करणार हें समजतांच कवलादेवी, जी बादशाहाच्या अत्यंत प्रीतींतली होऊन राहिली होती तिनें, बादशाहाला विनंति केली कीं, ‘मी कैद होऊन

आपलेकडे आलें तेव्हांच मी आपणास माझ्या पहिल्या घरच्या दोघां मुलींविषयीं सांगितलें होतें कीं, थोरली मुलगी त्या लढाईच्या गडबडींतच मेली; परंतु माझी धाकटी मुलगी देवलदेवी ही मजपासून तुटून दूर कोठें राहिली. ती त्या वेळीं चार वर्षांची असून अजून कोठें तरी जीवंत असेल. तर तिला इकडे माझे भेटीकरितां घेऊन आणण्यास सांगावें.' त्याप्रमाणें बादशाहानें मलिक यास हुकूम दिला.

मलिक काफूर यानें बादशाहाचा हुकूम मान्य करून त्याप्रमाणें तो लागलाच आपली फौज घेऊन दक्षिणेकडे येण्यास निघाला. तो जो निघाला तो सुलतानपुरास येऊन दाखल झाला. तेथून त्यानें, गुजराथी राजा कर्ण वाघेल, जो पदभ्रष्ट होऊन आपली कन्या देवलदेवी इला घेऊन बागलाणांत होता, त्याजकडे निरोप पाठविला कीं, 'तुम्ही आपली कन्या आमचे स्वाधीन करावी, नाहींतर आमच्याबरोबर युद्धास सिद्ध व्हावें.' कर्ण याचा जरी सर्वांशीं काळ फिरला असून तो पदभ्रष्ट झाला होता, व जरी तो विपद्ग्रस्त झाला होता, तरी त्याला जवळच्या अपत्याविषयींची माया कमी झाली होती असें नाहीं. कोणी असें म्हणतात कीं, प्राणावर बेतली नाहीं तोंपर्यंत आप्त आणि बायकामुलें. परंतु एकदां बेतली म्हणजे तीं प्रिय मनुष्येंच पुढें करून हा आपल्या जीवाचें रक्षण करीत असतो; आकाशांतून आग वर्षू लागली नाहीं तोंपर्यंत माझी बायको आणि माझीं मुलें. परंतु ती वर्षू लागली म्हणजे मग तीच बायको आणि तींच मुलें तो आपले डोक्यावर धरून त्यांचे योगानें आपल्यावर वर्षणाऱ्या आगीचें निवारण करील! ही गोष्ट कांहीं खोटी असें म्हणतां येत नाहीं; व कर्ण याजकडूनही तशी गोष्ट झाली नव्हती असेंही नाहीं. अन्हिलवाड पाटणावर अलफखान व नुसरतखान यांस घेऊन माधव प्रधान आला तेव्हां तो अत्यंत भीरुपणानें आपली बायको वगैरे सुद्धां सोडून पळून गेला होता. तेव्हां, या वेळींही त्यानें मलिक याचे दरडावण्यास भिऊन देवलदेवीकन्येला त्याचे स्वाधीन केली असती तर तें त्याच्या भीरुतेस शोभण्यासारखेंच होतें. परंतु, काय झालें असेल तें असो. त्यानें ह्या वेळीं विचार केला व आपण भीमदेवाचे वंशज असून तो किती अभिमानी व शूर होता हें

लक्ष्यांत आणून, त्यानें मलिक यांजकडे चकचकित असा निरोप पाठविला कीं, 'माझी कन्या मी तुमचे ताब्यांत कधींही देणार नाहीं. मग याउपर तुम्हाला जें करणें असेल तें करावें.' यावर, कर्णास कोणत्याही तऱ्हेनें सांगून तो ऐकेल असें नव्हतें, असें पाहून मलिक यानें अलफखान यास निरोप पाठविला कीं, 'तुम्हीं हुकमाप्रमाणें आपली गुजराथेंतील फौज घेऊन आमचे मदतीस निघून यावें.'

त्याप्रमाणें गुजराथची फौज निघून मलिक काफूर याचे मदतीकरितां येऊन दाखल झाली. कर्णाचीही कशीबशी तयारी होतीच. त्या उभय पक्षांचें दोन महिनेपर्यंत एकसारखें युद्ध चाललें होतें. परंतु कर्णानें मुसलमानांस दाद दिली नाहीं. ह्या यशस्वीपणामुळें कर्णाला अंशतः गर्व वाटूं लागला. गर्वाचा परिणाम चांगला नसतो हें सर्वांना माहीत आहेच. या उभय पक्षांचें युद्ध चाललें असतांच देवगडचा राजा शंकलदेव याजकडून देवलदेवीला मागणें आलें. मराठ्याच्या कुळांत आपली मुलगी देणें हें चालुक्यकुळाला योग्य नव्हतें. व तो विचार मनांत येऊन राजा कर्ण यास एक संकटच पडलें. तथापि प्राप्त प्रसंगाकडे लक्ष्य दिलें असतां देवगडाहूनही आपल्याला कुमक मिळून आपला पक्ष विशेष बलवान् होईल अशी कर्ण यास आशा उत्पन्न झाली. इतक्यांत शंकलदेवराजाचा भाऊ भीम हा मोठा नजराणा घेऊन कर्णाकडे आला; आणि त्याणेंही विशेष आग्रहानें व विनंतीनें देवलदेवीविषयीं आपल्या भावाकरितां मागणी केली. देवलदेवी ही आपली जननी कवलादेवी इजप्रमाणेंच खुपसुरत होती. तिच्या रूपाची कीर्ति शंकलदेवानें ऐकून तो तिजविषयीं विशेष आतुर झाला होता; हेंही वृत्त भीमानें कर्णास कळविलें. तो ह्मणाला, 'ज्या अर्थी प्रस्तुतच्या मुसलमानांचे दंग्याला व झगड्याला देवलदेवी हीच कारण आहे त्याअर्थी तिचा ह्याप्रमाणें आपल्यांतीलच एका राजसत्ताधारी पुरुषाशीं विवाह लावून दिला म्हणजे मलिक व अलफखान हे निराश होऊन परत जातील.' हें ऐकून कर्णानें निरुपाय होऊन ती गोष्ट कबूल केली. त्याला ही गोष्ट कबूल करतांना फार वाईट वाटलें; पण वखतावर न-

जर दिली असतां त्याचा नाइलाज होता. ह्याप्रमाणें देवलदेवीचें देवगडचा राजा शंकलदेव याजशीं लग्न होण्याचें ठरलें.

हें सर्व वर्तमान तिकडे मलिक काफूर व अलफखान यांस कळून त्यांना मोठी काळजी पडली. देवलदेवी हातची चालली हें चांगलें नाहीं. बादशाहाचा आपल्यावर घुस्सा होईल. कारण, तो कवलादेवीच्या अर्ध्या वचनांत आहे. आणि ती तर मुलगी भेटली नाहीं म्हणजे फारच कष्टी होईल. तेव्हां असें होऊं देणें चांगलें नाहीं. त्या दोघांनींही निश्चय केला कीं, ती देवगडास जावयाला निघाली म्हणजे तिला पकडण्याची व्यवस्था ठेवावी. ते म्हणाले, 'आपण दोघेही सारख्याच जबाबदारींत आहोंत. या कामांत अपयश मिळाल्यास आपणां दोघांसही बादशाहाच्या टपक्याची सारखीच भीति आहे. तेव्हां जीवावर उदार होऊन कसें तरी हें काम केलें पाहिजे.' असा विचार करून ते आपापल्या लोकांनिशीं व्यवस्थेनें जंगलांतून व पहाडांतून दबा धरून देवगडास जाणाऱ्या मंडळीची वाट पहात बसले. कर्णानें आपला किल्ला सोडून, कन्येसहवर्तमान तो देवगडाकडे जावयास निघाला. इतक्यांत त्यास मुसलमानांकडून हरकत आल्याबरोबर त्याचे कित्येक भित्रे लोक त्याला सोडून पळून गेले. तथापि, कर्णानें आपले हत्ती, तंबू व इतर मंडळी तशीच पुढें देवगडाकडे चालविली. त्यांचे मागें अलफखान होताच. देवलदेवी हातीं लागेना ह्मणून तो निराश झाला होता. परंतु ईश्वरी संकेत असा होता कीं, मुसलमानांसच यश मिळावें. व त्याप्रमाणें मोठ्या चमत्कारिक रीतीनें देवलदेवी मुसलमानांचे हातांत सांपडली गेली.

मुसलमान निराश होऊन स्वस्थ बसले होते. दोन दिवस त्यांणीं विश्रांति घेतली व ते ताजेतवाने झाले. त्यांच्यांतील तीनशें लोकांची एक तुकडी शेजारीं वेरूळच्या गुहा पहाण्याकरितां गेली होती ती तिकडून परतली. तों त्यांस वाटेमध्यें भीमदेवाचे स्वार भेटले. त्यांजपाशीं देवगडचें निशाण होतें; त्यावरून हे लोक देवलदेवीला घेऊन जात असतील असें त्यांस वाटून त्यांणीं त्यांस आडविलें. येथून देवगड सुमारें एक मजलेवर राहिलें होतें. भीमदेवाचे मनांत त्यांशीं लढाई न करितां तसेंच रेटीत देवगडास जाऊन पोहोंचावें असें होतें;

परंतु ते मागें लागले असतां व देवगडचे लोक कूच करीत असतां पुढें त्यांस, मुसलमानांनीं वाटा आडवून धरिलेल्या आढळल्या. त्या वेळीं त्यांस निरुपायानें त्यांच्याशीं युद्ध करावें लागलें. परंतु हिंदु लोक कित्येक पळून गेल्यामुळें भीमदेवाचा पराभव होण्याचा संधि संनिध आला. इतक्यांत देवलदेवी ज्या घोड्यावर बसली होती त्याला मुसलमानांकडून आलेला एक तीर लागून तो घोडा खालीं पडला. तेव्हां देवलदेवीही बाजूला पडली. तिच्याबरोबर तिची एक दासी होती. ती तो प्रसंग बघून घाबरून ओरडली कीं, 'अहो, ही राजकन्या देवलदेवी आहे; इचें रक्षण करा !' हे शब्द ऐकतांच ते उतावळे मुसलमान झट्दिशीं तिच्या भोंवतीं जमले व त्यांणीं तिला मोठ्या सन्मानानें डोलींत घालून अलफखानाचे गोटांत नेलें. तिला पाहून त्याला किती आनंद झाला असेल हें सांगणें नकोच. तो प्रसन्नांतःकरण होऊन आपल्या श्रमांची सार्थकता झाली असें त्यास वाटलें; व त्याणें, 'आतां आपलें लष्करी काम पुरे,' असें म्हणून गुजराथेकडे परतण्याचा हुकूम केला. नंतर तो गुजराथेंत व तेथून दिल्लीस दाखल झाला आणि त्याणें देवलदेवीची भेट बादशाह अल्लाउद्दीन व राणी कवलादेवी यांचे समोर आणून अर्पण केली. त्यावरून तीं उभयतांही फार खुप झालीं. कन्येला खुशालशी बघून कवलादेवी इला फार आनंद झाला व पुढें तिच्या विचारें बादशाहानें आपला शाहजादा (युवराज) खिजरखान याजशीं तिचा निका लाविला. येणेंप्रमाणें देवलदेवीचा मुसलमानी घरांत प्रवेश होऊन राजा कर्ण हा शाखाफलपर्णरहित अशा वृक्षाच्या बुंधासारखा अनेक यातना व दुःखें भोगीत राहिला. त्याचा पुढें काय परिणाम झाला हें कांहीं समजलें नाहीं. परंतु पुढें तो थोडेच दिवसांनीं या दुःखामुळें मेला असावा. राजकन्या देवलदेवी व शाहजादा खिजरखान हें दंपत्य दिवसेंदिवस परस्परांस फार प्रिय होऊन त्या पतिपत्नीला जें सुख व जें ऐश्वर्य पाहिजे होतें तें सुख व तें ऐश्वर्य तीं उभयतां उत्तम प्रकारेंकरून भोगतीं झालीं. शाहजाद्याचें देवलदेवीवरील अतिप्रेम बघून जनानखान्यांतील त्याच्या इतर स्त्रिया तिचा फार हेवा दावा करूं लागल्या. त्या उभयतांच्या प्रे-

माचे संबंधाच्या वर्णनाचा, त्या वेळीं बादशाहाचे दरबारीं असणाऱ्या कोणा अमीर खुशरू नांवाच्या कवीनें फारशी भाषेंत एक सुंदर ग्रंथ केला आहे. शाहजाद्यापासून जें देवलदेवीला सुख मिळालें त्याच्या भरांत तिला आपल्या प्रिय पित्याची किंवा ज्याला आपणास अर्पण केलें होतें त्या देवगडच्या शंकलदेवराजाची पुढें आठवणही नाहींशी झाली. ह्याप्रमाणें कर्णराजाच्या वंशाची अखेर झाली.

ज्या अन्हिलवाड शहरांत स्वराज्य असल्यामुळें स्वातंत्र्य आणि शोभा ह्या दोन देवता मूर्तिमंत नांदत होत्या त्या शहराची ह्या वेळीं कोण दुर्दशा होऊन गेली तें सांगतां येत नाहीं. तेथील लोक जे सुखांत व चैनींत असत ते दिवसेंदिवस अत्यंत दुर्दशेंत पतन पावून त्यांचें पूर्वीचें सर्व वैभव व ऐश्वर्य सर्वांशीं नष्ट झालें. मुसलमानांच्या लुटीफाटीनें आणि जुलूमजबरदस्तीनें सर्व शहर कंगाल व उजाड होऊन गेलें. अन्हिलवाड पाटणांत जीं मोठमोठीं व सुंदर देवालयें आणि राजमंदिरें होतीं तीं दरोबस्त मोडून त्यांचे जागीं मशीदी आणि रोजे झाले. ह्याप्रमाणें ह्या राज्यक्रांतीमुळें त्या शहरास दुसरेंच रूप आलें.

अल्लाउद्दीन बादशाहाची ही बरीच वाढती कळा होऊन तो पूर्ण चंद्राच्या वैभवाला येऊन पोहोंचत होता. परंतु पूर्ण चंद्र झाल्यावर पुढें क्षयाचें आगमन आहेच. सर्वांना ऊर्जितकाळ आहे व पतनभावही आहे. कोणींही ईश्वराकडून सर्ववैभवोपभोगाची सनद किंवा अमरपट मिळविलेला नाहीं. ज्याची चढती झाली त्याला कधीं तरी पडती यावयाचीच. त्याप्रमाणें अल्लाउद्दीनाचीही अवस्था झाली. त्याचा राज्यलोभ हल्लीं कमी होऊन त्याणें आपल्या राज्यांचीं सर्व सूत्रें मलिक काफुराचे स्वाधीन करून आपण स्वस्थपणें चैना व विलास भोगीत बसला. परंतु हें सुतराम् चांगलें नव्हतें. मलिक काफूर याचेविषयीं दिल्लीदरबारचे उमराव पहिल्यापासूनच नाखुश होते. तेव्हां आतां तर बादशाहाचें त्याजवरील सर्वांशीं असलेलें अवलंबन त्यांना बिलकुल पसंत पडलें नाहीं. मलिकही पुढें मोठा अधमपणा दाखवूं लागला. त्याला आपणच बादशाह व्हावें अशी इच्छा उत्पन्न होऊन बादशाहीचा वारस शाहजादा खिजरखान व बादशाहींतील मुख्य व शूर सरदार अल-

फखान या दोघांवर, त्यांनीं बादशाहाला मारण्याविषयीं कट केला आहे असा आरोप लादून बादशाहाचें त्यांजविषयीं भ्रष्ट मन करून, त्यांस ठार मारविलें. इतक्या नीचतम बुद्धीचा मनुष्य बादशाहाजवळ सर्वसत्ताधारी झालेला लोकांच्यानें न पाहवणें यांत कांहीं आश्चर्य नव्हतें. मलिक याच्या या धरसोडीच्या वर्तनाचा आणि लोकांच्या अप्रियतेचा परिणाम लौकरच चोहोंकडे अनुभवास येऊं लागला. दिल्लीच्या बादशाहीचे अमलांत सर्वत्र बंडें व पुंडावे उठून त्यांचीं चिन्हें गुजराथेंतही दिसूं लागलीं. तेव्हां ह्या दंग्याधोप्यांची शांतता व्हावी म्हणून मलिक त्या तजविजीस लागला. गुजराथेंतील दंगेधोपे मोडविण्याकरितां व तिकडे आपला अम्मल गाजविण्याकरितां त्यानें कमालखान नांवाच्या सरदारास फौज देऊन पाठविलें. पण तिकडे अलफखान सरदाराचे पक्षकार होते व तेच विशेषेंकरून या पुंडाव्यांत सामील असल्यामुळें त्यांनीं कमालखानाचें कांहींएक चालूं न देतां त्यास धुडकावून लाविलें. चितोडवाल्यांनींही मुसलमानांस हुसकून देऊन ते स्वतंत्र झाले. असे चोहोंकडून लोक उठूं लागल्यामुळें बादशाहाच्या मनाची शांति व स्थिरता नष्ट होऊन तो आधिव्याधींनीं व्याप्त झाला. शेवटीं औषधि उपाय सर्व राहून मोठ्या दुःखांत व विवंचनेंतच त्याचा ता० १९ डिसेंबर सन १३१६ रोजीं सायंकाळीं अंत झाला.

---

## भाग पंधरावा.

### मुसलमानी राज्याचें वर्णन.

( इ० स० १३१६ पासून इ० स० १३९१ पर्यंत. )

पूर्व भागामध्यें अल्लाउद्दीनाच्या मृत्यूपर्यंत हकीकत सांगितली. अल्लाउद्दीनानें मलिक काफूर याची योग्यता न जाणतां त्यास मोठ्या योग्यतेस चढविलें हें चांगलें केलें नाहीं. अल्लाउद्दीन मोठ्या दुःखसंकटांनीं व्याप्त झाला होताच व त्यामुळें त्यास मृत्युही लौकर यावयाचा होताच. परंतु तो जो मेला तो आपल्या मरणानें मेला नाहीं असें म्हणतात. मलिक याचा राज्याभिलाष फार वाढून त्याणें बादशाहासही विष घातलें, असा लोकापवाद आहे. ज्या मनुष्यानें बादशाहाचा शा-

हजादा खिजरखान व भाऊ अलफखान यांजवर राजद्रोहाचा नसता आरोप आणून मारून टाकिलें, तो दुष्ट बादशाहाला जहर घालणार नाहीं हें तरी कोणी नाहीं म्हणावें ? शाहजादा व त्याचा चुलता यांस पहिल्यानें त्यानें ग्वाल्हेरच्या किल्ल्यांत कैद करून ठेविलें होतें. त्यानंतर त्यानें शाहाजाद्याचे डोळेही फोडिले आणि त्या दुःखावस्थेंत तो असतांच त्याला मारून टाकिलें! त्याची रूपवती स्त्री देवलदेवी इच्यावर मलिक याची फार नजर होती व त्याप्रमाणें बादशाही घराण्यांत त्याला कोणी हरकत करणारे नाहींसे झाल्यावर, त्याणें ती पूर्ण केली. त्याविषयीं आतां पुढें हकीकत येणार आहेच.

मुसलमानांनीं अन्हिलवाड पाटण काबीज केल्यावर खंबायत, सुरत व भडोच हीं बंदरें आणि त्याचप्रमाणें सिद्धराज जयसिंगाच्या ताब्यांत असलेला मुलूखही त्यांनीं काबीज केला. तथापि, पुष्कळ भाग रजपुतांचे अमलाखालींच होता. साबरमतीच्या पश्चिमचा विस्तृत प्रदेश वाघेलराजांकडे असून, उत्तरेकडील महीकांठा आणि वीरपुरापासून अंबाजीपर्यंत सर्व डोंगरी प्रदेश कित्येक मांडलिक राजांचे व प्रमार आणि राठोड यांचे ताब्यांत होता. कच्छचें रण आणि खंबायतचें अखात हा भाग म्हणजे झाला लोकांचें संस्थान होतें. चुंवाळ आणि दुसरे डोंगरी प्रदेश व जंगलप्रांत यांचा ताबा कोळी व आणखी जे मूळचे त्या प्रदेशांतील लोक यांजकडे होता. पावनगड आणि त्याचे पूर्वेकडील प्रांत, त्याचप्रमाणें गिरनार, जुनागड वगैरे ठिकाणें खेंगारवंशांतील राजांचे ताब्यांत होतीं.

वर लिहिल्याप्रमाणें अल्लाउद्दीन मेल्यावर शाहजादा खिजरखान याचे देवलदेवीबरोबर मलिक यानें निका लाविला व तिला एक अज्ञान मुलगा होता त्यास बादशाही तख्ताचा खरा वारस म्हणून दिल्लीच्या गादीवर बसवून आपण सर्व बादशाही कारभार बघूं लागला. पण हें दिल्लीच्या अमीरउमरावांस बिलकुल न आवडून त्यांनीं मलिक काफूर यास इ० स० १३१७ मध्यें ठार मारून बादशाहाचा दुसरा मुलगा मुबारकशाह म्हणून होता त्यास बादशाही तख्तावर बसविलें. प्रसिद्ध इतिहासलेखक फेरिस्ता हा लिहितो कीं, ह्या वेळीं बादशाही

अमलांत सर्वत्र बलबलपुरी आणि गैरबंदोबस्तच होता. मुबारकशाह तख्ताधिष्ठ झाल्यावर त्यानें लागलेंच गुजराथेंतील अस्वस्थता आणि पुंडावे मोडण्याकरितां कमालुद्दीनखान नांवाचा एक सरदार फौजफांटा देऊन तिकडे पाठविला. तो तिकडे जाऊन मूर्तिपूजक हिंदूंचा संहार करीत आहे तों मुबारक बादशाहानें ऐनउलमुल्क मुलतानी यास आणखी फौज देऊन त्याचे मदतीस म्हणून पाठविलें. इतक्यांत कमालुद्दीन मारला जाऊन मुलतानी हा एकटाच सरदार गुजराथेंत स्वस्थता करावयास राहिला. त्यानें कसाबसा बंदोबस्त करून लोकांमध्यें पुनः भीति जागृत केली. इतक्यांत मुबारक यानें आपला सासरा मलिक दिनार यास 'जाफरखान' असें नांव देऊन गुजराथचा सरसुभेदार नेमून पाठविलें. त्या वेळीं गुजराथेंत पुनः एक फितूर उत्पन्न झालें. तेव्हां जाफरखान यानें तावडतोब फितुऱ्यांचा मोड करून व त्यांत जे लोक सांपडले त्यांस फार कडक शिक्षा करून आपला चांगला वचक बसविला. परंतु यानंतर थोडेच दिवसांनीं बादशाहानें आपल्या सासऱ्यास दिल्ली येथें परत बोलावून नेलें व तो तेथें गेल्यावर त्याला मारून टाकिलें! ह्याप्रमाणें सासऱ्याला मारून टाकण्याचें जबरदस्त कारण काय झालें कोण जाणे. मुसलमानी कारकीर्दींत वैभव, ऐश्वर्य आणि अधिकार यांची किती अशाश्वती होती व तीं आपल्यापासून हिरावून घेण्यास किती क्षुल्लक कारणें पुरत असत हें या गोष्टीवरून सहज समजण्यासारखें आहे. जाफरखान याचेनंतर गुजराथच्या सुभ्याचे जागीं हिसामुद्दीन नांवाच्या एका सरदारास पाठविण्यांत आलें. हिसामुद्दीन याचा भाऊ खुसरूखान या नांवाचा मुबारक बादशाहाचा फार आवडता मित्र होता व त्याचे योगानेंच त्यास ही मोठ्या अधिकाराची जागा मिळाली होती. खुसरू व हिसामुद्दीन हे उभय बंधु मूळ हिंदु असून प्रमार कुळांतले होते. तेव्हां, हिसामुद्दीन गुजराथेंत आल्यावर त्याचा साहजिक कल हिंदु लोकांच्या पक्षाकडेच होता. तो गुजराथचा सुभेदार झाल्यावर त्यानें तिकडील बंडखोरांस मिळवून गुजराथेंतील मुसलमानी बादशाहीचा अम्मल उठविण्याचा प्रयत्न चालविला. ही गोष्ट त्यानें इतक्या व्यवस्थित री-

तीनें चालविली होती कीं, ती दिल्लीदरबारीं कळण्याचें कांहीं प्रयोजन नव्हतें. परंतु त्या वेळीं हिसामुद्दीन याचे हाताखालीं दुसरा एक मुसलमान सरदार होता; त्याला हे गुप्त कट समजून त्यानें तें सर्व वर्तमान दिल्लीस बादशाहाला कळविलें. त्यावरून बादशाहानें ताबडतोब मलिक वजेउद्दीन खुरीशी नांवाच्या सरदारास गुजराथचा सुभा कायम करून पाठविलें. व हिसामुद्दीन यास कैद करून दिल्लीस पाठविण्याविषयीं हुकूम केला. त्याप्रमाणें हिसामुद्दीन हा कैद होऊन दिल्लीस रवाना झाला. मलिक खुरीशी हा मोठा चलाख व शूर असून त्यानें गुजराथेवर आपलें वजन चांगलें बसविलें व बराच बंदोबस्त केला. परंतु बादशाहानें त्यालाही लौकरच परत बोलावून नेऊन, हिसामुद्दीनाचा भाऊ मलिक खुसरू, जो त्याचे प्रीतींतला होता, त्यास गुजराथचा सुभेदार नेमिलें. परंतु त्याला खुद्द बादशाही भोगण्याचीच इच्छा असल्यामुळें, ती सुभेदारी न पतकरितां तो दिल्लीसच राहिला; व शेवटीं प्रसंग साधून त्यानें इ० स० १३२१ सालीं खिलजीवंशाची अखेरी करण्याकरितां त्या तरुण बादशाहास ठार मारून आपण त्याचे तख्तावर बसला.

परंतु अशा अधमपणानें मिळविलेलें अधिकारवैभव तरी टिकलें पाहिजे ना? त्याची कोठें शाश्वती असते? आपण जसे दुसऱ्याचे गळे कापून त्याच्या सर्वस्वाचा अपहार करण्यास उद्युक्त होतों, तसाच आपलाही गळा कापण्यास दुसरा कोणी शेरास सव्वाशेर भेटणार नाहीं अशी घमेंड कोणींही मारूं नये. मलिक खुसरू यानें दगलबाजीनें आपल्या धन्यास मारून त्याची गादी बळकावल्याची वार्ता त्या वेळीं पंजाब येथें सुभेदारीवर असलेल्या गाजीखान तघलखास समजली. तो तरी दिल्लीच्या बादशाहाचाच नौकर होता. त्याला ही बातमी समजल्यावर तो फार कोपायमान झाला आणि पंजाबांतून निघून या चांडाळाचें शासन करण्याकरितां त्याजवर येऊन, त्यानें त्याला मारून टाकिलें. नंतर त्यानें राजवाड्याचे देवडीवर उभें राहून सर्व लोक भोंवतालीं जमवून त्यांस मोठ्या नम्रतेनें सांगितलें कीं, 'आतां आपल्याला चाहील त्या मनुष्याला या तख्तावर

बसवावें. मी तुमचा सर्वांचा नौकर व तुमच्यांतलाच एक आहें. दुष्टाचा सूड घेऊन तुम्हांला दुःखमुक्त करण्याचें माझें कर्तव्य होतें त्याप्रमाणें मीं केलें. आतां तुम्हीं योग्य विचार करून ज्याला तख्ताचा अधिकार द्यावयाचा असेल त्याला बादशाह करावें.' परंतु त्या वेळीं **खिलजी**-वंशापैकीं वारसदार असें कोणीच शिलक नव्हतें. असें पाहून सर्व अमीरउमरावांनीं एक चित्त करून **गाजीखान तघलख** यासच **दिल्लीच्या** तख्तावर बसविलें व त्याला '**घियासुद्दीन तघलख**' असें नांव दिलें.

ह्या वेळेपासून **दिल्लीची** बादशाही **तघलख** वंशाकडे आली. **घियासुद्दीन तघलख** हा तख्तनशीन झाल्यावर **गुजराथेंत** कोणी **ताजुल्मुल्क** नांवाचा सरदार सुभेदार होऊन आला होता. **घियासुद्दीन तघलख** या बादशाहानें अवघें चारच वर्षें राज्य केलें. तो एके दिवशीं आपल्या दोस्तमंडळीसह मशीदींत बोलत बसला असतां एकाएकीं त्या मशीदीची एक वरवंडी मोडून त्याचे अंगावर पडली व तीखालीं तो व त्याचे दुसरे सहा स्नेही आणि त्याचा एक प्रिय मुलगा असे सांपडून चिरडून मेले. ही वरवंडी मोडून पाडण्यामध्यें त्याचा मुलगा **यूनाखान** याची कांहीं गुप्त मसलत होती व त्यानें आपल्याला बादशाही लौकर मिळावी ह्मणून हा उपद्व्याप करून बापाला लौकर मरण आणिलें, असें ह्मणतात. पहा कोण विलक्षण राज्यलोभ आहे तो! त्या लोभानें अंध होऊन राजे व बादशाह यांचे कसे नाश झाले आहेत हें, असे इतिहास वाचले म्हणजे त्यांतून शेंकडों उदाहरणांनीं समजेल. **मुसलमानी** इतिहासांत तर ह्या असल्या उदाहरणांची अगदीं रेलचेल आढळते! प्रत्यक्ष पित्याचा पुत्रानें राज्यलोभाकृष्ट होऊन घात करणें, यापेक्षां लोभीपणाची वरची पाहिरी कोणतीच राहिली नाहीं. आपणच खरे वारस असून आपल्याकडेसच गादीची मुखत्यारी येणार असा भरंवसा व खात्री असूनही, केवळ बाप फार दिवस वांचून आपल्या अमदानीची सुरुवात होण्यास कालावधि लागतो हें न आवडून, आतुरतेनें बापाचा नाश केल्याचीं किंवा त्याला पदभ्रष्ट करून आपण तख्तनशीन झाल्याचीं अत्यंत नीचपणाचीं उदाहरणें या **मुसलमानी** इतिहासांत कमी नाहींत. ही पितापुत्रांचीं गोष्ट झाली. यानंतर चाकरानें धन्यास, भावानें भावास,

सावत्र आईनें मुलास, अथवा स्त्रीनें पतीस, राज्यलोभामुळें मारल्याचीं उदाहरणें तर पुष्कळच आहेत, सारांश, राज्यपद हें अनेक धोक्यांनीं वेढलेलें आहे येवढेंच खरें! कोणत्या वेळेस कोणाकडून आपल्यावर कोणतें संकट येईल याचा राजपुरुषांस काडीमात्र भरंवसा व शाश्वती नसून नेहमीं त्याचें जीवित चिंता व अस्थिरता यांजमध्यें गुरफाटलेलें असतें! पोटच्या पुत्राचा अथवा जीवप्राण म्हणविलेल्या पुत्रवती स्त्रियेचाही या बादशाहांस किंवा राजांस भरंवसा नसावा असें दिसतें! अस्तु.

घियासुद्दीन तघलख याचा असा अपघातानें नाश झाल्यावर अर्थात् त्याचा मुलगा यूनाखान हा आपल्यास 'सुलतान महंमद तघलख' असें नांव घेऊन दिल्लीच्या बादशाहीचे तख्तावर इ० स० १३२५ सालीं आरूढ झाला. या महंमद तघलखानें गुजरायची सुभेदारी कोणी एक अहमद अमाझ या नांवाच्या पुरुषास दिली. त्याप्रमाणें अहमद अमाझ हा गुजराथेंत येऊन सुभेदारी बघूं लागला; इतक्यांत माळव्यांतील सरसुभेदारानें तिकडील ७० मोगल अमीरांस ठार मारिलें. त्यामुळें त्या अमीराचे जे भाईबंद गुजराथेंत होते त्यांनीं बंडावा मांडिला. तो बंडावा मोडण्याविषयीं या नवीन बादशाहानें संतापून फौज पाठविली व सुरत व खंबायत हीं शहरें लुटलीं; आणि कडीच्या पुढें बंडखोरांचा पराजय करून तो थोडे दिवस पाटण येथें राहिला व त्यानें सर्व प्रकारचा बंदोबस्त केला. बादशाह आपल्या वजीरासहवर्तमान हें बंड मोडण्याकरितां आला होता म्हणूनच त्याचा लौकर बंदोबस्त झाला. पुढें वजीर मलिक मुकबील हा कांहीं माल, खजिना व घोडे घेऊन दिल्लीस जावयास निघाला. तो भडोच आणि डभोई यांजमधून चालला असतां त्याला मोगल लोकांनीं सफई लुटलें. तें ऐकून तर बादशाहाचा क्रोध फारच वाढून त्यानें एकदम पुनः गुजराथेवर स्वारी केली; व जुनागडच्या किल्ल्यास वेढा घातला. त्यानंतर गोंडळ-

१ दिल्लीपासून सहा कोसांवर 'तघलखाबाद' म्हणून एक मोठा किल्ला आहे. त्यांत हल्लीं शेतकरी लोकांची मात्र वस्ती आहे, बाकी सर्वत्र ओसाड आहे. या किल्ल्यांतच या वंशाचे बादशाह राहत असत.

च्या पुढें किल्येक दिवस लढाई झाली. परंतु तींत बादशाहाला पुरें यश आलें नाहीं. मग किल्येक दिवसांनीं तो बंडवाल्यांचा पराजय करून त्यांच्यामागें लागून सिंधप्रांतांत गेला असतां ठठ्ठा नांवाच्या शहरांत इ० स० १३५१ मध्यें एकाएकीं मरण पावला. आणि त्याचे मागून त्याचा पुतण्या फिरोजशाह हा दिल्लीचे तख्तावर बसला.

महंमद तघलख यानें आपल्या कारकीर्दींत गुजराथेंत आपल्या पुष्कळ मुसलमान सरदारांस जाहगिरी व इनामें देऊन त्यांना गुजराथेंत कायम केलें होतें. या सरदारांतच एक मलिक उल्तिजार नांवाचा व्यापारी सरदार होता त्याला या बादशाहानें नवसरीमध्यें कांहीं जमीन दिली होती. हा बादशाह राज्य करीत असतां इ० स० १३२७ मध्यें तुर्मुशरीनखान बादशहानें हिंदुस्थानावर स्वारी केली. त्या वेळीं महंमद तघलखानें त्याला आपल्या बादशाहीचें जेवढें वार्षिक उत्पन्न तेवढें एकदम देऊन त्याला वाटेस लाविलें. तेव्हां तो गुजराथ व सिंध या प्रांतांत लुटालूट करून पुढें आपल्या देशांत चालता झाला. त्या वेळीं त्यानें आपल्याबरोबर बहुत संपत्ति आणि पुष्कळ लोकांस गुलाम करून नेलें. यानंतर पुढें वीस वर्षांनीं वर सांगितलेला मलिक मुकबील वजीर यास गुजराथच्या बंदोबस्ताकरितां पाठविलें होतें. व पुढें खुद्द बादशाहही दिल्लीहून गुजराथेंत आला होता. मलिक मुकबील हा दिल्लीस खजिना, माल व घोडे घेऊन जात असतां त्याला मोगल बंडखोरांनीं लुटलें आणि त्या रागानें महंमद बादशाह सूड उगवीत त्यांच्यामागें लागला असतां सिंधप्रांतांतच वर लिहिल्याप्रमाणें थोडे दिवस आजारी पडून मरण पावला. या स्वारीमध्यें त्यानें अन्हिलवाड, गोंडळ, जुनागड वगैरे प्रांत काबीज केले; स्वारीमध्यें असतांच त्याला आपण अगदीं क्षीण होत चाललों असें वाटूं लागलें होतें; परंतु तिकडे त्यानें लक्ष्य दिलें नाहीं. सिंधप्रांतांत बंडखोरांना चांगला आश्रय मिळाला होता; तेव्हां त्यांचा पाठलाग करणें तसेंच अर्धे सोडून देणें त्याला बरें वाटलें नाहीं म्हणून, तो जरी अशक्त व क्षीण झाला होता तरी तसाच पुढें चालला. तो वर लिहिल्याप्रमाणें ठठ्ठा येथें मरण पावला.

महंमद तघलखाचे मागून गादीवर बसलेला फिरोजशाह यानेंही

सिंध व गुजराथ प्रांतांत कित्येक वेळां स्वाऱ्या केल्या होत्या. त्यानें पहिल्यानें जाफरखान नांवाचा सरदार गुजराथेमध्यें सुभेदार नेमून पाठविला होता. परंतु तो फार दिवस अधिकार न भोगतां मरून गेला. तेव्हां त्याचा मुलगा, बापाचेंच नांव देऊन गुजराथचे सुभेदारीवर पाठविला. परंतु पुढें इ० स० १३७६ मध्यें बादशाहाला असें आढळलें कीं, गुजराथचा वसूल कमी होऊं लागला म्हणून जाफरखानास परत बोलावून त्यानें शमसुद्दीन दमघानी या नांवाच्या सरदारास गुजराथचा सुभेदार नेमून पाठविलें. त्यानें पहिल्यानें मोठ्या फुशारकीच्या गोष्टी सांगून बादशाहाला असें कबूल केलें कीं, 'प्रतिवर्षी मजकडून १०० हत्ती, २२०० आरबी घोडे आणि ४०० गुलाम आपल्याला मिळत जातील, त्यावरून बादशाहानें, हाच सुभेदार गुजराथेकडे कायम केला. परंतु त्यालाही इकडे आल्यावर असें आढळून आलें कीं, बादशाहाचे हेतूप्रमाणें, गुजराथच्या वसुलींत कोणत्याही उपायांनीं वाढ होईलसें दिसत नाहीं. आणि असेंच वर्तमान बादशाहाला कळविलें तर मग आपल्याकडे हा सुभेदारीचा अधिकार मुळींच राहणार नाहीं, हें चांगलें नव्हे. याकरितां आपण बादशाहापासून स्वतंत्रच व्हावें हें बरें. असा विचार करून त्यानें गुजराथेमध्यें एक बंड उठविलें. परंतु थोडेच दिवसांत अशी गोष्ट झाली कीं, त्यानें गुजराथेंत सुभेदार होऊन गेल्यावर ज्यांजवर जुलूम जबरदस्ती केली होती त्यांनीं ही संधि बघून कित्येक रजपुत सरदारांचे साह्यानें त्याला धरून मारून टाकिलें. त्यानंतर इ० स० १३८७ मध्यें मलिक मुजफर, ज्यास फऱ्हतउलमुल्क रास्तीखान अशी पदवी होती, तो सुभेदारीवर गुजराथेंत आला. परंतु पुढें त्याच वर्षांत बादशाहानें दुसरा एक सरदार सुभेदार नेमून पाठविला. तों रास्तीखान यानें गुजराथेंतले कित्येक रजपूत सरदार अनुकूल करून घेऊन, आलेल्या या नव्या सुभेदारासच मारून टाकिलें. इतक्यांत दिल्लीस इ० स० १३८८ मध्यें फिरोज बादशाह मेला व त्याचे जागीं त्याचा नातु घियासुद्दीन हा बसला. त्याला 'दुसरा घियासुद्दीन' म्हणतात. ह्या बादशाहांचे अदलाबदलीनें फऱ्हतउलमुल्क रास्तीखान हा आपल्या गुजराथचे सुभ्यावर अर्थात् आणखी कांहीं दिवस निर्वेध राहिला. दुसरा घियासुद्दीन हा

बादशाह तरणा व जवान असल्यामुळें अधिकार व संपत्ति यांच्या धुं-
दींत त्यानें आपल्याकडे आलेल्या जबाबदारीचे कामांत यावें तसें बि-
लकुल लक्ष्य न देतां चैना, मौजा व विलास यांजमध्येंच तो दंग हो-
ऊन गेला. असा बादशाह अर्थात् लोकांना लौकरच अप्रिय होणें साह-
जिक आहे. व त्याप्रमाणें त्याच्या अमीरउमरावांस त्याचें तें वर्तन न
आवडून त्यांतील एका मलिक रुकनुद्दीन नामक सरदारानें इ० स०
१३८९ मध्यें त्याचा शिरच्छेद करून, तें मस्तक त्यानें दरबारच्या
द्वारावर लटकवून ठेविलें. दुसऱ्या घियासुद्दीनाचे मागून त्याचा दुसरा
भाऊ व फिरोजशाह बादशाहाचा नातू अबू बेकर नांवाचा होता, तो
त्याचे तख्तावर बसला. अबू बेकर गादीवर बसून एक वर्ष होतें आहे तों
त्याचा चुलता व फिरोजशाहाचा मुलगा नासरुद्दीन यानें येऊन त्याचे-
पासून बादशाही छिनावून घेतली व त्याला हुसकून देऊन, आपण इ०
स० १३९० मध्यें दिल्लीचा बादशाह झाला. ह्याप्रमाणें एकामागून एक
दिल्लीच्या तख्तावरील अधिपतींची बदलाबदल चालली होती, व त्या
मुळें इकडे गुजराथचा सुभेदार फऱ्हतउलमुल्क रास्तीखान हा विशेष
पक्का व जोरवान् होत चालला. त्यानें गुजराथेंतील तमाम सर्व हिंदु
जमीनदारांना अनुकूल करून घेऊन त्यांच्या साह्यानें गुजराथ प्रांत
स्वतंत्र करण्याचा विचार चालविला. त्यावरून खंबायतच्या मुसलमा-
नांनीं नवीन बादशाह नासरुद्दीनशाह याजकडे अशी फिर्याद केली
कीं, 'हा मुसलमान सुभेदार असून इस्लामधर्माचा प्रसार करण्याचे
ऐवजीं तो हिंदु मूर्तिपूजकांच्या धर्माचाच पक्ष धरून त्यांना विशेष
उत्तेजन देतो; यामुळें इकडे मुसलमानी धर्माचें वजन व अभिमान
नाहींसा होत चालला आहे; त्याचप्रमाणें, त्याचेकडून मुसलमान लो-
कांवर फार जुलूम होत आहेत, तेव्हां याजबद्दलचा त्वरित बंदोबस्त
व्हावा.' नासरुद्दीनशाहानें ही फिर्याद ऐकून ता० २१ फेब्रुआरी सन
१३९१ मध्यें एक टाकजातीचा मूळचा हिंदु असून मुसलमान झा-
लेला असा शूर गृहस्थ बघून, 'मुजफरखान' हा किताब देऊन गुज-
राथचा सुभेदार नेमून पाठविलें. तेव्हां बादशाहानें त्याजबरोबर हिंदु
रीतीचीं छत्रचामरादि राजचिन्हेंही दिलीं. ह्याप्रमाणें हा नवीन सुभे-

दार आपल्या हुद्याचा अधिकार घेण्याकरितां बादशाहाचे हुकमानें गुजराथेंत पाटण शहरीं दाखल झाला व त्यानें बादशाहाचा हुकूम फत्हेतउलमुल्क रास्तीखान याजकडे पाठवून जागेचा राजीनामा देण्याविषयीं त्यास कळविलें. परंतु रास्तीखान यानें त्यावर मुळींच कांहीं जबाब न पाठवितां, उलट तो या नवीन सुभेदाराशीं सामना करण्याचे तयारीस लागला; व अखेर त्याची फौज मुजफरखानाचे फौजेवर सिद्धपुराचे जवळ चालून येऊन उभयदळांचें बरेंच मोठें युद्ध माजलें. त्यांत रास्तीखान याचे पक्षाकडे हिंदु सरदारच पुष्कळ होते. परंतु शेवटीं त्या संग्रामांत रास्तीखान याचा पराजय होऊन तो मारला गेला व मुजफरखान हा विजयी होऊन पक्का सुभेदार झाला.

---

## भाग सोळावा.

### अहमदाबादेचे बादशाह.

### (मुजफरखान.)

पंधराव्या भागांत सांगितल्याप्रमाणें मुजफरखान हा फत्हेतउलमुल्क रास्तीखान याजवर विजयी होऊन गुजराथचा सुभेदार झाला. या काळीं एक सुभेदार काढून दुसरा सुभेदार नेमण्याची मोठी पंचाईत होती. लढाई झाल्याशिवाय पहिला सुभेदार आपला अधिकार दुसऱ्याचे स्वाधीन करीतच नसे असा साधारणपणें त्या बादशाहांचे कारकीर्दीत नियमच झाला होता ! त्यामुळें रयतेस सर्व प्रकारें दुःख व संकटें भोगणें पडून, तिला बापडीला कधींही स्वस्थता व शांति मिळू नये. त्या उभय सुभेदारांच्या फौजा तयार होऊं लागल्या कीं, त्यांची बेगमी व घांसदाणा वैरण हीं पुरविण्याकडे हजारों लोक खपत. गांवच्या लोकांस उपाशीं राहून, फौजांकडे धान्याधुन्याचा पुरवठा करावा लागे. मजूरदार बेगारीस व वेठीस धरून नेत. जिकडे तिकडे दंगे धोपे चालत. शेट सावकार वगैरे श्रीमान् लोकांपासून बळजोरीनें द्रव्य घेत. ह्याप्रमाणें आपल्या स्वदेशीं फौजेची जर जमवाजमव करावयाची असली तर देखील किती यातायात व श्रम पडतात; आणि तशांत मुसलमान फौज तर अत्यंत निर्दय व बेकायदा असे. त्यांज-

कडून मुलुखांत फारच प्रलय उडून लोकांची मोठी तारांबळ होऊन जाई. असो. ज्या ठिकाणीं मुजफरखान यास हा जय मिळाला तेथें त्यानें जितपुर म्हणून एक शहर वसविलें. व नंतर त्यानें हळूहळू पाटणचा राजा, मंडळगडचा राजा, झालवाडचा राजा, व ईडरचा राजा रणमल्लजी यांस आपल्याकडे वश करून घेतलें. हा मुजफरखान सुभेदार झाल्यावर त्यानें हिमतीच्या जोरावर हिंदुधर्माला विरुद्ध अशीं बहुत कृत्यें केलीं व त्यांतच त्यानें सोमनाथाच्या देवळाचे दगड काढून ते मशीदीला लाविले. ह्याप्रमाणें त्यानें गुजराथेंत बराच अम्मल बसवून, नंतर माळव्यांतील धारचा राजा हुशंग याजवर स्वारी करून त्यासही कैद केलें. त्याचा पहिल्यापासून हिंदुधर्मावर विशेष कटाक्ष असल्यामुळें त्यानें हिंदुराजांची तर अगदीं पाठ पुरविली.

वर सांगितल्याप्रमाणें त्यानें इ० स० १३९३ मध्यें ईडरचा राजा रणमल्लजी याजबरोबर युद्ध करून त्याजवर मोठा जय मिळविला. ईडरचा पहिला राजा सोनंगजी म्हणून होता, त्याच्या वंशांतील रणमल्लजी हा पांचवा पुरुष होय. रणमल्लजी हा कांहीं साधारण पुरुष नसून, तो त्या वेळीं चांगला शूरवीर होता. त्याजविषयींचें वर्णन भाटांनीं आपल्या ग्रंथांत फार केलें आहे. तो प्रबळ असल्यामुळें त्यानें मुजफरखान यास न मानतां, दिल्लीच्या बादशाहास जी खंडणी देण्याविषयीं सुभेदारानें बोलणें लाविलें होतें तें त्यानें अगदींच नाकारलें. त्यावरून मुजफरखानास त्याचा समाचार घ्यावा लागला. पहिल्यानें एक दोन चकमकी झडून शेवटीं मुसलमानांनीं ईडरच्या किल्ल्यास वेढा घातला व किल्ल्यांत होणारा बाहेरचा पुरवठा अगदीं बंद केला. त्यावेळीं किल्लेदार व इतर लोक फारच लाचार होऊन भुकेनें मरूं लागले. त्यांनीं जें मिळेल तें खाऊन कसाबसा निर्वाह केला व शत्रूचा किल्ल्यांत प्रवेश होऊं दिला नाहीं. परंतु शेवटीं रणमल्लानें आपला मुलगा मुजफरखान याजकडे पाठवून त्याशीं सल्ल्याचें बोलणें लावलें; व त्या मुलानेंही प्रसंगावधान ठेवून बाप संकटमुक्त व्हावा म्हणून, आपल्या मुखत्यारीनें मुजफरखानास खुष ठेवण्याकरितां आणखी कांहीं आपल्या जवळचें जवाहीर वगैरे घेऊन जाऊन त्यास नजर करून, आ-

पल्या सर्व लोकांस त्याजकडून अभयदान घेतलें; व त्याच्या त्या विनम्र स्वभावावरून मुजफरखानही खुष होऊन त्यानें किल्ल्याभोंवतालचा वेढा उठवून आंतील लोकांस मोकळें सोडलें.

मुजफरखानाची ही फत्ते झाल्यावर तो खानदेशांत सुलतानपूर, नंदुरबार वगैरे जे परगणे पठाणाच्या ताब्यांत होते ते तो स्वतःच्या ताब्यांत घेण्याविषयीं प्रयत्न करूं लागला. तो प्रांत त्या वेळीं अदिलखान याच्या ताब्यांत होता व त्याचे ताब्यांतून त्यानें आपल्याकडे घेतला. नंतर तिकडून तो निघून माळव्यांत आला; व तेथें त्यानें आपला विशेष दृढ असा अंमल बसविला. शिवाय त्यानें हिंदुधर्माला विरुद्ध अशीं हिंदुदेवालयें पाडणें वगैरे कृत्यें केलीं व सोमनाथाचें देवालय उद्ध्वस्त केलें, तो मजकूर व मंडळगड वगैरे ठिकाणच्या राजांस वश करून त्यांजपासून खंडणी घेतली हा इतिहास वर दिलाच आहे.

याच वेळीं म्हणजे इ० स० १३९४ त दिल्लीचा नासरुद्दीन बादशाह वारला व त्याचे जागीं त्याचा मुलगा दुसरा महंमद तघलख हा बसला; आणि त्यानें या मुजफरखान सुभेदाराचा मुलगा तातारखान याला आपला वजीर केलें. परंतु, मलिक इकबालखान म्हणून एक सरदार होता, त्यानें त्यास हुसकून देऊन, तो आपण वजीर होऊं पहात होता. परंतु त्यास बादशाहानें कबूल केलें नाहीं. तेव्हां तातारखान आपल्या बापाकडे गुजराथेंत येण्यास निघाला. त्या वेळीं त्याचे बरोबर त्याचा मुलगा अहंमदशाह हाही होता. दिल्लीस ही अशी गडबड चालली आहे हें बघून मुजफरखान यानें आपल्यास 'मुजफरशाह' असें नांव घेऊन, तो गुजराथेंत स्वतंत्रपणें इ० स० १३९६ पासून बादशाह ह्मणून राज्य करूं लागला. पुढें, इ० स० १३९८ मध्यें, मुजफर यानें मातक्यान् ईडरवर स्वारी केली. तेव्हांही राव रणमल्ल यानें पुनः खंडणी देऊन आपण शरण असें कबूल केलें. या वेळीं समरकंद येथून तैमूरलंग बादशाहाची हिंदुस्थानावर स्वारी आली असून, त्यासंबंधानें दिल्लीदरबारांत मोठी गडबड उडाली होती. तैमूरलंग हिंदुस्थानांत जो उतरला तो वाटेंतले मुलूख उजाड करीतच आला होता. शिवाय ह्या वेळीं दिल्लीच्या तख्तावर हक्क व वारसा सांगणारे पुष्कळ

उमेदवार आपापसांत लढत होते. या सर्वांवरून हिंदुस्थानांत कांहीं तरी राज्यक्रांति होण्याचीं चिन्हें दिसत होतीं.

गुजराथेंत मुजफरशाह हा स्वतंत्र बादशाह होऊन, त्यानें तिकडे आपल्या नांवाचें नाणेंही पाडून, चोहोंकडे आपल्या नांवाची द्वाही फिरविली; व आपल्या नांवानें मशीदींतून खुतब्यामध्यें ईश्वराची प्रार्थना सुरू केली. हें वर्तमान महंमद तघलख यास कळल्यावरून, तो त्याबद्दलची योग्य व्यवस्था करण्याकरितां गुजराथेकडे आला. तों त्यास दिल्लीकडे तैमूरलंगाची स्वारी आल्याचें वर्तमान कळून, तो गुजराथेकडची व्यवस्था तशीच सोडून दिल्लीकडे निघून गेला; व मलिक इकबालखान यास आपला वजीर कबूल करून, आलेल्या संकटाचे दूरीकरणाच्या उद्योगास लागला. अशा वेळीं आपण दिल्लीवर स्वारी करावी अशी तातारखान याची इच्छा असून, त्याप्रमाणें करण्याविषयीं त्यानें आपल्या बापास सांगितलें. परंतु मुजफरशाह यास मुलाची इच्छा पूर्ण करण्यासारखा हा प्रसंग अनुकूल आहेसें वाटलें नाहीं; व म्हणून त्यानें तसें करण्याचें नाकारलें. हें पाहून तातारखान यानें बापास कैदेंत टाकून, आपण गुजराथचा बादशाह झाला; व ज्या मलिक इकबालखानानें आपल्याला वजीरीचे पदवीवरून हुसकून लाविलें त्याचा एकवार सूड घेण्याचे तजविजीस लागला. मुजफरशाह हा मुलाचे हातानें कैदेंत पडण्यापूर्वी त्यानें आणखी इ० स० १४०१ मध्यें ईडरवर स्वारी केली होती, व त्या वेळीं मात्र राव रणमल्ल त्रासून राज्य सोडून वीसलनगराकडे पळून गेला. तेव्हां तेंही राज्य मुसलमानांचे ताब्यांत आलें होतें. त्यानंतर मुजफरशाह दिवबंदरावर गेला. तेव्हां तेथील हिंदु राजा त्याचे स्वाधीन झाला. तरी त्यानें आपल्या बादशाही जोरावर तेथील लोकांची विनाकारण कत्तल केली व येणेंकरून त्याचे नांवाला मात्र कालिमा लागला. परंतु ह्याबद्दल मुसलमान बादशाह फारच थोडी काळजी करीत असत. अमलाच्या धुंदींत कृत्याकृत्यविवेक केला असें कधींच होत नाहीं. ह्याप्रमाणें त्याचा मुलगा त्याला साह्य असल्यामुळें त्याणें बरेच जय मिळविले व पुष्कळ प्रांत काबीज केला. परंतु त्याचे कपाळीं मुलाचेच हातें कैदेंत पड-

ण्याचें होतें; त्याप्रमाणें तोही संस्कार त्याला झाला. मुलगा दिल्लीवर जाण्याची तयारी करीत होता; परंतु तो एकाएकीं आजारी पडून मरण पावला. तातारखान यानें बापाला कैदेंत टाकून, स्वेच्छेप्रमाणें वागण्याचें ठरविलें होतें; तरी त्या बापाला, तो मेल्यावर फारच दुःख झालें. आपण कैदेंतच राहून मुलानें बादशाही भोगावी हें त्याला अनिष्ट वाटत नव्हतें; व असा पुत्रघात झाल्यामुळें तो अत्यंत उदासीन झाला. परंतु त्याच्या अमीरउमरावांनीं त्याला समाधानाच्या गोष्टी सांगून, पुनः राज्यकारभार पाहण्यास लाविलें.

ह्याप्रमाणें मुजफरशाह आपल्या स्वतंत्र बादशाहीचा उपभोग घेत होता. मध्यें त्यानें आशावळचे कोळी लोक फार बंडावा व दांडगाई करून रस्ते लुटणें, वाटा मारणें अशा प्रकारचीं अशांति उत्पन्न करणारीं कामें करीत असत, त्यांना शिक्षा करण्याकरितां म्हणून त्यानें आपला नातू अहमदखान यास फौज देऊन पाठविलें; व त्याप्रमाणें त्यानें जाऊन त्या लुटारू लोकांचें पारिपत्य केलें. नंतर त्यानें चांगले चांगले सय्यद लोक एकांतीं जमवून, त्यांस विचारलें कीं, 'कोणी मनुष्य आपल्या बापाचे मताविरुद्ध वागून, त्याला अस्वस्थता उत्पन्न करून, त्याच्या मरण्यास कारण झाला असल्यास त्यालाही आपण तशी मृत्यूची शिक्षा दिल्यास कांहीं अन्याय होईल काय?' अहमदखान याचे प्रश्नाचा संबंध कोणीकडे आहे याविषयीं त्या सय्यद लोकांस कांहीं बोध न होऊन, त्यांनीं सांगितलें कीं, 'त्यांत अन्याय कसला?' ही त्यांची संमति पडल्याबरोबर, तो लागलाच आशावळाहून निघून पाटणास आला; आणि त्यानें आपल्या आजोबांना कैद केलें व आपण गुजराथचा बादशाह झाला. नंतर त्यानें विषाचा प्याला तयार करवून तो त्याला प्यावयास दिला. तो पितांना तरी मुजफरशाहानें आपलें त्याजविषयींचें वात्सल्य बिलकुल कमी न होऊं देतां, त्याला चांगले आशीर्वाद दिले व कित्येक बोधाच्या गोष्टी सांगून, 'तूं आपलें हें ऐश्वर्य पुष्कळ दिवस भोग,' अशी इच्छा दर्शवून, त्यानें तें विष प्राशन केलें. ह्याप्रमाणें मुजफरशाह हा ता० २७ जुलै इ० स० १४११ मध्यें मृत्यु

पावला; व त्याचे मागून त्याचा पौत्र अहमदखान हा गुजराथचा बादशाह झाला.

---

## भाग सतरावा.

### अहमदशाह बादशाहाची कारकीर्द.

अहमदशाह गुजराथच्या गादीचा धनी झाला तेव्हां त्याचें वय २१ वर्षांचें होतें. अहमदशाह याचा चुलतभाऊ फिरोजखान हा या वेळीं वडोद्याकडे कामगिरीवर होता. त्यानें अहमदशाह हा गुजराथचा बादशाह झाला असें ऐकिल्याबरोबर तो तिकडून निघून भडोचेस आला आणि तेथें त्यानें आपल्यास गुजराथचा बादशाह असें ह्मणविलें. ह्याप्रमाणें अहमदशाह यास हा घरांतला शत्रु उत्पन्न होऊन, त्याच्या अंमलदारीस व्यत्यय आल्यासारखें झालें. तेव्हां त्या बनावट बादशाहाचें पारिपत्य करण्याकरितां तयारी केली. तों तो आपली सात आठ हजार फौज घेऊन नर्मदाकांठीं अहमदशाहाशीं सामना करण्याकरितां आला. परंतु तिकडून अहमदशाह आपल्या लष्करानिशीं त्याजवर येऊन, थोडीशी चकमक उडते तों फिरोजखानाचे लोक पराभूत होऊन पळून गेले. हा विजय संपादून अहमदशाह हा गुजराथचा पक्का व निर्वेध बादशाह झाला. तो परत पाटणास येत असतां नर्मदानदीच्या कांठीं आशावळ म्हणून गांव होतें तेथें एक दिवस मुक्कामास उतरला. तों तेथील हवा व पाणी त्यास उत्तम वाटून जमीनही चांगली व सुपीक आहे असें त्यास आढळलें; व तेथेंच आपली राजधानी करावी असा त्याचे मनांत विचार आला. मग उशीर कसचा ? तेथें शहर बांधण्यास त्याचा हुकूम सुटला व लौकरच तें शहर वसलें. तेव्हां त्यानें त्यास आपलेंच नांव देऊन, अहमदाबाद शहराची स्थापना केली. अहमदाबादची हवा पाणी व जमीन चांगली, हें एक तेथें शहर वसविण्यास कारण झालें; परंतु त्याशिवाय आणखी एक दोन तशींच विशेष कारणें झाल्यावरून हें शहर त्याजकडून वसविण्यांत आलें, असें म्हणतात. वर सांगितल्याप्रमाणें, जेव्हां तो फिरोजखान

याचा पराभव करून **आशावळ** येथें मुक्कामास उतरला तेव्हां त्यानें एके दिवशीं सकाळीं असा चमत्कार पाहिला कीं, एका कुत्र्याचे मागें एक ससा लागला आहे ! त्यावरून त्याला, तेथील जमिनीचा व पाण्याचा गुणच असा जबरदस्त आहे असें वाटून, आपली राजधानी याच पाणीदार जमिनीवर करावी अशी त्याला इच्छा उत्पन्न झाली. हें एक **अहमदाबाद** शहर वसविण्यास कारण झालें. दुसरें कारण असें सांगतात कीं, **आशावळचा** राजा **आशा भील** ह्मणून होता. त्याची एक खपसुरत मुलगी होती, तिजवर **अहमदशाहाची** फार प्रीति बसली, तेव्हां तिच्याकरितां तिच्या बापाचे गांवाजवळच त्यानें आपली राजधानी केली. असो. ह्याप्रमाणें इ० स० १४१२ सालीं **अहमदशाह** बादशाह यानें अहमदाबाद हें शहर वसवून, अन्हिलवाड **पाटण** येथून आपलें तख्त उठवून, या नवीन शहरीं आणिलें; व तेव्हांपासून **गुजराथच्या** राजधानीचें शहर अहमदाबाद हें झालें. हें शहर ज्याच्या मसलतीनें झालें त्याचें नांव **शेख अहमद खतु गंजबक्ष** असें होतें.

यानंतर **फिरोजखानानें** पुनः अहमदशाहाचे विरुद्ध बंड उपस्थित केलें. त्या त्याच्या बंडास **ईडरचा राव रणमल्ल** हाही आपले पांच हजार घोडेस्वार व सैन्य घेऊन अनुकूळ झाल्यामुळें तें बरेंच प्रबल झालें. **फिरोज** यानें **मो**डासा येथील किल्ला आपले ताब्यांत घेऊन, त्याचेवर आपल्या नांवाचा ध्वज उभारिला. ही **फिरोज** याची पुंडाई ऐकून, अहमदशाह पूर्वीपेक्षां विशेप क्रोधानें त्याजवर चालून आला. तेव्हां पराभव होऊन ते **रंगपुराकडे** पळून गेले; पण त्या ठिकाणींही अहमदशाहानें वेढा घालून त्यांस घेरून टाकिलें. नंतर ते बंडखोर डोंगरांतून व दऱ्यांतून जीव घेऊन पळत सुटले. पुढें **फिरोज** व **रणमल्ल राठोड** यांजमध्यें बेबनाव होऊन, **राठोड** हा हत्ती घोडे, वगैरे अहमदशाहास नजर घेऊन येऊन शरण प्राप्त झाला. तेव्हां बादशाहानें त्याच्याशीं पुनः दोस्ती केली.

यानंतर कांहीं दिवसांनीं त्यास असें वर्तमान कळलें कीं, **माळ-**

१. या संबंधानें अहमदाबादेकडे पुढील वाक्य लोकांच्या बोलण्यांत फार आहे:—'जब कुत्तेपर शशा आया, तब बादशाहानें शहर बसाया.'

ल्याचा सुलतान हुषंग हा आपल्या विरुद्ध बंड व कुरापती काढणाऱ्या आपल्या शत्रूंस आश्रय देत असतो. हें कळल्याबरोबर त्यानें माळव्यावर स्वारी केली. त्यांतही जयाचा वांटा याचाच होता. या माळव्यांतील बंडखोरांपैकीं एकजण काठेवाडांत जाऊन, गिरनारच्या राजाचे आश्रयाला राहिला होता. तेव्हां त्याचेकरितां गिरनारवरही अहमदशाहाची स्वारी गेली.

सौराष्ट्रदेश पहिल्यापासून फार प्रसिद्ध असून, त्यामध्यें प्रभास व द्वारका हीं ब्राह्मणांचीं पवित्र क्षेत्रें आहेत; आणि गिरनार व शत्रुंज अशीं जैनलोकांचीं क्षेत्रें असून, त्या दोन्ही ठिकाणीं जैनांचे तीर्थंकर अरिष्टनेमि आणि ऋषभदेव यांचीं स्थलें आहेत. या चारही क्षेत्रांतून प्रतिवर्षीं हजारों यात्रा जात असते. वैष्णव लोक जें गोपीचंदन म्हणून एक प्रकारची शुभ्र मृत्तिका कपाळीं लावीत असतात ती द्वारकेची असून, मोठमोठ्या शिवमंदिरांतून जे शंख वाजवितात ते सौराष्ट्रदेशांतले असतात. सौराष्ट्राचा शूर राजा खेंगार आणि त्याची महाभाग्यशाली पतिव्रता स्त्री राणकदेवी यांचीं वर्णनें भाट लोक फार गात असतात. सौराष्ट्रांत नद्या, घोडे, सुंदर स्त्रिया, सोमनाथाचें देवालय आणि द्वारका क्षेत्र हीं पांच रत्नें आहेत असें म्हणतात. त्याचप्रमाणें जुनागड येथील जुन्या निशाण्या आणि प्राचीन लेख, पूर्वीचा इतिहास लिहिणाऱ्या शोधक लोकांस फार उपयोगीं पडतात. मुसलमानी इतिहासलेखकांनीं आपल्या ग्रंथांत माळवा, खानदेश, व गुजराथ या देशांपेक्षां सौराष्ट्रदेशच मोठा संपन्न व भाग्यशाली असल्याचें वर्णिलें आहे. याप्रमाणें सौराष्ट्रदेशाची कीर्ति अहमदशाहानें फार ऐकिली व वाचिली होती. तेव्हां तो देश एकवार जाऊन बघून यावा अशी त्यास फार उत्कंठा होती. ती उत्कंठा या निमित्तानें तरी पूर्ण होईल म्हणून तो अनायासें आलेल्या प्रसंगाप्रमाणें गिरनारावर स्वारी करण्याकरितां निघाला.

गिरनारचा राजा आजपर्यंत कोणालाही नम्र झाला नव्हता व त्याच्या वाटेसही कोणी जात येत नसे. पण वर लिहिल्याप्रमाणें माळव्यांतला बंडखोर कोणी शेर मलिक म्हणून होता तो त्याच्या आश्र-

याला जाऊन राहिल्यामुळें अहमदशाहास त्याजवर जाणें भाग झालें. पहिल्यानें गिरनारच्या राजानें जी तयारी केली तिजवरून तो अहमदशाहाशीं जरा नेटानें सामना करील असें वाटलें होतें. परंतु अखेरीस त्याचें तें हिंदु सैन्य मुसलमानी लष्करास भिऊन मागें हटलें. तेव्हां मग गिरनारचा किल्ला घेण्यास मुळींच उशीर लागला नाहीं. ह्याप्रमाणें ह्या मोहिमेंत अहमदशाहाची फत्ते होऊन, त्यानें तेथून बरीच लूट जमविली; आणि आपल्या वतीनें त्या प्रांताच्या जमाबंदीची व्यवस्था लावून तो अहमदाबादेस निघून गेला. अहमदाबादेस जातांना त्याला वाटेंत सोमनाथाचें देऊळ लागलें. तेथें जाऊन त्यानें त्या देवळाचा नाश व पाडापाडी करून, तेथून बहुत किमतीचें जवाहीर घेऊन, पुढें जातां जातां आणखी कित्येक गुजराथी राजांस धाकदडप दाखवून त्यांजपासून खंडण्या लिहून घेतल्या व त्यांस आपले मांडलिक करून सोडिलें.

हा संयुक्त विजय झाल्यानंतर त्यानें आपल्या धर्मप्रसाराचे कामाकडे लक्ष दिलें. मुसलमानी धर्म समशेरीच्या जोरावर प्रसृत होत चालला होता खरा; तरी हा मुलूख मूळचा सर्व हिंदूंचा व त्यांत सर्व हिंदु राजेच असल्यामुळें हिंदुधर्माचाच विस्तार फार मोठा होता, हें साहजिक आहे. परंतु इकडे जे मुसलमान येत त्यांचा राज्य वश करण्यापेक्षां धर्मवृद्धि करण्याचा हेतु मुख्य होता. त्याप्रमाणें अहमदशाह यानें हिंदुधर्माचा उच्छेद करून मुसलमानी धर्मसंस्था करण्याकरितां एकसारखी व्यवस्था चालविली, त्याणें इ० स० १४१४ मध्यें आपला एक ताजुल्मुल्क नामक मोठा धर्माभिमानी मनुष्य ह्या मुसलमानी धर्मवृद्धीच्या व धर्मोत्तेजनाच्या स्वतंत्र खात्यावर मुख्य नेमून, त्यास मूर्तिपूजकांच्या देवालयांचा व मूर्तींचा दरोबस्त नाश करून मूर्ति फोडून तोडून टाकण्यास सक्त ताकीद दिली. तेव्हां त्याही बहादरानें, आपल्याला नेमून दिलेलें काम फार काळजीनें व अगत्यपूर्वक बजावलें ! त्या वेळीं सर्व गुजराथेंत देवळें पाडण्याची फारच धामधूम उडाली होती. ज्याचे त्याचे तोंडीं त्याच गोष्टी आणि ज्याला त्याला तीच काळजी पडली होती. जिकडे तिकडे जुनीं देवळें पडत होतीं;

आणि त्या जागीं नव्या मशिदी होत होत्या; शिवाय राज्यें खालसा करण्याचा सपाट चाललाच होता. या सपाट्यांतच वाघेल यांचेंही राज्य अहमदशाहानें खालसा केलें. तेव्हां त्या राज्याचे वारसदार वन्होजी व जेठोजी या नांवाचे दोघे वाघेल भाऊ होते ते लपून बसले; व पुढें त्यांनीं बाहेरवट्याचा धंदा चालवून ते अहमदाबादेपर्यंत आले. त्यांस धरण्याविषयीं बादशाहानें पुष्कळ प्रयत्न केले. परंतु ते त्याच्या हातीं सांपडले नाहींत. एके दिवशीं बादशाहाचा जनानखाना सरखेज नांवाच्या मुकरव्यामध्यें त्यांचा कोणी साधु होता, त्याच्या भेटीस गेला होता. ही बातमी ठेवून या बाहेरवट्यांनीं त्यांस घेरून, त्यांचे रथ वगैरे लांबविले व त्यांची अब्रु घेण्याचाच वखत आणिला. हें पाहून बादशाहाच्या हुरमा नामक बेगमेनें त्यांना सांगितलें कीं, 'तुम्ही आमची इज्जत घेऊं नका; त्यांत तुम्हांला कांहीं फायदा होणार नाहीं. परंतु कृपा करून तुम्ही आह्मांला आमच्या अदबीनें व अब्रूनें जर राजवाड्यांत जाऊं दिलें तर आह्मी तुमचा सर्व हवाल व हकीकत बादशाहास सांगून, तुमचा आशय त्यांस कळवूं; व तो आशय पूर्ण करण्याविषयीं बादशाहास शिफारस करून गळ घालूं.' तेव्हां, त्या बेगमेच्या ह्मणण्यावर विश्वास ठेवून, त्यांनीं तिजकडून वचन व शपथ घेतली; आणि बादशाहाचा जनाना आल्या रस्त्यानें त्या वाघेलबंधूंनीं सुरक्षितपणें जाऊं दिला. जनानखाना वाड्यांत पोहोंचल्यावर बेगमसाहेबांच्या वचनाची सत्यता लौकरच त्यांच्या अनुभवास आली. तिनें बादशाहाजवळ सर्व हकीकत कळवून, त्या राजकुलीन बाहेरवट्यांची त्यांच्या योग्यतेप्रमाणें कांहीं तरी व्यवस्था झाली पाहिजे, असें आग्रह-

---

१ जे लोक राजास नाखुष झाल्यामुळें त्यांची उपजीविका राजा हरण करितो, ते घर सोडून रानांत जाऊन राहतात, आणि रस्तेलुटी व वाटा मारणें हे धंदे करून उपजीविका करितात व राजाला त्रास देतात; त्यांस 'बाहेरवटे' ह्मणतात. बाहेरवटे होण्याचा प्रकार रजपूत ठाकुरांत फार असल्याचे दाखले इतिहासांत मिळतात. बाहेरवट्याची दीक्षा घेतल्यावर शत्रूचे सूड व दावे उगविण्यांत ते फार सावध असतात.

पूर्वक सांगितलें. तेव्हां बादशाहानें त्यांजकडे मंत्रीमंडळांतील **माणि**कचंद व **मो**तीचंद नांवाच्या दोघां गृहस्थांस पाठवून त्यांस बोलावून आणिलें. बादशाहानें त्यांचे जुने व मळके कपडे उतरून त्यांस नवे व मोलवान् पोषाख दिले. आणि त्यांची गिरास सोडून त्यांचा ५०० गांवांचा **क**लोल परगणा त्यांस परत दिला. तेव्हां ते दोघे **वा**घेलबांधव खुष होऊन, त्यांचा व बादशाहाचा सलूख झाला; व त्यांची एक **ला**ला नांवाची रूपवती व उपवर बहीण होती ती त्यांनीं बादशाहास देऊन तिचें त्याशीं लग्न केलें. ह्याप्रमाणें हे दोघे **हिंदु** व **मु**सलमान शत्रु परस्पर स्नेही व आप्त झाले.

**व**ऱ्होजी व **जे**ठोजी हे गिरासी[१] बादशाहाचे आश्रयानें राहिले होते. ते एके दिवशीं आपल्या वाड्यांत खिडकीमध्यें बसले असतां, खिडकीखालून ३५० गांवचा एक **सा**मंतसिंह नांवाचा **ठा**कूर चालला होता. परंतु त्या वेळीं त्यानें आपल्या डोक्यावरून शेल्याचा पदर घेतला होता. तेव्हां 'असें करण्याचें कारण काय?' ह्मणून ह्या **वा**घेल गिरासदारांनीं त्यालाच विचारून तपास केला. तों त्यानें त्यांस स्पष्टपणें कळविलें कीं, 'ज्यांनीं आपली बहीण **तु**र्कांच्या[२] घरांत घातली त्यांचें मुखावलोकन देखील करूं नये, म्हणून मी असा डोक्यावरून पदर घेऊन चाललों.' हें **सा**मंतसिंहाचें बोलणें अर्थात् वर्मीं लागून, ह्याबद्दल कांहीं तरी सूड उगविला पाहिजे असें त्यांचे मनांत साहजिक आलें. तर आतां सूड कोणत्या रीतीनें उगवावा असा त्यांनीं विचार चालविला. शेवटीं त्यांना असा निश्चय केला कीं, '**सा**मंतसिंहाची एक सुरूप व तरुण कन्या आहे, तिचें कोणत्या तरी

---

१ आपल्या राज्यांतील कुलीन व प्रतिष्ठित लोकांस त्यांची अब्रू व मान राहून त्यांची जीविका कायम राखण्याकरितां सालीना कांहीं रोकड रुपये अथवा इनाम जमिनी वगैरे जें देतात त्यास 'ग्रास' किंवा 'गिरास' असें ह्मणतात, व हे गिरास ज्यांस मिळतात त्यांस 'गिरासी' ह्मणतात. गुजराथेंत असे लहान मोठे गिरासी फार असून ते बहुतकरून सर्व रजपूत आहेत.

२ मुसलमानांस त्या वेळीं तुर्क लोक ह्मणण्याची वहिवाट होती.

युक्तीनें हरण करून ती अहमदशाहास द्यावी. त्यांनीं आपला हा बेत खुद्द बादशाहास कळविल्यावरून, बादशाहानें सामोपचारानेंच त्या कन्येची सामंतसिंहाकडे मागणी केली. बादशाहानें त्याजकडे पुष्कळ द्रव्याची नजर पाठवून त्याचें मत कन्या देण्याविषयीं वळविण्याचा प्रयत्न केला. तेव्हां सामंतसिंहानें देऊं दिलाऊं करून वायद्यांवर गोष्ट चालविली; व दुसरीकडे, बादशाहानें दिलेल्या द्रव्यानें लढाईची तयारी करण्याकरितां दारुगोळ्याची सिद्धता चालविली. त्यानें आपल्या महालांची व किल्ल्यांची दुरुस्ती केली. व आपल्या कुटुंबाचा वखतावर पक्का बंदोबस्त झाला पाहिजे म्हणून त्या तजविजीस तो लागला. बादशाहाला सामंतसिंहाचें हें कपट बिलकुल कळलें नाहीं. त्याला वाटलें कीं, सामंतसिंह याचे मनांत आपल्याला आपली कन्या देण्याचें खास आहे. म्हणून तो मोठ्या उत्साहानें आपल्या लवाजम्यानिशीं सामंतसिंहाचे कन्येबरोबर लग्न करण्यास जाण्याचे तयारीस लागला. तों खुद्द सामंत याजकडून बादशाहाला पत्र आलें कीं, 'लग्नाची सर्व सिद्धता आहे; तर तुम्हीं येऊन कार्य पार पाडावें.' त्याप्रमाणें बादशाह निघून त्याचे शहरीं येतो तों, सामंतसिंहानें अगोदर सिद्धता करून ठेविल्याप्रमाणें, गांवाबाहेरच त्याच्या लोकांनीं त्या मुसलमानांवर तुटून पडून, त्यांची कापाकापी चालविली. बादशाह तरी कांहीं असावध नव्हताच. असा प्रसंग पाहून अहमदशाहानें अहमदाबादेहून आणखी सैन्य बोलावून सामंतसिंहाचे फौजेस तसेंच रेंटीत शहरापर्यंत नेलें. सामंतसिंहानें असें कपट केलें खरें; पण त्यांत यश मिळण्याचें चिन्ह दिसेना. त्याचा दारुगोळा संपून गेला; तेव्हां त्यानें सोन्यारुप्याच्या गोळ्या करून अहमदशाहाशीं नेटानें लढाई चालविली, असें भाटांनीं वर्णन केलें आहे. तें कांहीं असो. पण शेवटीं त्याला आपल्या कुटुंबासह त्याचा जो धोरीपावटी म्हणून किल्ला होता, तो सोडून जिकडे वाट सुचेल तिकडे पळून जाणें भाग झालें. त्या किल्ल्याला बादशाहानें एकसारखा तीन महिनेपर्यंत वेढा घातला असून, आंतील लोकांचें अन्नपाणी बंद केलें होतें. अशा संकटांतून सामंतसिंह हा कसाबसा बाहेर पडला. मुसलमानांचे घरांत कन्या घा-

लून कुळ बाटवावयाचें नाहीं, असा त्याचा दृढ निश्चय झाला होता. तो जो कुटुंबासह निघाला तो डोंगर व पर्वत ओलांडून महत्संकटानें ईडरास पोंचला; व तेथील रावाबरोबर त्यानें आपल्या कन्येचें लग्न लावून दिलें; आणि आपण कन्यापाशांतून मोकळा होऊन बाहेरवट्या झाला. ह्याप्रमाणें तो बारा वर्षेपर्यंत त्याच देशांत राहून, त्यानें बादशाहाला फार त्रासवून सोडिलें. शेवटीं बादशाहानें त्याला देहगांव परगण्यांत त्याच्या मुलुखाचा वांटा देऊन त्याचा त्रास नाहींसा केला.

इकडे कांहीं दिवसांनीं वाघेल ठाकरांची भगिनी लालाराणी ही मेल्यामुळें बादशाहानें, तशीच दुसरी रजपूतकन्या शोधून आणण्यासाठीं मोठमोठीं बक्षिसें देऊन, चोहोंकडे ब्राह्मण रवाना केले. तेव्हां त्यांनीं शोध करून येऊन सांगितलें कीं, 'छत्रसालराजाची एक कन्या उपवर आहे; ती बादशाहास पाहिजे असल्यास मिळविण्याची खटपट करावी.' तेव्हां बादशाहानें छत्रसाल रावळाकडे त्याची कन्या मागण्याचें बोलणें चालविलें; परंतु तो कांहीं आपली मुलगी अहमदशाहास देण्यास खुषी नव्हता. त्यानें चकचकीत त्यास आपला नकार कळविला. त्यावरून त्याला मोठा क्रोध येऊन त्यानें त्यास एकदम कैद केलें; व त्याचे पायांत जड शृंखला घातल्या. छत्रसाल रावळाची बायको आपल्या पतीविषयीं फार प्रेमळ होती. नवऱ्याला कन्येमुळें बंदिशाळेचा वास मिळत आहे हें लक्ष्यांत आणून तिनें कन्येला उत्तम प्रकारें करून शृंगारून बादशाहाकडे पाठविली. तेव्हां बादशाहानें छत्रसाल यास तावडतोड बंदमुक्त करून सोडून दिलें. छत्रसाल हा आपण बंदमुक्त कसे झालों ह्मणून आश्चर्यच करीत होता. त्याला आपली कन्या बादशाहाकडे गेल्यामुळें आपण कैदेंतून सुटलों असें मुळींच ठाऊक नव्हतें. तो घरीं येऊन कन्येचा शोध करतो तों त्याला बायकोचा वेडेपणा समजून आला व त्यामुळें त्याचा अगदीं संताप झाला. बायकोनें आपल्या मुक्ततेकरितां हें कृत्य केलें खरें; पण त्यामुळें आपल्या तोंडास कधीं न पुसणारा कालिमा लागला असें वाटून, त्यानें तरवारीनें आपला शिरच्छेद करून आत्महत्या केली. ह्याप्रमाणें छत्रसालराजाचा अंत झाला. तो मेल्यानंतर त्याचे मुलगे आणि इतर कित्येक रजपूत यांस

बादशाहानें जुलूमजबरीनें बाटवून मुसलमान केलें. असा अहमदशाहानें फारच गोंधळ मांडून हिंदुकुलें आणि रजपूतवंश भ्रष्ट करण्याचा सपाटा चालविला होता.

छत्रसाल याचे दोन मुलगे होते. एकाचें नांव भाणजी आणि दुसऱ्याचें नांव भोजजी. त्यांतील भाणजी मात्र बादशाहाकडून बाटवला गेला; परंतु भोजजी हा पळून जाऊन त्यानें आपला धर्म राखिला. तथापि तोही पुढें अहमदशाह याच्या लोभांत सांपडून मुसलमान झाला. ह्याप्रमाणें लोभानें, भीतीनें, जुलुमानें किंवा दुसऱ्या कोणत्याही रीतीनें हिंदु लोक जितके मुसलमान होतील तितक्या रीतीनें करावयाचे हा जणुं काय त्याचा संकल्पच झाला होता. व त्या रीतींनीं जे रजपूत लोक मुसलमान झाले, त्यांजपासून मोलेसलाम नांवाची एक जाती निघाली. त्यांच्या रीतिभाती कित्येक हिंदु रीतिभातींशीं मिळत्या आहेत, आणि कित्येक मुसलमानी रीतिभातींशीं मिळत्या आहेत. जे लोक बादशाहाचे मताला अनुकूल झाले नाहींत त्यांशीं अर्थात् बादशाहाचें वैर पडून, त्यानें त्यांजपासून खंडण्या ओढाव्या व त्यांस जेणेंकरून विशेष पारतंत्र्य येईल अशा रीतीनें त्यांशीं वागावें असा क्रम ठेवावा. तेव्हां कित्येकांनीं बादशाहाशीं लढाया कराव्या व कित्येकांनीं त्याच्या जुलूमजबरदस्तीस त्रासून आपलीं घरेंदारें, इनामजुमले, राज्यें, वगैरे दरोबस्त सोडून, बाहेरवटे होऊन, बादशाहाचे प्रजेला त्रास द्यावा; व त्याला अगदीं सतावून सोडावें. बादशाहाचा मुख्य तीन गोष्टींकडे लक्ष देण्याचा हेतु असे. लोकांना बाटवावयाचें; राजे लोकांच्या कन्यांशीं लग्न करावयाचें; आणि होतां होईल तितकें राज्य वाढवावयाचें. या त्याच्या मुख्य तीन हेतूंप्रमाणें त्याजमध्यें त्याला पुष्कळ सिद्धि मिळाली, यांत संशय नाहीं. कच्च्या मनाचे व लोभी असे जे होते त्यांनीं भराभर आपले मूळचे धर्म टाकून, बादशाहाकडून मिळणाऱ्या मोठमोठ्या नौकऱ्या व बक्षिसें यांस लुब्ध होऊन मुसलमानी धर्म स्वीकारले. जे, सर्वांच्या बदला एकावरच निभाव लागेल अशा पाहणीचे लोक होते ते आपल्या वंशांतली एखादी तरुण व खुपसुरत मुलगी बादशाहास देत; व

तेवढ्यानेंच त्याला खुष ठेवून, एकंदर सर्व कुटुंबावर येणाऱ्या अनर्थप्रसंगांतून व धर्मभ्रष्टतेपासून आपला बचाव करून घेत; आणि जे अशक्त पण धर्माभिमानी असत, ते आपलें घरदार व इतर मायापाश सोडून बाहेरवटे होत; व त्या बाहेरवट्याच्या दीक्षेमध्यें त्यांनीं बादशाहास 'त्राहि भगवन्' करून द्यावें, असे क्रम चालले होते.

राजपिंपळ्याचा गोहेल राजा हा या वेळीं असाच बादशाहाचे जुल्मास त्रासून बाहेरवटा बनला होता; व त्यानें कित्येक वर्षेंपर्यंत बादशाहास खूब त्रास दिला होता. हा राजा बाहेरवट्या होण्यापूर्वी त्याला बादशाहानें एक मुक्तामाला दिली होती. त्या मालेच्या संबंधानें त्याच्या राणीनें जें त्यास एकदां उत्तर दिलें होतें त्याचें वर्णन अजून भाट लोक आपल्या कवनांत गात असतात. बादशाहाकडून राजाला मुक्तामाला आल्यानंतर त्यानें ती आपल्या प्रिय राणीस दाखवून तिला विचारलें कीं, 'या मालेंतील मोत्यांचें पाणी कसें आहे ?' त्यावर ती ह्मणाली, 'तींतील पाणी कसें तें आजच मी सांगत नाहीं.' पुढें राजाचा व बादशाहाचा वाद वाढून, वर लिहिल्याप्रमाणें तो बाहेरवट्या बनून रानावनांत हिंडूं लागला. तेव्हां एके दिवशीं राणीला फारच तहान लागून पाणी तर कोठें मिळेना; ही संधि पाहून राणी राजाला म्हणाली, 'आपल्या मुक्तामालेंतलें पाणी कसें काय आहे तें मला आतां दाखवा बघूं; म्हणजे मी आपली तृषा शांत करितें !' हें तिचें बोलणें अर्थात् उपरोधिक व लावून होतें व तें राजाला समजून त्याला तिच्या शहाणपणाची धन्यता वाटली !

हें सर्व लिहिण्याचा हेतु इतकाच कीं, अहमदशाह बादशाह जरी शक्तिमान् व जुलमी होता, तरी त्याला त्याचे राज्यांतील जमीदारांनीं व रजपूत राजांनीं बरेंच छळिलें व जेरीस आणिलें; व त्याच्यानें त्यांजवर पूर्णपणें आपली सत्ता बसवली नाहीं. अगदीं लहान जमीदारांनीं देखील, त्यांजकडे खंडणी मागण्यास बादशाहाचा वसूलदार गेला म्हणजे त्याशीं कांहीं तक्रार केली नाहीं असें कधींच होऊं नये. आणि जे पहाडाच्या व जंगलांच्या आश्रयानें जमीदार किंवा मांडलिक राजे असत त्यांनीं तर गुप्तरूपें मोठमोठ्या

फौजा जमवून ठेवाव्या; व बादशाहाचें खंडणी मागण्यास कोणी आलें म्हणजे त्याजवर तटून पडावें, असा त्यांचा प्रतिवर्षाचा परिपाठच पडल्यासारखें झालें होतें. मैदानांत राहणाऱ्या मोठाल्या जमीदारांना ह्या डोंगरी व पहाडी जमीदारांप्रमाणें उघड उघड सैन्य राखून बादशाहाशीं सामना करण्याचें धैर्य नसे; व मग मात्र त्यांनीं बादशाही जुलुमास व पारतंत्र्यास त्रासून वर सांगितल्याप्रमाणें बाहेरवटे बनावें; आणि बादशाहाचा काय सूड उगविणें असेल तो उगवावा. अशा बाहेरवट्यांशीं बादशाहाला, त्यांना अनुकूल होईल असाच तह करावा लागे; व त्यांचे गिरास त्यांना अप्रतिबंध द्यावे लागत. असा सगळा प्रकार असे खरा; परंतु कोणीं कधींही असें मनांत आणिलें नाहीं कीं, आपण सर्वांनीं एकचित्त होऊन, या परकीय मुसलमानांची बादशाही नाहींशी करूं. ते एकमेकांविषयीं अत्यंत उदासीन व निरभिमान असत; व यामुळें कोणालाच शांति व स्वस्थता ह्मणून नसे. असा कांहीं विलक्षण काळ त्या वेळीं येऊन ठेपला होता.

इ० स० १४१८ मध्यें माळव्यांतील सुभेदार सुलतान हुषंग आणि अशीरगडचा राजा असे उभयतां एकत्र होऊन, खानदेशांतील सुलतानपूर व नंदुरबार या परगण्यांचा ताबा घेण्याकरितां आपआपल्या लष्करांसह पुढें आले. तेव्हां त्यांजवर अहमदशाहाचें सैन्य चालून गेलें. इतक्यांत बादशाहाला असें वर्तमान कळलें कीं, ईडरचा राणा, चांपानेरचा रावळ, आणि मंडळगड व नांदोड येथील राजे यांणीं एकविचार होऊन सुलतान हुषंग यास निघून येण्याविषयीं लिहिलें आहे; व हेंच वर्तमान सौराष्ट्राच्या राजाला कळून तोही खंडणी देईनासा होऊन, अहमदशाहाचा आपण ताबेदार आहों असें मानीनासा झाला. ह्या सर्व बातम्या अहमदशाहास कळून, त्यानें एकदम आपलें सैन्य उठवून नर्मदानदीपलीकडे नेलें; आणि महीनदीचे कांठीं तळ दिला. आणि तेथून सड्यास्वारीनें अहमदाबादेस जाऊन, तसाच तो मोडासा येथें गेला; व तेथून त्यानें सौराष्ट्र व मंडळगड या ठिकाणांवर निरनिराळें लष्कर पाठविलें. तेव्हां पुनः सर्वांनीं आपापल्या

खंडण्या बिनबोभाट देण्याचें कबूल केलें व लढायांचें कारण पडलें नाहीं. ह्याप्रमाणें चतुर्मास सर्व स्थिरस्थावर करण्यांत अहमदशाहानें घालविले, व पावसाळा संपल्यावर तो पुनः माळव्यामध्यें मंडळगडापर्यंत गेला. तेव्हां माळव्याच्या सुलतानानें बादशाशीं तह केला. इतकें झाल्यावर बादशाह ईडर व चांपानेर येथील राजांच्या बंडखोर वर्तनाचा समाचार घेण्याकरितां तिकडे वळला. तेव्हां त्यांस ठिकाणावर आणण्यास त्याला फारसे श्रम पडले नाहींत. या लोकांमध्यें स्वतः बेतापुरतेंच सामर्थ्य असून, दमदारपणा व करारी नसतांना, ते उगाच बंडाची हुलकावणी दाखवून बादशाहाला चेतवीत. असें झालें म्हणजे अहमदशाहानें आपलीं लष्करें त्यांजवर पाठवून अधिक कडकपणा दाखवावा व देशाची लुटालूट करावी; आणि धर्मसंबंधानें फार जुलूमजबरदस्ती करून सर्वत्र सत्यानाश करीत जावें. ह्याप्रमाणें चोहोंकडे अस्वस्थता व अशांति व्हावी. त्यानें फितुरी लोकांचा नाश करून त्यांच्या मुलुखांत आपले मजबूत कोट व किल्ले बांधावे. वारिया परगण्यांतील जिनूर आणि शिवपूर यांचे जे मोठमोठे तट आज आपल्या दृष्टीस पडतात ते याच वेळचे आहेत. अहमदशाहानें तिकडेच पहाडांत डाहमोड नांवाचें एक व्यापाराकरितां गांव बघून, तेथें एक कोट व किल्ला बांधिला. हा कोट पूर्वी इ० स० १३०४ मध्यें अलपखान यानें बांधिला होता. या डाहमोडास अहमदशाह यानें 'सुलतानाबाद' असें नांव दिलें.

यानंतर अहमदशाह कांहीं दिवस आपलें लष्कर घेऊन माळव्यांत लढाया करण्यांत गुंतला व त्यांत त्याची फत्तेही झाली; परंतु या नेहमींच्या झुंजाझुंजीनें त्याचें लष्कर अगदीं दमून गेलें असून, आजपर्यंत परमुलखांत असेच त्यांनीं आपले फार दिवस घालविल्यामुळें त्यांस ही दगदग पुरी करून, आपल्या घरीं कुटुंबांत राहून चार दिवस विश्रांतिसुख घ्यावें अशी फार इच्छा झाली होती. हा सर्वांचा मनोदय बघून बादशाहानें कांहीं दिवस सर्वांना विसांवा दिला.

पुढें इ० स० १४२६ मध्यें अहमदशाहानें ईडरवर स्वारी करून तेथील डोंगरी किल्ला आपले ताब्यांत घेतला. तो किल्ला राखून ईडर

प्रांतांत आपल्या अमलाचा दरारा रहावा व तेथील रावानें वारंवार आपलेविरुद्ध मसलती करूं नयेत म्हणून बादशाहानें हातमती नदीवर एक नवीन मजबूत किल्ला बांधिला, व त्या किल्याचें नांव 'अहमदनगर' असें ठेविलें. याच वेळीं साबरमतीच्या कांठचा साम्राचा किल्लाही अहमदशाहानेंच बांधिला असें म्हणतात. हातमती नदीवर ईडरची नाकेबंदी करण्याकरितां बादशाहाकडून किल्ला तयार होत असतां ईडरचा राव पुंजा यानें रात्रीं बेरात्रीं येऊन किल्याचें तयार झालेलें सर्व काम ढांसळून मोडून टाकावें, व तसेंच बादशाहानें मुलखांत जाऊन, तेथील लोकांस लुटावें आणि माराकुटी कराव्या, असा सपाटा चालविला. तेव्हां बादशाहानें, हें काम करणारास जो पकडून देईल त्यास मोठें इनाम देण्याचें प्रसिद्ध केलें. त्यावरून राव पुंजा याचे जपणीस फार लोक लागले. त्यानें जिकडून बादशाहाचे अमलाच्या मजबुतीस अडथळा व दिरंगाई लागेल तिकडून यत्न चालविला होता. परंतु एके दिवशीं अशी गोष्ट झाली कीं, राव पुंजा आपल्या नेहमींच्या रीतीप्रमाणें नासधूस करण्याकरितां आलेला बघून, त्याचे मागें मुसलमान लोक लागले. तों तो ईडरच्या बाजूला भरधांव घोडा टाकून चालला. इतक्यांत असें झालें कीं, त्याच्या घोड्याला एक खोलगटसा रस्ता कुदून जावयाचें असतां त्याचा पाय चुकून स्वारासुद्धां तो तेथें पडला. तों त्याचे आंगाखालीं राव पुंजा हा सांपडून चिरडून मेला. तेव्हां त्याचें शिर, इनाम मिळण्याच्या आशेनें एका ओझेवाल्यानें कापून घेऊन बादशाहाकडे हजर केलें. त्यानंतर बादशाहानें वीसलनगर प्रांत उजाड करण्याकरितां आपली फौज रवाना केली. कारण, त्यामुळें ईडरचा राव वारंवार बंडावा करीत असे; अशी ती सोईची व बंदोबस्ताची जागा असे.

राव पुंजा याचे मागून त्याचा मुलगा नारणदास नांवाचा होता, तो ईडरचा राजा झाला; व त्यानें अहमदशाहास दरसाल तीन लाख रुपये खंडणी देण्याचें कबूल केल्यावरून बादशाहानें आपली फौज ईडर येथून हलविली. परंतु नारणदास आपल्या वचनाला न जागतां दुसरेच वर्षी बादशाहास पुनः ईडरवर चालून येऊन, तेथला किल्ला आ-

पल्या ताब्यांत पूर्णपणें घेऊन, ईडरच्या राजास अगदीं निर्बल व अस्वतंत्र करावें लागलें. तो ता० १४ नोव्हेंबर रोजीं ईडरवर आला. नंतर ईडरचा किल्ला जो अहमदशाहानें घेतला त्यामध्यें त्यानें पुढें एक मशीद बांधिली.

यानंतर अहमदाबादच्या बादशाहानें दक्षिणेकडे ब्राह्मणी राजाबरोबर लढाईचा उठाव केला; व त्यामध्यें त्याला वारंवार जय मिळाले. साष्टी, माहीम व मुंबई या प्रांतांत अहमदशाहाचे तर्फेचा एक कुतुबखान नांवाचा सुभेदार होता. तो मेला तेव्हां तो सर्व प्रदेश दक्षिणच्या ब्राह्मणी राजांनीं आपले ताब्यांत घेतला. ही बातमी अहमदशाहास समजल्यावर त्यानें दिव, घोघो, व खंबायत या बंदरांतून आपलें लढाऊ आरमार मुंबईटापूकडे रवाना केलें; व दुसरी फौज उत्तर कोंकणांत होती ती पायरस्त्यानें पाठवून दिली. त्या वेळीं मुंबईटापू अहमदशाहाचे ताब्यांत असून, त्याजवर त्याचें वतीचा सुभेदार होता म्हणून म्हटलें आहे; पण हा प्रदेश मुसलमानांचे ताब्यांत केव्हां व कसा आला याविषयीं बरोबर माहिती मिळत नाहीं. तरी, इतकें मात्र समजतें कीं, कोल्हापूरपर्यंत दक्षिणेकडील प्रदेश पाटणच्या राजाचे ताब्यांत होता; आणि त्याचें गुजराथेंतील राज्य जसें मुसलमानांचे ताब्यांत आलें तसें दक्षिणेकडीलही राज्य सहज त्याचे कबजांत गेलें असावें. असो. अहमदशाहाचे वेळेस माहिमप्रांत राई नामक एक हिंदु जमीनदार होता त्याचे ताब्यांत होता. व राई यानें आपली एक कन्या बादशाहाला देऊन तो त्याचे पदरचा एक सरदार बनला होता.

वर सांगितल्याप्रमाणें बादशाहाचीं, समुद्रावरील व जमिनीवरील अशीं दोन्ही लष्करें, एकदिल होऊन ठाण्यावर गेलीं, तेव्हां ब्राह्मणी राजा तेथून निघून माहिमास गेला व तेथें बंदोबस्तानें राहिला. बादशाहाची दक्षिणेकडील फौज त्याचे समोर झाली; परंतु तिचा, त्या वेळीं तेथें जी लढाई झाली तींत पुष्कळ नाश झाला. तरी दिवस उजाडल्याबरोबर ब्राह्मणी सरदाराचे लोक मागें हटले व मुंबईटापूकडे तो सरदार पळून गेला. त्याचेमागें गुजराथचें सैन्य लागलेंच होतें. तों पुनः ठाणें येथें तेथील किल्ल्याच्या मैदानांत आणखी एक लढाई हो-

ऊन, ब्राह्मणी राजाचा पूर्ण पराभव झाला; व बादशाहाची फौज वि- जयी होऊन, सुवर्णरौप्याची पुष्कळ लूट घेऊन अहमदाबादेस दाखल झाली.

या पराजयाचा सूड उगविण्याकरितां ब्राह्मणी राजानें इ० स० १४३१ त गुजराथी बादशाहाचे ताब्यांत खानदेश होता त्याजवर हल्ला करून, तिकडे कांहीं ढवळाढवळ चालविली; पण तींत त्याला कांहीं यश आलें नाहीं.

यापुढील वर्षी अहमदशाहानें राजपुतस्थानांत जाऊन डोंगरपूरच्या रावळापासून खंडणी घेतली. नंतर भीलांचा कांहीं दंगा मोडून, त्यांचा प्रांत आपल्या ताब्यांत घेऊन, तो मेवाडचा राणा मोकलजी याचे प्रांतांत गेला; व तिकडे कोटा, बुंदी आणि नदुल्य येथील रावांपासून खंडण्या घेऊन अहमदाबादेस परत आला. अहमदशाहानें आपलें रा- हिलेलें आयुष्य, माळवा प्रांतांत त्याचा शत्रु हुषंग याचे वंशजांचा कांहीं अम्मल होता तो अम्मल उठवून, तो भाग आपले ताब्यांत आ- णण्याचे खटपटींत घालविलें. पण त्यांत त्याला म्हणण्यासारखें यश आलें नाहीं. शेवटीं, इ० स० १४४३ मध्यें जुलैच्या ४ थ्या तारखेस तो अ- हमदाबाद येथें मरण पावला; व अहमदाबाद येथें सुकरवारी मशिदीच्या समोरच बाजारांत हजीरा नांवाची मशीद आहे तींत एक सुशोभित कबर आहे, तेथें त्याचें उत्तरकार्य झालें.

अहमदशाह हा मोठा न्यायी होता, अशी त्याची इतिहासामध्यें कीर्ति आहे. एकदां त्याचे जांवयानें एक खून केला. तें प्रकरण का- जीकडे जाऊन, त्यानें हा बादशाहाचा जामात म्हणून त्यास अवघ्या बीस मोहोरा दंड करून, खून झालेल्या मनुष्याचे कुटुंबांतील माण- सांची समजूत केली. हें वर्तमान पुढें बादशाहास कळलें तेव्हां झालेल्या अन्यायाबद्दल त्याला राग येऊन, त्यानें तावडतोब आपल्या जांवयास एकदम सुळीं देण्याचा हुकूम दिला. त्या वेळीं तो म्हणाला, 'वीस मो- होरा दंड केल्यानें जर खुनी मनुष्य सुटेल तर आज शेंकडों धनवान् लोक हजारों खून करून दोषमुक्त होतील!'

अहमदशाह मरण पावल्यावर वारशाप्रमाणें त्याचा मुलगा महंम-

दशाह हा अहमदाबादच्या तख्तावर बसला. तों त्यानें आपल्या कारकीर्दीच्या पहिल्याच वर्षी ईडरच्या रावावर स्वारी केली. येऊन जाऊन या मुसलमानी बादशाहांची उडी ईडरकडे फार जाई; व तेथील रावानेंही त्यांस तसाच फार त्रास देऊन अविश्वास दाखवीत जावा, असें दिसतें.

---

## भाग अठरावा.

### अहमदाबाद शहर आणि पुढील दोघां बादशाहांची कारकीर्द.

इ० स० १४१२ मध्यें अहमदशाहानें अहमदाबाद शहर वसविलें, हें पूर्वभागीं सांगितलेंच आहे. अहमदाबादेचीं जुनीं नांवें कर्णावती व श्रीनगर अशीं आहेत. अहमदाबाद हें शहर साबरमती नदीचे पूर्वकांठीं वसलें आहे. साबरमती नदी ही पुण्याच्या मुळामुठानदीसारखी दोन नद्या मिळून एका नांवानें चालू आहे. यांतील साबर ही नदी तोडगडांत उत्पन्न होऊन तिला पुढें हातमती नदी आमनगराजवळ मिळून, तेथून साबरमती या संयुक्त नांवानें पुढें चालली आहे. या नदीविषयीं लोकांमध्यें अनेक प्रकारच्या विलक्षण कल्पना व आख्यायिका आहेत. या नदीच्या नांवांतील साबर या नांवावरून ती शाबरीविद्येनें (जादूमंत्रानें) झालेली आहे, वगैरे लोकांमधील दंतकथा आहेत. परंतु त्या दंतकथा निराधार व असंभाव्य आहेत. ही नदी मोठी असून तिचें पाणी फार चांगलें आहे. संस्कृत ग्रंथांत या नदीला 'साभ्रमती' असें नांव असून, 'पद्मपुराणां'त साभ्रमतीनदीचें तर साठ अध्यायांनीं वर्णन केलें आहे. त्या पुराणांत या नदीला काश्यपी गंगा असेंही नांव असून, ही गंगा शिवांनीं काश्यपऋषीस दाखविली असें म्हटलें आहे. तसेंच, त्यांत या नदीच्या स्नानाचें पुण्य भागीरथी नदीच्या स्नानापेक्षां जास्त वर्णिलें आहे. असो. अहमदाबाद शहरची हल्लींची स्थिति कशी काय आहे, ती येथें थोडक्यांत सांगितल्यास प्रासंगिक होईल. या शहरास बाहेरून सभोंवतालीं मोठा थोरला सात

मैल घेराचा कोट आहे. हल्लीं या शहरांत एक लाखावर वस्ती आहे. परंतु पूर्वीं वीस लाख लोक होते असें म्हणतात व तें सर्वांशीं खोटें असेल असें ह्मणवत नाहीं. शहराचा जो भाग ओसाड असून, शहराचे बाहेर कोस कोस लांबपर्यंत ज्या वस्तीच्या खुणा व साक्षी मिळतात त्यांवरून वर सांगितल्याप्रमाणें, वीस लाख जरी लोकवस्ती नसली तरी, तितक्या संख्ये जवळ जवळ तरी असेल असें मानण्यास हरकत नाहीं. अहमदाबाद शहरची वस्ती कांहीं ठिकाणीं ओसाड आहे; परंतु इतर सर्वत्र दाट असून जथ्याजथ्याची आहे. मुसलमानी कारकीर्दींत तेथील वस्ती फार मोठी असेल; परंतु पेशवाईत फारच खालावली असावी असें वाटतें. तों पुनः इंग्रजी अम्मल सुरु झाल्यापासून वस्ती करण्याविषयीं लोकांचा विश्वास वाढून शहराला आबादी आली, असें म्हणतात. पूर्वीं चोऱ्या व दरवडे यांची भीति फार असल्यामुळें लोक-वस्ती ज्यास्त वाढण्याची अर्थात् आशा नव्हती; परंतु आतां स्वस्थता व शांति वाढल्यामुळें मारवाड व पाटण वगैरे दूरदूरच्या ठिकाणचे उद्योगी व कसबी लोक पुष्कळ येऊन निर्वाहाचीं साधनें स्वीकारून राहिले आहेत. भाटवाड आहे, त्यांत भाटांची वस्ती आहे; मिरधा-वाड, म्हणजे चोपदारांची पेंठ आहे; मराठावाड, मराठ्यांची पेंठ; ककडवाड, म्हणजे हुक्के ओढावयास देणारे लोकांची पेंठ; याचप्रमाणें इतर कुणबी, बोहारी, मुसलमान, वगैरे जातीजातींचे लोकांच्या व धंद्यांच्या पृथक् पृथक् पेंठा वसलेल्या आहेत. शहरांतील बाजारास 'माणिकचौक' म्हणतात. शिवाय, शहरच्या कित्येक मुख्य मुख्य भा-गांस व महल्ल्यांस 'सराफकट्टा' वगैरे नांवें आहेत. शहरांत जुम्मामशीद पाहण्यासारखी आहे. व्यापार व कारखान्यांनीं अहमदाबाद शहर मुंबई इलाख्यांत मुंबईच्या खालोखाल दुसऱ्या प्रतीचें शहर आहे असें म्हटलें असतां हरकत नाहीं. मुसलमान बादशाहाचें हें मुख्य शहर असल्यामुळें त्या वेळच्या वैभवाचीं व संपत्तीचीं अशीं अनेक स्थलें अहमदाबादेमध्यें आहेत. मुसलमानी अमलांतील मोठमोठ्या इमारती, मशीदी व रोजे पुष्कळ असून, त्यांतील कित्येक ठिकाणें तर फारच सुंदर व दर्शनसुखावह आहेत. त्या त्या ठिकाणचीं कारागिरीचीं व

कुसरीचीं कामें व त्यांची भव्यता हीं अद्भुत वाटतात. या ठिकाणांतील किल्येक स्थलें चांगल्या स्थितींत असून, किल्येक आपल्या जुनेपणामुळें व दुरुस्ती नसल्यामुळें अगदीं पडीत झालीं आहेत. अहमदाबाद शहराला एक अंतरकोट आहे; त्याला 'भद्र' किंवा 'भद्दर' ह्मणतात. त्या कोटांत कलेक्टर वगैरेंच्या कचेऱ्या आहेत. शहरच्या उत्तरेस एक मोठें मैदान आहे; त्यांत इंग्रजी लष्करांचा गोट आहे. या शहरासभोंवतीं आणखी छत्तीस पुरे होते. शहरांत नामांकित मुसलमान रहात असत, त्यांच्या नांवानेंच शाहापूर, जमालपूर असे रस्ते व दरवाजे आहेत. शहरांत श्रावकांचीं व जैनांचीं जमिनीवरील व भुयारांतील सुंदर मंदिरें पुष्कळ व प्रेक्षणीय आहेत. येथें हट्टीसिंग (हस्तिसिंह) ह्मणून मोठे श्रीमान् गृहस्थ नगरशेट होऊन गेले. त्यांचा वंश असून, त्यांची मोठी थोरली वाडी व देवळें आहेत. तीं देवळें इ० स० १८४३ सालीं बांधलीं व तीं बांधण्यास आठ लाख रुपये लागले. शहरांत ठिकठिकाणीं भुयारें व टांकीं फार चांगलीं केलीं असतात. भुयारांत उन्हाळ्याचे दिवसांत थंडपणा घेण्यासाठीं बसतात व टांक्यांत पावसाचें पाणी धरून सांठवितात; व तेंच गोडें पाणी त्यांस बारा महिने पिण्यास पुरतें. या शहरांत अनेक अधिकारी अधिकारवैभव भोगून गेले. मोंगलाई अमलांत बादशाहाचे सुभे राहत असत. त्या सुभेदारांत कांहीं दिवस अभयसिंग राठोड हा होता. पुढें कांहीं दिवसांनीं पेशव्यांचा अम्मल या अहमदाबाद प्रांतावर होऊन, त्यांच्या वतीचा सुभेदार आपल्या दहा हजार फौजेनिशीं येथें राहत असे. या शहराच्या चतुःसीमा सध्यां अशा आहेतः— उत्तरेस मैदान व इंग्रजी लष्करची छावणी आहे; पूर्वेस रेल्वेस्टेशन, सुताचीं यंत्रें, व बागा वगैरे आहेत; दक्षिणेस शाहअलम व कुतबेअलम यांच्या जागा आहेत; आणि पश्चिमेस सरखेजचा डोंगर आहे. या शहराची हवा, पाणी, जमीन वगैरे फार चांगलीं आहेत; आणि ह्मणूनच येथें बादशाहाच्या राजधानीचें हें शहर वसलें असें अगोदरच सांगण्यांत आलें आहे.

या नव्या बादशाहाची स्वारी ईडरवर गेल्यावरोबर थोडा वेळपर्यंत त्यानें आपल्या किल्ल्यांत बंदोबस्तानें राहून बराच दम धरिला होता.

परंतु शेवटीं हार जाऊन, त्यानें आपला वकील महंमदशाहाकडे पाठविला व आपला गुन्हा कबूल करून त्याबद्दल माफी मागितली. इतक्यानेंच तरी बादशाहाचें समाधान झालें असतें किंवा नाहीं कोण जाणे; परंतु अशी माफी मागून आणखी त्यानें आपली कन्या या तरुण बादशाहाला दिली. त्यावरून तो खुष होऊन, आला तसाच कांहीं दंगाधोपा व लुटालूट न करितां माघारा गेला. जातांना त्यानें भागड येथील राजापासून खंडणी घेतली; आणि नंतर तो अहमदाबादेस दाखल झाला. त्यानंतर इ० स० १४४९ मध्यें तो चांपानेरचा रावळ गंगादास याचेवर चालून गेला व त्याचा त्यानें पराजय केला. तेव्हां रावळ गंगादास निरुपाय होऊन मागें हटला; परंतु त्यानें लागलेंच माळव्याच्या खिलजी सुलतानास आपल्या मदतीला घेऊन, तो मात्क्यान् महंमदशाहाचे सामन्यास आला. तेव्हां महंमदशाहानें त्याशीं कांहींएक झगडा न करितां, तो गेला होता तसाच अहमदाबादेस परत आला. तों त्यानंतर तिकडे माळव्याच्या महंमद खिलजीनें अहमदाबादेवर स्वारी करण्याची तयारी चालविली. परंतु अहमदाबादच्या दरबारांतील सरदारांचे मनांत आपल्या बादशाहाविषयीं अप्रीति व अविश्वास वाढून, दरबार व बादशाह यांजमध्यें कांहीं वितुष्ट आलें होतें; व त्या वितुष्टानेंच बादशाहाला शेवटीं कोणीं विष घालून मारिलें. ही गोष्ट ता० ४ फेब्रुवारी इ० स० १४५१ रोजीं घडली. बिचाऱ्याची कारकीर्द सहा वर्षांतच संपली !

महंमदशाह मेल्याउपरांत त्याचा मुलगा कुतुबशाह हा तख्तनशीन झाला. तिकडे माळव्याचा सुलतान महंमद खिलजी याचा अहमदाबादेवर येण्याचा महंमदशाहापासून बेत होताच. त्याप्रमाणें तो पुढें चालून आला. त्याचा आणि कुतुबशाहाचा सरखेज व बटवा यांचेमध्यें सामना झाला. त्यांत माळवावाल्यांची फत्ते झाली. इतक्यांत महंमद सुलतान एकाएकीं फार आजारी पडला. तरी त्यानें कुतुबशाहाचा कमरबंद आणि मुकुट हीं आपल्या ताब्यांत घेतलीं. नंतर बादशाह व सुलतान यांचा आपसांत असा तह झाला कीं, दोघांनीं मिळून एक विचारानें रहावें, व हिंदु राजांवर दोघांनींही स्वाऱ्या करून, मुसल-

मानी अम्मल व धर्म वाढविण्याची खटपट करावी. असा यांचा तह होऊन महंमद सुलतान माळव्यास परत गेला व कुतबशाहही, ईश्वरानें या वेळीं मोठीच खैर करून आपली बादशाही रक्षिली यामुळें देवाचे उपकार मानून, आपल्या राजधानीस परत आला. माळव्याचा सुलतान व अहमदाबादचा बादशाह यांचा वर लिहिल्याप्रकारचा हिंदु राज्यें खालसा करण्याचा तह झाला खरा. परंतु मेवाडचा कुंभो राणा याचा व महंमद सुलतान याचा स्नेह असल्यामुळें, तहाप्रमाणें सुलतानाकडून हिंदुराज्योच्छेदनाचें काम झालें नाहीं.

मेवाडांत जे एकंदर राजे होऊन गेले त्या सर्वांत कुंभोराण्यासारखा उत्तम अथवा राजशिरोमणि कोणीही राणा झाला नाहीं. तो मोठा बलवान् व संपत्तिमान् होता. त्याच्याच संग्रहित केलेल्या धनप्राचुर्यानें त्याचा नातु संगराणा हा सधन राहून, त्याला आपले सरदार व फौज खुष ठेवून मुसलमानांवर फत्ते मिळवितां आली. मेवाडच्या संरक्षणाकरितां एकंदर जे ८४ किल्ले बांधिले होते त्यांतील ३२ किल्ले तर कुंभोराण्यानेंच बांधिलें असल्याबद्दल इतिहासांत लिहिलें आहे. त्या किल्ल्यांत कुंभोमेर अथवा कुमळमेर नांवाचा एक किल्ला फार मजबूत व प्रसिद्ध आहे. हा किल्ला कुंभोराण्याच्या आवडीचें राहाण्याचें ठिकाण असून, तो कोणत्याही देशी शत्रूंस अजिंक्य होता. हा राणा अबूपर्वतावरील प्रमाराच्या जुन्या किल्ल्यावर बुरूज बांधून त्यांत रहात असे. तेथील भांडारगृह किंवा कोठार यास कुंभोराण्याचेंच नांव अजूनपर्यंत चालत आहे. तेथें एक कुंभोराण्याची पितळी मूर्ति आहे; तिची पूजा लोक अजून करतात व तिला सर्व प्रकारचा मान देतात. यावरून कुंभोराणा आपल्या लोकांस किती प्रिय व आवडता झाला असेल याचें अनुमान करतां येईल. कुंभोराण्यानें बांधलेले किल्ले बहुतकरून अबूपर्वतावर व त्याचे पश्चिमच्या बाजूकडील खिंडींतल्या रस्त्यांवर आहेत. त्यानें शिरोहीच्या जवळ एक बसंती नामक किल्ला बांधिला आहे. शिवाय अंबाजीच्या डोंगराजवळ कुंभारिया नांवाचा एक कोट व त्याच नांवाचा मजबूत किल्ला बांधून, आवरली डोंगरांतील मेर लोक व झारोळ आणि पानवडां येथील भील लोक यांजपासून त्याणें आपलें व

आपल्या प्रांतांचें मोठ्या शौर्यानें रक्षण केलें, त्याबद्दल इतिहासांत त्याची मोठी कीर्ति आहे. कुंभोश्याम नांवाचें जें तेथें एक देऊळ आहे तें तरी कुंभोराण्यानेंच बांधलेलें आहे, असें सांगतात; व त्याच जागीं त्याणें ऋषभदेवाचें एक देऊळ फार पैसा खर्चून आपल्या आवडत्या कुमळमेर किल्ल्याशीं समेरपेंत आरवली डोंगराच्या पश्चिम बाजूच्या उतरणीवरील सादरी नांवाच्या खिंडींत बांधिलें आहे. कुंभोराणा हा स्वतः उत्तम कवि असून, त्याची प्रिय भार्या मीराबाई ही तर आपल्या कवनशक्तीनें फारच प्रसिद्ध होऊन गेली आहे. तिची पद्यें सर्वत्र प्रसिद्ध असून, त्या पदांची खूण, शेवटीं प्रत्येक पद्यांत 'मीराके प्रभु गिरिधर नागर' हा चरण येत असतो. ती मोठी कृष्णभक्त असून, द्वारकेस जाऊन राहिली होती. तेथेंच तिचा शेवट झाला. द्वारकेस मीराबाईचा एक प्रसिद्ध मठ आहे. मीराबाईची कविता रसाळ व भक्तिरसप्रधान आहे. कुंभोराण्याचे वर इतके गुण सांगितले खरे; पण त्याचें मुसलमानी बादशाहीपुढें पडावें तसें बिलकूल तेज पडलें नाहीं, असें दिसतें.

कुतुबशाहाचा एक शमसखान नांवाचा चुलतभाऊ नागोरास राज्य करीत होता, त्याजवर कुंभोराणा आपलें रजपूत सैन्य घेऊन गेला; तेव्हां त्याचे मदतीकरितां कुतुबशाहानें आपली गुजराथेंतील फौज पाठविली. पण तिचा कांहीं उपयोग न होतां मुसलमानांचा पराभव झाला. तेव्हां कुतुबशाह स्वतः नागोरच्या सुलतानास मदत आला. तो प्रथम शिरोहीवर गेला, व तेथें जय मिळवून कुमळमेरावर गेला. तेथें कुंभोराण्याचा व त्याचा सामना झाला; पण त्यांतही रजपुतांचा पराभव होऊन, कुंभोराण्यास कुतुबशाहाबरोबर तहाचें बोलणें लावावें लागलें; व त्या सल्ल्यांत त्यानें कुतबशाहास पुष्कळ द्रव्य दिलें. पुढें माळव्याचा सुलतान महंमद यानें कुंभोराण्यावर स्वारी करून, त्याचा मुलूख काबीज करण्याची खटपट चालविली होती; परंतु कुतुबशाह मध्यें पडून, चांपानेर येथें महंमदखान सुलतान व कुंभोराण्याचा वकील यांचा सल्ला करवून तहनाम्यावर सहीसाक्षी झाल्या. यानंतर पुढच्या वर्षीं कुतुबशाहानें चितोडावर जाण्याची तयारी क-

रून तो प्रथमतः अबूच्या किल्ल्यावर गेला; व तेथें आपलें ठाणें बसवून नंतर शिरोहीवर गेला. तेथें डोंगरांत दोन लढाया झाल्या, त्यांत कुंभोचा पराजय होऊन त्याला कुतुबशाहाला शरण यावें लागलें. एकवार शरण येऊन तह झालेले असले तरी वारंवार आपल्या ताब्यांतील राज्यांवर स्वाऱ्या करून त्यांस जेरीस आणण्याची मुसलमान बादशांहास फार आवड असे, असें दिसतें. कुंभोराणा अगोदरच त्याच्याशीं सल्ला करून त्याजबरोबर स्नेहानें व मित्रत्वानें असे; परंतु तेवढ्यानें तृप्ति न होऊन तो पुनः त्याजवर वर सांगितल्याप्रमाणें गेला. तेव्हां त्यालाही निरुपायानें त्याशीं सामना करावा लागला. पण त्यांत त्याचा वर सांगितल्याप्रमाणें पराजय झाला. यानंतर कुंभो देखील इ० स० १४५८ मध्यें आपली तयारी करून नागोर जिंकण्याकरितां तिकडे गेला. मांडलिक राजे सुद्धां सुध्या मार्गाचे नव्हते. कांहीं तरी निमित्त काढून वरिष्ठ राजांशीं घांसाघांसी करण्याची त्यांना हौसच असे. नागोरावर कुंभोराणा आला असें कळल्याबरोबर कुतुबशाह आपल्या लष्करासह पुढें आला व अखेरीस जयाचा वांटा त्यासच मिळाला. यानंतर कुतुबशाह फार दिवस वांचला नाहीं. नागोरचा जय मिळवून तो अहमदाबादेस परत आल्यावर लौकरच ता० १३ मे सन १४५८या दिवशीं मरण पावला. तेव्हां त्याचे बापाचे शेजारींच त्याचें प्रेत पुरून त्याचें और्ध्वदेहिक केलें. कुतुबशाह मेल्यावर त्याचे जागीं त्याचा चुलता सुलतान दाऊद हा तख्तनशीन झाला.

---

## भाग एकुणिसावा.

### माहमूद बेगडा.

अठराव्या भागांत सांगितल्याप्रमाणें दाऊदखान हा अहमदाबादचा बादशाह झाला खरा; परंतु एक महिन्यानेंच असें कळून आलें कीं, तो बादशाही वैभव भोगण्यास अगदीं अयोग्य आहे. तेव्हां त्यास तख्तावरून काढून, त्याचा सावत्रभाऊ माहमूद यास तख्तनशीन केलें.

दाऊदखान यानें अवघा एक महिना आणि दहा दिवस काय ती बादशाही भोगिली.

माहमूद हा राज्यारूढ झाला तेव्हां त्याचें वय अवघें १४ वर्षांचें होतें. तरी त्या वयांतली त्याची इभ्रत व कर्तबगारी पाहिली म्हणजे, तो पुढें मोठा पराक्रमी व लौकिकवान् बादशाह होईल असें सर्वांचें अनुमान असे; व तेंच अनुमान शेवटीं खरें ठरलें. त्याच्या बालपणचें स्तुति व कौतुक करण्यासारखें त्याजकडून जें काम घडलें तें हें होतें कीं, त्यानें एके वेळीं आपल्या वजिराचा मोठ्या शहाणपणानें बचाव केला. त्याच्या वजिरावर लोकांची नाखुषी असल्यामुळें एकदां अशी गोष्ट झाली कीं, सुमारें तीस हजार लोक एकत्र जमून, त्यांनीं बादशाह लहानच होता, तेव्हां बंड करून वजीराचा नाश करण्याकरितां, राजवाड्याभोंवतीं गराडा दिला हें वर्तमान ह्या लहानग्या बादशाहास कळल्यावरोबर त्याला आपल्या बंडखोर व कृतघ्न लोकांविषयीं मोठा संताप येऊन, तो आपल्या घोड्यावर लढाईचा पोशाख चढवून स्वार झाला; आणि हातीं तीरकमठा घेऊन तो एकदम किल्ल्यावरून निघाला. ही बातमी त्याचे संरक्षक लोकांस कळल्यावरोबर ते एकदम पुढें होऊन त्यांनीं किल्ल्याचे दरवाजे लावून घेतले व बादशाहास, 'आपण हें असलें भलतेंच साहस करूं नका; बंडावा मोडणारे दुसरे आपले लोक आहेत, आपण निश्चित असावें,' वगैरे तो लहान मुलगा म्हणून उपदेश केला. पण तें राजतेज कोठून ऐकणार? त्यानें त्या उपदेशकांचा निषेध करून, एकदम दरवाजे उघडण्यास सांगितलें, व तो तसाच तडक बंडखोरांवर चालून गेला. तेव्हां मात्र त्याच्या संरक्षक लोकांस त्याचा निश्चय व हेतु समजून सर्व अमीर वगैरे त्याचे पाठीशीं धांवून गेले. या समयीं माहमूदशाहानें जें आपलें अप्रतिम धैर्य व साहस दाखविलें व पुढें जेव्हां त्याच्या त्या आवेशाप्रमाणेंच त्याचें सर्व सैन्य बंडखोरांवर आलें, तेव्हां त्यांची गाळण होऊन एकदम तो सर्व बंडखोरपणा ठिकाणच्या ठिकाणीं नाहींसा झाला.

माहमूदशाह हा बादशाह झाल्यावर तिसरे वर्षी म्हणजे इ०स० १४६१ मध्यें, त्यानें खानदेशाचे उत्तरेस लष्कर घेऊन जाऊन माळव्याच्या

सुलतानापासून दक्षिणच्या ब्राह्मणी राजाचें रक्षण केलें. माळव्याचा सुलतान महंमद खिलजी याणें दक्षिणचा ब्राह्मणी राजा (निजामशाह) याजवर स्वारी केली; तेव्हां त्याणें माहमूदशाह याजपाशीं मदत मागितल्यावरून त्याणें त्याला ही अप्रत्यक्ष मदत केली होती. ह्मणजे, माहमूदशाहाला निजामशाहाचे मदतीकरितां प्रत्यक्ष दक्षिणेकडे फौज पाठवितां आली नाहीं. परंतु त्याणें, जेव्हां माळव्याचा सुलतान दक्षिणेकडे गेला आहे असें ऐकिलें, तेव्हां एकदम माळवा प्रांतावरच स्वारी केली. हें वर्तमान सुलतानास जेव्हां समजलें तेव्हां त्याणें दक्षिणेकडचा नाद सोडून, तो झट्दिशीं आपल्या प्रांताचें रक्षण करण्याकरितां निघून आला; आणि येणेंप्रमाणें माहमूदशाहानें वर सांगितल्या प्रकारची निजामशाहाला अप्रत्यक्ष मदत केली होती.

या माहमूदशाहाला 'माहमूद बेगडा' असें इतिहासांत म्हटलें आहे. माळव्यांतून परत अहमदाबादेस आल्यावर त्याणें सौराष्ट्रावर जाण्याची तयारी चालविली. मुसलमानी इतिहासलेखक असें ह्मणतात कीं; माहमूद बेगडा याचे स्वप्नांत महंमद पैगंबरानें येऊन, 'मूर्तिपूजकांचे राज्यवैभवाचा सत्यानास कर' असें सांगितलें; व त्यावरून त्याणें ही सौराष्ट्रदेशावर जाण्याची तयारी चालविली. या स्वारीच्या संबंधानें ते इतिहासलेखक मोठी बडेजावी लिहितात. या स्वारीकरितां माहमूद बेगडा याणें आपल्याजवळ खर्चावयासाठीं फक्त पांच कोट मोहोरा घेतल्या होत्या. त्याशिवाय त्याणें आपल्या लष्करी लोकांना विशेष आवेश येऊन, या टोलेजंग स्वारींत यश मिळावें म्हणून असें वचन दिलें होतें कीं, 'या मोहिमेंत जी कांहीं लूट मिळेल ती सर्व तुमची तुह्मीच वांटून घ्या.' येणेंप्रमाणें त्याणें सर्व प्रकारची तयारी करून, इ० स० १४६८ त सोरटदेशावर (सौराष्ट्रावर) चाल केली. लष्कराचा कूच होऊन चाळीस कोसांवर गिरनार राहिल्यावर बेगडा याणें आपला काका तघलकखान यास १७०० फौज बरोबर देऊन पुढें पाठविलें; व त्याप्रमाणें त्याणें जाऊन गिरनारच्या जवळ महावील नांवाची जागा होती ती ताब्यांत घेतली. परंतु हिंदुलोकांचें सैन्य येऊन त्याणें या आगंतुक मुसलमानांस पराजित करून तेथून अगदीं

हुसकून देण्याचा प्रसंग आणला होता. इतक्यांत बेगडा हा आपल्या सर्व लष्करासुद्धां काकाच्या मदतीस जाऊन पोहोंचला. त्यामुळें पहिल्या फौजेस जोर येऊन ती तशीच पुढें रेंटीत जाऊन, त्यांणीं तो प्रदेश सगळा व्यापून टाकिला; आणि हिंदुलोक गिरनारच्या किल्ल्यांत जाऊन दडून बसले होते तोही किल्ला घेऊन टाकिला. पुढें तेथील राव आपल्या प्रजेचा बचाव व्हावा म्हणून पुष्कळ जवाहीर व रोकड घेऊन बादशाहाला शरण आला. तेव्हां बादशाहानेंही त्याचा नजराणा स्वीकारून आपला वेढा उठविला आणि सर्व लष्करासहवर्तमान अहमदाबादेस परतण्याकरितां छावणी उठविली.

अहमदाबादेस येऊन पोहोंचल्यावर बेगडा यास पुनः वाटलें कीं, सोरटप्रांतावर आणखी एकदां स्वारी करावी. पण स्वारीला निमित्त काय करावें ? याचा शोध करीत असतां त्याला समजलें कीं, गिरनारचा राजा आपल्या मांडलिक राजचिन्हांनीं भूषित होऊन प्रत्यहीं तेथील देवाची पूजा करीत असतो. आणि हें तर तो अत्यंत निंद्य कर्म करीत आहे. कारण, तो ह्मणाला, 'महंमद पैगंबराची आपल्याला अशी आज्ञा आहे कीं, माहमूद बेगडा, तूं मूर्तिपूजकांचे राज्यवैभवाचा सत्यानास कर. तेव्हां, त्याप्रमाणें ह्या मूर्तिपूजक मांडलिकांचा चांगला समाचार घेतला पाहिजे.' असा विचार करून तो मोठ्या आवेशानें चाळीस हजार फौज घेऊन मातक्यान् गिरनार प्रांतावर स्वारी करण्याकरितां निघाला. गिरनारच्या जवळ हें किटाळ येऊन पोहोंचल्याचें ऐकिल्याबरोबर पुनः तेथील रावानें सर्व राजचिन्हें टाकून देऊन, केवळ आपल्या प्रजेला या मुसलमानांपासून त्रास न व्हावा म्हणून मोठा नजरनजराणा घेऊन, तो माहमूदशाहास शरण आला. व, 'आपल्याला जें पाहिजे तें मजपासून मागून घ्या; पण माझे प्रजेला पीडा व अशांति देऊं नका,' अशी त्याणें त्याची विनंति केली. परंतु हें त्याचें शरण येणें बादशाहानें मुळींच मान्य केलें नाहीं. कारण, त्याचा हेतु रावाला व त्याचे प्रजेला बाटवून मुसलमान करण्याचा होता. ही वेळ ह्मणजे, पूर्वी पृथ्वीराजाला दिल्ली येथें तेथील बादशाहाचे ताब्यांत जाऊन जो प्रसंग आला होता त्याच प्रकारची मोठी आणीबा-

णीची होती. माहमूदशाहानें रावाला एकच गोष्ट सांगितली कीं, 'तूं मुसलमान व्हावेंस, यापेक्षां माझी इच्छा दुसरी कांहीं नसून त्या शिवाय माझें तुजवर दुसरें कांहीं एक मागणें नाहीं.' तेव्हां राव निरुपाय होऊन किल्ल्यांत दडून बसला. तों त्याला बादशाहाचे लष्कराचा घेरा पडला. तेव्हां तो तेथून पळून गिरनारच्या कोटांत लपून बसण्याकरितां किंवा वाट मिळाल्यास आपला व आपल्या लोकांचा बचाव करण्याची तजवीज योजण्याकरितां तिकडे गेला. तों तेथील किल्लेदार व त्याच्या हाताखालचे संरक्षक लोक निखालस अन्नावांचून भूकेनें मरत आहेत असें त्याला दिसलें. राव मोठा सवत्सल होता. त्याच्यानें ही दुःस्थिति बघवेना. तेव्हां निरुपायानें तो शेवटीं बादशाहाकडे जाऊन त्याच्या म्हणण्याप्रमाणें मुसलमान झाला. ह्याप्रमाणें बादशाहाचा हेतु पूर्ण झाल्यामुळें तो खुष होऊन, त्याणें त्याला 'खानजहां' अशी पदवी दिली. खानजहां किंवा खानजहान याचा अर्थ, 'जगताचा धनी' असा आहे. या खानजहानाची कबर अहमदाबादेस कंदोईच्या पोळांत (हलवाई गल्लींत) असून तिची मुसलमान लोक अजून पूजा करीत असतात. ह्याप्रमाणें गिरनारचे हिंदु राज्याची अखेर झाली. हिंदु लोकांचें ह्या संबंधानें असें म्हणणें आहे कीं, 'नागबाई आणि नरसी मेथा यांचे शापानें हें राज्य भ्रष्ट झालें.'

गिरनारचा किल्ला माहमूदशाहाचे ताब्यांत गेल्यावर तेथें सय्यद वगैरे बहुत विद्वान् मुसलमान लोक जमले व तेथें त्यांची वस्ती झाली. त्याणीं जुनागड शहराचें नांव मोडून त्याला 'मुस्तफाबाद' असें नांव दिलें; व त्या वेळेपासून तेथील इमारतींची वगैरे पहिल्याप्रमाणें दुरुस्ती करून तें शहर चांगलें शोभायमान केलें. तें अगदीं एकाद्या बादशाही नगराप्रमाणें बनून तेथें पुढें पुढें बादशाहाही वारंवार येऊन राहूं लागल्यामुळें, गुजराथेंत अहमदाबाद व सौराष्ट्रांत जुनागड किंवा मुस्तफाबाद हीं त्याचीं दोन राजधानीचीं शहरें झालीं. इ० स० १४७२ त बादशाह जुनागड येथें असतां, तिकडे गुजराथेवर कच्छदेशच्या लोकांनीं स्वारी केली, असें त्याला वर्तमान कळलें. त्याबरोबर त्याणें आपल्या गुजराथच्या लष्कराला चांगल्या तयारीनें असण्याविषयीं हु-

कूम देऊन, त्या कच्छी लोकांचें पारिपत्यार्थ तो कांहीं लष्कर घेऊन त्यांचे मुलखावर गेला. त्यांत त्यास जय मिळाला व तेथील राजापासून खंडणी घेऊन व त्याजकडून त्याचा मांडलिकपणा कबूल करून घेऊन नंतर तो तसाच सिंध, बलूचिस्थान आणि जाट लोकांचा मुलूख इकडे दिग्विजय करण्याकरितां गेला. व त्याप्रमाणें तो जय मिळवीत सिंधुनदीपर्यंत जाऊन पोहोंचला.

माहमूदशाह आणि राणपूरचा जमीदार राणजी गोहेल या दोघांच्या बायका एकाच घरच्या सख्ख्या बहिणी असून त्यामुळें बादशाहाचें आणि त्या जमीदाराचें साडभाऊपणाचें नातें होतें. या राणजीच्या बायकोला तिची बहीण शाहाजादी ही आपल्यामध्यें मिळून मिसळून घेऊन, बादशाहाच्या मसलतीनें तिला बाटविण्याच्या विचारांत होती. व त्या दुष्ट हेतूनें तिला फसवून तिच्या संसारांतून तिला उठवून तिणें अहमदाबादेस आपल्याजवळ नेऊन ठेविलें होतें. परंतु तिची आपल्या धर्माविषयीं व पतीविषयीं फार पूज्यबुद्धि असल्यामुळें, तिला आपल्या बहिणीचा कपटभाव कळल्यावर ती एका चारणदेवी नांवाच्या स्त्रीचे मदतीनें बहिणीच्या कचाटांतून व मोहपाशांतून सुटून आपल्या नवऱ्याजवळ सुखरूप होऊन पोहोंचली. यामुळें बादशाहास वाईट वाटून आपला हेतु सिद्धीस नेला पाहिजे असा त्याणें निश्चय केला. तथापि येवढेंच कारण बस्स नसल्यामुळें त्याणें त्या जमीदारावर (साडूवर) स्वारी करण्याकरितां दुसरें एक कारण काढिलें. मागें एकदां मक्केस जाणारे कित्येक लोक वाटेनें या जमीदाराचे शहरांत उतरले असतां, तेथें एका मुसलमानी मुलानें बांग पुकारिली. ती त्याणें ऐकिल्यावरून त्याला हाल हाल करून मारलें होतें, व ही बातमी बादशाहास कळली होती. त्या गोष्टीचा सूड उगवावा हें निमित्त त्याला बरें वाटून तो आपली फौज घेऊन राणपुरावर आला. राणजीनें त्या वेळीं फार शौर्य दाखवून आपल्या किल्ल्याचा बचाव केला. व अखेर त्याच लढाईत तो मरून पडला. तेव्हां त्याची बायको खरी रजपुतीण व साध्वी होती, असें सर्वांस दिसून आलें. तिणें आपलें शरीर दुष्ट म्लेच्छांच्या हातीं न पडावें ह्मणून आपल्या पतीचें शव मिळवून राणपूरच्या किल्ल्यावरच

त्याच्या चितेमध्यें प्रवेश करून आपल्या पवित्र देहाचा अंत करून घे-तला! तेव्हां मागें तो किल्ला व राणजीची अवघी दौलत बादशाहाचे ताब्यांत आली. बादशाह कांहीं दिवस तेथें राहून, राणजीचा भाचा हालूजी प्रमार ह्मणून होता, त्याला ती जाहागीर देऊन अहमदाबादेस परत आला.

हालूजी आणि लगधीरजी हे दोघे प्रमार आडनांवाचे सख्खे भाऊ असून ते मुळी नांवाच्या गांवचे जमीदार होते. एके दिवशीं त्यांच्या-कडे सिंधप्रांतांतून एक जाटकन्या पळून आश्रय मागण्याकरितां आली. तेव्हां अनाश्रित अबलेला आश्रय व साह्य देण्याचे हेतूनें त्यांणीं तिला आपल्या पाठीशीं घातली. तों त्या कन्येचे मागें सिंधची फौज तिला आश्रय देणारावर चालून आली. तेव्हां कांहीं वेळ त्या दोघांनीं सिंधच्या फौजेबरोबर लढाई करून टिकाव धरिला; तथापि तींत त्यांचा निभाव न लागून हालूजीला स्वतः जाटांकडे ओलीस म्हणून जावें लागलें. तों लगधीरजीनें इकडे अहमदाबादेहून हालूजीच्या सुट-केकरितां मदत मागितली. हालूजी हा अहमदाबादच्या बादशाहाचे आश्रयाचा राणपुर येथील वर लिहिल्याप्रमाणें जाहागीरदार असल्या-मुळें त्याजविषयींचा सर्व प्रकारें अभिमान बादशाहास होताच; व त्या-साठीं, हालूजीवर असा प्रसंग आल्याचें बादशाहाला कळल्याबरोबर त्याणें त्याचे सुटकेकरितां एकदम जाट लोकांवर फौज पाठविली. आणि त्याला त्यांचे ताब्यांतून सोडवून व जाट लोकांस हुसकून दे-ऊन त्यांजवर बादशाही फौज विजयी झाली. नंतर हालूजीला बादशा-हानें आपल्याबरोबर अहमदाबादेस नेलें. अहमदाबादेस गेल्यावर हा-लूजी हा बादशाहाचे संततोपदेशानें व शिफारशीनें पुढें लौकरच मुस-लमान झाला. परंतु त्यामुळें त्याला आपल्या जमीदारीच्या गांवीं (मुळी येथें) जाऊन पहिल्याप्रमाणें राहण्याची लज्जा वाटूं लागून रा-णपूरचा सर्व परगणा त्याणें आपल्याला जाहागिरींत मागून घेतला.

पुढें महंमद बेगडा याणें द्वारका बेटावर स्वारी करून तेथलि चांचे लोकांचें पारिपत्य केलें. या चांचे लोकांचा त्या वेळीं फार सु-ळसुळाट होता. त्यांचा भीमदेव म्हणून राजा होता, त्याला कैद केलें

आणि चांच्यांचें बंड मोडून टाकिलें. भीमदेवाला कैद करून अहमदाबादेस आणिलें आणि त्याला सर्व शहरभर कुत्र्याप्रमाणें फरफटत फरफटत फिरविलें आणि शेवटीं मारून टाकिलें. या चांचे लोकांनीं त्या वेळीं समुद्रकिनाऱ्यावर फारच प्रलय मांडिला होता. खंबायत वगैरे ठिकाणीं सुखानें दर्याचा व्यापार चालत नसे. तेव्हां त्या लोकांस चांगलें भय दाखविण्यास व आपलें वजन बसविण्यास त्यांचा राजा भीमदेव याची अशी वर सांगितल्याप्रमाणें स्थिति केल्याशिवाय उपाय नव्हता. पुढें या चांचे लोकांचा समाचार घेण्याकरितां इ० स० १४८२ मध्यें तो सुरतेच्या दक्षिणेस वलसाड येथें गेला. तेथें त्या लोकांचा बराच जमाव होता; त्यास हस्तगत करून तो खंबायतेस गेला. याप्रमाणें चांचे लोकांवर स्वाऱ्या करकरून त्याणें त्यांचे उपद्रव बरेच कमी केले.

यानंतर पुढच्या वर्षी त्याणें चांपानेरावर लढाईची तयारी चालविली. ही बातमी तेथील पटाई रावळ जयसिंह यांस समजल्याबरोबर तो अगोदरच बादशाहाचे मुलखांत अस्वस्थता उत्पन्न करून तरवार चालविण्याकरितां बाहेर निघाला. त्याणें, बादशाहाचे मुलखांत आगी लावाव्या व नुकसान करावें, असाच सपाटा चालविला. परंतु शेवटीं बादशाहानें जी त्याची पाठ धरिली कीं, त्याला कांहीं सुचेनासें होऊन तो बादशाहाशीं सल्लामसलती करूं लागला. तरी, त्याणें बादशाहाचे मुलखांत धिंगामस्ती आणि नुकसान फार केलें असल्यामुळें त्याबद्दलचा क्रोध बादशाहाचे मनांत फार असून त्या संबंधाचा सूड चांगला उगविल्याशिवाय वेगडा याचें समाधान होईना. म्हणून, इ० स० १४८३ मध्यें ता० १७ मार्च रोजीं त्याणें चांपानेरास वेढा घातला. हा वेढा उठविण्याविषयीं रावळ याणें फार प्रयत्न केले व त्याच्या लोकांनीं बहुत वेळां शत्रूचे लोकांवर हल्ले केले. परंतु कांहीं उपयोग झाला नाहीं. शेवटीं घांसदाण्याची अतिशय टंचाई पडून, त्याणें त्या वेळीं माळव्यास घियासुद्दीन सुलतान होता त्याजकडे मदत मागितली. तेव्हां त्याप्रमाणें त्याणें त्याला मदत देण्याचें कबूल केलें. इतक्यांत तें वर्तमान माहमूदशाह वेगडा यास समजून त्याणें उलट माळव्यावरच हल्ला

केला. त्यामुळें आपल्या प्रांताचें रक्षण करण्याखालींच घियासुद्दीन गुतून त्याच्यानें रावळास मदत करवली नाहीं. अखेरीस इ० स० १४८४ त नोव्हेंबरच्या १७ व्या तारखेस मुसलमानी फौजेनें चांपानेरच्या कोटास मोठमोठीं भोंसकीं पाडून ते लोक आंत शिरूं लागले व मुसलमानी लष्करांतील मुख्य मलिक इयाझ सुलतानी याणें शिडी लावून आपल्या लोकांस आंतमध्यें घालण्याचा सपाटा चालविला. तेव्हां त्यांस अडथळा करण्याविषयीं आंतील रजपुतांनीं फार प्रयत्न केला. परंतु त्यांत त्यांस यश मिळालें नाहीं. पुढें आतां आपला कांहीं इलाज चालत नाहीं असें चांपानेरच्या लोकांनीं बघून, त्यांनीं शेवटीं आपल्या बायकांमुलींस चितेंत घालून त्यांची रक्षा केली; आणि ते जिवावर उदार होऊन मुसलमानावर तुटून पडले. कोणी म्हणतात, त्यांणीं आपल्या बायकांमुलींस मारून तेथील झांबरतलावांत टाकून दिलें व एकंदर जवाहीर, मोत्यें, वगैरे शत्रूंस मिळूं नयेत म्हणून तीं जात्यांत घालून दळून टाकिलीं आणि नंतर वर सांगितल्याप्रमाणें निदानींचा अभिमानदर्शक जो 'जोहार' तो करण्याकरितां ते सर्व केशरी पोषाख करून समरांगणीं निघाले. या वेळीं जी कापाकापी झाली तींत दोन्ही पक्षाचे पुष्कळ लोक मारले गेले. परंतु अखेरीस रावळ आणि त्याचा प्रधान यांस पकडलें. बाकी सर्व लढवय्ये मारले गेले. व चांपानेर शहर व किल्ला मुसलमानांचे स्वाधीन झाला. तेव्हां तेथील लोक शहर सोडून देशोधडीस लागले व ज्यांना जेथें आधार मिळाला तेथें ते राहिले. रावळास धरून बादशाहानें अहमदाबादेस पाठविलें व चांपानेर येथें कांहीं दिवस राहून तेथील देवळें वगैरे पाडणें व मूर्ति फोडणें हीं जीं मुसलमानांचीं मुख्य कामें तीं त्याणें करण्याचा सपाटा चालविला; व तेथें मशिदी बांधिल्या. अहमदाबादेस आल्यावर रावळाचे व त्याच्या प्रधानाचे घाव बरे झालेले पाहून त्याणें त्यांस ठार मारण्याचा हुकूम दिला. रावळ यास जेव्हां ठार मारूं लागले, तेव्हां त्याणें बादशाहास विनंति केली कीं, 'तूं जर मला जीवंत ठेविशील तर मी मुसलमान होऊन तुजजवळ तुझा आश्रित म्हणून सुखानें व स्व-

स्थतेनें राहीन.' पण त्याची विनंति बादशाहानें मान्य केली नाहीं. ह्याप्रमाणें **जयसिंह पटाई रावळ** याचा अंत झाला.

ईडर येथील **राव भाण** याचा व **जयसिंह रावळ** याचा परस्पर बरेच दिवसांपासून वैरभाव होता. त्याचें कारण असें सांगतात कीं, **रावळ** यानें **रावा**च्या निंदेचें एक काव्य केलें होतें. त्यामुळें त्या दोघांतून कोणावरही **मुसलमानां**ची स्वारी आली तरी ते एकमेकांस मदत करीत नसत. **जयसिंह रावळ** हा **पावागड**चा **गंगादास रावळ** याचा मुलगा होता. **जयसिंहा**ला **मुसलमानी** इतिहासलेखक **फेरिस्ता** यानें आपल्या ग्रंथांत 'बेनीराय' असें ह्मटलें असून **हिंदु** इतिहासलेखकांनीं **पटाई रावळ** असें म्हटलें आहे. **पटाई रावळ** याचें वर लिहिल्याप्रमाणें **महंमद बेगडा** यानें **चांपानेर**चें राज्य हिरावून शेवटीं त्यालाही ठार मारलें. इतका अनर्थ होण्याचें कारण असें सांगतात कीं, त्याजवर देवतेचा रोप व शाप होऊन त्यामुळें त्याची अशी स्थिति झाली. एके वेळीं **कालिकामाता** सुंदर स्त्रीचा वेष घेऊन नवरात्रांचे दिवसांत बायकांचे मेळ्यांत गर्भे गात खेळत होती. तिचें सुंदर रूप बघून, **जयसिंह** यानें तिजवर वाईट नजर ठेविली व तिचा पिच्छा पुरविला; तेव्हां तिनें त्याजवर रुष्ट होऊन त्यास शाप दिला कीं, 'असा जो तूं दुष्टबुद्धीचा व दुरात्मा आहेस त्या तुझा सत्यानास होऊन तुझें राज्य धुळीस मिळेल !' दुसरें कारण कोणी असें सांगतात कीं, एकदां **माहमूद बेगडा** (बादशाह) **चांपानेर**च्या किल्ल्याचे बाजूनें चालला असतां त्यानें सहज आपल्या मिशांवरून हात फिरविला. तें त्याचें हात फिरविणें **चांपानेर**च्या एका **लवा**नामक **ब्राह्मणा**नें बघून राजाला येऊन सांगितलें कीं, 'बादशाहाच्या ह्या कृत्यांवरून तो ह्या वर्षांत तुजवर स्वारी करून हा किल्ला घेईल'. तेव्हां **रावळा**नें त्या **ब्राह्मणा**च्या त्या वार्तांवर विश्वास ठेवून एकदम बादशाहाशीं सामना करण्याचीच तयारी चालविली. व आपण बादशाहाशीं लढण्यास सिद्ध आहों, अशाबद्दल **अहमदाबादे**स त्याजकडे निरोप पाठविला. त्यावरून पुढें बादशाहाही **चांपानेरा**वर चाल करून आला. याशिवाय, **जयसिंगा**कडूनच स्वतः बादशाहाच्या कित्येक खोडी व अपराध झाल्याबद्दलचें वर सविस्तर व-

र्णन केलेंच आहे. त्यावरून शेवटीं बादशाहानें पांच लक्ष फौजेनिशीं **चां**पानेरावर चाल केली व वर सांगितल्याप्रमाणें तेथील राज्य आपले ताब्यांत घेतलें.

**चां**पानेर **पा**वागडाच्या पूर्वेस असून पूर्वी तें मोठें भरभराटीचें शहर होतें असें दिसतें. **चां**पानेर शहरालगत रानांत मोठमोठे तलाव व विहिरी दगडी व सुंदर रीतीच्या बांधलेल्या आहेत. या शहरास अहमदाबादेसारखे मोठमोठे तीन दरवाजे असून त्यांत मांडवी आहे. येथें **चं**पकेश्वर नांवाचें एक देवालय आहे. **पा**वागडही फार सुंदर असून वरती **न**वलाखी महाल व **का**लिकादेवीचें देऊळ वगैरे पाहण्यासारखीं आहेत. **का**लिकेचे देवळाचीं द्वारें, **वि**ठोबा **दे**वाजी ह्मणून गायकवाडचे दिवाण होते त्यांनीं, रुप्याचीं केलीं आहेत. ही **का**लिका **गु**जराथेमध्यें सर्वत्र प्रसिद्ध व पूज्य आहे. वर, **ज**यसिंहाला ज्या **का**लिकामातेचा शाप झाला ह्मणून लिहिलें आहे ती हीच **का**लिका होय. **गु**जराथेंतील बायका या **दे**वीचीं बहुत गाणीं ह्मणतात. **चां**पानेर व **पा**वागड हा प्रदेश ओसाड असून तिकडे वस्ती करण्याकरितां **इं**ग्रजांनीं **शिं**द्यांकडून पहिल्यानें **पं**चमहाल, कमाविशीनें व नंतर मोबदल्यांत घेतला. व तेव्हांपासून तिकडे वस्ती करण्याचे पुष्कळ प्रयत्न झाले. परंतु त्या प्रांतांतलें पाणी वाईट असून रान फार यामुळें वस्ती होत नाहीं. तिकडील जमीन कांहीं वाईट नाहीं. पण लोकवस्तीला ज्या गोष्टी पाहिजेत त्या अनुकूल नाहींत. पूर्वी हा प्रांत चांगल्या भरभराटींत असल्याचीं चिन्हें दिसतात. किनखाप व मश्रु मुळीं या ठिकाणीं होत होते. परंतु वरील दंगलांत व पुढेंही ज्या कित्येक **मु**सलमानाकडून **हिं**दुलोकांस गैरसोई व त्रास झाले, त्यांमुळें तेथील त्या कसबांतले कारागीर दरोबस्त पळून जाऊन त्यांनीं तें कसब दुसरे शहरीं नेलें. तथापि अशी वहिवाट होती कीं, किनखाप व मश्रु **चां**पानेरच्या विहिरींत धुतल्याशिवाय तो माल खरा झाला असें कारागिरांस वाटत नसे. पण तीही वहिवाट आलीकडे पन्नास वर्षोपासून मोडली आहे. **चां**पानेरचे लोक देशोधडीस लागून जसा ज्यास जेथें आश्रय मिळाला तसा तो तेथें राहिला. **सु**रत, **भ**डोच, अहम-

दाबाद वगैरे ठिकाणीं बघितलें तर **चांपानेरी** कुळंबी, **चांपानेरी** तेली वगैरे आढळतात. जशी **सुरत** जळाली आणि तेथील लोक **मुंबईत** भरले; तसें, **चांपानेर** उद्ध्वस्त होऊन **गुजराथचीं** इतर शहरें भरलीं. **चांपानेर** हें मूळचें नांव बदलून **मुसलमानी** बादशाहांनीं त्याला '**माहमूदाबाद**' असें नांव दिलें. **पावागडच्या कालिकेचें** स्थान फार जागृत आहे असें म्हणतात. **बडोयास** कोणाला **कालिकेचें** अनुष्ठान करणें झाल्यास **पावागडास** जाऊन करितात. मंत्रशास्त्रांचें **पावागड** हें फार आवडतें व पूज्य स्थान आहे. अहमदाबाद येथेंही मांत्रिक लोकांचें गांवाबाहेर **भैरवनाथ** म्हणून एक ठिकाण आहे. **चांपानेरचे** लोक जिकडे जिकडे गेले तिकडे तिकडे त्यांच्या देवता गेल्या हें उघडच आहे. जेथें जेथें **चांपानेरी** कांसार आहेत तेथें तेथें त्यांची **कालिकामाता** आहेच व तिचें तेथें तेथें स्वतंत्र देऊळ असावयाचेंच. **मुंबई, नासिक, ओझर** वगैरे ठिकाणीं कांसारांच्या **कालिकेचीं** मंदिरें स्वतंत्र आहेत. **चांपानेर** शहर एकदां जें खालावलें तें पुन: म्हणून भरलें नाहीं. हा मुलूख **शिंद्याकडे** फार दिवस होता. परंतु त्याजमध्यें वस्ती झाली नाहीं. पूर्वींपेक्षां हल्लीं रस्ते, सडका, आगगाड्यांचे मार्ग वगैरे झाल्यामुळें त्या मुलखांत व्यवस्था बरी आहे. ह्या प्रांतांत मुख्य गांव **गोध्रा** हें आहे. तिकडे भावडे, भील, कोळी, वगैरेंची वस्ती असून **मलिक** वगैरे **मुसलमानांचीही** संख्या बरीच आहे. **पावागड** व **चांपानेर बडोयापासून** दहा कोसांवर आहे. या प्रांतांत रानचें उत्पन्न फार आहे. या प्रांतांतून **माळव्यांत** जाण्यास **दाहोद** व **रतलाम** इकडून रस्ता आहे. इकडे **वारिया, छोटें उदेपूर, लुनावाडा, नांदोड, रामपूर** वगैरे लहान लहान संस्थानें असून तेथें तेथें **रजपूत** राजे आहेत व त्यांजवर **महीकांठ्याचे** व **गोध्याचे एजंटांची** देखरेख आहे. हे **रजपूत** राजे **मुसलमानांचे** युद्धांत या **मेवासी** रानांत येऊन राहिले. त्यांचीं राजधानीचीं शहरें बहुतकरून अगदीं डोंगरांचे पायथ्यांशीं आहेत. ते स्वसंरक्षणास असमर्थ असल्यामुळें, त्यांनीं ही अशी योजना केली असावी; कीं, प्रसंग आल्यास चट्कर डोंगर

चढून पलीकडे गेलें म्हणजे झालें. व याकरितांच त्यांनीं मैदानवस्ती सोडून हा असा डोंगरांचा आश्रय केला असावा. असो.

इ० स० १४९४ मध्यें दक्षिणेकडे बंडखोरांनीं उठाव करून माहीमचा टापू आपले ताब्यांत घेतला. हें वर्तमान माहमूदशाहास कळल्याबरोबर त्यानें आपलें आरमार तिकडे पाठविलें. त्या आरमारास मध्यें तुफान लागून कित्येक खलाशी वगैरे मेले. तथापि बाकीच्यांनीं शत्रूवर हल्ला केला. दक्षिणकोंकणच्या रस्त्यानेंही बादशाहानें आपली फौज पाठविली होती. परंतु तिला वाटेंतच वर्तमान कळलें कीं, समुद्रावरील फौजेचा बंडखोरांनीं पराभव केला. तेव्हां त्यांणीं माहिमाजवळ मुक्काम करून हें वर्तमान बादशाहास कळविलें. इतक्यांत दक्षिणेकडील राजांनीं त्या बंडखोरांस वश करून घेऊन त्यांना गुजराथी फौजेवरील सरदारांचे ताब्यांत दिलें. आणि येणेंप्रमाणें गुजराथच्या बादशाहाची काळजी आपाप दूर झाली.

पुढील वर्षी माहमूद बेगड्याची स्वारी वागड व ईडर येथील राजांकडे जाऊन त्यांजपासून त्यानें नजराणा वगैरेमध्यें मोठी दौलत मिळविली व तो तसाच चांपानेर येथें आला. ईडर येथें या वेळीं बादशाहास जाण्याचें कारण इतकेंच होतें कीं, तेथील राजा सुरजमल्ल भाणजी हा अवघे अठरा महिने राज्य करून मरण पावल्यामुळें वारसाप्रमाणें त्याचा मुलगा रायमल्लजी हा बसावयाचा; परंतु त्याचा भाऊ म्हणजे खरा वारसदार, रायमल्लजी याचा चुलता, भीमजी यानेंच गादी बळकाविली होती व तो तंटा निवडावयाचा होता.

इ० स० १५०७ मध्यें फिरंगी (पोर्तुगीज) लोक गुजराथचे किनाऱ्यावर येऊन तेथें वस्ती करूं लागले होते. हें पाहून बादशाहानें त्यांजवर स्वारी करण्याचें योजिलें. तो माहिम आणि दमणपर्यंत येऊन पोहोंचतो आहे तो, तुर्कस्थानचा बादशाह दुसरा बयाजेट याचा नाखुदा अमीर हुसेन हा पंधराशें लोकांसह आपली समुद्रावरील फौज घेऊन त्यास मिळाला. बादशाहाचा त्या वेळचा आरमाराकडील सरदार अमीरउल्उमरा मलिक इयाज सुलतानी हा असून, तो तुर्की आरमारासह दिव बेटाकडून मुंबई व चौल या बंदरांकडे फिरंगी

लोकांवर चालता झाला. व तिकडे फिरंगी लोकांचे सरदार अड्मिरल आल्मेदा वगैरे बहुत लोक मारिले जाऊन मुसलमानांस जय मिळाला. परंतु हा जय मिळवून ते परत येतात तों दिव बेटाजवळ फिरंग्यांची व मुसलमानांची लढाई होऊन तींत फिरंग्यांचा जय झाला व तुर्की व गुजराथच्या बादशाहाचे आरमाराचा पराभव झाला.

माहमूदशाह यानें जुनागड आणि पावागड हे दोन मोठमोठे किल्ले काबीज केले ह्मणून त्याला 'बेगडा' असें उपनाम दिलें होतें असें सांगतात. कोणी म्हणतात, त्यानें आपल्या मिशा शिंगासारख्या ठेविल्या होत्या त्यावरून त्याला माहमूद शिंगडा असें म्हणतां ह्मणतां 'शिंगडा' या शब्दाचा लोप होऊन त्याऐवजीं 'बेगडा' असा शब्द येऊन माहमूद बेगडा असें लोक म्हणूं लागले. परंतु 'बेगडा' या उपनामाची उत्पत्ति पहिल्या कारणावरून जितकी सयुक्तिक दिसते तितकी दुसऱ्या कारणावरून सयुक्तिक दिसत नाहीं. हा बादशाह मोठ्यांत मोठा होता असें जरी ह्मणतां येत नाहीं तथापि तो फार पराक्रमी आणि मनमिळाऊ असे असें सांगतात. रजपूतराजांमध्यें जसा सिद्धराज जयसिंग हा मोठा शूर, पराक्रमी व सर्ववंद्य राजा होऊन गेला, तसा मुसलमानांतला हा माहमूदशाह बेगडा सिद्धराज जयसिंगच होता, असें गुजराथचे इतिहासलेखकांनीं म्हटलें आहे. माहमूद बेगडा याचे संबंधानें मुसलमानांमध्यें पुष्कळ कथा व गोष्टी परंपरेनें चालू आहेत. त्याचा पराक्रम, त्याची शक्ति, त्याचें न्यायाचरण, त्याची शुभेच्छा व त्याचा धर्माभिमान, यांजविषयीं तो स्तुति करण्यासारखा बादशाह होऊन गेला यांत संशय नाहीं. तो अतिशय तापट स्वभावाचा व चपल वर्तनाचा असे. गुजराथेंत ज्या कांहीं प्रसिद्ध प्रसिद्ध इमारती आज विद्यमान आहेत त्यांच्यांशीं आणि माहमूद बेगडा याच्याशीं कांहीं तरी संबंध नाहीं असें कदापि आढळावयाचें नाहीं. त्या त्या इमारतीच्या मूळ कथानकाशीं माहमूद बेगडा याचे कारकीर्दीचा कांहींना कांहीं तरी संबंध जुळलेला आढळावयाचाच. वात्रक नदीच्या काठीं 'माहमूदाबाद' म्हणून जें गांव आहे तें यानेंच वसविलें आहे असें ह्मणतात. त्या ठिकाणीं हा बादशाह वर्षानुवर्षे बरेच दिवस राहत असे. उ-

म्हाळ्यामध्यें अनेक प्रकारच्या फलपुष्पांचा पुरवठा अहमदाबाद येथें बादशाहास **माहमूदाबादेहून** होत असे, असें सांगतात. चार सहा महिने ह्या ठिकाणीं राहिल्याशिवाय त्याला स्वस्थता व हुशारी वाटत नसे. बाहेर कोठें मोहिमेला निघावयाचें असल्यास त्यापूर्वी कांहीं दिवस त्यानें या ठिकाणीं वास्तव्य करावें आणि नंतर पुढें कुच करावें असा त्याचा सांप्रदाय असे. त्याशिवाय **चांपानेर** उद्वस्त झालें तेव्हां **माहमूदाबाद** म्हणून तेथें त्यानें वेगळें शहर वसविलें होतेंच. आणि तिसरें एक **मुस्तफाबाद** ह्मणून नगर त्यानें स्थापन केलें. अहमदाबादेस मैदानांत जीं झाडें आज आहेत तीं या बादशाहानेंच लाविलेलीं आहेत असें लोक म्हणतात.

इ० स० १५१० मध्यें तो **पाटणावर** गेला. ही त्याची सहावी स्वारी होती. या स्वारीहून आल्यानंतर त्यानें आपल्या सरदार व अमीर लोकांस आपल्या भोंवतीं बोलावून आणून 'आपलें वार्धक्य झाल्यामुळें आपला मरणकाल समीप आला' असें सांगितलें, व आपल्या पश्चात् कशी काय व्यवस्था करावयाची तें त्यानें त्यांच्या व आपल्या विचारें ठरवून टाकिलें. त्याणें आपली कबर अगोदरपासूनच बांधवून

---

१. मोठे व श्रीमान् मुसलमान, आपण जीवंत असतांच आपल्याकरितां कबरा बांधून ठेवीत असतात, अशी रीति आहे. त्या कबरीला एक द्वार मात्र ठेवितात—कीं, आपण मेल्यानंतर आपल्या प्रेताला त्या भुयारांत मूठमाती देतां यावी,—व वर आपल्या ऐपतीप्रमाणें मोठमोठ्या इमारती बांधतात. त्या इमारतींत जीवंत असतां ते नाच, रंग, बैठका, मेजवान्या वगैरे ऐषआराम उडवितात व मेल्यावर त्यांस तेथें राखून ठेवलेल्या शवगर्तेत पुरतात. या कबरीशेजारीं एकेक मशीदही बांधून ठेवितात; कीं, त्यांत ज्या धार्मिक लोकांकडून निमाज पढला जाईल त्या पुण्यकर्मांतील निम्मे भाग त्या मृताचे वांट्यास जाईल अशी त्यांची समजूत आहे. ह्याप्रमाणें बहुतेक कबरांजवळ मशीदी असतात व मशीदींजवळ कबरस्थान असतें. अकबराची आम्र्याजवळ जी कबर आहे तिच्याजवळ मात्र वर सांगितल्याप्रमाणें ह्या धर्मसंबंधीं पुण्यमार्गाचा अर्धभाग घेण्याकरितां मशीद बांधलेली नाहीं.

ठेविली होती. पाटण येथून आल्यावर चार दिवसांनीं तो अहमदाबादेहून सरखेज येथील अहमद खटू याचे कबरेंत दर्शनाकरितां गेला. तों त्या कबरेशेजारींच आपली कबर तयार झालेली त्यानें पाहिली. नंतर तो येथें जाऊन आपल्या एकंदर आयुःक्रमांत केलेल्या अनेकविध कृत्याकृत्यांचें स्मरण झाल्यामुळें पश्चात्तापपूर्वक रडला. मग तो तेथून अहमदाबादेस आला; तों आजारीच पडला. या आजारीपणांत तो तीन महिने होता. मग त्याला आपला मृत्यु अगदीं संनिध आलासें वाटून त्यानें, आपला शाहजादा (युवराज) खलील हा बडोद्यास होता, त्यास अंतकाळसमयीं आपल्या जवळ बोलावून आणिलें; आणि शेवटीं आपलें वैभव, ऐश्वर्य, संसारमाया आणि राज्यलोभ हीं सर्व एकीकडे ठेवून निरिच्छपणें तो मृत्यूचे स्वाधीन झाला. ही गोष्ट इ० स० १५११ या वर्षीं झाली. माहमूद बेगडा यानें एकंदर ५३ वर्षेपर्यंत मोठ्या पराक्रमानें व डौलानें बादशाही भोगिली.

---

## भाग विसावा.

### दुसरा मुजफरशाह.

(इ० स० १५११ पासून १५२६ पर्यंत.)

माहमूद बेगडा हा बादशाह मरण पावल्यानंतर त्याचा शाहजादा खलील हा आपल्यास 'मुजफरशाह' असें नांव घेऊन तख्तनशीन झाला. गुजराथेंत आजपर्यंत जे बादशाह झाले, त्यांत मुजफर या नांवाचा हा दुसरा बादशाह होता म्हणून त्यास दुसरा मुजफरशाह असें म्हटलें आहे. मुजफरशाह गादीवर आल्यानंतर त्याला लागलेंच माळव्याच्या सुलतानाकडून मदतीचें बोलवणें आलें. माळव्याचा सुलतान महंमद खिलजी याचा प्रधान मेदिनीराय म्हणून कोणी हिंदु होता. तो प्रबल व वजनदार होऊन आपल्या सुलतानास बाजूला ठेऊन आपणच सर्व माळव्याचा अधिपति झाला. सुलतानाचें नांव मात्र चालत होतें; परंतु दरबारचे सर्व लोक आपल्यास अनुकूळ करून घेऊन सर्व अधिकार त्यानें आपल्याकडेच ठेविला होता. व त्यामुळें इतर हिंदुलोकांचेंही व-

जन व प्राबल्य ज्यास्त ज्यास्त वाढून मुसलमानांस त्या प्रांतांत दिवसेंदिवस हीनता येत चालली होती. हा सर्व अहवाल सुलतान महंमद यानें मुजफरशाह याचे कानावर घालून, मुसलमानांचें नांव राखण्याकरितां आपल्याकडून मदत मिळाल्यास गेलेलें नांव पुनः मिळेल, असें त्यास सुचविलें. त्यावरून त्या तरुण बादशाहास तत्संबंधाचा विशेष अभिमान वाटून त्यानें माळव्याचे सुलतानास साह्य करण्याची तयारी केली. मुजफरशाह तख्तावर बसल्याबरोबर त्यानें आपल्या पदरच्या सर्व लोकांस त्यांच्या त्यांच्या योग्यतेप्रमाणें पोषाख वगैरे दिले. तेव्हां, तो एक आपल्यास मोठा मान दिला असें सर्वांस वाटून, ते त्याजविषयीं विशेष आदर बाळगूं लागले होते. सुलतानास मदत देण्याचें अभिवचन देऊन, त्यानें अन्हिलवाड पाटणचा सुभेदार ऐनउलमुल्क यास अहमदाबादेस आणून बादशाहीचें काम पाहण्यास सांगितलें, आणि आपण आपली फौज घेऊन माळव्याकडे चालता झाला. तो पुढें भोजनगरी धाराशहर येथपर्यंत पोंचला असेल नसेल, तों इकडे पाटणास कांहीं दंगा फिसाद झाल्याची त्याला बातमी आली. आपण बाहेर मोहिमेवर गेलों म्हणजे बादशाहीचें काम तशाच कोणा वजनदार अधिकाऱ्याकडून पाहवावें, ह्या विचारानें त्यानें वर सांगितल्याप्रमाणें पाटणच्या सुभेदारास अहमदाबादेस बोलावून घेतलें. पण त्याला ह्याप्रमाणें बोलावून घेतल्यानंतर त्याचे जागींही तसाच कोणी हुशार व वजनदार सुभेदार पाठवावयाचा; तो पाठविण्याचें चुकून, तिकडे सर्व मोकळें मोकळें पडल्यासारखें झाल्यामुळें, आसपासच्या बंडखोरांस ती चांगली संधि मिळाली. राठोड लोकांना पहिल्यापासून मुसलमानी अमलाचा द्वेष व तिरस्कार असल्यामुळें ते नेहमीं असे अगदीं जपणीवर असत कीं, केव्हां बादशाही अमलांत शिथिलता दिसेल. पाटणचा सुभेदार अहमदाबादेस गेल्यावर पाटणास कोणी तसा प्रबल आवरणारा नाहीं असें बघून, ईडर प्रांतांतून बंड उठलें. ईडर हें राव भानजी याचा अज्ञान मुलगा राव भीम याचे ताब्यांत असून भीमदेव हाच ईडरचा सर्व राज्यकारभार बघत असे. त्यानें, सुभेदार ऐनउलमुल्क पाटणास नाहीं असें बघून एकसारखी अन्हिलवाडप्रांतांतही धिंगामस्ती व लुटालूट

चालविली. त्यानें अन्हिलवाडपासून साबरमतीपर्यंत सर्व मुलूख उजाड करण्याचा धोंशा लाविला. त्या धिंगामस्तीचा बंदोबस्त करण्याकरितां अहमदाबादेहून ऐनउलमुल्क याणें आपल्याकडून बरीच तयारी केली व राव भीमाचा पराभव करण्याकरितां सैन्य रवाना केलें. परंतु त्याचा कांहीं उपयोग झाला नाहीं. उलट त्याचा एक सरदार व दोनशें लोक मात्र त्या धिंगामस्तींत भीमदेवाकडून कापले गेले. ही सर्व खबर मुजफर यास कळून त्याचा अगदीं संताप होऊन गेला. तो तावडतोब माळव्यांतून निघून गुजराथेकडे आला; आणि तसाच ईडर संस्थानची लुटालूट व सत्यानाश करण्याकरितां तिकडे चालून गेला. तेव्हां त्याशीं भीमदेवानें बिलकूल तोंड न देतां, तो डोंगरांत कोठें पळून गेला. त्याचे मागें ईडरच्या किल्ल्यांत १० रजपूत सरदार राहिले होते; त्यांनीं मात्र खूब शौर्यानें टिकाव धरिला होता. परंतु पाठीशीं कुमक नसल्यामुळें त्यांस अखेरीस तो किल्ला बादशाहाचे स्वाधीन करणें प्राप्त झालें. मग अर्थात् बादशाहाचा वर पगडा होऊन, त्यानेंही ईडरचीं देवस्थानें व देवळें वगैरे दरोबस्त पाडून मोडून टाकण्याचा सपाटा चालविला. त्याचप्रमाणें तेथील शूर व धर्माभिमानी रजपुतांची व किल्लेदारांची त्यानें एकदम कत्तल करण्याचा हुकूम दिला. नासधुसींत आणि काटाकाटींत ईडरचें फार नुकसान झालें. तेथील बहुत नामी नामी वाडे, इमारती, बागा, बगीचे, वगैरे दरोबस्त मातीस मिळाले व त्याचप्रमाणें शूर रजपुतांचाही नाश झाला. हा अनर्थ आतां कोठपर्यंत वाढेल व ईडरची व्यवस्था काय होईल अशी सर्व लोकांस मोठी धास्ती पडली. तेव्हां तेथील एक मदन गोपाल नांवाचा हुशार व कारस्थानी ब्राह्मण होता; तो आपण ईडरच्या राजाचा वकील ह्मणून बादशाह मुजफर याजकडे गेला. जातांना शंभर घोडे व दोन लक्ष होन असे बरोबर घेऊन त्यानें ते बादशाहास नजर केले; व त्याला विनयपूर्वक कळविलें कीं, 'भीमदेव महाराजांस अन्हिलवाड वगैरे प्रांतांत असें पुंडावें माजविण्यास कारण, आपले सुभेदार ऐनउल्मुल्क यांनीं आमचे राजाचे प्रांतांत फार जुलूमजबरदस्त्या केल्या. यामुळें त्याबद्दलचा सूड घेण्यासाठीं संधि मिळाल्याबरोबर आमच्या

इकडूनही तशीच उठावणी झाली. त्यांत बादशाहाकडील सरदार व लोक मारले गेले यास नाइलाज आहे व त्याबद्दल मला फार दुःख वाटतें. परंतु आतां हा रोष फार न वाढतां लौकर मिटेल अशी तजवीज करणार बादशाह समर्थ आहेत.' मदन गोपाल हा मोठा प्रसंगावधानी, कार्यसाधु आणि गोडबोल्या होता. त्यानें घेतलेल्या सोंगाची बेमालूम बतावणी झाली, व बादशाह भीमदेवाकडून ह्मणून आलेल्या नजराण्यानें खुष होऊन आपली माळव्यांत जातां येतांची खर्चीच मिळाली असें समजून, तो ईडर येथून तळ हालवून माळव्याकडे कुच करिता झाला.

पुढें कांहीं दिवसांनीं भीमदेव हा मेला व त्याचे मागून त्याचा मुलगा भारमल्लजी हा ईडरचा राजा झाला. ईडरचा मूळ राजा सूरजमल्ल असून तो मेला तेव्हां त्याचा मुलगा रायमल्लजी हा लहान होता म्हणून राज्याचा कारभार त्याचा चुलता राव भीम याजकडे सोंपविला होता. हें पूर्वी एकुणिसाव्या भागांत सांगितलेंच आहे. पुढें भीम राव (भीमदेव) मेला तेव्हां वारशाप्रमाणेंच जणूं काय त्याचा मुलगा भारमल्लजी हाही, ईडरचें राज्य म्हणजे आपलेंच असें समजून, त्याचा अधिपति बनला. परंतु ह्या वेळीं खरा राजा रायमल्लजी हा थोर होऊन आपल्या वयांत आला होता. त्यानें भारमल्लजी यास एकीकडे सारून आपण राज्यावर बसला. रायमल्लजी यास चितोडच्या संगराण्यानें आपली मुलगी दिली असल्यामुळें त्याचेंही ह्या, रीतीच्या व खऱ्या कामांत आपल्या जांवयास पूर्ण साह्य होतें. भारमल्लजीला रायमल्लजीनें हुसकून दिल्यावर त्यानें इ० स० १५१५ मध्यें आपला वकील बादशाहाकडे पाठविला; व ह्या वेळीं आपली मदत पाहिजे म्हणून त्याची विनंति केली. बादशाह मनांत म्हणाला, 'राव भीम हा ईडरचा राजा म्हणून माझा मांडलिक असून त्याचे पश्चात् त्याचे राज्याचे संबंधाच्या वादांत संगराण्यानें पडण्याचें काय कारण? याकरितां आपल्याकडून भारमल्लजीला जरूर मदत मिळाली पाहिजे.' नंतर मुजफरशाहानें आपला सरदार निझामउलमुल्क यास हुकूम पाठविला कीं, 'तुम्हीं फौजेसह तावडतोब निघून भारमल्लजीच्या

कुमकेस जावें.' त्याप्रमाणें तो निघून भारमल्लजीला मदत आला आणि त्यानें त्वरा करून पुनः त्याला ईडरच्या गादीवर बसविलें. तेव्हां रायमल्लजी ईडर येथून पळून डोंगराडोंगरांतून लपून राहूं लागला. पुढें त्याचाही पाठलाग करण्याच्या खटपटीस निझामउल्मुल्क लागला. परंतु रायमल्लानें त्याचा पराजय केला. तरी बादशाही फौजेनें त्याची बरीच दुर्दशा केली. निझामउल्मुल्कास फक्त रायमल्लाला साह्य करून त्याचे गादीवर त्यास बसविण्यासाठीं मुजफरशाह यानें पाठविलें होतें. त्याप्रमाणें त्यानें काम करून परत यावयाचें. परंतु तसें त्यानें न करितां, आणखी रायमल्लाचे पाठीस जो तो लागला व त्याजकडून पराभूत झाला, तसें करण्याचें त्याला कांहींएक कारण नव्हतें, व तसा त्याला बादशाहाचा हुकूमही नव्हता. तेव्हां, हें हुकमाबाहेर काम केल्यामुळें बादशाहाची त्याजवर इतराजी होऊन त्यानें त्याला ठपका दिला व त्याचा वर्ग अहमदनगराकडे करून त्या जागीं जेहेरउल्मुल्क नांवाच्या सरदाराची नेमणूक केली. इ० स० १५१७ मध्यें रायमल्ल फिरून ईडरवर मोठ्या तयारीनें चालून येऊन भारमल्लाचे संरक्षणाकरितां जो बादशाही फौज व स्वार यांसह ईडरास राहिला होता त्या जेहेरउल्मुल्कास कैद करून त्याच्या दोनशें माणसांसह त्यास कापून टाकिलें. ही खबर बादशाहाला कळल्याबरोबर त्यानें नुसरतउल्मुल्क यास वीसलनगर परगणा उद्ध्वस्त करण्याचा हुकूम देऊन त्याला तिकडे पाठविलें. कारण, बंडखोर लोकांना, बादशाहाविरुद्ध उठून पुनः चांगल्या रीतीचा आश्रय मिळण्यास हा परगणा मायपोट होता. तेव्हां, तिकडील साह्य व पुरवठा रायमल्लाला न मिळावा असा बादशाहाचा हेतु होता.

इकडे पुनः माळव्याच्या सुलतानाची फिर्याद मुजफरशाह याजकडे आली. महंमद खिलजी व त्याचे कित्येक उमराव हे मेदिनीरायाच्या जुलमाला त्रासून त्याजपासून आपल्याला निश्चित करण्यास योग्य मदतीची मागणी करण्यासाठीं आले होते. मेदिनीराय याला संगराण्याचीही मदत मिळून तो विशेष प्रबल झाला होता. तेव्हां अशा शेईजड झालेल्या हिंदु दुस्मानाचा पराभव करण्याकरितां मुजफरशाहानें, जितकी पाहिजे तितकी मदत देण्याचा निश्चय करून, इ० स०

१५१७ च्या नोव्हेंबर महिन्याचे १८ व्या तारखेस अहमदाबादेहून मोठ्या लष्करानिशीं माळव्याकडे कुच केलें. ह्या समयीं राणा संग याजकडूनही चितोडाहून मेदिनीरायाला मदत यावयाची; परंतु ती मदत येण्यापूर्वींच मुजफरशाहाचे फौजेनें मेदिनीरायाचा पराजय करून, त्याचा मांडू नांवाचा मोठा मजबूत व मुख्य किल्ला होता तो आपले हस्तगत करून घेतला. पुढें मेदिनीरायाचा बंडावा मोडून, महंमद खिलजी यास निर्वेधपणें आपल्या माळव्याच्या गादीवर बसविण्याचें काम करण्यास मुजफरशाह यास एकंदर माळव्यामध्यें दोन वर्षें घालवावीं लागलीं. तितक्या मुदतीमध्यें १९,००० रजपूत मारले गेले, असें म्हणतात. तेव्हां अशा संहारानें संग राण्याकडून मेदिनीरायास बिलकुल मदत झाली नाहीं असें दिसतें.

येणेंप्रमाणें माळव्यावरच्या स्वारींत यश व फत्ते मिळवून मुजफरशाह गुजराथेंत परत आला; तों त्याला अशी खबर लागली कीं, रायमल्ल हा वीसलनगरच्या डोंगरांतून उतरून खालीं पाटण परगण्यांत फार नासधूस करीत आहे, व त्यानें गिलवाड शहरही पण लुटून फस्त केलें. हें वृत्त समजतांच बादशाहानें ईडर परगण्यांतून ठाणेदार मलिक नुसरुतउलमुल्क याला त्याचे तोंडावर पाठविलें. तेव्हां त्यानें, वीसलनगराच्या डोंगरांत वगैरे शिरून भोंवतालचा प्रांत अगदीं लुटून साफ करीत जाणाऱ्या रायमल्लाचा पाठलाग केला. पण त्याला तो सांपडला नाहीं. असा प्रकार चालला असतांच रायमल्ल आजारी पडून पुढें मरण पावला. तेव्हां अर्थात् भारमल्ल हा बिनहरकत व निरुपद्रव होऊन ईडरच्या गादीवर कायम झाला.

याच वेळीं बादशाहाचे कानावर दुसरी खबर आली कीं, माळव्याचा सुलतान हा आपल्या गुजराथी फौजेच्या साह्यानें मेदिनीराय व संगराणा यांजवर आपलें लष्कर घेऊन गेला होता; पण रजपुतांनीं त्याचा पराजय करून त्याला कैद केलें. हें वर्तमान समजल्याबरोबर एक घडीचाही विलंब न लावितां मुजफरशाह यानें, ज्या मलिक नुसरुतउलमुल्क ठाणेदारास रायमल्लावर पाठविलें होतें व ज्यास ईडर येथें आपल्या वतीनें त्या संस्थानास साह्य व पाठबळ देण्याकरितां म्हणून

ठेविलें होतें, त्यास तेथून काढून त्या जागीं निझामउल्मुल्क यास नेमून पाठविलें. कारण, ह्या समयीं दंगा फिसाद व लढायांना जेणें-करून उत्तेजन न येईल अशा रीतीनें वागलें पाहिजे होतें. तसें वरील ठाणेदाराकडून वर्तन राहीना. उलट, तसल्या गोष्टींस ज्यास्त ज्यास्त चेतविल्यासारखें मलिक नुसरुतउल्मुल्क हा करी, असेंही वृत्त त्याला कळलें होतें. हें त्याचें करणें चांगलें नव्हतें. त्या वेळीं संगरा-ण्याच्या पराक्रमाची कीर्ति व लौकिक त्या प्रांतांत चोहोंकडे पसरला असून, त्याला सर्व लोक फार मानीत असत. परंतु वरील ठाणेदार असा मगरूर व खाजवून खरूज आणणारा होता कीं, त्याला संग-राण्याची ती कीर्ति व लौकिक बिलकुल सहन होत नसे; त्यानें आ-पल्या किल्ल्याचे दारांत एक कुत्रा बांधून, त्याला 'संगराणा' असें नांव दिलें होतें; व त्याजकडे कोणी हिंदु किंवा रजपूत आला म्हणजे त्याचे देखतां त्यानें त्या कुत्र्याला त्या नांवानें हांक मारावी. असलें अपमा-नाचें वृत्त अखेरीस संगराण्याचे कानावर जाऊन त्यानें त्याबद्दलचा सूड उगविण्याकरितां ईडरवर येण्याची तयारी केली. तो अतिशय संतप्त होऊन सिरोहीपर्यंत बादशाही मुलूख लुटीत व उजाड करीत चालला. ह्याप्रमाणें तो वागडास येऊन पोहोंचला. तों तेथील राजाही त्याला मिळून ते दोघे डोंगरपुरावर गेले. डोंगरपुरापर्यंत संगरा-ण्याची स्वारी आली, असें नवीन ठाणेदार निझामउल्मुल्क यास क-ळलें. संगराण्याबरोबर झुंजावयाचें, त्याअर्थीं आपल्याला सैन्याचा पुरवठा चांगला पाहिजे ह्मणून त्यानें बादशाहाला कळविलें. परंतु तिक-डून वेळेवर मदत न आल्यामुळें आणि त्याला एकाकी, अशा पराक्रमी व शूर रजपूतराजांशीं सामना करण्याचें धैर्य नसल्यामुळें तो ईडर सो-डून आपल्या अहमदनगर (आमनगर) कडच्या पहिल्या जागेवर पळून गेला. तेव्हां अर्थात् ईडर संगराण्याच्या स्वाधीन झालें. ह्या वेळीं चोहोंकडून संगराण्याला रजपूत लोक येऊन मिळूं लागले. जे जे ह्मणून मुसलमानी कारकीर्दीपासून त्रासले व पीडिले गेले होते ते सर्व भराभर संगराण्याचे पक्षास साह्यकारी झाले. ईडर संस्थान काबीज करून संगराणा आमनगरावर गेला. त्याचा असा निश्चय

झाला होता कीं, एकदां दिग्विजयाकरितां घोडा सोडिला आहे, तो हातमतीनदीवर पाणी पिण्यास नेऊन उभा करावयाचा; तोंपर्यंत घोड्याची लगाम सोडावयाची नाहीं. मुबारिझ(निझाम)उलमुल्क यानें हें संकट आपल्यामागें आमनगरावरही आलेलें पाहून, आतां कर्तव्यपराङ्मुख होऊन तोंडाला कालिमा लावून घेणें चांगलें नाहीं, असा विचार करून, तो आपला किल्ला सोडून नदीचे कांठीं आला, व तेथें शत्रूशीं सामना करण्याकरितां तळ देऊन राहिला. ह्या वेळीं जी मुसलमानांची आणि रजपूतांची लढाई झाली ती फार जोरानें चालली. पहिल्यानें रजपूतांनीं मुसलमानांचा मारा सहन करून, त्यांना बरेंच नादीं लावून दमविलें; परंतु मागाहून जी त्यांनीं उठावणी केली तींत सर्व मोठमोठे प्रसिद्ध व मी मी म्हणविणारे शूर मुसलमान आपापले जीव घेऊन पळून गेले. मुबारिझउलमुल्क हा स्वतः जखमी होऊन पडला व तो ज्या हत्तीवर बसला होता तो हत्ती शत्रूंचे हातीं सांपडला; आणि बाकीचे घाबरलेले लोक समरभूमींतून जे निघाले ते अहमदाबादेस येऊन दाखल झाले. नंतर संगानें आसपासच्या प्रदेशांत बरीच लुटालूट करून मुसलमानांस आपला पराक्रम कसा काय आहे तो चांगला जाणविला. त्यानें या लुटालुटींत हिंदुलोकांस बहुशः बिलकुल त्रास दिला नाहीं व त्यांच्या वित्ताचें वगैरे हरण केलें नाहीं. त्यानें वडनगरच्या ब्राह्मणवस्तीचें चांगल्या रीतीनें रक्षण केलें. या लुटालुटीचे सपाट्यांत वीसलनगराच्या मुसलमान सुभेदारानें कांहीं सामन्याचा झोंक दाखविल्याबरोबर संगराण्यानें त्याला कापून टाकिलें. ह्याप्रमाणें मुसलमानांनीं आपल्यास कुत्र्याचें रूप देऊन आपला जो अपमान केला होता त्याबद्दल त्यांचा त्यानें चांगलाच सूड उगविला; व तो आपल्या विजयदुंदुभी वाजवीत व शौर्यध्वजा फडकावीत मोठ्या थाटानें चितोडास दाखल झाला.

राणा संग चितोडास गेला हें वर्तमान कळल्याबरोबर, मुबारिझउलमुल्क जो माळव्याचे हद्दीवर जाऊन लपून बसला होता तो तेथून उठून फौज जमा करून, आपल्या हातून गेलेला ईडरप्रांत पुनः काबीज करण्याकरितां त्यानें तिकडे स्वारीचा मोर्चा फिरविला. तेव्हां

ईडर परगण्यांतले रजपूत व कोळी त्यास आडवे झाले; परंतु त्यांस त्यानें मागें सारून, त्या शहरांत तो दाखल झाला. तेथील पहिले शिबंदी-लोक नुक्तयाच झालेल्या समरांतून पिळून काढल्यासारखे व निर्बल झाले होते; व ईडरप्रांताचें पूर्वीपेक्षां अधिक मजबुतीनें संरक्षण व्हावें म्हणून, त्यानें बादशाहाकडून ज्यास्त फौज मागविली. तेव्हां बादशाहानें त्याला लिहिलें कीं, 'आम्ही फौज तर पाठवितों आहों; पण वर्षर्तु संपेपर्यंत आमनगरचेंही तुला रक्षण केलें पाहिजे. पुढें मुजफरशाह हा इ०स०१५२० च्या डिसेंबर महिन्यांत संगाचे अमलदारीचा खोटेपणा दाखविण्याकरितां आपण आपली फौज घेऊन स्वतः ईडरप्रांत फिरून आला. या वेळीं रजपूत लोकांची व त्याची चकमक झाली; परंतु अखेर त्यांचा तह झाला. ह्याप्रमाणें ईडरप्रांत पुनः मुसलमानांचे ताब्यांत गेला; व तेथील राव मेवाडच्या हद्दीवर जाऊन राहिला. तथापि मुजफरशाह यास रजपुतांवर मिळावा तसा खरा जय अद्यापि मिळाला नव्हता. परंतु ह्या झटापटींत मुसलमानांचा व रजपुतांचा सल्ला व तह मात्र झाला. पुढें इ० स० १५२१ मध्यें मुजफरशाहानें चितोडावर स्वारी करण्याचा घांट घातला होता. पण इतक्यांत राणा संग याचा मुलगा, त्याच्या सल्ल्यांत ठरलेला वार्षिक नजराणा घेऊन आल्यामुळें त्याचा बेत तसाच राहिला.

असें सांगतात कीं, मुजफरशाहाचे वेळेस इराणचा बादशाह इस्माइल सफरी याजकडून अहमदाबादेस एक वकील आला होता, व त्याजबरोबर त्या बादशाहानें या गुजराथचे बादशाहाकरितां एक किंमतवान् प्याला, एक जवाहिरी पेटी, ३० तुर्की घोडे आणि कित्येक उंची उंची रेशमी वस्त्रें नजर पाठविलीं होतीं. पुढें मुजफरशाहाकडूनही इराणच्या बादशाहास तसाच उत्तम प्रकारचा नजराणा, त्याच वकीलाबरोबर पाठविण्यांत आला. म्हणजे, त्या वेळीं इराण व गुजराथ या दोन्ही देशांचें राजकीय नात्याच्या मित्रत्वाचें बरेंच दळणवळण होतें, असें दिसतें. पुढें इ० स० १५२४ मध्यें बादशाहाचा थोरला मुलगा बहादूरशाह हा बापावर रुसून दिल्लीस जाऊन राहिला त्यामुळें बादशाह मुजफर यास फार वाईट वाटून, तो उदासीन झाला; व त्या

उदासीनावस्थेनेंच तो पुढें अशक्त अशक्त होत जाऊन, शेवटीं इ० स० १५२६ मध्यें मार्चच्या २६ वे तारखेस मरण पावला.

मुजफरशाहानें एकंदर १४ वर्षें गुजराथची बादशाही भोगिली. त्याचे पश्चात् त्याचा दुसरा मुलगा शिकंदरशाह हा बसला.

---

## भाग एकविसावा.

### बहादूरशाह.

(इ० स० १५२६ पासून इ० स० १५३६ पर्यंत.)

विसाव्या भागांत सांगितल्याप्रमाणें मुजफरशाहाचे मागून, त्याचा थोरला मुलगा बहादूरशाह हा रुसून दिल्लीस पळून गेल्यामुळें, त्याचा दुसरा मुलगा शिकंदर हा अहमदाबादचा बादशाह झाला. बाकी बादशाहीचा खरा हक्क व वारसा बहादूरशाहाचाच होता, हें उघड आहे. शिकंदर गादीवर बसल्यानंतर त्यानें आपल्या पूर्वजांप्रमाणेंच आपल्या दरबारच्या व राज्यांतल्या एकंदर नौकरचाकरांसुद्धां मोठमोठे पोषाख व बक्षिसें दिलीं इतकेंच नाहीं; तर आपल्या कित्येक मित्रांना मोठमोठ्या हुद्यांच्या नौकऱ्या दिल्या, व त्यांजमध्यें एकदां १७०० घोडे बक्षिसांत म्हणून वांटले. त्यामुळें जुन्या अमीरउमरावांस त्याबद्दलचा मत्सर उत्पन्न झाला. त्यांत एक इम्मादउलमुल्क म्हणून सरदार होता. त्याला कोणीं असें कळविलें कीं, 'बादशाहाचे करण्यानें ज्या लोकांस मत्सर उत्पन्न झाला आहे त्यांत तुह्मी मुख्य असल्याचा त्याला संशय आल्यावरून तो तुम्हास ठार मारणार आहे.' ती बातमी इम्मादउलमुल्क यास खरी वाटून, तो एके दिवशीं बरोबर ५० स्वार घेऊन बादशाहाचे भेटीला ह्मणून गेला. त्या वेळीं बादशाह एकांतीं एकटाच बसला होता. तेथें जाऊन त्यानें त्याला मारून टाकलें. ह्याप्रमाणें शिकंदरशाहानें अवघी दोन महिने आणि सोळा दिवस काय ती बादशाही भोगिली.

इम्मादउलमुल्कानें ह्याप्रमाणें शिकंदरबादशाहाचा वध केल्यानंतर त्याचा माहमूद म्हणून एक पांच वर्षांचे वयाचा भाऊ होता, त्याला

तख्तावर बसवून आपण कारभार करूं लागला. परंतु हें अहमदाबादच्या दरबारांतील कित्येक अमीरउमरावांना न आवडून, त्यांनीं दिल्ली येथें तख्ताचा खरा हक्कदार जो आपल्या बापावर रुसून गेला होता त्या बहादूरशाहास हें सर्व वर्तमान कळविलें. त्याला आपला बाप व भाऊ यांचें मृत्युवर्तमान ऐकून फार शोक झाला. पण, मग तो तसाच शोक करीत न बसतां, त्यानें फौज जमा करून एकदम दिल्लीहून कुच केलें, तों पुढें अहमदाबादेस येऊन भद्रेमध्यें मुक्काम केला. या वेळीं इम्मादउल्मुल्क हा चांपानेरास गेला होता. अहमदाबादेस थोडे दिवस बहादूरशाह मुक्काम करून चांपानेरास इम्मादउल्मुल्कावर चालून गेला व तेथें त्याला पकडून, त्यानें त्याचा शिरच्छेद केला व आपण बादशाहीचा खरा वारस म्हणून गादीवर बसला. ही गोष्ट त्याच वर्षी म्हणजे इ० स० १५२६ मध्यें घडली.

या वर्षी गुजराथप्रांतांत मोठा दुष्काळ पडून लोकांना अन्नपाणी मिळेनासें झालें होतें. तेव्हां बहादूरशाहानें आपल्या राज्यांत जिकडे तिकडे अन्नसत्रें व सदावर्तें स्थापन केलीं. तो मोठ्या उदार स्वभावाचा व भूतदयावान् होता. तो बाहेर कोठें फिरावयास निघाला असतां कोणी भिकारी त्याचेकडे याचना करण्यास आले तर त्यांस प्रत्येकीं एकेक मोहरेखालीं त्यानें कधींही धर्म केला नाहीं.

पुढें सुलतानपूर येथें व दुसऱ्या कांहीं ठिकाणीं कित्येक जमीदारांनीं बादशाहाचा एक धाकटा भाऊ होता त्याचे तर्फे बादशाहाचे विरुद्ध बंडावा चालविला. तेव्हां त्यांजवर बादशाहानें फौज रवाना करून, बंडखोरांचा मोड केला व ज्याच्या पक्षानें ते बंडास प्रवृत्त झाले होते त्यास पकडून कैद करून अहमदाबादेस आणिलें. परंतु त्याला पकडण्याचे गडबडींत त्यास जखम लागली होती. त्या जखमेच्या आजारानेंच तो शेवटीं मेला. यानंतर बादशाहास काठेवाडांतील दिवबंदरास जाण्याचा प्रसंग आला. त्या वेळीं त्यानें आपल्याला वर लिहिल्याप्रमाणें घरांतल्या घरांत शत्रु व दावेदार होऊं नयेत, व आपले मागें गादीचा वारसा दाखविणारा कदाचित् माहमूद उभा राहील, व या माहमूदास इम्मादउल्मुल्क यानें कांहीं दिवस गादीवर बसविलें होतें. म्हणून दिव-

बंदरास जातांना त्यानें त्या आपल्या एकुलत्या एक अवशिष्ट राहिलेल्या लहान्या भावास विष देऊन मारून टाकिलें; आणि नंतर तो निर्वेध होऊन आपल्या मोहिमेवर गेला. वर सांगितलेल्या त्याच्या दुष्काळप्रसंगींच्या औदार्यांत आणि भूतदयेंत हें भ्रातहत्येचें कृत्य कसें गणिलें जाईल हें कांहीं वेगळें सांगणें नकोच. राज्यलोभ हा कांहीं विलक्षण घातुक आहे! असो. दिवबंदरीं गेल्यावर तेथील अव्यवस्था मोडून टाकून तेथें मुजाहिमा नांवाच्या एका सरदारास आपल्या वतीचा कारभारी नेमिलें; व कांहीं दिवस तेथें राहून नंतर तो अहमदाबादेस परत गेला. त्यापुढें तो दोन वेळां दिव येथें आला गेला, व त्याचप्रमाणें आणखी जुनागड, खंबायत, महंमदाबाद, चितोड, वगैरे ठिकाणीं गलबतांतून व पायरस्त्यांनीं फिरला; आणि त्यानें आपला अंमल त्या त्या ठिकाणीं कायम केला.

इ० स० १५२९ मध्यें त्यानें दक्षिणेकडे स्वारी करून अहमदनगर व दुसरीं कितीएक शहरें लुटलीं. नंतर पुढच्या वर्षी माळव्यावर जाऊन तिकडचा मांडू किल्ला त्यानें सर केला; व हळू हळू तसाच पुढें त्यानें भोंवतालचा सर्व मुलूख आपले ताब्यांत घेतला. या लढाईत माळव्याचा सुलतान महंमद खिलजी हा आपले सहाही मुलगे घेऊन बादशाहास शरण आला. तेव्हां त्या शरणागतांस बहादूरशहानें कित्येक सरदारांचे स्वाधीन करून त्यांना अहमदाबादेस पाठवून दिलें. ते सरदार त्या लोकांना घेऊन अहमदाबादेकडे जात असतां दोहदच्या जवळ कितीएक भील भेटले. ते महंमद सुलतान व त्याचे पुत्र यांस बादशाहाचे कैदेंतून सोडविण्याकरितां म्हणून तत्पक्षानें आले होते. पण त्यामुळें त्यांच्या जीवावर मात्र बेतली. भील लोकांनीं ज्यांचा पक्ष घेतला त्यांना जवळ ठेवून भीलांशीं झुंजत बसावयाचें त्यापेक्षां तो पक्षच निर्मूल केला म्हणजे झालें; असें मनांत आणून, त्या सरदारांनीं महंमद खिलजी व त्याचीं कुटुंबीय माणसें या सर्वांस कापून ठार केलें व तंट्याचें मूळच उपटून टाकिलें!

या विजयानंतर बहादूरशाह हा माळव्यांतीलच उज्जनीप्रांतावर गेला. त्या वेळीं उज्जनीस शिलादित्य राजा राज्य करीत होता. त्याला

कैद करून तेथील कारभार दर्याखान मंडवी नांवाच्या एका सरदाराचे स्वाधीन केला; व नंतर स्वतः तो रायसेनचा किल्ला घेण्याकरितां तिकडे गेला. ह्या किल्ल्यावर उज्जनीच्या राजाचा भाऊ लक्ष्मणसिंह हा मुखत्यार होता. ज्या वेळीं त्या किल्ल्यावर बहादूरशाह गेला त्या वेळीं त्याजबरोबर कैद झालेला उज्जनीचा राजा शिलादित्य हाही होताच. त्यानें बादशाहाला असें सांगितलें कीं, 'तुम्ही जरा स्वस्थ व्हा; मी माझ्या भावाला मसलत देऊन त्याला मुसलमान करितों म्हणजे आम्ही दोघेही आपलेच ताब्यांत राहूं.' शिलादित्याचें हें बोलणें बादशाहानें मान्य करून, त्याला आपल्या भावाकडे मसलत करण्याकरितां मोठ्या बंदोबस्तानें पाठविलें. लक्ष्मणसिंहाची व शिलादित्याची गांठ पडल्यावर व शिलादित्यानें त्यास आपला हेतु कळविल्यावर लक्ष्मणसिंह मोठ्या क्रोधयुक्त आवेशानें व निषेधपूर्वक त्याला बोलला कीं, 'तुम्ही असें करून त्यांचे स्वाधीन किल्ला काय म्हणून करणार? व आपण आपला धर्म सोडून मुसलमान कां व्हावें?' तो आणखी म्हणाला, 'तुम्ही असे घाबरूं नका. माझा मुलगा भूपाल चितोडच्या राण्याजवळ मदत मागण्याकरितां गेला असून, तो लौकरच आपले मदतीकरितां तिकडून ४०,००० स्वार व मोठें थोरलें पायदळ घेऊन येणार असल्याचा त्याजकडून मला निरोप आला आहे. तर तो दाखल होईपर्यंत बादशाहाशीं तुम्ही कसे तरी व कांहीं निमित्तांनीं वायदे करा म्हणजे झालें.'

त्याप्रमाणें शिलादित्यानें कांहीं तरी वायदे सांगून बादशाहाला तसेंच कांहीं दिवस थांबवून धरिलें. शेवटीं, बादशाह हातघाईवर येऊन तो उज्जनीच्या राजास म्हणाला, 'तुझ्या भावाची 'उद्यां' 'उद्यां' संपणार तरी केव्हां आणि आमच्या स्वाधीन किल्ला होणार तरी कधीं?' ह्या अशा बोलण्याखालींच कांहीं दिवस लोटतात तों बादशाहाकडे खबर येऊन धडकली कीं, 'चितोडचा राजकुमार मोठी फौज घेऊन या किल्लेदारास साह्यार्थ येत आहे.' अशी बातमी समजल्याबरोबर त्यानें लागलाच त्या किल्ल्याला वेढा घातला. तों इतक्यांत चितोडवाल्यांनीं राजा शिलादित्य यास बादशाहाचे कैदेंतून सोडवून ते तसेच

चितोडाकडे माघारे परतले. तेव्हां बादशाह त्यांचे पाठीस लागला. परंतु त्यांचें त्याच्यानें कांहीं झालें नाहीं; व तो तसाच पुनः माघारा येऊन, त्यानें हेतूप्रमाणें रायसेन किल्ला व शहर हस्तगत करून घेतलें. त्यानंतर बहादूरशाह यानें इसलामाबाद, हुसंगाबाद व तशींच माळव्यांतलीं दुसरीं कितीएक शहरें सर करून त्यांजवर आपला अंमल बसविला.

माळव्यांत फत्ते मिळवून बहादूरशाह चांपानेराकडे येत असतां त्याला असें वर्तमान कळलें कीं, फिरंगी लोकांचीं कित्येक जहाजें भरून दिवबंदरावर येऊन पोहोंचलीं आहेत. तेव्हां त्यांजवर स्वारी करण्याचे उद्देशानें बादशाह एकदम खंबायतेस गेला. बादशाहाची स्वारी आपल्याला हरकत करण्याकरितां येत आहे असें फिरंगी लोकांस समजतांच ते आपलीं जहाजें मागें फिरवून चालते झाले. दिवबंदरचें हें अरिष्ट टळल्यावर बहादूरशाहानें चितोडावर जाण्याची तयारी चालविली. त्यानें दोन मोठ्या व १०० लहान अशा तोफा चांपानेरावर पाठविल्या; व आपण एकवार अहमदाबादेस येऊन नंतर चांपानेरास गेला. चांपानेरास गेल्यावर तेथून त्यानें महंमदशाह असारी नांवाच्या एका सरदारास चितोडाला घेरा घालण्यास पाठविलें. तसें मांडू किल्ल्यावर खुदावंतखान व वजीरखान नांवाचे दोघे सरदार होते; त्यांस महंमदशाह असारी यास जाऊन मिळण्याविषयीं हुकूम केला व आपण मांडू किल्ल्यावर बंदोबस्ताकरितां राहिला. इतक्यांत विक्रमाजित राण्याकडचा मनुष्य बादशाहाकडे कांहीं सल्लामसलतीचे बोलणें करण्याकरितां आला. त्याजबरोबर राण्यानें असें सांगून पाठविलें होतें कीं, 'तुम्ही चितोडास घेरा घालून माझे वाटेस गेलां नाहीं तर तुह्मी जें मागाल त्यास मी कबूल होईन.' परंतु राण्याच्या वकीलाचें हें बोलणें बादशाहानें कबूल न करितां चितोडास घेरा घातलाच. तेव्हां पुनः राणा विक्रमाजित यानें बहादूरशाहाकडे असें बोलणें लाविलें कीं, 'मागें संगराण्यानें माळव्याच्या सुलतानापासून जो सोन्याचा कमर-

१. हा कमरबंद व मुकुट महंमद सुलतान खिलजी यानें प्रथमतः अ-

बंद व जवाहिराचा मुकुट हिरावून आणिला होता तो व त्याशिवाय १० हत्ती, १०० घोडे आणि ५,००,००० रुपये असे मी देतों; परंतु आमच्या चितोडप्रांतास बिलकुल इजा करूं नये.' हें बोलणें बहादूरशाहानें कबूल केलें व त्याप्रमाणें राण्याकडून नजराणा घेऊन त्यानें चितोडचा वेढा उठविला.

यानंतर बादशाहानें दक्षिणेकडे आणखी एक दोन लढाया केल्या; व तेथून गुजराथेंत परतल्यावर त्याला पुनः चितोडवर स्वारी करावीशी वाटली. या वेळेपूर्वीं बरेच दिवसांपासून, खोरासनचा राजा सुलतान हुसेन याचा नातू (पौत्र) महंमद जमान मिर्झा हा आपल्या मुलखांतून पळून हिंदुस्थानांत आला होता; व तो दिल्लीचा बादशाह हुमायून याजपाशीं कांहीं दिवस राहून नंतर तेथून गुजराथेंत मुजफरशाहाचे जवळ येऊन राहिला होता. बहादूरशाहानें त्याला आपले जवळ आश्रय देऊं नये ह्मणून हुमायून बादशाहानें बरेच वेळां अहमदाबादेस लिहून, 'आमचा मनुष्य आमचे स्वाधीन कर' ह्मणून कळविलें होतें. परंतु बहादूरशाहानें दिल्लीच्या बादशाहाचें लिहिणें व निरोप बिलकुल न मानतां महंमद जमान मिर्झा यास तसाच आश्रय देऊन ठेविलें होतें. त्यामुळें हुमायून बादशाहास आपला अपमान वाटून त्याबद्दलचें शासन स्वतः करण्यासाठीं ह्मणून तो मोठ्या लष्करानिशीं दिल्लीहून गुजराथेवर चालून आला. याच वेळीं बहादूरशाहाचे मनांत चितोडावर दुसऱ्यानदा स्वारी करावयाची होती. परंतु इतक्यांत दिल्लीचे बादशाहाची स्वारी आपल्या गुजराथी बादशाहीवर

---

हमदाबादचा बादशाह कुतुबशाह याजपासून इ० स० १४५१ मध्यें सरखेज व बटवा यांचेमध्यें जी लढाई झाली त्या लढाईंत हिरावून घेतला होता. याविषयींचें वर्णन मागें (भाग १८ पृष्ठ १६८ मध्यें) आलेंच आहे. तो कमरबंद व मुकुट, पुढें संगराण्यानें माळव्याच्या सुलतानापासून हिरावून घेतला आणि ह्याप्रमाणें तो कमरबंद व मुकुट मूळचा आपल्या वंशांतला असून, तीं दोन्हीं भूषणें आपलीं आपल्याला परत मिळत आहेत असें पाहून बहादूरशाहानें राणाविक्रमाजिताचें बोलणें कबूल केलें असावें.

येत आहे व ती ग्वाल्हेरपर्यंत येऊन पोहोंचली आहे, असें समजल्यावरून त्यानें त्या मोहिमेचा बेत रहित करून आपल्या गुजराथेंतच तो व्यवस्थेनें राहिला; तरी त्यानें रुचीखान नांवाच्या एका सरदारास मांडू किल्ल्यावरून कांहीं फौज देऊन चितोडचा किल्ला घेण्याकरितां पाठविलें. व त्याला आवेश व उत्तेजन येण्याकरितां अशी आशा दाखवून वचन दिलें कीं, 'चितोडचा किल्ला जर तूं काबीज केलास तर तो सर्व प्रांत तुलाच बक्षीस देईन. तेथें तूं खुशाल राज्य कर.' आणि दुसरीकडून तातारखान लोदी ह्मणून आपल्या एका शूर सरदारास फौज देऊन दिल्लीवर स्वारी करण्यास पाठविलें. परंतु त्याप्रमाणें योजिलेली मसलत तातारखानाकडून शेवटास गेली नाहीं. तिकडे हुमायुनाचा भाऊ मिर्झा हिंदाल ह्मणून होता त्यानें तातारखानाचा पराभव करून त्यास मागें हटविलें.

चितोडावर पाठविलेल्या रुचीखान सरदारानें मोठा पराक्रम करून तो किल्ला मोठ्या आशेनें काबीज केला व बादशाहाच्या वचनाप्रमाणें आतां आपण ह्या किल्ल्याचे पूर्ण मुखत्यार व धनी झालों असें त्यास वाटूं लागलें. परंतु बादशाहाची आशा व लोभ वाढून त्याणें आपलें वचन पूर्ण केलें नाहीं. अर्थात् त्यानें चितोडचें राज्य सरदार रुचीखान यास दिलें नाहीं. त्यामुळें त्याला अतिशय वाईट वाटून संताप आला. ह्या वचनभंगाचा सूड घेण्यास त्याला त्या वेळीं कांहीं अशक्य नव्हतेंच. हुमायून बादशाह ग्वाल्हेरीपर्यंत तर येऊन पोहोंचला होताच. त्याला त्यानें खाजगी रीतीनें कागद लिहून, तो त्याजकडे फितूर झाला व त्याचप्रमाणें बहादूरशाहाच्या हरएक कामांत जिकडून अनेक प्रकारच्या हरकती व विघ्नें येतील अशा तजविजी करण्यास लागला. पुढें हुमायून गुजराथेवर चालून आलाच. त्याला, बहादूरशाहानें असंतुष्ट केलेला शूर व माहितगार असा वर लिहिलेला शत्रुपक्षाकडील सरदार मिळाल्यामुळें तर गुजराथेवर येण्यास व विजय संपादण्यास फारच सुलभ झालें. तेव्हां बहादूरशाह हुमायुनास भिऊन मांडू किल्ल्यांत जाऊन लपून बसला. परंतु तोही किल्ला हुमायुनानें काबीज केला; तेव्हां बहादूरशाह तेथून निघून चांपानेरास

जाऊन दडला; व तेथेंही त्याला आपला बरोबर निभाव लागणार नाहीं असें वाटून तो चांपानेर सोडून दिवबंदराकडे पळून गेला. इकडे हुमायुनानें चांपानेरही हस्तगत करुन अहमदाबादेस येऊन मुक्काम केला. परंतु इतक्यांत उत्तरेकडे आग्रा येथें कोणी शिरशाह नांवाच्या सरदारानें बंड केल्याची बातमी आल्यावरुन त्याला इकडचा राज्यलोभ मागें ठेवून तें बंड मोडण्याकरितां उत्तरेकडे त्वरेनें जावें लागलें. जातांना अहमदाबादची बादशाही त्यानें आपला शूर भाऊ मिर्झा अस्करी हिंदाल याजकडे सोंपविली; आणि त्याचप्रमाणें भडोच येथें कासम बेग, पाटण येथें यादगीरखान आणि चांपानेर येथें बाबा बेक झालेसरी यांस सुभेदार नेमून व आपल्या मतानें पक्का बंदोबस्त करुन तो आग्र्याकडे निघून गेला. ही गोष्ट इ० स० १५३५ मध्यें झाली.

ह्याप्रमाणें हुमायून बादशाह आपल्या मुलखांत निघून गेल्यावर इकडे बहादूरशाह याचे सरदार रणथंबोर, चितोड व अजमीर वगैरे ठिकाणीं होते त्यांनीं आपले ४०,००० स्वार एकत्र करुन, ते पाटणाजवळ येऊन दाखल झाले, व त्यांनीं बहादूर यास कळविलें कीं, 'आमची आपलें वैभव परत मिळविण्याविषयीं इतकी तयारी आहे; आतां पुढें काय हुकूम करणें असेल तो करावा.' पाटणचा सुभेदार यादगीरखान याला हा असा शत्रूचा सेनासमुद्र आपल्या शहरावर लोटला असें कळल्याबरोबर तो तसाच तेथून अहमदाबाद येथें आपल्या मुख्य ठिकाणीं येऊन, त्यानें बादशाह मिर्झा हिंदाल याचे मसलतीनें चोहोंकडून फौज जमविण्याची खटपट चालविली. इतक्यांत बहादूरशाह दिवबंदराकडून आपल्या फौजेनिशीं आपल्या सरदारांचे आमंत्रणाप्रमाणें गुजराथेंत येऊन दाखल झाला; व त्याची आणि शत्रुसैन्याची माहंमूदाबादेजवळ चकमक उडाली. त्यांत दिल्लीवाल्या फौजेचा सर्वांशीं पराजय होऊन, नवीन व्यवस्थेचे सर्व सुभेदार वगैरे चट्‌मारे दिल्लीकडे हुमायुनाजवळ दाखल झाले; व ह्याप्रमाणें पुनः गुजराथची बादशाही नऊ महिन्यांतच बहादूरशाहाकडे परत आली.

गुजराथेंत कांहीं दिवस विश्रांति घेऊन जरा स्थिरस्थावर होतें

आहे तों बहादुरशाहाचे कानावर वर्तमान आलें कीं, 'दिवबंदरावर फिरंगी लोकांनीं एक किल्ला बांधून ते आपली वस्ती तेथें पक्की करीत आहेत.' त्यावरून बहादूरशाहानें तावडतोब आपली फौज तयार करून, त्या आगंतुक फिरंग्यांचा समाचार घेण्यास व त्यांस त्या बंदरांतून हुसकून लावण्यास तिकडे रवाना केली. तेथें त्या लोकांची व मुसलमानी फौजेची बरेच दिवसपर्यंत एकसारखी झटापट चालली होती. त्या झटापटींत दोन्ही पक्षाचे बहुत लोक मारले गेले व दोन्हीकडूनही तह व्हावा अशी एकमेकांची इच्छा परस्परांस कळविण्यांत आली. ह्या तहाविषयीं असें ठरलें कीं, बादशाहानें आपल्या अमीरांसहवर्तमान आमच्याकडे भेटीस यावें; ह्मणजे मग आम्हीही बादशाहाचे परतभेटीस येऊं, असें फिरंगी लोकांचे सरदाराकडून बादशाहाकडे कळविण्यांत आलें. फिरंग्यांचें हें बोलणें बादशाह व अमीर यांस बिलकूल पसंत पडलें नाहीं. परंतु त्यांच्या पोटांत फिरंग्यांविषयीं पूर्ण कपट असल्यामुळें त्यांणीं असा विचार केला कीं, 'ते आपल्यास बोलावीत आहेत त्याप्रमाणें आपण त्यांजकडे भेटीस गेलों म्हणजे पुढें कबुलीप्रमाणें त्यांनाही आपलेकडे परतभेटीस येणें पडेल. व त्याप्रमाणें ते परतभेटीस आले ह्मणजे त्यांचा आपण नाश करून टाकूं म्हणजे झालें.' परंतु हेंच कपट फिरंग्यांचेही मनांत अगोदरच आलें होतें. तें त्यांनीं बिलकूल कोणास कळूं दिलें नाहीं. बादशाह हा आपले कांहीं निवडक अमीर उमराव बरोबर घेऊन, त्या फिरंगी लोकांस आपलेविषयीं पूर्ण विश्वास वाटून त्यांनीं त्याचप्रमाणें आपल्या गलबतावरही आपल्या परतभेटीस यावें व आपल्याला त्यांचा घात करण्यास सांपडावा ह्मणून तो बेधडक त्यांचे गलबतावर त्यांच्या भेटीस गेला. तो व त्याची मंडळी ह्याप्रमाणें फिरंगी लोकांचे गलबतावर त्यांचे सुभेदाराचे भेटीकरितां जातात तों त्यांनीं सर्वांनीं एक.कट करून भराभर त्यांना गलबतावरून उचलून समुद्रांत बेलाशक लोटून दिलें. तेव्हां अर्थात् बादशाह व त्याच्या बरोबरचे सर्व लोक समुद्राला बळी पडून प्राणास मुकले! हा अनर्थ पाहून बादशाहाचें सैन्य बंदरावर होतें तें भिऊन तडक माघार घेऊन चालतें झालें; व दिवबंदर पो-

र्तुगीज लोकांचे पूर्णपणें जें ताब्यांत गेलें ते पुनः कांहीं एतद्देशीय हिंदु किंवा मुसलमान यांपैकीं कोणाचेच ताब्यांत आलें नाहीं. नंतर पोर्तुगीज लोक बंदरकांठचीं गांवें काबीज करीत करीत गोंव्यापर्यंत गेले. येणेंप्रमाणें पोर्तुगीज लोकांनीं हिंदुस्थानांत आपलें पक्कें ठाणें दिवबंदरावर इ० स० १५३६ मध्यें घातलें. राज्यकारस्थानांत कसकसे घातपात आणि अमानुष प्रकार चालतात हें दाखविणारा इतिहास हा एक आदर्शच आहे असें म्हटलें तरी चालेल. मुसलमान बादशाहाचा पोर्तुगीज लोकांनीं जो विलक्षण क्रौर्यानें घात केला तो फारच नीचतेचा व अधमपणाचा होता, यांत संशय नाहीं. परंतु असाच नीचतेचा व अधमपणाचा प्रकार मुसलमानांकडूनही न घडता असेंही नाहीं. सारांश, झालेला प्रकार कोणाकडूनही झाला असता तरी त्याची नीचता व अधमपणा हीं कमी झालीं नसतीं.

येणेंप्रमाणें बहादूरशाहाचा शेवट झाला. त्यानें एकंदर दहा वर्षेंच काय ती बादशाही भोगिली. तो मेला तेव्हां त्याचें वय ७१वर्षांचें होतें. त्याचे मागून, त्याचा भाऊ लतीबखान म्हणून होता त्याचा मुलगा माहमूदशाह हा कैदेंत होता, त्याला बंदमुक्त करून अमीरांनीं त्यास अहमदाबादचे तख्तावर बसविलें.

---

## भाग बाविसावा.

### दुसरा माहमूदशाह, दुसरा अहमदशाह आणि तिसरा मुजफरशाह.

(इ० स० १५३६ पासून इ० स० १५७२ पर्यंत.)

बहादूरशाह याचा फिरंगी लोकांनीं घात केल्यानंतर त्याचा पुतण्या माहमूदखान यास गादीवर बसविल्याचें पूर्वभागीं सांगितलें. हा नवीन बादशाह या वेळीं केवळ अकरा वर्षांचाच असून, त्या वयापर्यंत तो कैदेंतच होता. तेव्हां अर्थात् तो आपली बादशाही चालविण्यास अगदींच अज्ञान होता. म्हणून इम्मादउल्मुल्क हा मुख्य वजीर होऊन दर्याखान हा नायब वजीर झाला; आणि त्या दोघांचे विचारें राज्यका-

रभार चालला. परंतु हेवा व मत्सर हे शत्रु प्रत्येक ठिकाणीं आपली अंमलबजावणी करण्यास पुढें पुढें होऊन, मोठमोठ्या कृत्यांत बिघाड व अडथळे आणितात, हा अनुभव याही वेळीं येण्यास चुकेल असें कोणास वाटलें नाहीं; व त्याप्रमाणें शेवटीं तो अनुभव लोकांस आलाच. इम्मादउल्मुल्क व दर्याखान या दोघांमध्यें मत्सर उत्पन्न झाला. मत्सर किंवा हेवा कमी पक्षाकडेच मुख्यत्वें असतो; त्याप्रमाणें नायब वजीर दर्याखान याजमध्यें तो उत्पन्न झाला. त्याला आपण मुख्य वजीर व्हावें असें वाटून तशी संधि कधीं व कोणच्या उपायांनीं मिळेल याची वाट तो पाहूं लागला. बादशाह लहान असून त्याच्या हातीं कांहीं एक स्वातंत्र्य नसे व तोही, 'आपण अज्ञान, आपल्याला यांतील कांहीं माहिती नाहीं, तेव्हां बिनमाहितीच्या कारभारांत सध्यां आपल्याला पडून तरी काय करावयाचें आहे?' असें म्हणून स्वस्थ होता. त्यानें आनंदानें खावें, प्यावें, व मौजा, चैन, व विलास यांजमध्यें रमून अनेक प्रकारचे शोक करावे, असा त्याचा क्रम चालला होता. दर्याखान नायब वजीर याचे मनांत मत्सरानें पेट घेऊन त्याच्या महत्वाकांक्षेला दिवसेंदिवस अधिकाधिक स्फुरण चढत चाललें. त्यानें एके दिवशीं आपल्या लहान्या बादशाहाला बरोबर घेऊन अहमदाबादेपासून तीस कोसांवर महीनदीचे कांठीं अरण्यांत शिकारीस म्हणून नेलें; व तेथून बादशाहाच्या नांवाचें व सहीचें एक पत्र अहमदाबादेस मुख्य वजीर इम्मादउल्मुल्क याजकडे पाठविलें कीं, 'तुह्मी ताबडतोब वजीरीची जागा सोडून आपल्या जहागिरीच्या गांवीं जाऊन रहावें.' हा बादशाहाचा हुकूम इम्मादउल्मुल्क यास मिळाल्याबरोबर तो सर्व गोष्टी समजला व वजीरीचा राजीनामा देऊन आपल्या झालावाडच्या जहागिरीचे मुलखाकडे चालता झाला. तेव्हां दर्याखान यानें आणखी त्याच्या पाठीमागें बऱ्हाणपूर ह्मणून काठेवाडांत गांव आहे तेथपर्यंत त्याला पकडण्याकरितां आपली फौज पाठविली; आणि तो तिकडूनही निघून जसा माळव्याकडे गेला तसा तेथील सुलतान मुबारकशाह याला त्यानें त्यास पकडण्याविषयीं लिहिलें. परंतु सुलतानानें दर्याखानाचे पत्रास मुळींच दाद दिली नाहीं. सुलतानाच्या या

अमान्यतेमुळें दर्याखानास आपला अपमान झालासें वाटून त्यानें त्या-जवर स्वारी करण्याची तयारी केली व पुढें लढाई होऊन, मुबारक-शाह सुलतानाचा पराभव होऊन त्याचे सर्व हत्ती बादशाहाचे हातीं लागले.

तिकडे मग इम्मादउलमुल्कही, बादशाह अज्ञानपणानें दर्याखानाच्या नादीं लागून आपल्याला छळतो असें पाहून त्रासानें, मांडू किल्ल्यावर जाऊन तेथें आश्रय करून राहिला. तेव्हां तेथील अंमलदारांसही दर्याखानानें बादशाहाचे वतीनें लिहिलें कीं, 'इम्मादउलमुल्क तुमच्या ताब्यांत आहे त्यास तसेंच पकडून आमचे स्वाधीन करावें.' परंतु त्यांहीं अधिकाऱ्यांनीं तो हुकूम मान्य केला नाहीं. हें ऐकिल्याबरोबर दर्याखान याचा संताप होऊन तो बादशाहाला घेऊन मोठ्या लष्करा-सहवर्तमान अहमदाबाद येथून निघाला. पुढें त्यांनीं कांकरियातला-

१ कांकरियातलाव हा अहमदबादेस शहराबाहेर शाहअलमचे रस्त्यावर आहे. या तलावांत नगीनाबाग म्हणून एक बेट आहे. पर्वतीचे तळ्यांत सारसबाग म्हणून जसें एक सुंदर बेट आहे तसेंच कांकरियातलावांत हें नगीनाबाग बेट फार रमणीय आहे. या बेटावर दगडी घांट बांधलेले अ-सून, तळ्याला मजबूत पाळ घातलेली आहे. हा तलाव आलीकडे फार ख-राब झाला होता. परंतु अहमदाबादच्या म्युनिसिपालिटीनें एक लाख रुपये खर्च करून त्याची सर्वप्रकारें दुरुस्ती केली व त्यामुळें तो तलाव व त्यांतील बेट बघण्यासारखें व मनोरम झालें आहे. ह्या दुरुस्तीपूर्वी बेटांतले घांट व तळ्याची पाळ मोडकळीस येऊन तळ्यांतलें पाणी नासून त्यांत नव्या पा-ण्याचा पुरवटा वगैरे होत नसे. ती सर्व अव्यवस्था आतां अगदीं नाहींशी झाली आहे. तळ्याच्या बाहेरील मुख्य जमीन व तळ्यांतील बेट यांच्या-मध्यें पूल बांधून जी वाट बांधिली होती ती आतां चांगली केली आहे. दसऱ्याचे दिवशीं शमीपूजनास व सीमोल्लंघनास अहमदाबादचे लोक या नगीनाबागेंतच जमावानें जात असतात. हा तलाव कोणी मुसलमानी बाद-शाहांनीं बांधिला आहे असें समजतें. परंतु लोकांच्या बोलण्यांत तो सिद्ध-राज जयसिंग यानेंच बांधिला असें आहे. गुजराथेंत अशी चाल पडून

वावर मुक्काम केला. तेथें दर्याखानानें त्या दिवशीं रात्रीं नाचगाण्याची मजलस करविली व त्या मजलशीस तरुण बादशाह माहमूदशाह यासही आमंत्रण केलें होतें. परंतु त्या वेळीं बादशाहाचा जसा मानमरातब व्हावा तसा दर्याखानाकडून बिलकुल न राहिल्यामुळें बादशाहाची उलट फार मानखंडना मात्र झाली व त्यामुळें त्याला फार राग आला. धंधुक्याचा सरदार अलमखान हा मात्र बादशाहाचा क्रोध मनांत समजला. बादशाहानें आपला राग तसाच मनांत ठेवून त्याबद्दल कोणाजवळही एक अक्षर काढलें नाहीं. अलमखान यानें बादशाहाचा मनोदय तर्कानें जाणून त्याबद्दल त्याजवळ हळूच गोष्ट काढिली व त्यानें त्याला आपला सर्व बातबेत कळवून सांगितलें कीं, 'आपली अनुकूलता होईल तर मी दर्याखानाला वजीरातीपासून दूर करून त्याचा शिरजोरपणा मोडून टाकितों.' ती गोष्ट माहमूदशाहानें कबूल केली व कसाबसा तो अहमदाबादेहून निघाल्याप्रमाणें अलमखानाशीं मसलत करून धंधुक्यापर्यंत गेला. आपल्या मसलतींतून बादशाह फुटून धंधुक्यास गेला हें दर्याखानानें बघून बादशाहाचे आप्तमंडळींतील दुसऱ्या अहमदशाहाचा एक लहानसा मुलगा शोधून काढून त्याला अहमदाबादच्या तख्तावर बसविलें; आणि त्याचें नांव 'मुजफरशाह' असें ठेवून, त्याच्या नांवाचें नाणेंही पाडिलें. नंतर तो आपल्याबरोबर ५०,००० स्वार घेऊन अलमखान लोदी याजवर स्वारी करण्याकरितां धंधुक्याकडे निघाला. धंधुक्यास आल्यावर त्यानें लोदी व माहमूदशाह यांचा पराभव केला. परंतु मागाहून अलमखान यानें उठावणी करून, मात्कयान् अहमदाबादेवरच स्वारी केली. या

---

गेली आहे कीं, जें कांहीं मोठें व भव्य काम असेल तें सिद्धराज जयसिंगाचें कृत्य असें समजावें. दक्षिणेंतही अशी चाल नाहीं असें नाहीं. मोठमोठीं कोरींव लेणीं व गुहा हीं पांडवकृतें होत; व त्याचप्रमाणें धर्मसंबंधी कोणतीही वहिवाट असो, ती शंकराचार्यांची आज्ञा आहे असें ह्मणण्याचा जसा संप्रदाय आहे; तसा अहमदाबाद वगैरे गुजराथप्रांतांत सिद्धराज जयसिंगाचे नांवावर कोणतेंही महत्कृत्य लोटण्याचा संप्रदाय आहे.

वेळीं दर्याखानाला अहमदाबादचे लोक बहुतकरून प्रतिकूल असल्यामुळें आतां आपण येथें फार दिवस राहण्यांत यश नाहीं व राहिलों तर लोक आपल्याला पकडून शत्रूच्या स्वाधीन मात्र करतील असें अगोदरच समजून, दर्याखान यानें अहमदाबाद व आपली वजीरी वगैरे सर्व सोडून, तो इ० स० १५४३ त बऱ्हाणपुराकडे चालता झाला. पुढें माहमूदशाहानें जिकडेतिकडे सर्व व्यवस्था करून आपला साह्यकर्ता जो धंधुक्याचा जहागीरदार अलमखान लोदी यास मोठ्या हुद्याला चढवून त्याचे मसलतीनें व मदतीनें दर्याखानाशीं कितीएक वेळां लढाया केल्या. त्यामुळें दर्याखान पुढें फार त्रासून अखेरीस तो दिल्लीकडे निघून गेला. ह्याप्रमाणें ज्या दुष्ट मसलतीनें दर्याखानानें आपल्याकडे सर्व ताबा व ऐश्वर्य घेतलें होतें त्या सर्व मसलती फसून तें ऐश्वर्य त्याजकडे फार दिवस न टिकतां शेवटीं त्याला धुळीचे दिवे खात तोंड लपवून आपला मुलूख सोडून जावें लागलें. तेव्हां त्याचीं बायकापोरें व सर्व दौलत माहमूदशाह याचे ताब्यांत सांपडलीं. माहमूदशाहानें पुढें आपल्या वजीराचे जागेवर बुऱ्हाणउलमुल्क बाबी नांवाच्या एका हुशार मनुष्यास नेमिलें; व अलमखान लोदी यास सेनापति नेमून पहिली सर्व चैनबाजी व विलास वगैरे सोडून मोठ्या दक्षतेनें व हुशारीनें राज्यकारभार चालविला.

इ० स० १५४५ मध्यें माहमूदशाहाचे मनांत माळव्यावर स्वारी करावी असें आलें. परंतु वजीर बुऱ्हाण यानें त्याला अशी मसलत दिली कीं, 'आपल्या ताब्यांत आहे तितक्या मुलखाचें नीट रीतीनें रक्षण करून बातावेतानें व कसोशीनें खर्च व वसूल केला म्हणजे माळवाप्रांताइतकेंच आपल्याला आणखी उत्पन्न काढतां येईल. आपल्या देशांत वच्यांच्या व गिरासीच्या जमिनी ज्या लोकांकडे असून त्यांचा उपभोग फुकटंफाकट ते जहागीरदारलोक खात आहेत, त्या आपल्याकडे घेऊन आपण वसूल घेतला म्हणजे २५,००० घोडेस्वारांच्या खर्चाइतकें उत्पन्न होईल. वजीराची ही मसलत बादशाहास मानून त्याणें त्याप्रमाणें करण्यास हुकूम दिला, व सर्व जमिनी खालसा करून सरकारदाखल केल्या. त्यामुळें सर्वत्र असंतोष व असमाधान उत्पन्न

होऊन, शिरोही, डोंगरपूर, ईडर, लूनावाडा, बांसवाडा, राजपिंपळा, महिकांठा, व झालावाड येथील गिरासी व बाहेरवटे लोक यांनीं एकंदर बादशाहाचे विरुद्ध बंड उत्पन्न केलें. तेव्हां बादशाहाला राग येऊन त्यानें हुकूम केला कीं, 'रजपूत आणि कोळी वगैरे सर्व बंडखोर लोक जेथें जेथें भेटतील तेथें तेथें त्यांचें निर्मूळ करून त्यांचें कोठेंही नांव न राही असें करून टाका.' त्यांत जे रजपूत व कोळी त्यास शरण येऊन त्याचे नौकरीस राहिले, किंवा व्यापारटापार करून त्याचे मुलखांत राहिले त्यांस मात्र त्यानें अभय देऊन त्यांच्या हातांवर खुणेकरितां लाल पट्टया बांधिल्या; कीं, त्यांस पाहिल्याबरोबर त्याच्या लोकांस हे आपल्या पक्षाचे लोक आहेत असें वाटून त्यांनीं त्यांस मारूं व छळूं नये. बाकीच्या हिंदुलोकांवर माहमूदशाहाचे लोकांकडून अतिशय जुलूम होऊन त्यांचा त्यांनीं फार छळ केला. त्यांच्यामध्यें ऐषआराम व सुखवस्तूपणा हा पाहणें देखील मुसलमानांस दुस्मानगिरीला कारण होऊन त्यांनीं ताबडतोब त्या ऐषआराम करणाराचें किंवा सुखवस्तु गृहस्थाचें घर लुटून धुवून न्यावें. कोणी अंमळ घोड्यावर बसलेला दृष्टीस पडला कीं, मुसलमानांचें पित्त खवळून त्यांनीं त्यास लगेच छाटून टाकावें. येणेंकरून सर्व हिंदुवस्तींत दारिद्र्य, दुर्मुखता व अमंगलपणा दिसूं लागला. कधीं कोणाच्या अंगावर चांगलासा लत्ताकपडा व दागदागिना दिसेनासा होऊन, दिवाळीशिमग्यासारखे सण निरुत्साह व उदासीनता यांजमध्येंच जाऊं लागले. येणेंप्रमाणें राजाप्रजेमध्यें प्रेम व बनाव यांचा अभाव होऊन, ते दोघेही एकमेकांचे शत्रु व दावेदार असे भासूं लागले.

याच वेळीं माफिसखान नांवाचा माहमूद बादशाहाचा एक मसलतगार होता. त्यानें एके दिवशीं बादशाह मद्यपानानें धुंद असतां त्याजजवळून परवानगी मिळवून, दिल्लीच्या शिकंदर लोदीचा भाऊ अल्लाउद्दीन लोदी नांवाचा जो एक गृहस्थ बहादूरशाहाचे वेळेस गुजरायेंत येऊन नौकरीस राहिला होता त्याला, आणि दर्याखान याचे बरोबर लढाई करण्यांत बादशाहाला मदत करणारा सुजातखान याला, अशा दोघांना, कारण नसतां एकदम ठार मारिलें. ही बातमी

माहमूदशाहाचा सेनापति अलमखान लोदी यास कळल्यावर, त्याविषयींचा खुलासा कळण्याकरितां माजी वजीर इम्मादउलमुल्क यास बादशाहाकडे पाठविलें; व त्यानें बादशाहाचे जवळ जाऊन अल्लाउद्दीनाचें प्रेत दफन करण्याकरितां मागितलें. त्यावर माफिसखान यानें इम्मादउलमुल्क याचा उपहास करून त्याला बादशाहाजवळून बाहेर घालविलें व ह्मटलें कीं, 'निमकहराम लोकांना जें शासन केलें पाहिजे त्याप्रमाणें अल्लाउद्दीनाला शासन करून त्याजकडून देहदंड भोगविला; व याचप्रमाणें दुसरे जे कोणी हरामखोरपणा दाखवतील त्यांसही असेंच शासन व देहदंड भोगावा लागेल.' ह्याप्रमाणें इम्मादउलमुल्क याचा अपमान झाल्यामुळें तो तसाच सेनापति अलमखान लोदी याजकडे गेला व त्यानें माफिसखानाचा उद्दामपणा त्यास सर्व कळविला. नंतर त्या दोघांनीं मसलत करून अशा दुष्ट मसलतगारास ठार मारून टाकण्याचा निश्चय केला; व त्या निश्चयाप्रमाणें पुढें, इम्मादउलमुल्क हा भडोचेकडे आपल्या जहागिरीवर जात असतां त्याची व माफिसखानाची मध्येंच भेट होऊन त्यानें त्या दुष्ट मनुष्यहत्यारीचा वध केला व आपला निश्चय शेवटास नेला.

इ० स० १५५४ या वर्षी माहमूदाबाद येथें पैगंबराचा कांहीं वार्षिकोत्सव असून, त्यासंबंधीं तेथें बरीच गर्दी झाली होती; व त्या समारंभाकरितां माहमूदशाहही गेला होता. त्या दिवशीं बादशाहानें सर्व वेळ गमतींत व शिकार वगैरे खेळण्यांत घालविली; व रात्रींही नाच, रंग, मजलसी, वगैरे आनंदाच्या व करमणुकीच्या गोष्टींत बरीच वेळ काढून, नंतर तो निजावयास गेला. कांहीं वेळ झोंप लागल्यावर तो एकाएकीं झोंपेंतून जागा झाला व त्यानें तेथें आपला बुऱ्हाण वजीर होता, त्याजवळ शर्बत तयार करून आणण्यास सांगितलें. ती संधि बघून बुऱ्हाण यानें तावडतोब स्वतः शर्बत तयार केलें. व त्यांत विष मिश्रण करून तें त्या झोंपेनें गुंगलेल्या व तान्हेल्या बादशाहास प्यावयास दिलें. तेव्हां त्या बिचाऱ्याच्या मनांत कांहींएक कपट न येऊन त्यानें तें शर्बत सर्व पिऊन टाकिलें. परंतु त्याला शेवटीं त्यामध्यें कांहीं भिन्न रुचि लागून, त्यानें बुऱ्हाण याला 'शर्बतांत

अशी रुचि कां लागते?' ह्मणून विचारलें. तेव्हां त्यानें त्याचें समाधान केलें कीं, 'शर्बतांत तर कांहीं अवगुण नाहीं; परंतु आज सर्व दिवसभर आपल्याला शिकारीची वगैरे मनस्वी मेहनत होऊन कांहीं ज्वरांश आला असावा व त्यामुळें आपल्याला या रुचिकर शर्बताची भिन्नरुचि लागत असावी.' असें बुऱ्हाणाकडून बादशाहानें समाधान ऐकून तो मग तसाच पुनः निद्रावश झाला. तों ती महानिद्राच! तथापि, तेवढ्यानेंच बुऱ्हाणाची खात्री न होऊन, तो बेशुद्ध होऊन पडला असतांही, त्यानें त्याच्या उरांत कट्यार भोंसकून त्याचा पुरा जीव घेऊन आपल्या मनाची खात्री करून घेतली! इतकें अघोर कर्म केल्यानंतर त्यानें तेथेंच एका कोठडींत आपल्या पक्षाचे कांहीं हत्यारबंद लोक दबा धरून बसविले आणि नायब वजीर असफखान व बादशाहाच्या प्रीतींतले सरदार खुदावंतखान आणि अफजुलखान यांस, 'तुह्मांला बादशाहानें ताबडतोब बोलाविलें आहे,' असा कोणाबरोबर निरोप पाठविला. बादशाहाचें पाचारण ऐकिल्याबरोबर ते तिघेही स्वामिकार्यनिरत सरदार ताबडतोब बादशाह मरून पडला होता त्या कोठडींत दाखल झाले. तों तेथें पूर्वीं सांगितलेले छापा धरून बसविलेले हत्यारबंद लोक दुसऱ्या कोठडींतून बाहेर निघून त्यांणीं एकदम मोठी गर्दी केली आणि त्या गर्दींत त्या बादशाहाच्या पक्षपाती तिघांही सरदारांस तेथल्या तेथेंच कापून ठार केलें. नंतर बुऱ्हाण यानें तेथल्यातेथेंच बादशाहाचा पोषाक अंगावर चढवून व जडावाचा कमरबंद बांधून तो स्वतः बादशाह बनला, व तसाच अहमदाबादेस येऊन तेथील तख्तावर आरूढ झाला. ही गोष्ट इ० स० १५५४ मध्यें झाली. बुऱ्हाण यानें याप्रमाणें आपल्या धन्याचा जीव घेऊन आपण बादशाहीचा मालक झाला. तो जेव्हां अहमदाबादेस तख्तावर येऊन बसला त्या वेळीं त्यानें मोठा समारंभ करून, सर्वांना आपली कृति आवडावी व सर्वांनीं आपल्यावर प्रीति ठेवून आपला अधिकार कबूल करावा, ह्मणून त्यानें आपल्या सरदारांस मोठमोठे घोडे व त्यांचेवर उत्तम प्रकारचीं मोलवान् जीनें घालून त्यांच्या अलंकारांसह इनाम दिले. त्याचप्रमाणें त्यानें तुरुंगांतील सर्व बंदिवानांस बंदमुक्त केलें. आणि खुल्या मनानें व

स्वतंत्रपणानें खऱ्या हक्कदाराप्रमाणें तो कामकारभार करूं लागला. परंतु पहिल्या बादशाहाचे कित्येक विश्वासू कामदार व कारभारी होते त्यांना, झाला हा प्रकार फार गैर वाटून, ते बुऱ्हाण यास बिलकुल अनुकूल झाले नाहींत. त्या प्रतिकूल मंडळींतच बादशाहाचा मुख्य खजिनदार असल्यामुळें त्याजकडून खजिन्याच्या किल्ल्या बुऱ्हाण यास मिळेनात. पुढें अशा धुमसाधुमसीनें बुऱ्हाण यानें प्रतिकूल लोकांचे पारिपत्यार्थ लढाईच उभी केली; परंतु त्या लढाईंत शिरवानखान ह्मणून एका अमीरानें बुऱ्हाण यास ठार मारून टाकिलें.

बुऱ्हाण याचा वध झाल्यानंतर अमीरांनीं अहमदखान म्हणून कोणी एक पूर्वींच्या बादशाहाचा आप्त होता, त्याला इ० स० १५५४ मध्यें फेब्रुवारीचे २८ वे तारखेस गादीवर बसविलें. या कामांत पुढारी व मुख्य कोणी सैयद मुबारक म्हणून असून, त्याजवर अहमदशाहाचा पूर्ण विश्वास होता व म्हणून तोच त्याचा वजीर झाला. त्याचे मागून इतिमादखान नांवाचा कोणी मनुष्य वजीर व मुख्य प्रधान झाला. ह्या वेळीं बादशाहाचें वय लहान असल्यामुळें बहुतेक कारभार अमीरउमरावांच्या हातींच असून, त्यांनीं आपल्या स्वाधीन सर्व खजिना टेविला होता. इम्मादउल्मुल्क म्हणून पूर्वींपासून अहमदाबादच्या बादशाहीमध्यें एक चांगला हुशार व गरीब मनुष्य होता; व तोही बादशाही कारभारांत ह्या वेळीं होताच. परंतु इतिमादखान हा त्याचा द्वेष करीत असे. त्याला वाटे इम्मादउल्मुल्क ह्याला मुळींच अहमदाबादेहून काढून आपण स्वतंत्रपणें कारभार करावा हें बरें; व त्याकरितां त्यानें आपला मुलगा जहांगीरखान म्हणून जो भडोचेस होता त्यास आणि सोरट येथून तातारखान गाजी यास अहमदाबादेस आपापल्या फौजा घेऊन बोलाविलें. त्याप्रमाणें ते दोघे आल्यावर इतिमादखानानें अहमदाबादची व त्यांची अशा दोन्ही फौजा एकत्र करून शहराबाहेर तें सैन्य उभें केलें; व इम्मादउल्मुल्क यास निरोप पाठविला कीं, 'तूं तावडतोब अहमदाबाद शहर सोडून आपल्या जहागिरीवर निघून जा.' त्यानें बापड्यानें आपल्या एकट्याकरितां सर्व शहरावर संकट आणवून घेण्यापेक्षां आपणच ह्या थोर अधिकारवैभवाचा लोभ सोडून येथून नि-

घून जावें हें बरें, असें मनांत आणून, त्याचा अलगखान हबशी म्हणून एक मित्र होता त्याला बरोबर घेऊन, तो अहमदाबाद सोडून भडोचेस गेला. इम्मादउलमुल्काचे मागून मग इतिमादखान हाच काय तो अहमदाबाद येथील मुख्य कारभारी झाला. त्यानें हज्जीखान नांवाच्या एका गृहस्थाला कडी परगण्याची जहागीर देऊन आपल्याजवळ ठेविलें. याप्रमाणें, वाटेल त्यास चढवून व वाटेल त्यास उतरून, इच्छेस येईल तशी इतिमादखान वजीरी भोगीत होता. कांहीं दिवसांनंतर त्याला अशी बातमी लागली कीं, 'इम्मादउलमुल्क याला त्याचा मेहुणा (बायकोचा भाऊ) अख्त्यारखान यानें मारल्यावरून, त्याचा मुलगा जंगिसखान यानें आपल्या मामाला (अख्त्यारखान याला) मारून बापाच्या मृत्यूचा सूड उगविला; व त्यासंबंधानें भडोच येथें कांहीं गडबड उडाली आहे.' हें वर्तमान इतिमादखान याला समजल्याबरोबर तो ती गडबड मोडण्याकरितां म्हणून भडोचेस जावयास निघाला. तों दुसरीकडून अशी खबर आली कीं, 'राधनपूर आणि पालनपूर या दोन्ही जिल्ह्यांमध्यें कांहीं बंडावा उठला आहे.' त्यावरून त्यानें भडोचेकडचा नाद सोडून देऊन तो बंडाच्या प्रांतांतच जाण्याकरितां निघाला.

इतिमादखान व इम्मादउलमुल्क हे दोघेही अहमदाबाद येथें पहिल्यानें एक विचारानें होते व त्यांच्यावर प्रारंभींच लिहिल्याप्रमाणें मुबारक सय्यद हा मुख्य होता. पण त्या मुबारकास अधिकारभ्रष्ट करून आपल्या हातीं सर्व कारभार आणण्याचा त्या दोघांनीं पुढें लिहिल्याप्रमाणें एके वेळीं बनाव बनून आणिला. अहमदाबादचा बादशाह लहान व अज्ञान असून, सर्व कारभार अमीर लोकांच्या हातीं असल्यामुळें तेथें असावी तशी व्यवस्था नाहीं, असें वर्तमान खानदेशच्या बादशाहास कळल्यावरून तो गुजराथेवर फौज घेऊन कांहीं लाग साधल्यास बघण्याकरितां निघाला, तो भडोचेजवळ नर्मदेपलीकडे येऊन उतरला. परंतु गुजराथच्या अमीरांचे धूर्ततेपुढें त्याला आपलें कांहीं चालेलसें न दिसल्यावरून तो परत खानदेशांत गेला. हें खानदेशच्या बादशाहाचें काहूर गेल्यावर अमीरउमरावांमध्यें फाटाफूट व्हावयास लागली. त्यांत

जे अमीर व सरदार बलवान् होते त्यांनीं बादशाहास आपल्या ताब्यांत चांगल्या बंदोबस्तानें ठेविलें. इतक्यांत दिल्लीचा बादशाह हुमायून यानें आपल्या हज्जीखान नांवाच्या सरदारास ५० हजार फौज देऊन गुजराथेवर पाठविलें. हज्जीखान दिल्लीकडून जो उतरला तो पहिल्यानें मेवाडावरच गेला; व तेथील राण्याला जिंकून, नंतर गुजराथेकडे आला. हुमायूनाचा हा सरदार जो गुजराथेवर आला, तो आपला छोटा बादशाह व त्याचा मुख्य वजीर मुबारक सैयद यांच्या विचारानेंच येत आहे. असा संशय इतिमादखान व इम्मादउलमुल्क या दोघांस वाटून, त्यांनीं हज्जीखान सरदाराची फौज अहमदाबादेजवळ येऊन पोंचते तोंच मुबारक यास मारून टाकण्याचा विचार ठरविला. व ते ३०,००० फौज घेऊन, सैयद मुबारक ज्या सय्यदपूर नामक आपल्या स्वतंत्र गांवांत राहत असे त्यावर चालून गेले. तेथें त्यास ठार मारून त्याचें सर्व गांव त्यांणीं लुटून नेलें. पण मुबारक याचा मुलगा सय्यद मिरान म्हणून होता, तो आपलें सर्व कुटुंब व द्रव्य घेऊन कपडवंज येथें जाऊन तेथें आश्रय करून राहिला. इकडे ते एकविचाराचे दोघे सरदार अहमदाबादेंत बादशाहाचे मुख्य मसलतगार व संरक्षक होऊन राहिले. परंतु पुढें इतिमादखान यास इम्मादउलमुल्काचे शहाणपणाचा मत्सर होऊन, त्यानें त्यास पुढें आपल्या जहागिरीवर भडोचेस लावून दिलें; व तेथें तो कांहीं दिवसांनीं आपल्या मेहुण्याकडून मारला गेला, वगैरे मजकूर वर सांगण्यांत आलाच आहे.

दिवसेंदिवस अहमदखान सुलतान (बादशाह) मोठा होत चालला. परंतु त्याच्या वयाबरोबरच त्याची व्यसनासक्तता व कैफीपणा हीं वाढत चाललीं. त्याणें कैफाच्या धुंदींत हातीं तरवार घ्यावी व त्या तरवारीनें बागेंतील केळीचीं पानें कापताना ह्मणावें, 'हें पहा, मी इतिमादखानाचें मस्तक कापितों; हे बघा, मीं इम्मादउलमुल्काच्या प्रेताचे तुकडे तुकडे केले.' बादशाहाची ही बडबड, इतिमादखानाचे हाताखालीं वजीउलमुल्क म्हणून एक नायब वजीर होता त्यानें सर्व ऐकिली, व त्यानें वजीराला जाऊन सांगितलें कीं, 'बादशाह ज्याअर्थीं असें व्यसनग्रस्त होऊन वरळतो, त्याअर्थीं त्याजकडून एखादेवेळीं तरी त्या बरळण्या-

प्रमाणें तुमचा घात होईल. येवढ्याकरितां एव्हांपासून त्या संबंधानें कांहीं सावधगिरी राखिली पाहिजे.' वजीउलमुल्कानें इतिमादखानास याप्रमाणें सांगितलें खरें; पण त्यानें तें खरें न मानून, उलट त्यास असें सांगितलें कीं, 'तूं म्हणतोस ह्या गोष्टींवर माझ्यानें विश्वास ठेववत नाहीं. बादशहाचे तोंडून अशा प्रकारचे शब्द जेव्हां मी स्वतः ऐकेन तेव्हां तें मी खरें मानीन.' त्यावरून त्याची खात्री करण्याकरितां वजीउलमुल्कानें बादशाहाची स्वतंत्रपणें भेट घेऊन, तो कैफाचे धुंदींत असतां त्याला त्यानें असें सांगितलें कीं, 'तुम्ही जर मजकडे मुख्य वजीरात कायम ठेवाल तर मी इतिमादखानास ठार मारीन.' बादशाहानें निशेच्या धुंदींत वजीउलमुल्काचें बोलणें ताबडतोब कबूल केलें. तेव्हां ती कबूलीही वजीनें इतिमादास कळविली. त्यावर पुनः इतिमाद ह्मणाला, 'बादशाह असें बोलतांना मीं स्वतः ऐकिल्याशिवाय तुझें ह्मणणें मी खरें मानणार नाहीं.' मग वजीनें इतिमादखान यास अहमदाबादच्या भद्रेंत म्हणजे अंतरकोटांत नेऊन तेथें एक घर होतें त्या घरांत एका खोलीमध्यें लपवून बसविलें. व नंतर त्यानें बादशाहाकडे जाऊन विनंति केली कीं, 'आपला व माझा जो विचार ठरला आहे त्याविषयीं मला आणखी कांहीं बोलावयाचें आहे. परंतु येथें आसपास इतिमादखानानें गुप्त बातमीदार ठेविले असल्यामुळें मला येथें उघडपणें त्याविषयीं बोलतां येत नाहीं. तर कृपा करून आपण येत असल्यास अंतरकोटांत माझें एक एकांताचें घर आहे तेथें आपण जाऊन याविषयीं काय बोलणें तें बोलूं.'

बादशाहानें वजीउलमुकाचें कपट व विश्वासघात बिलकुल न ओळखतां तो त्याचे बरोबर भद्रेंतल्या एकांतगृहांत इतिमादखानाला मारण्याचे मसलतीकरितां गेला. मग तेथें निर्भयपणें व निष्कपटपणें त्या मसलतीच्या ज्या गोष्टी वगैरे व्हावयाच्या त्या सर्व बिनदिक्कत बादशाशाहाचे तोंडून निघाल्या. व त्या सर्व आंतल्या खोलींत इतिमादखान बसला होता त्यानें एकून एक ऐकिल्यानंतर तो त्याच वेळीं खोलींतून बाहेर निघून बादशाहाचे पुढें उभा राहिला व त्याला ह्मणाला, 'मीं तुमचें काय अहित केलें म्हणून तुम्ही मला मारण्याच्या मसलती करीत

होतां ?' इतकें बोलून त्यानें आपले लोक बोलावून आणून तेथल्या तेथें अहमदशाह बादशाहाचा वध करविला व त्याचें प्रेत साबरमतीनदीच्या रेतींत नेऊन पुरून टाकिलें. ह्याप्रमाणें इ० स० १५६१ मध्यें एप्रिलच्या १२ व्या तारखेस अहमदाबादचा दुसरा अहमदशाह बादशाह याचा वध झाला.

अहमदशाहाचा वध केल्यानंतर इतिमादखानानें कोणी नथू नांवाचा एक मुलगा आणून 'तो महंमद लतीबखानाचा मुलगा आहे' असा बाहणा करून त्यालाच अहमदाबादच्या गादीवर बसविलें व त्याचें नांव तिसरा मुजफरशाह असें ठेविलें. हा नवीन बादशाह मुजफरशाह, इतिमादखानाचे मुळें तख्तावर आल्यापासून इतिमादखानाचें प्रस्थ व वजन दिवसेंदिवस ज्यास्त ज्यास्त वाढत चाललें; पण तें बादशाहाचे दरबारांतल्या अमीरउमरावांस बिलकुल बघवेना. यावेळीं खरें म्हटलें तर बादशाहाचे हातीं कांहीं नसून, अहमदाबादचे छत्राखालीं जेवढा मुलूख होता तेवढा सर्व दरबारच्या निरनिराळ्या सरदारांनीं आपल्या आपल्यामध्येंच दाबून, त्यावर ते स्वतंत्रपणें कारभार करीत, अशी बलबलपुरी व झोटिंगबादशाहीच चालली होती. बादशाह तर वजीर इतिमादखान याच्या हातांतील एक कळसूत्री बाहुलेंच झालेलें होतें. तेव्हां खुद्द राजधानी अहमदाबाद आणि खंबायत व दुसरीं कांहीं ठिकाणें येथील कारभार इतिमादखान बघत होता व तीं सर्व ठिकाणें तोच दाबून बसल्यासारखा झाला होता. दुसऱ्या एका सरदारानें पाटण, साबर आणि बनासनदीचे कांठचा परगणा अशीं ठिकाणें दाबून ठेविलीं; आणि मयत इम्मादउलमुल्क याचा मुलगा जंगिसखान हा भडोच, सुरत, चांपानेर व त्याचे आसपासचा प्रांत यांवर राज्य करूं लागला. सय्यद हमीद या सरदाराचे ताब्यांत धोळका व धंधुका हे परगणे राहिले; व अमीरखान गोरी नांवाच्या अमीराचे स्वाधीन जुनागड व त्याचे आसपासचे प्रांत मिळून सर्व सोरट देश होता. हे सर्व सरदार व अमीर आपआपल्या मुलखांवर आपणच बादशाह या नात्यानें राज्यकारभार करीत असत. हा सर्व मुलूख अहमदाबादच्या बादशाही कबज्यांतला, येवढें नांव मात्र असे. जो तो स्वतंत्र होऊन बा-

दशाही मुलखाचा अपहार करण्याची इच्छा करूं लागल्यामुळें एकंदर अमीरउमरावांत मत्सर, द्वेष आणि कुरापती दिवसेंदिवस वाढत चालल्या होत्या. अशा प्रसंगीं कित्येक सरदार एकत्र होऊन त्यांनीं इतिमादखान याजबरोबर दोन तीन लढाया केल्या व तो त्या लढायांत हरला. दिवसेंदिवस सर्व अंमलदार जुलमी व बेपर्वा असे होत चालले. हिंदू प्रजेस तर कोणीच विचारीनासें झालें. राज्यकारभारांतून त्यांचें नांव अगदींच निघालें. त्यांजकडे दुकानदारी व मजुरी हे दोन धंदे मात्र राहिले होते. सर्व सरदार आणि त्यांच्या फौजा दरोबस्त मुसलमानांनीं भरलेल्या होत्या. त्यांमध्यें तरी एक संप होता असें नसून, आपसांत गोंधळ आणि लाथाळी चालली होती. कोणाचा कोणावर हुकूम व दरारा नसून, सर्वत्र मी आपला स्वतंत्र व मुखत्यार, असें जो तो समजूं लागला होता. ज्याचा त्याचा हिंदूलोकांस क्लेश व त्रास देऊन, त्यांजवर अनेक संकटें आणण्याचा क्रम सुरू होता. त्यांनीं गंध लावलेलें कोणास पाहवत नसे. त्यांनीं मुसलमानवस्तींत येऊं नये, असे त्यांस हुकूम होत. त्यांनीं घोड्यावर बसतां कामा नये, असें झालें होतें; आणि त्यांची दाद व फिर्याद कोठेंच लागत नसे. सर्व रयतेंत असुख आणि असंतोष मूर्तिमंत वास करीत असून, त्यावरून भावी चिन्हं ठीक दिसेनासें झालें होतें. आणि ही गोष्ट खरीच आहे कीं, जेव्हां रयतेमध्यें समाधान व सुख नाहींसें होतें तेव्हां तो राज्यक्रांतीचा प्रसंग आलाच असें ज्ञात्यांचें अनुमान होतें. ज्या वेळचा आम्ही हा इतिहास लिहीत आहों ती वेळ म्हणजे खरोखर राज्यक्रांतीचीच येऊन ठेपली होती. प्रतिदिवशीं ती वेळ ज्यास्त ज्यास्त समीप येत आहे असें वाटूं लागलें. सर्व सरदारांत बेबनाव व अदेखेपणा वाढत चालला. त्यांची एकवाक्यता होण्याचा रंग मुळींच दिसेना. तेव्हां, अशा वेळीं कोणी तरी जबरदस्त धनी गुजराथ प्रांतावर पाहिजे होता व त्याप्रमाणें ती वेळ साधून, तसा एक जोरवान् बादशाह लवकरच येऊन ठेपला. ती सर्व हकीकत यापुढें लिहिण्यांत येत आहे.

याच वेळीं **तैमूरलंगाचा** वंशीय **सुलतान हुसेन मिरझा** याचे तीन मुलगे—**महंमद हुसेन मिरझा**, **मसाऊद हुसेन मिरझा** आणि

अली हुसेन मिरझा–दिल्लीच्या बादशाहाशीं बेबनाव झाल्यामुळें फितूर झाले. परंतु शेवटीं बादशाही फौजेनें त्यांचा पराजय केल्यामुळें ते बादशाहास भिऊन गुजराथेकडे उतरले. या वेळीं इतिमादखान वजीर व भडोचचा सुभेदार जंगिसखान यांचा उभा दावा होता. जंगिसखानाला वाटलें कीं, 'हे तिघे मिरझा अनायासें इकडे आले आहेत, तेव्हां त्यांस आपल्याकडे वळवून घ्यावें ह्मणजे आपला पक्ष तितका बलवान् होईल; आणि या विचारानें त्यानें त्या त्रिवर्ग मिरझाबंधूंस आपलेकडे बोलावून घेऊन त्यांस भडोचची जहागीर दिली. पुढें जंगिसखान व इतिमादखान यांची अहमदाबादेजवळ लढाई झाली. तींत इतिमादखान पराभव पावून अहमदाबाद सोडून गेला व तें शहर जंगिसखानाचे ताब्यांत आलें. परंतु पुढें जंगिसखान हा अहमदाबादेंतच कोणाकडून मारला गेल्यामुळें, इकडे त्याच्या जहागिरीपैकीं, सुरत व चांपानेर हीं दोन ठिकाणेंही त्या त्रिवर्ग मिरझाबंधूंचे ताब्यांत गेलीं.

आजपर्यंत इतिमादखान आणि मुजफरशाह हे दोघे एकविचारानेंच असत. परंतु पुढें मुजफरशाह यास इतिमादखानाचेच तंत्राप्रमाणें परवशतेंत राहण्याचा तिरस्कार येऊन, तो त्याला सोडून पाटणच्या सुभेदाराचे पक्षास जाऊन मिळाला. तेव्हां अर्थात् अहमदाबादचा सर्व ताबा इतिमादखान याचे हातीं येऊन, तोच अहमदाबादचा बादशाह झाला. पुढें बादशाह व पाटणचा सुभेदार असे मिळून इतिमादखानावर अहमदाबादेस आले. तेव्हां तो फार घाबरून, आतां कांहीं आपला यांतून निभाव लागणें कठिण असें त्यास वाटून, त्यानें एकदम दिल्लीचे बादशाहास लिहिलें कीं, 'अशा समयीं आपण येथें येऊन गुजराथची बादशाही आपल्या ताब्यांत घ्यावी व मला निर्वोर करावें. दिल्लीस अकबरशाह राज्य करीत होता. अकबर यास त्रिवर्ग मिरझाबंधूंचें पारिपत्य करावयाचें असल्यामुळें एकवार इकडे येण्याचा विचार होताच. त्याप्रमाणें हें इतिमादखानाचें आग्रहपूर्वक आमंत्रण आलेलें बघून त्यानें गुजराथेकडे निघण्याची तयारी केली; व इ० स० १५७२ मध्यें त्यानें आपली फौज घेऊन एकदम डीसा येथें येऊन तळ दिला. इकडे पाटणचा सुभेदार व मुजफरशाह यांनीं

अहमदाबादेला वेढा घातला होताच; त्यांस अकबर बादशाह इतिमादखानाचे मदतीस येऊन, डीसा येथें त्याचा तळ पडला आहे, असें कळतांच त्यांनीं वेढा उठवून, पाटणास परत कूच केलें. पाटणास आल्यानंतर त्यांनीं आपलीं कुटुंबें सुरक्षित स्थळीं ठेवण्याची पहिल्यानें व्यवस्था केली, व आपण भिऊन पळून जाऊन कोठें लपत फिरूं लागले. अकबरानें नंतर अहमदाबादेंत प्रवेश केला. पुढें त्यानें ऐनउल्मुल्क व मीर आबू तुराब या दोघां सरदारांस इतिमादखानाकडे बोलावणें पाठविलें. इतक्यांत त्याला अशीही खबर लागली कीं, येथील मुजफर बादशाह पाटणच्या सुभेदारासह अरण्यांत व जंगलांत लपत फिरत आहे. तेव्हां त्याला पकडून आणण्याकरितां त्यानें चांगले हुशार सरदार पाठविले. त्या सरदारांनीं त्याला एका शेतांत दाण्याचे खळ्यामध्यें पकडून अकबरापुढें नेलें. पण अकबरानें त्याला ज्यास्त कमी कांहीं एक न बोलतां व न करितां, करम अली नांवाच्या एका विश्वासू सरदाराचे ताब्यांत बंदोबस्तानें राहण्यासाठीं त्यास त्याचे स्वाधीन केलें.

त्यानंतर सय्यद महंमद बुखारी व हब्लदखान हबशी हे दोघे अकबरबादशाहास शरण आले; व त्याच वेळीं इतिमादखानही अकबराचे कदमांजवळ येऊन पोहोंचला. अशा सर्व प्रकारें आपण विजयी झालों व आतां आपली अंमलदारी व बादशाही सर्व लोकांस समजली पाहिजे म्हणून त्यानें एका मोठ्या हत्तीवर बसून मोठ्या थाटाची व ऐश्वर्याची स्वारी काढली. त्यानें आपल्याबरोबरच, जे अहमदाबादच्या बादशाहींतील सरदार त्यास येऊन मिळाले होते त्यांसही घेऊन सन्मानानें या स्वारींत आपल्या भोंवतालीं चालविलें. अहमदाबादशहरांत अकबर बादशाहाची स्वारी मिरवून आल्यावर सर्व अमीरउमरावांची सभा जमली व त्या सर्वांच्या विचारानें त्यानें आपल्या नांवाचें नाणें पाडण्याचा ठराव केला. त्याचप्रमाणें सर्व राज्यांत मशिदींतून आपल्या नांवानें खुतबा (ईश्वरी प्रार्थना) पढण्याचा हुकूम दिला. शिवाय त्यानें त्याच सभेंत जमलेल्या अमीरउमरावांस असें सांगितलें कीं, 'ह्या इतिमादखानाचे आमंत्रणावरून मी ह्या प्रांतीं आलों व त्यामुळेंच

मला येथील राज्य आपल्या ताब्यांत घ्यावें लागलें. तर आतां आपणाला जें कांहीं मागणें असेल तें इतिमादखानाचे मार्फत मागावें, तें मी देण्यास तयार आहें. त्याचप्रमाणें, तुह्मीं एक विचारानें वागलें पाहिजे. दंगाफिसाद व आपसांतील द्वेष व वैमनस्यें ह्यांचें तुम्हीं नांव घेतां उपयोगीं नाहीं; व अशा प्रकारें तुमचें निर्मल वर्तन राहील ह्याबद्दलचा मला तुह्मी खात्रीचा जामीन द्या, म्हणजे मला तुमचा विश्वास वाटेल. हा सर्व देश तुमचे तंट्यांनीं व हेकेखोरपणानें अगदीं खराबीस आला आहे. आतां असले बखेडे व कज्जेकफावती तुह्मी फिरून करितां उपयोगीं नाहींत.' अकबर बादशाहाचें असें भाषण ऐकून, इतिमादखानानें **मीर आबू तुराब** यास आपलेबद्दल जामीन दिलें व बाकीच्या अमीरउमरावांबद्दलची हमी इतिमादखान यानेंच पतकरली. मात्र त्यांत हब्लदखान हबशी याजबद्दलची हमी त्यानें पतकरली नाहीं. त्यावर, अकबराच्या खात्रीचा सुलतान महंमद हबशी म्हणून होता त्याचेवर विश्वासून अकबरानें हब्लदखान हबशी याजविषयीं विशेष हरकत न घेतां तें जामिनकीचें व हमीदारीचें प्रकरण आटोपिलें. ह्याप्रमाणें सर्व प्रकारचा बंदोबस्त करून अकबरबादशाहाकडे अहमदाबादचें तख्त इ० स० १५७२ नोवेंबर ता० १८ रोजीं आलें, व त्या दिवशीं त्याच्या नांवाचा विजयध्वज अहमदाबादच्या महाद्वारावर लागला.

---

## भाग तेविसावा.

### मोगल बादशाह.

### अकबरबादशाहाची कारकीर्द.

**(इ० स० १५७२ पासून इ० स० १६०५ पर्यंत.)**

अकबर बादशाह अहमदाबाद येथील तख्तावर बसल्यानंतर तो समुद्रावरील हवा खाण्याकरितां गलबतांत बसून खंबायतेकडे गेला. तो तिकडे फिरत असतां त्याला खबर आली कीं, 'अहमदाबाद येथें,

ज्यांनीं आपल्या चांगल्या वर्तणुकीविषयीं आपले जामीन दिले व आपण दुसऱ्याच्या हमीदाऱ्या पतकरिल्या तेच इतिमादखान वगैरे सरदार हरामखोर बनून, आपण तेथें नाहीं असें पाहून आपल्याविरुद्ध दंगे व फिसादी करण्यास प्रवृत्त झाले.' हें वर्तमान अकबराला कळल्याबरोबर त्यानें आपला शाहबाजखान नांवाचा शूर व पराक्रमी सरदार फौजेसहवर्तमान त्या विश्वासघातकी बंडखोरांवर पाठविला. तेव्हां त्यानें अहमदाबादेस जाऊन जे बंडखोर उठले होते त्या सर्वांस पकडून आणून, त्यांनीं ज्या लुटीफाटी केल्या होत्या त्या सर्व आपल्या समोर आणविल्या; व त्या कोणकोणाकडून आणिल्या त्याची चौकशी करून ज्याच्या त्याच्या ऐवजांची ज्याचे त्याचेकडे परतमाघार करविली, आणि बंडखोरांस कैद करून अकबराकडे नेऊन त्याचे समोर त्यांस उभें केलें. परंतु अकबर बादशाहाचा शहाणपणा पहा कसा तो! शाहबाजखानानें बंडखोरांस बंदिवान करून आपले पुढें आणिलें, परंतु त्यांच्या कर्माबद्दल त्यांस लाज वाटून पश्चात्ताप व्हावा म्हणून त्यानें उलट शाहबाज यालाच ठपका देऊन म्हटलें कीं, 'या सभ्य व विश्वासू लोकांस असें कैद करून माझेपुढें कशाला आणिलें ? त्यांचा अपमान झालेला पाहणें मला इष्ट वाटत नाहीं. याकरितां त्यांस त्यांच्या जागीं व हुद्यावर जेथच्या तेथें नेऊन पोंचीव व त्यांचा आपल्याला जो विश्वास आहे तो अधिक दृढतर होण्याकरितां त्यांजकडून त्यांच्या खात्रीचा व विश्वासाचा एकेक माणूस आपल्याजवळ ओलीस म्हणून मागून घे म्हणजे झालें.' असें म्हणून त्यानें त्या सर्व विश्वासघातकी लोकांस परत त्यांच्या त्यांच्या हुद्यांवर पाठविलें व शाहबाजखानानें बादशाहाचे हुकमाप्रमाणें त्यांजकडून एकेक मनुष्य ओलीस घेतला. असें करण्यांत त्याचा उद्देश इतकाच होता कीं, उगाच रक्तपात करून शांतता करावयाची, त्याजपेक्षां त्या बंडवाल्यांसच लाजवून त्यांचें वर्तन सुधारावें हें बरें. कोणी इतिहासकार असें लिहितात कीं, शाहबाजखानानें दंगेखोरांस कैद केलें तों अकबर लागलाच अहमदाबादेंत दाखल झाला व त्यानें त्या निमकहरामांस आपले पुढें आणून त्या सर्वांस हत्तीच्या पायीं दिलें; व येणेंप्रमाणें, बंडें व दंगे उपस्थित

केले असतां काय परिणाम होतो हें, आपल्या या नूतन बादशाही अमलांत त्याणें आपल्या रयतेस धास्तीचें व दराऱ्याचें एक उदाहरणच दाखविलें. या दोन्ही प्रकारच्या हकीगती संभाव्य आहेत. बंडासारख्या प्रसंगीं अकबरानें आपला वचक व धाक बसविण्याकरितां लष्करी कायद्याचेंच अवलंबन करावयाचें हें विहित असतां, पहिल्यानें लिहिल्याप्रमाणें, त्या बंडवाल्यांस लाजविण्याकरितां इतके शांतोपाय करणें म्हणजे त्यावरून अकबराची फारच शांत व परम गंभीर वृत्ति असली पाहिजे. कोणी म्हणतात, बादशाहानें सर्व बंडवाल्यांपासून एकेक विश्वासू मनुष्य ओलीस न घेतां प्रत्येकाजवळ आपलाच एकेक विश्वासू मनुष्य त्यांच्या वर्तनावर देखरेख करण्याकरितां व वारंवार तद्विषयक वर्तमान आपलेकडे कळविण्याकरितां ठेवून, तो वकीलाप्रमाणें त्यांजबरोबर राहावा म्हणून पाठविला, आणि ह्याप्रमाणें चोहोंकडे स्थिरस्थावर व बंदोबस्त केला.

अकबर बादशाह गुजराथेकडे इतिमादखानाचे बोलावण्यावरून आला होताच; परंतु त्याच वेळीं त्याचा दुसरा जो एक हेतु पूर्वी कळविला आहे, तो हेतु सिद्धीस नेण्याचा त्यानें आतां बेत केला. त्याच्या त्या बेतास अहमदाबाददरबारचे सरदार लोकही अनुकूल झाले. भडोच, सुरत, बडोदें व चांपानेर हे परगणे त्रिवर्ग मिरझाबंधु यांचे ताब्यांत असून, ते त्यांजपासून घ्यावयाचे होते व त्यांना अकबराला शासन करावयाचें होतें. त्यानें अजीज कोका नांवाच्या सरदारास गुजराथचा सुभेदार नेमून अहमदाबादेस पाठविलें; आणि शाहबाजखान वगैरे बलवान् व शूर सरदारांस चांपानेर वगैरेकडे पाठविलें. इतक्यांत अकबराला अशी खबर लागली कीं, 'इब्राहीम महंमद हुसेन मिरझा भडोच येथून निघून आसपासचीं गांवें लुटीत चांपानेराकडेच चालला आहे.' शिवाय त्याला अशीही बातमी लागली कीं, 'मिरझाबांधवांनीं सुरतचा किल्ला स्वसंरक्षणास चांगला मजबूत करून ठेविला आहे.' अकबराच्याजवळ, ह्या वेळीं, सर्व लष्कर चोहोंकडे वांटलें गेल्यामुळें, फारच थोडी फौज शिलक होती; तरी त्यानें इब्राहिमावर स्वतः जाण्याचा निश्चय केला. तो पहिली

प्रहर रात्र झाल्यानंतर आपल्या घोड्यावर स्वार झाला; आणि आपल्या बरोबर त्या प्रांतांतील चांगला माहितगार असा एक उमराव घेतला; कीं, कोठें वाट वगैरे चुकूं नये. तो एकसारखा दुसऱ्या दिवसाच्या संध्याकाळपर्यंत चालत होता. पण त्याला रस्त्यानें शत्रुपक्षाकडील एकही माणूस आढळलें नाहीं. एक ब्राह्मण मात्र त्याला मार्गांत भेटला. त्याला विचारितां त्यानें सांगितलें कीं, 'हुसेन मिरझा माहेंद्री नदी उतरून, ह्या ठिकाणाहून चार गांवांपलीकडे सरताळ नांवाचा गांव आहे तेथें आपल्या फौजेसह मुक्कामास उतरला आहे.'

ह्या वेळीं अकबराचे जवळ अवघे ४० लोक होते. परंतु लौकरच त्याला मागाहून कुमक येऊन मिळाली, तेव्हां त्याजवळ २०० लोक काय ते झाले. त्यांतील कांहीं मनुष्यें राजा मानसिंगाच्या मुलाचे बरोबर देऊन त्याला अकबरानें माहेंद्रीनदी उतरून पुढें जाण्यास सांगितलें. अकबराकडील लोक आपल्यावर येत आहेत असें ऐकून मिरझा यानें, आपली तोफ नीट रीतीनें शत्रूवर चालविण्यास सांपडावी म्हणून एका उंचवट्यावर आपल्या फौजेचा तळ दिला. अकबराचे लोकांस मिरझाचा हेतु व त्याची फौजमांडणावळ हीं सर्व समजलीं. त्यांना शत्रूवर जाण्याची इतकी उतावळी झाली होती कीं, ते निरनिराळ्या रस्त्यांनीं त्याच्या तळाभोंवतीं एकदम जमले व अकबर बादशाह हा राहिलेल्या थोड्या लोकांसह सरताळच्या मोठ्या दरवाजाशीं जाऊन पोंचला. या वेळीं शत्रूंनीं अकबराचे लोकांस मागें हटविण्याचा फार प्रयत्न केला. पण त्यांमध्यें मुकबीलखान वगैरे बडेबडे सरदार अघाडीस असल्यामुळें शत्रूकडील लोकांचें कांहींएक चाललें नाहीं. इतक्यांत अकबर आपल्या निवडक लोकांसह त्यांना आणखी मदतीस जाऊन पोहोंचला. शत्रूकडील लोकांनीं आपला हल्ला तसाच चालविला होता व अकबराचे लोक जरी थोडे होते तरी त्यांनीं बिलकुल मागें घेतलें नाहीं. अकबराचे पक्षाकडे एक भगवानदास ह्मणून रजपूत सरदार होता, त्याजवर एके वेळीं शत्रूकडील एकानें असा कांहीं भाला फेंकून मारला कीं, त्यायोगें भगवानदास ठार होऊन घोड्या-

वरून खालीं पडलाच असता; पण इतक्यांत अकबरानें मागून जाऊन त्या मनुष्याचा हातच उतरून दिला व अखेरीस त्यालाही उडविलें. या उडविलेल्या मनुष्याचे दुसरे दोन सोबती होते ते लगेच अकबराचे मागून येऊन त्याचीही तीच अवस्था करणार होते; आणि पुढें ब-घतों तों निवडुंगाचा कुंप आला होता. त्यामुळें अकबराचा परिणाम होण्याची कांहीं बाकी उरली नव्हती. परंतु तितक्यांत त्याच्या घो-ड्याला मागची चाहूल समजून, तो एकदम त्या निवडुंगाच्या कुंपा-वरून उडून पार गेला. तेव्हां अकबरानें मागें वळून बघितलें तों शत्रूचे दोघे मारेकरी आपल्यावर अगदीं घसरले होते, असें त्यानें पाहिलें. तेव्हां आपल्या मागील लोकांस त्या दोघांना त्यानें पकड-ण्याविषयीं हुकूम केला. तों ते दोघेही मोठ्या युक्तीनें त्याचे लो-कांस हुलकावून पळून गेले. मग पाहिलें तों हुसेन मिरझाही आ-पला निभाव लागून यश मिळत नाहींसें पाहून पळून गेला व त्याचे लोक रानोमाळ अव्यवस्थित रीतीनें इतस्ततः फिरूं लागले. रात्र पडत चालली होती. तेव्हां रातच्यारात्र त्यानें तेथेंच मुक्काम केला व दुसरे दिवशीं तो आपल्या मुख्य गोटांत आला.

त्यानंतर बादशाहानें मिरझांपासून सुरत शहर सोडविण्याचें म-नांत आणून तिकडे मोर्चा फिरविला. सुरतेवर जाणारी एक स्वतंत्र फौजच त्यानें तयार केली व तिजवर दुल्लीखान आणि सादीखान यांस मुख्य नेमून त्यांस तिकडे पाठविलें. ते इ० स० १५७३ च्या जानेवारी महिन्यांत सुरतेवर जाऊन पोहोंचले. तितक्यांत अशी गोष्ट घडली कीं, मिरझा आपली मालमिळकत सर्व हत्तींवर भरून ते हत्ती राणा रामदेव याजकडे पावते होण्याकरितां सुरतेहून र-वाना झाले होते. ते हत्ती, अकबराकडील वर लिहिलेले दोघे सर-दार आपलें लष्कर घेऊन जे सुरतेवर आले होते त्यांनीं बघून, ते हत्ती एकदम काबीज करून आपल्या गोटांत नेले, व त्यांचे लो-कांनीं ते लुटले. हा दुल्लीखान आणि सादीखान यांस आकस्मिक फायदा झाला. पुढें ती लूट एकत्र करून त्यांनीं अकबराकडे पाठ-विली. परंतु बादशाहानें ती ज्यांनीं मिळवून आणिली त्यांसच बहाल

केली. सुरतेच्या किल्ल्यांत अन्नपाण्याचा पुरवठा चांगला असल्यामुळें तेथील किल्लेदारांनीं चांगला बंदोबस्त ठेविला होता व त्यांजकडून अकबराचे सैन्याला लौकर दाद मिळेलसें दिसेना. तथापि, सैन्य सुरतेला घेरा घालून बसलें होतेंच. इतक्यांत अशी बातमी उठली कीं, सरताळ येथून पळून गेलेला इब्राहीम हुसेन मिरझा पाटणास जाऊन तेथें त्याचे दुसरे दोघे भाऊ मसाऊद हुसेन मिरझा व शाह अली हुसेन मिरझा यांस जाऊन मिळाला; पण त्या भावाभावांचें तरी कोठें एकमत होतें? इब्राहीम याचें पुढें त्या दोघांशीं कांहीं वांकडें येऊन, तो पुढें आग्र्यावर स्वारी करण्याच्या विचारास लागला. अकबराला ही बातमी समजतांच त्यानें तो आग्र्यावर जाईल त्याच्या पूर्वींच त्याचा बंदोबस्त करण्याची तयारी केली. त्यानें आपला विश्वासू व शूर सरदार भगवानदास याला फौज देऊन आग्र्याकडे इब्राहिमास अटकाव करण्याकरितां रवाना केलें. परंतु इब्राहीम मिरझा मुलतानास असतांच एकाएकीं मरण पावला. तो मेल्यानंतर, त्याचे राहिलेल्या दोघां भावांनीं पाटणचा माजी बंडखोर सुभेदार शेरखान फौलादीन याजशीं मैत्री करून त्याचेसहवर्तमान ते सर्वजण पाटणावर चाल करून आले. ही बातमी अहमदाबादचा सुभेदार मिरझा अजीज कोका यांस समजून तो, व त्याच वेळीं तेथें माळव्याचा सुभेदार आला होता तो, असे दोघे, आपापल्या फौजा एकत्र करून पाटणाचे रक्षणार्थ जाऊन पोहोंचले. तेथें मोठी लढाई झाली. तींत पहिल्यानें माळव्याच्या सुभेदाराचे लोकांचा पराजय झाल्यासारखा होऊन ते लोक मागें सरकले. तों कोका आपले लोक पुढें करून शत्रूशीं नेटानें लढूं लागला. तेव्हां बंडखोरांचा कांहीं डाव न साधतां ते दक्षिणेकडे पळून जाऊं लागले. शेरखान फौलादीन जुनागडास जाऊन तेथें आश्रय करून राहिला. ह्याप्रमाणें शत्रु पळून जाऊं लागले तेव्हां त्यांचा पाठलाग करीत जाण्याचा मिरझा कोका याचा हेतु होता. परंतु, इतक्यांत ह्या जयाची बातमी बादशाह अकबर यास कळून, त्यानें कोकास आग्रहानें, आपल्या हुजूर येऊन एकदां भेट देण्याविषयीं निरोप पाठविला. त्यामुळें त्याला स्वतः बंडखोरांचा पाठलाग करीत जातां आलें नाहीं; तरी त्यानें माळव्याचा

सुभेदार कुतुबुद्दीन महंमदखान वगैरेंस शत्रूंच्या पाठीवर पाठविलें; आणि आपण बादशाहाचे हुजूर येऊन दाखल झाला. त्या वेळीं अकबर हा सुभेदार अजीज मिरझा कोका याचेवर फार खुप होऊन त्यानें त्याचा फार मानसन्मान केला. ह्याप्रमाणें शूर व पराक्रमी पुरुषांना जो उचित सन्मान देणें अवश्य, त्याप्रमाणें देण्यांत अकबर बादशाह कुशल व धोरणी असे, असें ह्यावरून दिसतें.

इकडे सुरतेला वेढा पडला असतां, आंतील अधिकाऱ्यांनीं गोंव्यास फिरंगी (पोर्तुगीज) लोकांकडे कागद लिहून निरोप पाठविला कीं, 'तुम्ही जर आमचे मदतीस येऊन आम्हांस सोडवाल तर आम्ही तुम्हांला सुरतचा किल्ला देऊं.' ह्याप्रमाणें फिरंगी लोकांस निरोप आला खरा; तरी त्यांनीं एकाएकीं त्यांस साह्य करण्याचा रुकार देण्याचें अविचारीपण केलें नाहीं. त्यांनीं कागद ठेवून घेऊन निरोपही ऐकिला. तेव्हां त्याप्रमाणें आपण सुरतवाल्यांच्या साह्यास गेलों तर त्यांत आपल्याकडून त्यांचें कांहीं काम होईल, कां उलट आपल्यालाच थप्पड खाऊन परत यावें लागेल, याचा अजमास प्रथमतः बघितला पाहिजे, असा फिरंगी सरदारानें विचार केला. व त्याप्रमाणें अजमास काढण्याकरितां त्यानें आपले कांहीं निवडक व चतुर लोक, त्यांजबरोबर अनेक प्रकारच्या विलायती जिनसांचा नजराणा देऊन, त्यांस अकबराचे गोटांत पाठविलें; व त्यांस असें सांगितलें कीं, 'हा नजराणा देण्याचे मिषानें अकबर बादशाहाकडे जाऊन त्याचे गोटांत सैन्याची वगैरे कशी काय व्यवस्था आहे ती बारीक रीतीनें बघून या.' आपल्याला डोईजड अशी जर त्याच्या फौजेची व लष्कराची व्यवस्था दिसली तर आदरपूर्वक त्याला फक्त नजराणा अर्पण करून परत या.' त्याप्रमाणें, नजराणा घेऊन गेलेल्या मंडळीनें अकबराचे लष्करची वगैरे व्यवस्था बघून, त्यावर आपली कांहीं चढाई होऊं शकणार नाहीं असें पाहून, आपल्या सरदाराचे आज्ञेप्रमाणें त्यांनीं फक्त अकबरास नजरनजराणा अर्पण करून, त्याचा निरोप घेतला. अकबरानेंही त्या आलेल्या परदेशीय लोकांचा सन्मान करून त्यांच्या नजराण्याचा सादर स्वीकार केला. व त्याचप्रमाणें त्यांचे सरदारास त्यानें आपल्याकडील आपल्या दे-

देशच्या रीतीप्रमाणें मोलवान् किमतीचा नजराणा त्यांचे बरोबरच पाठवून, सख्य व स्नेहसंबंध राखण्याविषयीं चार शब्द बोलून, त्यांस निरोप दिला. ह्याप्रमाणें अकबराकडे भेद काढण्यास गेलेले फिरंगी लोक, त्याच्या सभ्याचरणास व सुव्यवस्थेस पाहून खुष होऊन, शत्रुभावानें त्याजकडे गेले असतां मित्रभाव घेऊन, ते आपल्या मुख्याकडे येऊन पोहोंचले व त्यास अकबरानें दिलेला नजराणा देऊन तिकडे झालेली व पाहिलेली सर्व हकीकत त्यांनीं त्यास कळविली. त्यावरून त्या फिरंगी सरदाराची खात्री झाली कीं, सुरतेच्या लोकांचें म्हणणें कबूल करून त्यांस साह्य करण्यांत कांहीं हांशील नाहीं.

फिरंगी लोकांकडे साह्य मागितलें असतां त्यांजकडून तें मिळत नाहीं अशी बरेच दिवस वाट पाहून सुरतच्या किल्लेदाराची खात्री झाली. अकबराचे फौजेचा जो वेढा पडला होता तो तसाच राहून तो उठेल अशी आशा दिसेनाशी झाली. एक महिना सतरा दिवसपर्यंत किल्ल्यांत कोंडून राहिल्यामुळें पुढें नीट निभाव लागेलसें दिसेना; तेव्हां किल्लेदार हमजेखान यानें आपल्या सासऱ्याबरोबर अकबरबादशाहाकडे निरोप पाठविला कीं, 'तुह्मी मला जर जीवदान देत असाल तर मी तुमचे स्वाधीन किल्ला करतों;' व त्याप्रमाणें अकबरानें कबूल करून, त्यास आपल्या हुजूर बोलावलें. हमजेखान हा किल्ल्यामध्यें बंदिखान्यांत पडल्यासारखा झाल्यावरून त्यानें बादशाहाला इतकी नम्रता दाखविली इतकेंच. बाकी तो मोठा उर्मट, सडेतोड व स्पष्टवक्ता असे; व हेच कांहीं गुण त्यानें अकबराचे समोर दाखविल्यामुळें बादशाहास राग येऊन, त्यानें एकदम त्याची जीभ कापून घेण्याविषयीं हुकूम केला. ह्याप्रमाणें शेवटपर्यंत सुखासमाधानांत सर्व व्यवस्था घडून येण्याचा योग आला असतां, अखेरीस अशा प्रकारचें क्रूराचरण अकबराकडून घडलेंच. असो. किल्लेदाराची त्याप्रमाणें व्यवस्था करून, अकबर आपली फौज घेऊन सुरतेंत शिरला. सुरतच्या किल्ल्यावर अकबराला सुले-

---

१. इ० स० १५२० सालीं हिंदुस्थानांतील युरोपियन लोकांचीं बंदरें जिंकून घेण्याकरितां रोमच्या बादशाहानें या देशांत आपली फौज पाठ-

मान नांवाची एक फार मोठी तोफ सांपडली. तसली तोफ त्याच्या सर्व बादशाहींत नव्हती; म्हणून ती त्यानें आग्र्यास नेऊन ठेवण्याचा विचार केला. परंतु पुढें दुसऱ्या महत्वाच्या कामांपुढें तें योजलेलें काम शेवटास नेण्यास मुळींच न फावल्यामुळें ती तोफ तशीच सुरतेच्या किल्ल्यावर पडून राहिली. सुरतेंत आल्यावर त्यानें आपली फत्ते झाल्याबद्दलचा डंका वाजविला व सुरतच्या किल्ल्याचे तटावर आपला विजयध्वज फडकावण्याकरितां चढविला. ह्याच वेळीं एके दिवशीं रात्रीं अकबर आपल्या निवडक मंडळीसह कांहीं खानपान करीत मजेनें बसला असतां, तेथें गोष्टी निघतां निघतां कोणी असें म्हणाले कीं, 'रजपुतांसारखे शूर आणि निर्लोभ कोणी नाहींत. ते लोभानें किंवा मोहानें कोणतेंही साहसाचें व अविचाराचें काम करीत नाहींत. ते एकमेक समोरासमोर लढावयास उभे राहिले म्हणजे त्यांचे तीन बाजूंला तीन इसम जर हातीं भाले घेऊन एकेकाचे अंगावर गेले, तर त्यांना भिऊन ते खरे रजपूत आपले संरक्षणाकरितां मागें किंवा बाजूला पाहून पुढें उभे असलेल्या शत्रूकडे दुर्लक्ष्य करतील, ही तर कधींच गोष्ट व्हावयाची नाहीं. त्यांचा मुख्यत्वें समोरच्यावर विशेष कटाक्ष असतो. समोर शस्त्र घेऊन जो उभा असेल तोच काय तो शत्रु, असें समजण्याचा त्यांचा नियम आहे. कपटानें एखाद्याचा घात करणें हें शूराचें कामच नव्हे असें ते समजतात. तसेंच, एकदां समरांत उभे राहिले म्हणजे जीव जावो कीं राहो; शत्रूला भिऊन, पाठ म्हणून कधीं दाखवावयाची नाहीं, असा त्यांचा बाणा आहे.' त्यावर अकबर म्हणाला, 'यावरून रजपुताच्या पाठीवर दंडुके हाणल्याशिवाय ते वठणीवर यावयाचे नाहींत.' असें म्हणून त्यानें तरवार नग्न करून त्या म-

---

विली होती व त्या फौजेला इकडील बादशाहांकडून साह्य मिळेल, अशी रोमन बादशाहाला आशा होती. परंतु त्याप्रमाणें इकडचें साह्य न मिळाल्यामुळें रोमची फौज परत गेली. त्या फौजेबरोबर त्यांच्या सुलेमान बादशाहाची खूण म्हणून एक 'सुलेमानी' तोफ होती. ती तोफ त्यांना आपल्याबरोबर परत नेण्यास ओझें वाटल्यामुळें ते ती तशीच सुरतेस टाकून रोम शहराला निघून गेले व तीच ही वर सांगितलेली तोफ होय.

त्सरयुक्त आवेशांत आपल्या हातांत धरिली. तें अप्रासंगिक कृत्य बघून त्याचा परम दोस्त जो राजा मानसिंग त्यानें ती त्याचे हातांतून युक्तीनें हिसकून घेतली. परंतु त्या ओढाताणींत बादशाहाचे हाताच्या दोन बोटांस तरवारीचा झटका बसून त्यांतून रक्त वाहूं लागलें. त्यामुळें त्याला फार राग येऊन त्यानें मानसिंगाला तावडतोब कैद करण्याचा हुकूम दिला. पण पुढें सय्यद मुजफर म्हणून त्याचे प्रीतींतला एक मनुष्य होता, त्यानें चार समजुतीच्या गोष्टी सांगून अकबराचा राग शांत केला, व मानसिंगाला कैदेचें सोंग घेण्याचें भाग पडूं दिलें नाहीं. पुढें पुनः अकबराची मानसिंगावर थोडेच दिवसांनीं पूर्ववत् खुषमर्जी झाली. ह्याप्रमाणें राज्याधिकारी पुरुषांची संगति म्हणजे, क्षणांत सर्ववैभवशैलशिखरावर आरोहण करून भोंवतालचे चमत्कार बघावे, तों दुसऱ्या क्षणांत एकदम त्या वैभवशैलशिखरावरून च्युत होऊन, राजक्रोधानलाच्या धगींत होरपळत व दुःखानुभव घेत पडावें लागतें ! असो.

ह्याप्रमाणें, अकबरानें सुरत सर केल्यानंतर तो तेथून निघून अहमदाबादेस आला. नंतर तो गुजराथेंत मिळविलेल्या राज्याची व्यवस्था करण्यास लागला. त्यानें कित्येक राज्यव्यवस्थेचे कायदे केले व इतर बहुत प्रकारचा बंदोबस्त केला. त्यानें मिरझा अजीज कोका यास सर्व गुजराथ प्रांताचा सुभेदार नेमून, त्याला एक मोठी जहागीर करून दिली. त्या जहागिरींत अहमदाबाद, पेटलाद वगैरे कितीएक परगणे दिले. त्याशिवाय नूरखान नांवाचा कोणी एक शूर व पराक्रमी सरदार अकबराचे विश्वासांतला होता त्यास बडोदें, अजीज कोका याचे चुलत्यास पाटण, अहमदखान बोखारी यास धोळका व धंदुका, आणि कुतुबद्दीन महंमद यास भडोच, येणेंप्रमाणें निरनिराळ्या सरदारांकडे निरनिराळे परगणे सोंपवून, त्यांची त्यांनीं उत्तम व्यवस्था ठेवावी, अशा प्रकारचा त्यांजकडे अधिकार व मुखत्यारी त्यानें सोंपविली; आणि तो इ० स० १५७३ च्या एप्रिल महिन्याच्या १० वे तारखेस गुजराथेंतून निघून आम्र्याकडे चालता झाला.

अकबर सुरत जिंकून अहमदाबादेकडे यावयास निघाला असतां त्याला जंगिसखानाची आई भेटून, तिनें त्याजकडे अशी फिर्याद केली कीं, 'माझे मुलास अहमदाबाद येथें सुजारखान यानें दग्यानें मारलें.' त्याजबद्दलची चौकशी होऊन त्या हत्यारीला शासन व्हावें. त्या बाईच्या फिर्यादीप्रमाणें अकबरानें अहमदाबादेस गेल्यानंतर त्याबद्दलची चौकशी चालविली; व त्या चौकशींत, फिर्यादींत लिहिल्याप्रमाणें सर्व गोष्टी शाबीत झाल्या. तेव्हां अकबर बादशाहानें, आपल्याकडे अर्ज किंवा फिर्याद घेऊन येणारांस कसा न्याय मिळतो व त्यांची दाद कशी लागते, याचें उत्कृष्ट उदाहरण दाखविण्याकरितां, त्या खुनी सुजारखानास हत्तीच्या पायाशीं देऊन, खुनास खून हें शासन अमलांत आणिलें. तेव्हांपासूनच अकबराच्या न्यायीपणाबद्दल गुजराथच्या लोकांत प्रसिद्धि होत चालली व दिवसेंदिवस ती ज्यास्त ज्यास्तच वाढत चालली. अकबराचे कायदेकानू व राज्यव्यवस्थेची टापटीप हीं त्या वेळीं अत्यंत अनुकरणीय होतीं.

अकबर आग्र्यास निघून गेल्यावर मागें ईडरच्या राण्यानें शेरखान फौलादीन याच्या मुलाला मिळून, बंड उपस्थित केलें. त्या बंडास राहिलेले दोघे मिरजाभाऊही मिळून, तें बंड ज्यास्त प्रबळ झालें. त्या बंडखोरांपैकीं, हुसेन मिरजा यानें प्रथमतः सुरतेस वेढा घातला होता; पण त्यांत त्याला कांहीं यश मिळालें नाहीं. नंतर तो भडोचेवर जाऊन तें शहर त्यानें काबीज केलें. भडोच घेतल्यानंतर त्यानें खंबायतही घेतली. अकबरानें खंबायत ज्याच्या स्वाधीन केली होती, तो हुसेनखान सरदार या बंडखोरास भिऊन, अहमदाबादेस पळून गेला होता. पण त्याचे मागून कुतुबुद्दीन–भडोच येथील पराजय पावलेला सुभेदार–आणि महंमदखान पाटणवाला–अजीज कोका अहमदाबादवाला याचा चुलता व पाटणचा सुभेदार–असे दोघे मिळून खंबायतेवर मिरझाचे पाठोपाठच आले. याच वेळीं अजीज कोका यानेंही आपले ६०० स्वार त्यांचे मदतीस पाठविले. त्यांची खंबायतेजवळ लढाई झाली व त्यांत मिरझा हटून, त्यानें आपला मोर्चा अहमदाबादेकडे फिरविला, पण तिकडेही त्याला टोला मिळाला.

ह्याप्रमाणें त्या बंडखोरांच्या कित्येक लटपटी चालल्या होत्या. परंतु ह्मणण्यासारखी लढाई वगैरे न झाल्यामुळें कोका यानें अकबर बादशाहालाही प्रथमतः एतद्विषयक कांहीं कळविलें नाहीं. परंतु अकबरानें कोका यास सांगून ठेविलें होतें कीं, 'कोणी फंदफितूर व दंगाधोपा केला तर, त्याचे बरोबर लढाई करण्याच्या नादीं लागण्यापूर्वी तावडतोब मला कळवा.' त्याप्रमाणें झालेल्या हकीकतीचें कच्चें वर्तमान अजीज कोकानें पत्रद्वारें अकबरास कळविलें. त्या वेळीं अकबर फत्तेपुरास होता. तेथें त्यास या गुजराथेंतील अहवालाचें पत्र पावतांच तो तारीख २४ माहे जून सन १५७३ रोजीं तेथून निघून, नऊ दिवसांत अहमदाबादेस येऊन पोहोंचला. अहमदाबादेजवळ आल्याबरोबर त्यानें माळव्याच्या सुभेदारास आपलें लष्कर घेऊन येण्याविषयीं लिहिलें.

बादशाह अहमदाबादेजवळ तीन कोसांवर आला, तेव्हां त्यानें आपण आल्याची खबर अजीज कोका सुभेदार यास देण्याकरितां अजीफखान नांवाच्या सरदारास पाठविलें; आणि आपण वाटेचा पोषाख उतरून टाकून सफेत पोषाख पेहरिला; व सफेत घोड्यावर आरोहण करून लष्करांत लढाईचा डंका वाजविण्याविषयीं हुकूम केला. तो डंका मिरझा यानें ऐकिल्याबरोबर त्यानेंही तिकडे युद्धाची तयारी केली. अकबर साबरमती नदी उतरून एका उंचवट्याच्या जागेवर फौज उभी करून जरा थांबतो तों अजीफखानही खान अजीज कोका येण्यास निघाल्याचा निरोप घेऊन येऊन त्यास मिळाला. त्या वेळीं शत्रूचीं माणसें झाडींतून फिरतांना दिसूं लागलीं. त्यावरून भगवानदास अकबराला म्हणाला, 'आपलें लष्कर तर थोडें असून, शत्रूचे लोक फार दिसतात; तेव्हां कसें करावें?' त्यावर अकबर म्हणाला, 'कांहीं चिंता नाहीं; ईश्वरकृपेंकरून आपल्या थोड्या फौजेकडूनच आपल्याला यश मिळेल.' नंतर अकबरानें अशी मसलत

---

१. फत्तेपूर हें आग्र्याजवळ असून, तेथें अजून अकबराचा वाडा आहे.

केली कीं, 'शत्रूचें लष्कर आपलेवर आलें कीं, आपण त्यांस भ्यालों असें दाखवून, त्यांजकडे पाठ करून मागें परतावें. असें झालें म्हणजे अर्थात् शत्रूचे लोक आपल्या सैन्याच्या मागोमाग त्याचा पाठलाग करून येतील. तेव्हां एकदम बाजूला होऊन त्यांस पुढें जाऊं देऊन, मागून त्यांजवरच उलट हल्ला करावा. म्हणजे आपाप आपला खास जय व्हावयाचा.' त्याप्रमाणें अजीफखान यानें सर्व व्यवस्था बादशाहाचे हुकमाप्रमाणें अगदीं बरोबर ठेविली. पहिल्यानें आपल्या पाठीवर शत्रूचे सर्व लोक घेऊन, मग एकदम सर्व फौजेचे दोन भाग करून बाजूला केले व शत्रूचे लोक तसेच आवेशानें पुढें जाऊं देऊन, मागाहून पुन्हा सैन्याची एकसारखी फळी केली; आणि 'अल्लाहो अकबर!' असें म्हणून बादशाही फौज एकदम शत्रूंवर हल्ला करून तुटून पडली. तितक्यांतच शत्रुसैन्यांत एक हत्ती भडकून अनावर झाला व त्यामुळेंही त्यांजमध्यें एकच दाणादाण झाली. या वेळीं अकबर डावे बाजूस असून, त्याचे बरोबर ताराचंद व बलवालखान हे दोन सरदार त्याचे दोन्ही बाजूंस त्याचे शरीररक्षक म्हणून उभे होते. त्या दोघांवर महंमद हुसेन मिरझा यानें हल्ला करून, खुद्द अकबराच्या घोड्याचे मस्तकावर मिरझाच्या स्वारानें एक तरवारीचा वार केला. परंतु दैवयोगानें तो चुकला; त्याबरोबर अकबरानें आपल्या हातांतील भाला त्या स्वाराचे अंगांत खुपसून, त्यास तत्काळ ठार केलें. तें पाहून त्याचे मागें दुसरा एक स्वार होता त्यानें उलट बादशाहावर आपला भाला फेंकला, पण तो चुकला. इतक्यांत तिसरा स्वार त्याच आवेशानें धांवून येऊन अकबरावर घसरला. परंतु त्या सर्वांना त्यानें एकामागून एक ठार केलें. यानंतर लौकरच अकबराची फौज एकत्र होऊन त्यांनीं पुनः दुसरा एक दुस्मानांवर हल्ला केला व त्यांत या सर्व धिंगामस्तीला मूळ कारण व ज्याच्याविषयीं अकबराला विशेष शत्रुभाव होता, त्या महंमद हुसेन मिरझाला अकबराचे लोकांनीं पकडून बादशाहाकडे आणिलें.

ह्या सर्व गोष्टी इतक्या जलदीनें झाल्या कीं, अजूनपर्यंत कोका अकबरास येऊन मिळाला नव्हता. बादशाहाची फौज निरनिराळ्या ठिकाणीं

वांटली गेल्यामुळें त्याचे स्वत: जवळ काय ते अवघे १०० च लोक राहिले. मिरझाला पकडून अकबराकडे आणिल्याबरोबर त्याचे दुसरे शेंकडों लोक त्याचे पाठोपाठ अकबरावर चालून आले. तेव्हां त्यांजवर हल्ला करण्याचा आपल्या लोकांस इशारा करण्यासाठीं त्यानें आपल्या डंके-वाल्यास हुकूम केला. परंतु तो डंकेवालाच शत्रूकडचे लोक पाहिल्या-बरोबर अगदीं घाबरून गेल्यामुळें त्याचें बादशाहाच्या हुकुमाकडे लक्ष नव्हतें. तेव्हां बादशाहानें आपल्या भाल्याची अणी त्यास टोंचून त्याला सावध केलें व त्याबरोबर त्यानें डंक्याची नौबत ठोकली. तो डंका झाल्याबरोबर, आतां पुन: हल्ला करण्याचा बादशाहाचा हुकूम झाल्याचें भगवानदास वगैरेंस कळून त्यांनीं रायसिंहाचे मसलतीनें, या पुनरपि झटापटीला मूळकारण जो मिरझा त्यास, त्याचे पाठलाग करीत आलेल्या लष्करापुढें आणून, एकदम मारून टाकिलें. ह्याप्रमाणें मि-रझाचा वध झाल्यानंतर त्याचे लोक निराश होऊन एकदम चोहोंकडे पांगले, व ज्याला जिकडे जसा रस्ता सुचेल तो तिकडे तसा पळून जाऊं लागला. ह्याप्रमाणें शत्रूची फौज कोणत्याही प्रकारची ल-ढाई वगैरे न होतां, मेमदाबादेपलीकडे आपाप हटत गेली; व अहमदाबादेवर आलेलें विघ्न सहजरीतीनें दूर झालें. इतक्यांत अजीज कोकाही अकबराचे जवळ येऊन पोहोंचला. त्याला इतका उशीर लागण्याचें कारण असें झालें कीं, अजीफखान हा त्याला बोलावून पुढें चालता झाला व मागाहून कोका आपल्या लोकांसह अहमदाबादेहून निघाला. आतां तो अकबरास येऊन मिळणार तों शत्रूच्या लोकांनीं अहमदाबादेला वेढा घालून शहरांतच त्याला अडकवून टाकिलें. त्या-मुळें त्याचा नाइलाज झाला. परंतु पुढें वर लिहिल्याप्रमाणें मिरजा याचा वध होऊन, त्याचे लोक सर्व वेढे वगैरे उठवून मेमदाबादेकडे चालते झाले, तेव्हां अजीज कोक्याची अहमदाबादेंतून सुटका झाली व तो वर सांगितल्याप्रमाणें अकबरास जाऊन मिळाला. त्याचे तोंडून त्याला उशीर लागण्याचें कारण अकबरानें समजून घेऊन तो शांत झाला. नंतर त्यानें, ज्या ज्या बंडखोरांचा शिरच्छेद झाला होता त्यांचीं त्यांचीं शिरें हुडकून काढून, तीं सर्व अहमदाबादच्या कोटावर

खांब पुरून त्यांवर लावून ठेवण्याचा हुकूम दिला. ह्याप्रमाणें त्या एकंदर दंग्यांत शत्रूकडील १२०० लोक मारले गेले व त्यांतील बहुतेकांचीं शिरें बादशाहाचे हुकमाप्रमाणें कोटावर लटकलीं गेलीं. अकबराकडचे अवघे १०० च लोक शत्रूकडून मारले गेले व जखमी झाले.

ह्या जय मिळविल्यावर अकबर बादशाहानें तारीख ३ माहे आगस्ट इसवी सन १५७३ रोजीं अहमदाबादेंत येऊन पूर्वीपेक्षां विशेष व्यवस्था चालविली. इतक्यांत दुसरा शिल्लक राहिलेला शाह मिरझा ह्या भडोचेकडे पळून जात असल्याची खबर अकबरास लागली; त्याबरोबर अकबरानें एक फौजेची टोळी त्याच्याशीं सामना करण्याकरितां व त्याला अडविण्याकरितां भडोचेकडे पाठविली व तशीच दुसरी एक फौजेची टोळी भगवानदास याचे हाताखालीं देऊन त्यास ईडरच्या राण्यावर पाठविलें. त्यानंतर त्यानें पाटण येथें खान किलान यास सुभेदार नेमून, वजीरखानाकडे धोळका व धुंधुका हीं शहरें जहागीर देऊन तेथली सुभेदारी करण्याची त्याला मुखत्यारी दिली. नंतर इतर प्रकारची कांहीं विशेष व्यवस्था व टापटीप लावून व आपला विश्वासू सरदार जो अजीज कोका याचे स्वाधीन पुनरपि अहमदाबादचें तक्त करून, आपण अकरावे दिवशीं ह्मणजे ता० १४ आगस्ट सन १५७३ रोजीं पुनः आग्र्याकडे जावयास निघाला. वाटेनें जातां जातां भगवानदासानें वडनगर जिंकून लुटलें; व तोंपर्यंत अकबराचा तळ सिद्धपुरास पडला होता. अकबर आग्र्यास गेल्यावर गुजराथ प्रांताची विशेष व्यवस्था आणि बंदोबस्त करण्याकरितां, त्यानें तोडरमल्ल नांवाचा एक प्रख्यात व्यवस्थापक पाठविला. त्यानें गुजराथ प्रांताची दरोबस्त पाहणी केली व त्याची प्रतवंदी व दरठरोती करून, तो परत बादशाहाजवळ गेला; आणि केलेल्या कामाचा त्यास त्यानें हिशेब दिला. पुढें अकबरानें इतिमादखान यास १००० स्वारांची सरदारी व त्याचा मुलगा शेरखान यास ४०० स्वारांची सरदारी दिली. ह्याप्रमाणें त्याची बढेजावी वाढविली. नंतर अजीज कोका यास त्याचा सन्मान व आदरसत्कार करण्याकरितां अकबरानें आग्र्यास आपल्या हुजूर बोलाविलें व तोंपर्यंत गुजराथचा कारभार पाहण्याकरितां वजी-

रउल्मुल्क यास अहमदाबादेस पाठविलें. परंतु अजीज कोका यानें ही संधि बघून राज्यकारभाराची दगदग अजीबात सोडून, वानप्रस्थाश्रमदर्शक अशी फकीराची दीक्षा घेतली व तो या संसारमोहपाशांतून थोडासा परावृत्त झाला. पहिल्यापासूनच तो मोठा सात्विकवृत्तीचा असे. त्याजमध्यें जसें शौर्य होतें तसेंच गांभीर्यही होतें; आणि त्याचप्रमाणें, जसा तो संस्थानचा कारभार पाहणारा हुशार व दर्दी कारभारी होता तसाच तो ह्या सर्व ऐहिकवैभवाची अशाश्वती समजून, त्याप्रमाणें देहाचें सार्थक करण्याविषयीं ही संधि सांपडल्याबरोबर त्या मार्गास लागला. हे सर्व गुण त्याजमध्यें एकसमयावच्छेदेंकरून अद्वितीय भरले होते, असें ह्मणण्यास चिंता नाहीं. ह्याप्रमाणें खान अजीज कोका हा विरागी झाल्यावर त्याच्या हुजूरच्या जागीं मिरझाखान यास नेमिलें; व गुजराथच्या सुभेदारीचे जागीं वजीरखान यास व त्याचे दिवाणगिरीचे जागीं प्रयागदास या नांवाच्या एका ब्राह्मण गृहस्थास नेमून, सर्व व्यवस्था पूर्ववत् करून, सर्व कारभार सुयंत्र चालेसा केला.

यानंतर अशी गोष्ट झाली कीं, मिरझाखान याची मुलगी गुलरूख ही कांहीं दिवसांपूर्वी दक्षिणेकडे पळून गेली होती; तिचा मुलगा मुजफर हुसेन मिरझा हा गुजराथेंत येऊन तेथें फंदफितूर आणि दंगाधोपा करूं लागला व त्याच्या त्या फंदफितुरास ईडरचा राणाही सामील होऊन, तें बंड फारच वाढलें. या वेळीं तोडरमल्ल याची स्वारी पुनः त्या प्रांतांत जमाबंदीच्या कामाकरितां आली होती. त्यास ह्या बंडाव्याची हकीकत समजून, तो तें बंड मोडण्याकरितां बादशाहाचे हुकुमावरून अहमदाबादेस आला; व तेथील फौज घेऊन त्यानें चोहोंकडून नाकेबंदी करून बंडखोरांचा मोड केला. नंतर त्याला असें आढळून आलें कीं, अहमदाबादेस नेमलेला नवीन सुभेदार वजीरखान यास आपलें काम नीट व वजनदारीनें करितां येत नाहीं, असें पाहून त्याप्रमाणें त्यानें हुजुरास कळविल्यावरून, बादशाहानें वजीरखानाचे जागीं इ० स० १५७७ मध्यें माळव्याचा अधिकारी शहाबुद्दीन अहमदखान यास अहमदाबादच्या सुभेदारीवर नेमून पाठविलें. पुढें

इ० स० १५७८ मध्यें अलीफखान नांवाच्या सरदारानें, मुजफर हुसेन मिरझा हा तोडरमल्लाकडून पराभव पावून खानदेशांत गेला होता, त्यास तिकडे पकडून, आग्र्यास बादशाहाचे हुजूर पाठवून दिलें. तेव्हां त्याचा गुजराथेंतील पक्षही निर्बल होऊन, कांहीं हालचाल चालेनाशी झाली. अकबरानें मुजफर हुसेन यास आपल्याजवळ नजरकैदेंतच ठेविलें होतें. परंतु तेथें त्यानें संधि राखून पलायन केलें. तो गुजराथेंत येऊन राजपिपळ्याचे राजाच्या आश्रयास राहण्याचा विचार करीत होता; व त्याप्रमाणें कांहीं दिवस तो नांदोद येथें राहिलाही. परंतु तेथें राहणें सुरक्षित नाहीं असें त्यास वाटून तो तेथून काठेवाडांत सोरघर नांवाच्या गांवीं लपून राहिला.

पुढें सुभेदार शहाबुद्दीन अहमदखान यानें आपल्या भावाबरोबर ४००० स्वार देऊन त्यास सोरठ देश व जुनागड सर करण्याकरितां पाठविलें. प्रथमतः फत्तेखान सरवाणीज हा अमीनखान गोरीचा पेष्कार व त्याचे स्वार बरोबर घेऊन शहाबुद्दीन अहमद याजकडे जुनागड व सोरठ घेण्याची मसलत करण्याकरितां गेला, तेव्हां त्यानें वर लिहिल्याप्रमाणें आपला भाऊ मिरझाखान यास त्यांचे मदतीकरितां दिलें. परंतु त्यांत त्याला यश न मिळतां तो पराजय पावून अहमदाबादेस परत आला. मग शहाबुद्दीन यानें, जेथें जेथें लोक व्यग्रचित्त होऊन मुसलमानी बादशाहीस नाखुष झाल्यामुळें बंडावे उठविण्यासारख्या स्थितीचे दिसत होते तेथें तेथें मजबूत किल्ले बांधून त्यांजवर स्वारशिबंदीची भरपूर योजना करून ठेविली आणि दुसऱ्याही प्रकारचे पुष्कळ बंदोबस्त करून त्यानें आपला अधिकार योग्य रीतीनें बजाविला. इतक्यांत इतिमादखान हा मक्केस यात्रेकरितां गेला होता तो तिकडून गुजराथेंत आला, व तेथून बादशाहाकडे हुजूर दाखल झाला. नंतर त्यानें अकबर पादशाहास असा अर्ज केला कीं, 'मला जर गुजराथची सुभेदारी दिली तर हल्लींपेक्षां तिकडे मी जास्त चांगली व्यवस्था आणि बंदोबस्त करीन.' अकबरानें त्याची विनंति मान्य करून त्याप्रमाणें त्याला इ० स० १५८३ मध्यें गुजराथची सुभेदारी दिली व तो बादशाहाचा हुकूम घेऊन अहमदाबादेस दाखल झाला. शहाबु-

द्दीन यानें आपल्या प्रांतांत बंदोबस्त ठेवण्याची अशी युक्ति योजिली होती कीं, जे कोणी बंडखोर वागणुकीचे लोक होते त्यांस आपल्या अमलाखालीं नौकऱ्या देऊन त्यांना स्वामीनिष्ठ केलें होतें. त्यांच्या निर्वाहाची चांगल्या प्रकारें सोय झाल्यावर अर्थात् त्यांजकडून फंद-फितूर व दंगाफिसाद होण्याचें बंद होऊन राज्यव्यवस्था निर्वेध व सुयंत्र चालण्यास एक मार्गच झाला. चोरांच्या हातीं खजिना द्यावा, असें म्हणतात. तशांतलाच हा प्रकार शहाबुद्दीन यानें केला व त्याचा त्याला योग्य अनुभवही आला. परंतु ही त्याची युक्ति इतिमादखान यास पसंत न पडून, त्यानें प्रथमतः त्या लोकांस सरकारी नौकरींतून बरतर्फ करण्याविषयीं शहाबुद्दीन यास सांगितलें. पण तें त्याला बरें वाटेना. तो ह्मणाला, 'बंडखोरांस ह्याप्रमाणें चाकऱ्यानौकऱ्या देऊ-नच राजीखुशींत ठेविलें, म्हणजे त्यांच्यापासून प्रजेला त्रास व अ-स्वास्थ्य मिळण्याची भीति नसते.'

पुढें इतिमादखानानें बादशाहाकडून आणलेला हुकूम शहाबुद्दीनास दाखविल्याबरोबर त्यानें लागलाच आपल्या सुभेदारीचा राजीनामा देऊन, तो सर्व अधिकार बादशाहाचे हुकुमाप्रमाणें इतिमादखान याचे स्वाधीन केला व तो आग्र्यास अकबराकडे जावयास निघाला. इति-मादखानानें आपल्या हातीं सुभेदारीचा अधिकार आल्याबरोबर प्रथ-मतः सर्व बंडखोर लोकांस सरकारी नौकरींतून बरतर्फ केलें. इतकेंच नव्हे; तर मागाहून बादशाहाचे हुकुमावरून त्यांस त्यानें हद्दपारही केलें. इतिमादखान आल्यावर अशा प्रकारची कांहीं तरी घालमेल होईल असें समजून, त्या बेभरंवशाच्या लोकांनीं असा विचार केला होता कीं, इतिमादखान हा नवा सुभेदार होऊन येण्यापूर्वींच आपण शहा-बुद्दीन यास मारून टाकून अहमदाबादचा कबजा आपले ताब्यांत घ्यावा. परंतु त्यांचा तो दुष्ट विचार अमलांत येण्याचे अगोदरच इतिमादखान अहमदाबादेंत दाखल होऊन त्यानें शहाबुद्दीनापासून सुभेदारीचा अधि-कार आपले हातीं घेऊन त्याला त्या अधिकारपाशांतून मुक्तही केलें. आणि वर लिहिल्याप्रमाणें एकदम तो पुढील व्यवस्थेस लागून, त्यानें बंडखोर नौकरांस पहिल्यानें नौकरींतून दूर केलें आणि मागाहून

वर सांगितल्याप्रमाणें बादशाहाचे सक्त हुकुमावरून त्यांस त्यानें हद्दपारही केलें. त्या वेळेस मात्र अहमदाबादेमध्यें कित्येक राजद्रोही लुचे लोक होते ते त्या बरतर्फ झालेल्या लोकांस मिळून ते पुढें काठेवाडांत सुलतान मुजफर हुसेन याजकडे गेले व तेथें त्या सर्वांनीं मिळून अहमदाबादेवर येण्याचा निश्चय केला. नंतर ते सर्व धोळक्यास येऊन तेथून अहमदाबादेस आले. धोळक्यास बंडखोरांचा जमाव आला आहे अशी खबर लागतांच इतिमादखान घाबरून जाऊन, शहरचा बंदोबस्त करून तो शहाबुद्दीनाकडे, त्यानें परत फिरून आपल्यास मदत करावी ह्मणून त्याची विनवणी करण्यास गेला. इतिमादखान अहमदाबादेस नाहीं ही संधि राखून बंडखोरांनीं रायगडदरवाज्यानें आंत शिरून सर्व शहर लुटून नेण्यास प्रारंभ केला. इकडे इतिमादखान हा शहाबुद्दीनाची समजूत करून त्याला घेऊन अहमदाबादेस आला व त्या वेळीं शहाबुद्दीनानें मोठ्या शौर्यानें बंडखोरांचा बराच मोडही केला. परंतु त्याचे कित्येक शूर व पराक्रमी लोक बंडखोरांस जाऊन मिळाल्यामुळें त्याला मागें हटून पाटणकडे जावें लागलें.

ह्याप्रमाणें गडबड चालली असतां, सुलतान मुजफर यानें आपल्याला अहमदाबादेमध्यें बादशाह म्हणवून आपल्या नांवाची द्वाही फिरविली. व नंतर त्यानें आपला मित्र शेरखान फौलादीन यास जुनागडाहून अहमदाबादेस आपली राशत बघण्याकरितां बोलाविलें. पण इतक्यांत इतिमादखान यास २००० स्वारांची मदत पाटण येथें येऊन पोहोंचली. तें ऐकून त्या मदतीशीं सामना देण्याकरितां शेरखान फौलादीन हाही आपली फौज घेऊन पुढें आला. परंतु शेरखान यास इतिमादखानाच्या मुलानें मागें हटवून लाविलें. इतक्यांत सुलतान मुजफर यानें वडोद्यावर जाऊन तेथून भडोचचा सरदार कुतुबुद्दीन महंमदखान याशीं लढण्याकरितां कूच केलें; व भडोचेस जाऊन त्याला घेरून टाकिलें. ह्या वेळीं कुतुबुद्दीन याचे जवळ पुरेसें सैन्य नसल्यामुळें आलेल्या संकटांतून आपला निभाव लागेल असें त्याला वाटलें नाहीं. आणि म्हणून तो मुकाट्यानें मुजफर यास शरण येऊन आपलें व आपल्या प्रजेचें रक्षण करण्याविषयीं त्यानें त्याची वि-

नंति केली. त्याप्रमाणें मुजफर याणें त्यास आश्वासन देऊन त्याला निर्धोक राहण्याविषयीं सांगितलें; परंतु त्याच्या सांगण्याप्रमाणें तो बेफिकीर राहिला असतां मुजफर यानें बेइमान होऊन त्याला मारून टाकिलें व नंतर भडोच शहरांत जाऊन कुतुबुद्दीन महंमदखान याचा खजिना व इतर सर्व प्रकारची मालमिळकत लुटून घेतली.

हा सर्व दंगाधोपा आग्र्यास अकबराला कळल्याबरोबर त्यानें आपला प्रधान वेहेरामखान याचा मुलगा मिरझाखान यास कित्येक पराक्रमी सरदारांसह गुजराथेकडे पाठविलें (इ० स० १५८३). ही बातमी मुजफर यास समजल्यावरून तो भडोच येथून अहमदाबादेस परत आला. मिरझाखान गुजराथेंत आल्यावर त्याला शहाबुद्दीन अहमद व इतर गुजराथेंत अकबराचा तनखा खाऊन असलेले कित्येक सरदार आपापल्या फौजा घेऊन येऊन मिळाले. त्याप्रमाणें ते सर्व एकत्र होऊन अहमदाबादेजवळ सरखेजच्या पुढें येऊन दाखल झाले. नंतर त्या ठिकाणीं मोठी लढाई झाली. तींत मुजफर याचा पराभव होऊन तो खंबायतेकडे पळून गेला. त्याप्रमाणें इ० स० १५८४ च्या जानेवारीचे २६ वे तारखेस मिरझाखान यानें अहमदाबादचा कबजा फिरून मिळविला. नंतर तो मिरझा मुजफर याचा पाठलाग करीत चालला. मुजफर यानें पहिल्यानें राजपिंपळाच्या डोंगरांतच लपून लपून कित्येक दिवस काढिले. परंतु तशा लपण्यानेंही निभाव लागत नाहीं असें पाहून तो वेष पालटून तेथून निघाला तो पाटणास आला. पण तेथेंही त्याला बरोबर आसरा न मिळून तो तेथून निघून नवानगरच्या जामसाहेबांकडे जाऊन त्यांच्या आश्रयास राहिला. इकडे मिरझाखान हा नांदोद येथें राहून नंतर तेथून अहमदाबादेस आला; आणि तेथील बंदोबस्त करण्यास लागला. ही विजयाची खबर अकबरास समजल्यावर त्यानें मिरझाखान यास 'खानखानन'ची पदवी देऊन त्याजबरोबर इतर सरदारांसही कित्येक पदव्या दिल्या. आणि तेव्हांपासून अहमदाबादेमध्यें इलाही शक चालू केला.

पुढें मुजफरखान याचें पारिपत्य करण्याकरितां मिरझाखान खानखानन यानें जुनागडावर जाण्याची तयारी केली. तेथें मुजफर व

त्यास सामील असलेले बंडखोर दबा धरून बसले आहेत असें त्यास समजलें. तिकडे जातेवेळीं त्यानें अहमदाबादेस कलीजखान यास आपले पश्चात् मुख्य कारभारी नेमिलें. त्याचप्रमाणें पाटणास सय्यद कासम यास मुख्य कारभारी नेमून, आपण नवरंगखान आणि सर्व स्वारीवरील मुख्य खोजा निझामउद्दीन अहमद बक्षी यांस बरोबर घेऊन सोरठकडे जावयास निघाला. इतक्यांत मुजफर हा मोरवीस येऊन तेथून राधनपुरास गेला; व तें शहर लुटून तेथून काठेवाडांतील कित्येक जमीनदारांकडे मदत मागत फिरत होता. तों त्याचे मागें बादशाही फौज येऊन पोहोंचलीच. तेव्हां त्यानें एकसारखा मुकामामुकामानें पळण्याचा क्रम चालविला. तरी त्याचे मागें बादशाही फौजेचा पाठलाग आहेच. मग तो वडनगरच्या डोंगरांत जाऊन तेथें लपून राहिला. मग त्याचे पाठीस लागलेली फौज जामनगरावर गेली. कारण, जामनगर ही जागा बंडवाल्यांचें एक घरच बनलें होतें. जामनगरावर फौज पोहोंचतांच तेथील जाम खानखानानच्या पुढें हात जोडून त्यास शरण आला; व 'मी आपला ताबेदार असून आपण सांगाल तसा वागेन' म्हणून त्यानें कबूल केलें. मग त्यानें, 'अमुक अमुक ठिकाणीं मुजफरखान लपून बसला आहे; त्या ठिकाणीं जर त्याला पकडण्यास फौज पाठवाल तर तो खास सांपडेल,' असेंही पण मिरझाखान यास कळविलें. त्याप्रमाणें मिरझा यानें त्या ठिकाणीं फौज पाठविली; परंतु तो, जामसाहेबानें सांगितल्याप्रमाणें तेथें मुळींच सांपडला नाहीं. पुढें त्या फौजेस अशी खबर लागली कीं, आपण मुजफर यास पकडण्याकरितां जाण्याचे पूर्वींच जामसाहेबांचा मुलगा त्यास इशारा करण्याकरितां जाऊन त्या लपलेल्या ठिकाणाहून त्यानें त्यास गुजराथेकडे घालवून दिलें. जाम याच्या मुलाचें असें कपटाचरण मिरझा खानखानन याचे फौजेस कळल्यावरोबर याबद्दल जाम याला शासन करण्याकरितां ती फौज जामनगरावर चाल करून आली. जामनगर चार कोसांवर राहिलें असून जाम यास, ह्याप्रमाणें खानखानन याची फौज आपल्यावर येत आहे असें कळलें. तेव्हां त्यानें आपल्या पदरचे दोघे सरदार–रामदुर्ग आणि कल्याणराय–यांस बरोबर देऊन,

एक हत्ती उत्तम प्रकारें शृंगारून त्याजवर अनेकप्रकारचें बहुमोल जडजवाहीर आणि इतर प्रकारचा नजरनजराणा लादून तो हत्ती **खा**नखानन यास नजर पाठविला; व आपल्या मुलानें केलेले वेडेपणाबद्दल त्यानें त्या सरदारांचे मार्फत **खा**नखानन याची माफी मागितली. तेव्हां **जाम** हा स्वतः निर्दोष असून त्याची नम्रता व निष्कपटपणा पाहून **खा**नखानन याची फौज पुढें पाऊल न टाकतां मागें परतली.

ह्याप्रमाणें **मिरझा खा**नखानन यानें आपल्या बादशाहाचा अंमल व त्याचें नांव वाढविण्याचा क्रम ठेवून शिवाय आपल्या ताब्यांतील प्रांताचा बंदोबस्तही ठेवावयाचा तसा ठेविला. पुढें त्याला **अक**बराचें हुजूर पाचारण झाल्यावरून दुसऱ्या वर्षामध्येंच तो **आ**ग्र्यास गेला. तेथें बादशाहानें त्याचा फार सन्मान केला. नंतर तो तेथून परत आपल्या कामावर **गु**जराथेंत आला. परंतु इ० स० १५९० मध्यें बादशाहानें पुनः **मिरझा अजीज को**का यास त्याच्या विरागी दीक्षेंतून परतवून त्याला **गु**जराथचा सुभेदार नेमिलें. **गु**जराथेंत **को**काची नेमणूक करण्यापूर्वीं कांहीं दिवस त्याला **मा**ळव्यांत काम नेमून दिलें होतें. असो. अजीज **को**का याची **गु**जराथेंत नेमणूक झाल्याप्रमाणें तो अहमदाबादेस दाखल झाला. तेव्हां बादशाही हुकुमाप्रमाणें **मिरझा खा**नखानन हा अहमदाबादच्या सुभेदारीचें काम अजीज **को**का याचे स्वाधीन करून तो बादशाहाचे हुजूर जाण्याकरितां निघाला. **मिरझा को**का सुभेदार झाला तेव्हां पुनः **न**वानगरचा **जाम**, **क**च्छचा **खें**गार, व **जु**नागडचा जहागीरदार अमीनखान याचा मुलगा **दौ**लतखान नांवाचा एक सरदार, असे सर्व मिळून **मु**जफरशाहाच्या चेतवणीवरून बंडें उद्भवूं लागले. तेव्हां त्यांची मस्ती व गमजा मोडण्याची अजीज **को**का यानें तयारी करून, इ० स० १५९० मध्यें तो **सो**रठप्रांताकडे बंडखोरांशीं सामना करण्याकरितां निघाला. त्यानें या मोहिमेस निघाल्यावर पहिला मुक्काम **वि**रमगांवास केला. व तेथें त्यानें अमीनखान **गो**री, **ह**लवदचा **चं**द्रसिंह, **क**र्ण **प्र**मार आणि **मो**रवीचे जहागीरदार वगैरेंशीं मसलत करून व त्यांचा

अभिप्राय घेऊन नवानगराकडे त्यानें मोर्चा फिरविला. तेथें बंडवाल्यांकडे सामन्याची तयारी होतीच. त्या ठिकाणीं जी लढाई झाली तींत जामसाहेबाचा भाऊ, त्याचे दोघे मुलगे आणि ५०० रजपूत मरण पावले. मग जाम व मुजफरशाह पळून जाऊन डोंगरांतून लपत फिरूं लागले व दौलतखान जुनागडास जाऊन तेथें लपून बसला. नंतर अजीज कोका यानें नवरंगखान व सय्यद कासम यांस जुनागडावर पाठविलें. तेथें दौलतखान जखमी होऊन, पुढें किल्ल्यावर असतां तेथेंच मृत्यु पावला. इतक्यांत तेथील किल्लेदारांस मुजफर येऊन मिळाला. ही बातमी कोका यास समजल्याबरोबर तोही पण जुनागडास येऊन दाखल झाला. तों मुजफर तेथून पळून अहमदाबादेकडे गेला. तेव्हां कोका यानें आपल्या मुलास सैन्य देऊन अहमदाबादेकडे पाठविलें; व आपण जुनागडाला वेढा घालून तेथेंच राहिला. पण पुढें, त्यानें आपलीं माणसें या धांवाधांवीच्यामुळें व लढाईच्या दगदगीमुळें दमून गेलीं आहेत असें बघून, त्यांना विश्रांति देण्याकरितां तो वेढा उठवून, तो परत अहमदाबादेकडे येण्याकरितां निघाला. या वेळीं जामही पळत व लपत फिरत होता.

पुढें इ० स० १५९१ मध्यें अजीज कोका यानें जुनागडावर फिरून स्वारी करण्याची तयारी केली. त्या वेळीं जामाचा मुलगा जलालखान हा गाजीखान मलिक वगैरे सरदार बरोबर घेऊन कोका याशीं सामन्याकरितां आला. तिकडे बादशाही फौज गोगो, मांगरोळ, सोमनाथ वगैरे १९ बंदरगांवें सर करून नंतर जुनागडास आली. तेथील किल्ला अमीनखानाचा दुसरा मुलगा व दौलतखानाचा भाऊ ह्यांचे ताब्यांत होता. त्यानें मोठ्या शौर्यानें किल्ल्याचें रक्षण करण्याचा प्रयत्न केला; व शेवटीं किल्ल्याला कोकाकडून आगही लाविली गेली. तथापि, त्यानें न घाबरतां एकसारखा शत्रुपक्षावर मार चालविला होता. इतक्यांत बादशाही फौजेनें किल्ल्याच्या समोर एका उंच डोंगरावर तोफा चढवून तेथून किल्ल्यांतील लोकांस गोळ्यांचा भडिमार चालविला. तेव्हां मात्र आंतील लोक घाबरून लाचार झाले. मग शेवटीं किल्लेदार डोक्यावर कुंची पेहरून अजीज कोकाचे ताब्यांत

गेला. तेव्हां अजीज यानें त्याचें शौर्य व पराक्रम लक्षांत आणून त्याला बादशाहाकडील उत्तम प्रकारचा पोषाक देऊन त्याचा बहुत सन्मान केला व शिवाय त्याला जहागीर देऊन खुष केलें.

ह्याप्रमाणें अजीज कोका यानें जुनागड घेतल्यावर तो मुजफरशहाचे तपासास लागला. तेव्हां त्याला असें वर्तमान कळलें कीं, मुजफर हा उखामंडळाकडे (द्वारकापरगण्याकडे) लपत फिरत आहे. म्हणून त्याजवर नवरंगखान वगैरे सरदारांबरोबर एक फौज देऊन त्यांस पाठविलें. तों मुजफरखान द्वारकेच्या जमीनदारांचे मसलतीनें समुद्रपार होऊन कच्छप्रदेशांत शिरला. तेव्हां नवरंगखानानें द्वारकाप्रांत आपल्या ताब्यांत घेऊन नंतर तेथें एक मशीद बांधून शिवाय तेथें बादशाही ठाणेंही बसविलें.

इकडे कच्छ देशांत मुजफर गेल्याची बातमी अजीज कोका यास कळली; तेव्हां तिकडेही त्याणें आपला मुलगा अबदुल यास आपली फौज देऊन रवाना केलें. इतक्यांत नवानगरचा जामराजा कोका याजकडे येऊन त्यानें सख्याचें बोलणें लाविलें. तसेंच, कच्छच्या राजानेंही आपला वकील पाठविला कीं, 'आपल्याला आम्हाकडून कांहीं मदत होण्यासारखी असल्यास घ्यावी.' त्यावर कोका यानें निरोप पाठविला कीं, 'मुजफर यास तुम्ही आम्हाकडे धरून पाठवून द्या, ही मदत करा; दुसरी कोणतीही मदत नको व असें झालें तरच तुमचा आमचा भाऊपणा राहील.' त्यावर जाम म्हणाला कीं, 'मोरवीकडील मुलूख मला द्याल तर मुजफर यास पकडून आणण्याचें काम मी करितों.' जामाचें हें म्हणणें कोका यानें कबूल केलें व त्याप्रमाणें त्याला मोर्वी प्रांत इनाम दिला. व शिवाय त्याजबरोबर आपलें लष्करही देऊन त्याचें वचन किती अंशांनीं पुरें होतें तें तो बघत बसला. जाम यानें आपली सर्व फौज जेथें मुजफर लपून बसला होता म्हणून त्यास वर्तमान होतें तेथें नेली व त्याला निरोप पाठविला कीं, 'तुला कच्छचा राजा भेटावयास आला आहे.' त्याप्रमाणें, तो निरोप त्याला खरा वाटून तो भेटण्याकरितां बाहेर आला. त्याबरोबर कोकाच्या लोकांनीं त्याला पकडलें आणि त्यास बरोबर कैद करून

घेऊन ते अजीज कोका याजकडे अहमदाबादेस चालले. तों, ते रस्त्यानें चालले असतां वाटेंत एका ठिकाणीं कांहीं निमित्तानें मुजफर आपल्या घोड्यावरून खालीं उतरला आणि दूर एका झाडाखालीं जाऊन जवळच्या सुरीनें त्यानें आपला गळा कापून आत्महत्या करून घेतली. तेव्हां तें प्रेत तसेंच कोकाच्या लोकांनीं त्याजकडे अहमदाबादेस नेलें. नंतर तेथें कोकानें त्या शवाचें मस्तक मात्र कापून घेऊन तें आग्र्यास अकबराकडे नजर पाठविलें. तें शिर पाहून अकबरास फार संतोष होऊन त्याणें, 'अजीज कोका यास एकवार आपल्याला भेट देऊन जा,' असा निरोप पाठविला. परंतु 'मला फिरंग्यांपासून दिवबेट वगैरे काबीज करावयाचीं आहेत; त्या अर्थी एव्हाशीं मला हुजुरास येण्याला फुरसत नाहीं' असा कोका यानें निरोप पाठविला. व या बहाण्यानें तो गुजराथ सोडून गेला नाहीं. पुढें अजीज कोका यानें दिवबंदरावर जाऊन तेथील व्यापाऱ्यांस रोंखून आपल्या वजनानें फिरंग्यांपासून असा दस्तक करून घेतला कीं, 'बादशाही लोक समुद्रांतून कोठेंही गेले तरी त्यांस आम्हांकडून कांहींएक हरकत होणार नाहीं.' नंतर तो सोमनाथास गेला व तेथून वेरावळपाटण बंदरीं जाऊन त्या बंदरांतून सहकुटुंब सपरिवार इलाही नामक गलबतांत बसून तो मकेस चालता झाला (इ० स० १५९२). त्या वेळीं त्याचे बरोबर अवघे १०० शिपाई होते. तो सोमनाथपाटणास गेला तेव्हां त्यानें मीर अबदुल इसाक बक्षी व सय्यद बाजीद दिवाण यांस कांहीं कारणांवरून कैद केलें होतें. पुढें गलबतांत बसून जातांना त्याला, आपण आपला देश सोडून दूर दर्यांतून जात आहोंत तेव्हां यामध्यें कसा काय निभाव लागून सर्वजण सुखरूप जाऊन येऊं याजबद्दल, एक प्रकारची काळजी वाटूं लागल्यासारखी होऊन, त्यानें आपल्या डोळ्यांतून अश्रुपात केला. व जातां जातां, आपल्या हातें कैदेंत पडलेल्या सर्व कैद्यांस त्यानें बंधमुक्त करण्याचा हुकूम दिला.

पुढें अजीज कोका याजविषयींची हकीकत जेव्हां अकबर बादशाहास कळली तेव्हां त्याला त्याचा फार राग येऊन त्यानें आपला युवराज सुलतान मुरादबक्ष याचेबरोबर १००० स्वार देऊन त्यास गु-

जराथचा सुभेदार नेमून पाठविलें. नंतर मागाहून त्याला बादशाहानें असा हुकूम पाठविला कीं, 'अहमदाबादची व्यवस्था नीट झाली ह्मणजे दक्षिणेकडे मुलुखगिरीकरितां जावें.' त्याप्रमाणें तो, इ० स० १५९५ ह्या वर्षीं, आपला नायब सुभेदार सूरजसिंग यास अहमदाबादेस आपल्या जागीं नेमून, आपण फौज घेऊन दक्षिणेकडे जावयास निघाला. त्यावेळीं मुजफर याचा मुलगा बहादुरशाह म्हणून होता; त्यानें जेव्हां असें बघितलें कीं, मुरादबक्ष बहुत करून सर्व सरदार घेऊन दक्षिणच्या मोहिमेस गेला आहे; व अहमदाबादेस म्हणण्यासारखा बंदोबस्त नाहीं, तेव्हां त्यानें दंगा व मस्ती माजविण्याकरितां एक बंड उठविलें. परंतु सूरजसिंगानें तें बंड लौकरच मोडून टाकिलें.

दक्षिणेकडे बापाच्या आज्ञेवरून सुलतान मुरादबक्ष गेला खरा. परंतु इ० स० १६०० मध्यें तो तिकडेच मरण पावला. यावेळीं अजीज कोका हा मक्केची यात्रा करून दिल्लीस येऊन बसला होता. मुरादबक्ष निवर्तल्याचें वर्तमान अकबरास कळल्यावर त्यानें मात्क्यान् तिसऱ्यानें अजीज कोका याची अहमदाबादच्या सुभेदारीवर नेमणूक केली व त्याप्रमाणें कोका हा गुजराथेंत येऊन आपल्या कामावर रुजूही झाला. कोका याचे हाताखालीं शमसुद्दीन हुसेन नांवाचा मनुष्य नायब सुभेदारीवर नेमण्यांत आला होता. दोन वर्षें कोकानें गुजराथची सुभेदारी केल्यानंतर त्यानें सोरठ प्रांताचें दरोबस्त उत्पन्न आपल्या वंशजांकडे पिढीजात लावून घेतलें; आणि त्याचे जे तीन पुत्र होते त्यांतील थोरल्यास [1]जुनागड येथील, दुसऱ्यास अहमदाबादची

---

१. जुनागड हा किल्ला यादववंशीय उग्रसेन याणें बांधिला असें ह्मणतात. या किल्ल्याचे वरच्या बाजूस गढी आहे. किल्ला बहुतकरून ओसाड आहे तरी त्यामध्यें आंत जाऊन बघितलें असतां जमिनींत मोठमोठ्या इमारती आढळतात. त्या इमारती कधींच्या असतील याचा कांहीं तपास लागत नाहीं. या किल्ल्याजवळच रैवत पर्वत असून, किल्ल्याचे बाहेर गिरनारचा डोंगर आहे. जुनागड हा किल्ला सिद्धराज जयसिंगानें घेतला होता असें ह्मणतात. महंमद बेगड्याचे वेळेस या किल्ल्यावर एक मांडलिक हिंदु राजा राहत

आणि तिसऱ्याला सोरठ येथची सुभेदारी देण्याच्या सनदा बादशाहापासून त्याणें मिळविल्या. याचप्रमाणें अजीज कोका याणें बादशाहाला संतोष वाटावा व त्याच्या पुत्राचा मान रहावा याकरितां खंबायत बंदरचा एकलक्षाचा मुलूख युवराज सेलीम याजकडे नजराणा म्हणून नेमून दिला. यानंतर इ० स० १६०५ मध्यें आक्टोबरच्या १२ वे तारखेस अकबर बादशाह आग्रा येथें मरण पावला. तेव्हां त्याचे मागून त्याचा मुलगा सेलीम हा आपल्यास जहानगीर असें नांव घेऊन दिल्लीच्या तख्तावर बसला.

अकबर बादशाह मोठा लोकप्रिय होऊन गेला. त्याचा मुख्य हेतु हा होता कीं, माझी रयत कोणीकडून तरी खुष व सुखी रहावी. आपण करितों त्याचे विरुद्ध कोणी न कुरकुरतां, त्यांणीं खुषीनें त्याला आपली मान्यता द्यावी अशा प्रकारचेंच कोणतेंही करणें तो करीत असे. मुसलमानी धर्माचे राजे व बादशाह हिंदुस्थानावर अंमल करूं लागल्यापासून हिंदु लोकांवर सर्वदा धर्मसंबंधी जुलूमजबरदस्ती फार चालून लोक

अकबर बादशाह.

होता; व त्या वेळेस त्याची राजधानी 'वनस्थळी' ह्मणून होती. या किल्ल्याचे भोंवतीं घनदाट झाडी असून मध्यें किल्ला होता व त्यास 'जीर्णगड' असेंही नांव आहे. जुनागड किल्ल्यांत मोठमोठ्या विहिरी असून, तेथें नरसिंह मेहता याचा एक चौथरा ह्मणून आहे. या चौथऱ्यापुढें मात्र वस्ती आहे. किल्ल्यांत नवाबाचा ह्मणून एक महाल आहे. किल्ल्याचे पलीकडे मोठमोठाल्या खाणी आहेत. जुनागड येथें रायखिंगार वगैरे कितीएक राजे होऊन गेले, व त्यांचे वाडे अजून गिरनार डोंगरावर आहेत. ह्या जागा फार प्राचीन आहेत.

जिकिरीस आले होते. परंतु तशा प्रकारच्या जुलूमजबरदस्तीचा अकबराचे कारकीर्दीत शेवटच झाल्यासारखा झाला होता. अशा प्रकारचा तो चांगला बादशाह झाल्यामुळें त्याच्या कारकीर्दीत गुणवान् व राजनीतिकुशल लोकही पुष्कळ उदयास आले. **गुजराथेकडे** ज्या गुणी व राजनीतिकुशल लोकांकडून प्रजेचें कल्याण झालें ते पुरुष **तोडरमल्ल** आणि **खान खानन** वगैरे होते. **तोडरमल्ल** याणें सर्व प्रांताची पाहणी करून प्रतबंदी व दरठरोती केली. **तोडरमल्ल** याजवर **अकबराची** फारच मेहेर नजर असून, त्याचा त्याजकडून हंमेषा फार मानसन्मान आणि आदरसत्कार राहत असे. ह्याप्रमाणें गुणी लोकांचा परामर्ष **अकबराकडून** जसा झाला व या कामांत तो जसा विचारी व धोरणी होता तसा त्याचे पूर्वी कोणताही **मुसलमानी** राजा झाला नाहीं. कोणत्याही जातीचा किंवा धर्माचा अभिमान न बाळगतां, सर्व जातींचे व धर्माचे लोक एकविचारानें व एकचित्तानें आपल्या दरबारांत असावे, याकडे त्याचें विशेष धोरण असे. धर्माभिमान व जात्यभिमान नसल्यामुळें **अकबराच्या** राज्यांत मोठमोठ्या हुद्यांवर **हिंदु** लोकांची योजना करणें त्याला कोणत्याही प्रकारें विषम वाटत नसे. ह्याप्रमाणें तो सर्वांशीं मिळून मिसळून वागत असे व दुसऱ्यांनाही आपल्याशीं मिळून मिसळून वागण्याची संधि देत असे; यामुळें तो सर्वप्रिय झाला होता. शिवाय त्याणें **हिंदु** लोकांच्या मुली आपल्या बायका करण्याची एक नवीनच रीति पाडल्यानें तो जणूं काय **हिंदूंचा** आप्त व सोयराच बनला होता.

अकबरानें **गुजराथेंत** आपण नेमलेले कारभारी, कोतवाल व अंमलदार यांणीं कसें वागलें पाहिजे याबद्दलचे कांहीं नियम ठरवून ते सर्व बादशाही नौकरांनीं लक्ष्यांत ठेविले पाहिजेत व ते सर्वांनीं आपापल्या जवळ बाळगिले पाहिजेत, असा त्याणें ठराव केला होता. ते नियम आह्मी **मिरात** अहंमदी म्हणून एक **फारसीभाषेंत** **गुजराथचा** इतिहास आहे, त्यांतून याखालीं उतरून घेत आहों:—

१. सर्व सरकारी नौकर व अमीर उमराव यांणीं ईश्वरास भिऊन चालावें व निष्पक्षपातानें काम करावें.

२. फकीर लोक जसे संसार व स्वार्थ यांजवर नजर ठेवीत नाहींत, त्याचप्रमाणें सरकारी नौकरांनीं आपली वृत्ति निर्लोभ ठेवावी.

३. रात्रंदिवस ईश्वराचें भजन करावें.

४. व्यावहारिक काम संपलें म्हणजे नीतिग्रंथ वाचावे. तेणेंकरून आत्म्याची उन्नति होईल.

५. जे त्यागी व दरिद्री असतील त्यांस शक्तीप्रमाणें दान करावें.

६. जे दुःखी झाले असतील, त्यांचा समाचार घेऊन त्यांच्या दुःखाचें दूरीकरण करावें.

७. कोणा अपराध्यास शिक्षा करणें ती घाईनें न करितां, अपराधाची नीट रीतीनें चौकशी करून बहुत विचारपूर्वक काय शासन करणें असेल तें करावें. देहांताची शिक्षा द्यावयाची असल्यास व सवड असेल तर हुजूर कळवून सर्व कागदपत्र पाठवावे; आणि नंतर हुजूराहून जसा हुकूम होईल तसें करावें. दंगेखोर लोकांस हुजूर पाठविण्याची अडचण असेल तर त्यांस देहान्ताचें शासन द्यावें. तरी त्यांचें कातडें काढण्याची शिक्षा कधींही करूं नये.

८. धर्माचे अधिकारी जे साधूसंत त्यांस मान द्यावा. व त्या साधूसंतांमध्यें कोणी कुलक्षणी आढळले तर त्यांस एकांतीं बोध करावा.

९. सत्यवक्त्यांचा बहुमान राखावा.

१०. तोंडावर स्तुति करणारांचा विश्वास धरूं नये व त्यांस कधींही अनुकूल होऊं नये.

११. अम्मलदारांनीं नेहमीं गोड बोलून दुसऱ्याचा आदरमान राखावा.

१२. फिर्यादी लोकांच्या अर्ज्या अनुक्रमानें तपासाव्या. पुढची अगोदर व अगोदरची मागाहून ह्याप्रमाणें होऊं देऊं नये.

१३. कोणी कोणाची निंदा केली तर त्यास तत्काळ शिक्षा करूं नये; परंतु त्या संबंधानें विचार करावा.

१४. आपल्यास राग किंवा दुःख होईल त्या वेळीं आपले जवळ असणारीं मनुष्यें चांगली गोष्ट सुचविणारीं अशीं शहाणीं व मायाळू असावीं.

१५. शपथ करण्याची संवय ठेवूं नये.

१६. शिवी उच्चारणें ही हलक्या माणसाची खोड आहे.

१७. जमिनीची लागवड जास्त होईल व शेतकरी लोक सुखी राहतील असें नेहमीं अधिकाऱ्यांचें पाहणें असावें. शेतकऱ्यांस तगाई देणें व त्यांजकडून वसूल सावकाशीनें व हप्तेबंदीनें घेणें ह्या गोष्टी त्यांस सुखी व आनंदी राखण्यांपैकींच आहेत.

१८. घरधन्याचे हुकमाशिवाय शिपायानें किंवा दुसऱ्या हरएक कोणी कोणाचे घरांत शिरूं नये व याबद्दल सरकारी अधिकाऱ्यांनीं तपास ठेवावा.

१९. अडचणींचे कामांत आपलेपेक्षां शहाणा असेल त्याचा विचार घ्यावा इतकेंच नाहीं; तर हलक्या माणसांपासूनही कधीं कधीं चांगली बुद्धि मिळते, आणि वृद्ध व शहाणेही कधीं कधीं चुकतात. शत्रूची सल्ला आणि शत्रूकरितां सल्ला जर कोणी देईल तर त्यांजविषयीं मात्र अंदेशा बाळगावा.

२०. चाकरीनौकरीच्या संबंधानें काम दुसऱ्याकडून करवूं नये; व दुसऱ्यांकडून करविलें तर त्याजबद्दलची जबाबदारी त्यांजवर ठेवूं नये.

२१. चुकीची व अपराधाची सबब ऐकावी व प्रसंगवशात् त्या चुकीची व अपराधाची माफी करण्यापुरतेंही दयाशील अंतःकरण ठेवावें. कारण, नेहमीं नेहमीं शिक्षा केल्यानें लोकांमधील सद्वर्तनक्रमाची आशा निष्फल होते.

२२. जो ईश्वरभीति बाळगीत असेल त्यासच मेहेत्रासी रस्त्याची रखवाली करण्यास सांगावी.

२३. जातीप्रमाणें शिक्षा करावी. मगरूर माणसास माराची शिक्षा प्रशस्त आहे.

२४. मनुष्याच्या जातिधर्मश्रद्धापंथावरून कोणी कोणाचा छल, द्वेष किंवा अपमान करूं नये. कोणताही धर्म खरा म्हणून त्याला मनुष्य अनुसरतें. त्यांत जर खोटेपणा असेल, तर त्याबद्दल मनांत कींव बाळगून हा मिथ्या समजुतीचा व खोट्या ग्रहाचा भक्त बनला म्हणून त्याजवर जुलूम करणें किंवा त्याचा अपमान करणें हें चांगलें असें न

समजतां, त्याच्या धर्मसमजुतींत बदल करण्याचा प्रयत्न करावा; आणि जे धार्मिक व सदाचारी असतील त्यांस नेहमीं साह्य करीत असावें.

२५. शरीरास मानवेल तितकी निद्रा व तितका आहार करावा. सोसेल तर जागरणही करावें; परंतु दिवसाचें काम रात्रीकरितां ठेवूं नये.

२६. दुसऱ्याचे हयगयीचा, कसूरीचा व अन्याय किंवा पाप आदिकरून गोष्टींचा न्याय करितांना आपल्या हयगयी, कसूरी व अन्याय किंवा पाप हीं ध्यानांत आणून नंतर दुसऱ्याला जी शिक्षा करणें असेल ती करावी; व त्या वेळीं तो त्याचा गुन्हा अजींच माफ करण्यास किंवा हलकी सजा देण्यास योग्य आहे किंवा नाहीं हें ध्यानांत आणावें.

२७. कोणाही मनुष्यावर अधिकाऱ्यानें वैर किंवा द्वेषभाव ठेवूं नये. जर कोणाकडून योग्य रीतीनें त्याचें नियमित काम होईनासें झालें तर त्यास रजा द्यावी. परंतु कोणाही नोकर चाकराचा द्वेष अथवा वैरभाव करण्याचें कारण नाहीं.

२८. हेर व बातमीदार यांजविषयीं सावधगिरीनें असावें. कारण, हे लोक निर्लोभी व विश्वासू असे क्वचित् असतात.

२९. लबाड लोकांची संगति करूं नये.

३०. जो मनुष्य एकांतीं ईश्वरभजन करितो त्याजकडून आशीर्वाद मिळवावा.

३१. जी बातमी लागेल ती जरूर कळविण्याजोगी असल्यास हुजूर कळवावी.

३२. हरहुन्नर व कलाकौशल्यांचें ज्ञान वाढविण्याचा प्रयत्न करावा.

३३. शिपाई लोकांचीं हत्यारें व पोषाक हे नीट ठेवावे व त्यांचे पगाराबाहेर त्यांस खर्च करूं देऊं नये.

३४. शिपायांस एकाच ठिकाणीं फार दिवस ठेवूं नये.

३५. शिपायांशीं जो करार केला असेल तो अमलांत आणावयास कसर करूं नये.

३६. शिपायांकडून हमेषा नेम व निशाण साधण्यासाठीं बाणांचा व बंदुकीचा अभ्यास करवीत असावें.

३७. शिकारीच्याच मागें नेहमीं लागूं नये; परंतु लढाईला अवश्यक गुणांची अनुकूलता करून घेण्यापुरता अभ्यास प्रत्येकाकडून करून घ्यावा.

३८. चाकर नौकरांशीं थट्टामस्करी व हंसणेंखिदळणें हीं वर्ज करावीं.

३९. मध्यरात्रीं व पहाटे नौबद वाजवावी; ह्मणजे सरकारी नौकर सावध राहतील.

४०. आपले जे मित्र असतील त्यांजवर आपली नेहमीं नजर राखावी. कारण, आपल्या मैत्रीमुळें ते कदाचित् लोकांवर निर्धास्तपणें जुलूम जबरदस्ती करण्यासही चुकावयाचे नाहींत.

४१. अर्ज्या व फिर्यादी घेण्यास एक स्वतंत्र माणूसच नेमून ठेवावा.

४२. सूर्योदयकाळीं आणि सूर्यास्तकाळीं बंदुका व तोफा सोडून सूर्यास सलामी द्यावी. कारण, तो आपणां सर्वांस प्रकाश देतो व त्याबद्दल त्याचे संबंधानें आपण सर्वदा आभारी असलें पाहिजे.

४३. कोतवालानें व जेथें कोतवाल नसेल तेथें त्यासारखा जो दुसरा अंमलदार असेल त्याणें आपल्या हद्दींतील घरांचें क्रमवार टिपण करून, त्यांत किती माणसें आहेत व त्यांचे कोणकोणते धंदे आहेत हें सर्व लिहावें. शहरांतील प्रत्येक चकल्याचा (भागाचा) एकेक कारभारी नेमून, त्याजकडे त्याच्या भागांत कमी जास्त जें होईल त्याजबद्दलची चौकशी व तपास ठेवण्याचें काम सांगावें. त्याच्या त्या दर भागांत एकेक बातमीदार ठेवावा. त्याणें नेहमीं कमीजास्त हकीकतींची वर्दी द्यावी. कोणाला घर सोडून जाणें असेल तर त्या भागाच्या चौकीदारांस सांगून जावें. त्याचप्रमाणें कोणी परकीय मनुष्य गांवांत येईल तर तो ज्या चकल्यांत उतरेल त्या चकल्याच्या चौकीदारानें त्याचें नांव टिपून ठेवावें. ओळखीवांचून कोणी नवखा मनुष्य येईल तर त्याबद्दलची खात्री घेण्याचें काम चौकीदाराचें आहे.

४४. ज्याचा खर्च जास्ती आणि उत्पन्न थोडें, तो कांहीं तरी अन्यायोपार्जित द्रव्यानें आपला संसार करीत असेल असें समजावें व त्याजवर अधिकाऱ्यांची नजर असावी.

४५. कोतवालानें एक दलाल आपले जवळ ठेवून त्याजपासून गांवांत कोणकोणता माल येतो व कोणकोणता विकला जातो तें समजून घ्यावें; आणि नित्याची खबर लिहून ठेवावी.

४६. शहराबाहेर अडचणीचे रस्त्यांवर कोतवालानें चौक्या व पाहरे ठेवावे.

४७. ज्यांची माहिती नाहीं असे लोक कोणत्या रस्त्यावर येतात त्यांजकडे लक्ष्य असावें.

४८. चोरांचा तपास कोतवालानें करावा व रखवालदारांचे जामीन घेतले असतील त्यांजकडून झालेल्या चोऱ्या भरून घ्याव्या.

४९. मेलेल्या माणसाची मिळकत त्याच्या वारसाची चौकशी करून त्याजकडे सोंपवून द्यावी; व जी मिळकत बेवारस असेल किंवा वारसाचा नीट तपास लागत नसेल तोंपर्यंत ती सरकारी जप्तींत ठेवून वारस मिळेल तेव्हां त्याची त्यास द्यावी.

५०. कोतवालानें दारू विकणार, दारू खरेदी करणार आणि दारू पिणार या सर्वांस काजीकडे नेऊन अशी शिक्षा करवावी कीं, त्यांजकडून तसलें काम पुनः होणार नाहीं.

५१. शहरांत विकले जाणाऱ्या जिनसांचा भाव अगदीं नेमस्त राहील अशा प्रकारची व्यवस्था कोतवालानें ठेवावी.

५२. लोकांच्या रीतीभातींप्रमाणें त्यांचे सण व पवित्र दिवस पाळले जाण्याविषयीं खबरदारी बाळगावी.

५३. नवरोजांचे सणांत दीपोत्सव करावा व दुंदुभीनाद आणि नौबदींचें वादन करावें.

५४. जरूरीचे कारणावांचून स्त्रियांनीं कधींही घोड्यावर बसूं नये.

५५. नदीवर पाणी भरण्याच्या व वस्त्रें धुण्याच्या स्त्रीपुरुषांच्या जागा पृथक् पृथक् नेमून दिलेल्या असाव्या.

येणेंप्रमाणें अकबरानें आपल्या कारकीर्दींत कित्येक नियम केलेले प्रसिद्ध आहेत. एकंदरींत अकबरासारखा मुसलमानी बादशाहामध्यें चांगला बादशाह झाला नाहीं. त्याच्या मृत्यूनें सर्व प्रजेस फार वाईट वाटलें.

---

## भाग चोविसावा.

### जहानगीर, शाहजहान आणि औरंगजेब वगैरे मोगल बादशाहांचे कारकीर्दींत गुजराथ देशाची राज्यव्यवस्था.

( इ० स० १६०६ पासून इ० स० १७०७ पर्यंत. )

अकबर बादशाह मेल्यानंतर त्याचे तख्तावर त्याचा मुलगा सेलीम हा आपल्याला जहानगीर असें नांव घेऊन बसला, हें पूर्वभागीं सांगितलेंच आहे. जहानगीरशाहचे वेळीं अहमदाबादेंत अजीज कोका हाच सुभेदार होता. या बादशाहाचे कारकीर्दींत गुजराथेंत एकंदर ८ सुभेदार झाले. त्यांत एकदां, खुद्द जहानगीरशाहच स्वतः गुजराथेंत येऊन, त्याणें आपला शाहजादा (युवराज) शाहजहान यास इ० स० १६२१ मध्यें अहमदाबादचा सुभेदार नेमिलें होतें; व त्याचे हाताखालीं अहमदखान नांवाच्या मनुष्यास नायब सुभेदार नेमिलें होतें.

शाहजहान यास गुजराथची सुभेदारी मिळण्याचा बनाव असा जमून आला कीं, तो आपल्या बापाबरोबर गुजराथेंत आल्यावर शिकारीला निघाला होता. त्या वेळीं अहमदाबादेस करीमखान नांवाचा सुभेदार अधिकारी होता. शाहजादा शिकारीस आला आहे, असें त्यास कळतांच मोठमोठे नजराणे घेऊन तो त्यास सामोरा गेला व त्याणें त्याचे सन्मानार्थ, 'हा राज्यभार आपला आहे' असें ह्मणून, आपल्याकडील सर्व सुभेदारीचा कारभार त्याचे स्वाधीन केला; आणि आपण त्याचा कारभारी अशा रीतीनें त्याचे जवळ राहिला.

अहमदाबाद येथें साबरमती नदीचे कांठीं शाहबाग नांवाचें एक

उपवन असून, त्या बागेंत एक महाल आहे. ती बाग व तो महाल शाहजहान यानेंच इ० स० १६२६ मध्यें बांधिला. लोक असें सांगतात कीं, शाहजाद्यानें ही बाग व हा महाल बांधिला खरा; परंतु त्या बागेंत किंवा महालांत तो कधींच गेला नाहीं; व त्याचे अंगचा वाराही त्या बागेस किंवा त्या महालास लागला नाहीं. त्याविषयींची अशी गोष्ट ऐकण्यांत आहे कीं, ही बाग व हा महाल तयार झाल्यावर शाहजहान हा आपल्या हत्तीवर बसून त्या महालापाशीं गेला. परंतु त्या ठिकाणचा दरवाजा इतका लहान होता कीं, त्यांतून शाहजाद्याच्या हत्तीस जातां येईना. त्यामुळें त्याची त्या महालाचे संबंधानें तिरस्कारबुद्धि होऊन, तो महाल बांधणाऱ्या कारागिरावरही त्याची खप्पा मर्जी झाली; आणि तेव्हांपासून त्याणें त्या बागेकडे व त्या महालाकडे ढुंकूनही बघितलें नाहीं. अहमदाबादेंत हजी शाहजहानाचा महाल ह्मणून एक इमारत आहे. ती अर्थात् या शाहजाद्यानेंच बांधवलेली असावी व त्याणेंच ती बांधविली आहे असें लोक म्हणतात.

जहानगीरशाहाचे वेळेसच प्रथमतः इ० स० १६११ मध्यें इंग्रज लोकांची या प्रांतांत पैरवी सुरू झाली. ते व्यापार करण्याचे उद्देशानें सुरतेस येऊन राहिले होते व सुरतही अहमदाबादच्या मोगलाई सुभेदारांचे ताब्यांतली म्हणून समजली जात असे. याकरितां, सुरतेच्या किनाऱ्यावर आपल्याला व्यापाराची मोकळीक मिळावी म्हणून इंग्रजांनीं दिल्ली येथील बादशाही दरबारांत बरीच खटपट चालविली होती. परंतु त्या वेळीं त्या दरबारांत पोर्तुगीज लोकांचें वजन फार असल्यामुळें इंग्रजांच्या खटपटीस तावडतोब यश आलें नाहीं. पुढें इंग्रज व पोर्तुगीज यांच्यांमध्यें समुद्रांत सामना होऊन इंग्रजांची सरशी झाली. तेव्हां अहमदाबादच्या सुभेदाराचें मत इंग्रजांविषयीं अधिक चांगलें होऊन, त्याणें लौकरच त्यांस कांहीं सोडवणुकींनीं सुरतेच्या बंदरांत व्यापाराची परवानगी दिली. नंतर त्यांणीं खंबायत, अहमदाबाद व घोघो या ठिकाणींही आपल्या मालाच्या कोठ्या बांधून तेथेंही व्यापार करण्याची परवानगी मिळविली; व त्या परवानगीचें फरमान इ० स० १६१३ मध्यें बादशाहाकडून मंजूर होऊन आलें. त्यापेक्षां

या बादशाहाचे कारकीर्दींत गुजराथसंबंधानें फारसें कांहीं घडून आलें नाहीं.

जहानगीर बादशाह इ० स० १६२७ मध्यें मरण पावला व त्याचे मागून त्याचा मुलगा शाहजहान हा दिल्लीचा बादशाह झाला. या बादशाहाचे कारकीर्दींत गुजराथेंत एकंदर बारा बादशाह होऊन गेले. त्यांत एकदां बादशाहाचा धाकटा मुलगा मुरादबक्ष यासही नेमलें होतें. शाहजहान बादशाहाला एकंदर चार मुलगे होते. त्यांतील थोरला मुलगा दारा यास बादशाह नेहमीं आपले जवळ ठेवून घेत असे व त्यालाच आपले पश्चात् तख्तावर बसवावें अशी त्याची इच्छा होती. ही गोष्ट त्याणें त्या वेळीं तेथें हजर असलेल्या आपल्या दुसऱ्या सुजा नामक मुलास कळविली. त्या वेळीं मुराद हा गुजराथेंत सुभेदारीवर होता आणि औरंगजेब दक्षिणेकडे मुलूखगिरीवर गेला होता. त्यांसही हें वर्तमान कळलें तेव्हां ते आपआपल्या फौजा घेऊन दिल्लीस येण्याकरितां निघाले. त्यांणीं पहिल्यानें एकमेकांच्या विचारें आपआपल्या फौजा नर्मदेच्या कांठीं एकत्र केल्या. परंतु त्यांत औरंगजेब मोठा कपटी व धूर्त होता. त्याणें मुरादास एकीकडे ठेवून, प्रथमतः बापाला कैद केलें; आणि आपण इ० स० १६५८ मध्यें दिल्लीच्या तख्तावर विराजमान झाला. तेव्हां अर्थात् दाराला दिल्लीहून पळून जावें लागलें. तो पुढें रखडत रखडत सिंधेंतील रेतीचीं मैदानें तुडवीत खालीं गुजराथेंत उतरला. त्याला वाटेनें फार श्रम व संकटें सोसावीं लागलीं. तो जेव्हां खालीं कच्छमध्यें आला व त्याची आणि तेथील रावाची व जुनागडच्या जाम साहेबांची मुलाखत झाली, तेव्हां त्या दोघांहीं राजांनीं त्याचा मोठा सन्मान केला. परंतु दाराला आपल्या भावाचा सूड उगवून आपल्या तख्ताचा जो त्याणें अधिकार अपहार केला, त्याजबद्दल त्याचा समाचार घ्यावयाचा असून, त्यासाठीं त्याला मदत पाहिजे होती. तिच्याविषयीं त्याणें त्यांजकडे मागणी केली; परंतु त्यांजकडून त्यास साफ नकार मिळाला. कारण, त्यांना तैमुरलंगाच्या वंशजांची फार भीति वाटत असून, त्यांशीं शत्रुत्व करण्यास ते फार भीत असत. पुढें दारानें त्यांस लालूच दाखविण्याकरितां त्यांच्या मुलींशीं आपल्या मुलाचें

लग्न करण्याचा निश्चय कळविला. परंतु पुढें दारालाच त्याच्या अमीरांनीं अशी मसलत दिली कीं, आपल्या मुलाशीं अशा सोयरिकी करणें हें आपल्या दर्जाला व अब्रूला कमीपणा आणणारें आहे. अमीरांचा हा अभिप्राय पडल्यावर त्याणें त्याप्रमाणें आपल्या मुलाच्या विवाहाचा बेत तहकूब ठेविला. नंतर तो अहमदाबादेस आला. तेथें आल्यावर त्याचा भाऊ मुराद याणें आपली कन्या दाराचे मुलास देऊन त्याला मदत देण्याचें कबूल केलें. नंतर त्याणें दिलेली मदत घेऊन तो अजमीरपर्यंत गेला; परंतु तेथें औरंगजेबाची फौज आली होती. तिच्या फसवणुकीनें दाराला साह्य आपली फौज घेऊन अहमदाबादेस परत यावें लागलें. इतक्यांत त्या वेळीं गुजराथच्या सुभेदारीवर जसवंतसिंग नांवांचा एक सरदार नेमिला होता. त्याणें दाराला साह्य न देण्याचा विचार केला होता; इतकेंच नाहीं, तर गुजराथेंत जे बादशाही सरदार होते त्यांणीं सर्वांनीं जमून दाराचा पाठलाग केला व त्याला विरमगांवापर्यंत तंगाडून लाविलें. तेव्हां तो बिचारा असाह्य होऊन कच्छप्रांतांतून सिंधेंत गेला. व तेथून फिरतां फिरतां, एकदांचा जहानखान नांवाचा एक सिंधेमध्यें स्वतंत्र सरदार होता त्याजकडे जाऊन उतरला. परंतु त्या सरदारानें त्याला दगा देऊन पकडलें आणि त्यास बादशाही सरदारांचे स्वाधीन केलें. तेव्हां त्यांणीं त्याला धरून दिल्लीस नेलें आणि बादशाह औरंगजेब याच्या स्वाधीन केलें. आणि औरंगजेबानें त्याला कांहीं दिवस कैदेंत ठेवून शेवटीं मारेकऱ्यांकडून मारवून टाकिलें. दारा कैदेंत असतां मोहबतखान नांवाच्या एका सरदारानें त्याच्या नांवानें एक बंड उपस्थित केलें होतें. परंतु त्याणें शहाणपणानें तें पुढें फारसें वाढविलें नाहीं. यामुळें त्याचा विशेष घोर परिणाम झाला नाहीं.

दिल्ली येथें औरंगजेब बादशाह राज्य करीत असतां दक्षिणेकडे शिवाजी नांवाचा एक मराठा सरदार फार जोरावर असून, तो दक्षिणेकडील मुसलमानी अमलास अगदीं मोजीनासा झाला होता. त्याणें महाराष्ट्र देशांत आपलें एक स्वतंत्र राज्य स्थापून, मुसलमानी मुलखांत चोहोंकडे लुटीफाटी चालविल्या होत्या. दोन वेळां

तर त्यानें सुरत शहर लुटलें होतें. इ० स० १६६४ मध्यें जेव्हां त्यानें पहिल्यानें सुरत शहर लुटिलें, त्या वेळीं तें शहर फारच श्रीमान् होतें. तेथें व्यापार रोजगार वगैरे मोठमोठे चालून, लोकांच्या जवळ संपत्ति फार होती. ता० ५ जानेवारीपासून ते ता० ११ जानेवारी-पर्यंत (सहा दिवसपर्यंत) शिवाजी व त्याचे लोक अहोरात्र सुरत शहर एकसारखें लुटीत होते. याच वेळीं मराठ्यांना जर सुरतेस त्या वेळीं असणाऱ्या वलंदेजी (डच) व इंग्रज यांच्या कोठ्या सांपडल्या असत्या तर त्यांस फारच पैसा मिळाला असता. परंतु त्या दोन्ही कोठ्यांचे व्यवस्थापकांनीं आपल्या वखारींचा बंदोबस्त उत्तम प्रकारें करून ठेविला असल्यामुळें त्यांच्या एका सुतळीच्या तोड्या-सही मराठ्यांच्यांनीं हात लाववला नाहीं. त्यांच्या अशा बंदोबस्तांनीं इंग्रजांचें वजन दिल्लीदरबारीं फार वाढून, औरंगजेबाची इंग्रजांवर फार प्रसन्न मर्जी झाली; व त्यानें खुष होऊन इंग्रजांस इ० स० १६६७ मध्यें एक सनद करून देऊन त्यांस आपल्या बादशाही अमलांत कोठेंही जाऊन व्यापार करण्याची परवानगी दिली.

---

१. सुरतेविषयींची अशी आख्यायिका सांगतात कीं, इसवी सनाचे सोळावे शतकाचे पूर्वी तापी नदीचे एके बाजूस एक लहानसें गांव होतें; आणि त्याच वेळीं तापी नदीचे दुसऱ्या बाजूस रांदेर ह्मणून एक मोठें जुनें शहर होतें. त्या वेळीं सुरतेच्या गांवीं कोणी एक सुरता नांवाची वेश्या राहत असे. ही वेश्या पहिल्यानें कोणा अमीरानें ठेविली असून, पुढें त्यानें कांहीं कारणानें तिला सोडून दिलें. तेव्हां तिला कोणी रुमी नांवाच्या एका व्यापाऱ्यानें ठेविली व त्यानें तिला वर लिहिल्याप्रमाणें तापी नदीच्या कांठच्या त्या लहानशा गांवीं आणून ठेविलें होतें. हा व्यापारी पुढें फार भरभराटीस येऊन गुजराथच्या बादशहाची त्याजवर फार मेहरबानी झाली होती. त्या वेळीं बादशाहानें या गांवीं व्यापाराचे सोयीकरितां एक मोठा कोट बांधण्याचें कामही या रुमी व्यापाऱ्यासच सांगितलें होतें. त्यानंतर त्याणें त्या गांवास आपल्या नाटकशाळेचेंच 'सुरत' असें नांव दिलें व पुढें तें गांव अल्प काळानेंच मोठें श्रीमान् नगर झालें.

ह्याप्रमाणें, त्या वेळेपासून इंग्रजांचा व्यापार व वजन पुढें एकसारखें वाढत्या प्रमाणावरच चाललें. इ० स० १६२९ पासून गुजराथच्या सुरतेकडील भागांत इंग्रजांनीं आपली मुख्य व्यापाराची जागा करून ठेविली होती. परंतु पुढें इ० स० १६६२ सालीं इंग्लंडचा राजा दुसरा चार्लस् याला पोर्तुगाल देशच्या राजाची कन्या मिळून तिच्याबरोबर इंग्रजांना हिंदुस्थानांतील मुंबईटापू आंदण मिळाला. तेव्हां इंग्रजांनीं इ० स० १६६५ पासून आपल्या व्यापारी मालाची वखार व मुख्य ठिकाण मुंबईबंदरींच केलें. ह्याप्रमाणें सुरत व मुंबई हीं दोन बंदर ठिकाणें त्यांना मिळाल्यावर मग त्यांणीं आपला व्यापार अखंडपणें व बिनहरकत चालविला.

पुढें इ० स० १६७० मध्यें आगष्टच्या तिसऱ्या तारखेस शिवाजीनें दुसऱ्यानदा सुरतेवर स्वारी केली. त्या वेळीं त्याचे बरोबर १५०० स्वार होते. ह्या स्वारीचा उद्देश तरी सुरत लुटण्याशिवाय कांहीं नव्हता. ह्या वेळींही त्यानें तीन दिवसपर्यंत सारखें सुरत लुटण्याचें काम चालविलें होतें. याही वेळीं इंग्रजांच्या कोठीला त्यांजकडून कांहीं एक इजा पोंचली नाहीं. यासमयीं इंग्रज आपल्या कोठीचें संरक्षण करूनच थांबले नाहींत; तर त्यांणीं होतां होईल तितकें तेथील रयतेचेंही रक्षण केलें. सुरत लुटून जातांना शिवाजीनें तेथील लोकांस सांगितलें कीं, 'तुह्मी मला प्रतिवर्षी बारा लाख रुपये खंडणी देत जाल तर दरवर्षी येथें येऊन तुम्हास त्रास देण्याचें मला कारण पडणार नाहीं.'

इ० स० १६८५ मध्यें गुजराथच्या सुभेदारीचे जाग्यावर शाहजादा महंमद अजीम यास कायम करून, त्याचे हाताखालीं सुजातखान यास नायब सुभेदार नेमिलें. त्या वेळीं सुरतेस शफदरखान बाबी नांवाचा मनुष्य फौजदार होता. इ० स० १६८७ मध्यें इंग्रज लोकांत आणि बादशाही दरबारांत कांहीं कुरकुर चालून, दरबारची

१. सुरत येथील इंग्रजांची कोठी हल्लीं विकली आहे. ती जागा सुरतेचे लोक आपल्याला दाखवितात. तिचा दरवाजा वगैरे तापीतीरीं कायम आहे.

इंग्रजी व्यापाऱ्यांवर खप्पा मर्जी होऊन, त्यांची सुरत येथील कोठी जप्त करण्यांत आली होती. परंतु मागाहून ती पुनः त्यांची त्यांच्याकडे देण्यांत आली.

मध्यें कांहीं दिवस नायब सुभेदार सुजातखान हा सुभेदारीचें काम करीत होता; परंतु इ० स० १७०२ मध्यें शाहजादा महंमद अजीम ह्यालाच बादशाह औरंगजेब यानें गुजराथेंत परत पाठविलें. त्या वेळीं दुर्गादास राठोड यानें गुजराथेंत बंड उपस्थित केलें होतें. तेव्हां त्याजवर अजीम यानें सुरतेचा फौजदार शफदरखान यास पाठविलें. परंतु त्या वेळीं तो राठोड सरदार लढाई न करितां पळून गेला. पुढें मागाहून त्याजबरोबर एक लढाई झाली. तींत शफदरखानास सर्वस्वीं यश मिळून राठोडाचा पराभव झाला.

मध्यंतरीं धनाजी जाधव नांवाचा एक मराठी सरदार ८०,००० फौज बरोबर घेऊन नर्मदा नदी उतरून गुजराथेंत आला. तेव्हां त्याचेवर त्या वेळीं गुजराथेंत नायब फौजदारीचें काम करीत असलेला अबदुल हमीदखान हा आपली फौज घेऊन गेला होता. पण त्या मराठ्यांपुढें कांहीं एक न चालतां तो पराजय पावून अहमदाबादेस परत आला.

इ० स० १७०७ मध्यें औरंगजेब बादशाह मरण पावून दिल्लीदरबारांत बरीच अस्वस्थता माजत चालली. औरंगजेबाच्या वेळची करारी, महत्वाकांक्षा आणि दरारा हीं शिथिल पडत जाऊन, दिल्लीदरबारचा अंमल वाढत्या कलेवर होता, त्याला ओहोट लागल्यासारखी झाली. अकबर बादशाहाचे मागाहून जहानगीरशाह व शाहजहान हे बादशाह झाले. पण त्यांनीं अकबरानें घालून दिलेल्या वहिवाटीप्रमाणें आणि शिरस्त्याप्रमाणें बहुशः चांगल्या रीतीनें राज्य चालविलें होतें. अकबराची हिंदु राजांचे बरोबर जी मित्रता व गोडी होती, तीच त्याचे मागील वर सांगितलेल्या दोघां शाहांनीं कायम ठेविली होती. कोठेंही असमाधान व राजद्रोह नसून, सर्वत्र आबादी व आनंद असे. दिवसेंदिवस बादशाही अमलांत संपत्ति वाढत्या प्रमाणावर असून, राज्यसत्ताही भरभराटींत होती. त्या वेळीं हिंदुस्थानांत आलेले इंग्रज लोक

मोंगल बादशाहास पाहून फार भीत असत. तें सर्व गाडें बदलून, आम्ही लिहितों आहों त्या काळच्या स्थितीकडे बघितलें म्हणजे, दरबारच्या लोकांत नामर्दपणा, भीरुता आणि नेबळाई मात्र आल्यासारखी दिसत होती. पूर्वी अकबराच्या वेळेपासून बंडखोरांविषयीं किती सावधगिरी असे, व आपल्या पदरच्या एखाद्या शिपायाबद्दलही दरबाराला किती अभिमान असे, हें पाहिलें तर वरील काळीं त्याची छाया देखील नाहींसारखी झाली होती, असें म्हटल्यास चिंता नाहीं. सर्व दरबारचे लोक—बादशाह व अमीर—मौजशोकांत आणि ऐपआरामांत गुंग झालेले दिसत. चैनाविलास आणि मौजशोकांचें प्राबल्य अकबर मेला कीं, त्याचे मागपासूनच सुरू झालें. जहानगीर हा नूरजहान हिजवर आपक्त होऊन तिच्याशीं विलासक्रीडा करण्यांतच दंग झाला. आणि शाहजहान यानें एक जडित मयूरासन करविलें, तें करविण्यांतच करोडों रुपये खर्च केले; इकडेच त्याचें लक्ष्य होतें. शाहजहान याचे पश्चात् औरंगजेब हा बादशाह झाला; पण तो लहान असून, राज्यकारभारास लागला नव्हता तेव्हांपासूनच दिल्लीच्या बादशाहीचा अंमल नरम व मऊ पडत चालला होता. तरी त्यानें आपल्या कुवतीनें आणि विलक्षण प्रकारच्या कृत्यांनीं अंशतः आपली भीति व अंमल कायम ठेवून, अमीरउमराव व जमीदार यांजवर बरीच छाप राखिली होती. तथापि, दिल्लीच्या बादशाहीची अखेरी होण्याला जीं कांहीं बीजरूप कारणें पाहिजे होतीं त्यांचें रोपण औरंगजेबाच्या कारकीर्दींतच झालें होतें, असें म्हणण्यास हरकत नाहीं. औरंगजेबामध्यें धर्माभिमान आणि तज्जन्य जुलूमजबरदस्ती, क्रूरता व निर्दयता फार होती व हा त्याजमध्यें मोठा दुर्गुण होता. त्यानें धर्मविचाराच्या भरीस पडून, हिंदुलोकांवर फार जुलूम व अन्याय करून त्यांचीं देवळें व पवित्रस्थानें भ्रष्ट केलीं. यावरून अर्थात् सर्व हिंदु प्रजेची त्याजकडे द्वेषाची नजर असून, त्यांचेकडून त्याला सदैव शापाशिवाय कांहीं एक सुवचन मिळत नसे. अशी सर्व द्वेषाची सामग्री सिद्ध होऊन राहिली होती; इतक्यांतच दक्षिणेकडे हिंदुधर्मकैवारी असा महाभाग्यशाली व पुण्यवान् शिवाजी भोंसला नांवाचा एक

बलवान् सरदार मुसलमानांचें उट्टें फेडण्याकरितां निर्माण झाला होता. त्याच्या मधून मधून गुजराथेकडे स्वाऱ्या होऊं लागल्याचें वर थोडेंसें वर्णन आलेंच आहे. सर्व हिंदू लोकांचें त्याला पूर्णपणें साह्य असून तो आपल्याकडे गोब्राह्मणप्रतिपालकाचा अधिकार घेण्याविषयीं फार उत्सुक होता. त्याला सर्व हिंदू लोकांचा फार आशीर्वाद मिळून, त्या सर्वांची त्याचेविषयीं फार पूज्यता असे. त्याचें बल दिवसेंदिवस वाढत चाललें होतें. त्याचा दक्षिणेकडे मुसलमानी अमलामध्यें सुळसुळाट चालला असून, त्याचा आपल्या मुलखांतील बंडावा मोडावा म्हणून औरंगजेबानें अनेक प्रकारचे बहुत प्रयत्न केले. पण त्यांत त्याला सिद्धि मिळाली नाहीं; आणि अखेरीस तेच मराठे सरदार दिल्लीच्या बादशाहीचा विध्वंस करण्याला कारण झाले.

औरंगजेबाचे मागून जे जे बादशाह झाले ते ते सर्व अगदीं नादान व कुचकामाचे होते. त्यांजमध्यें स्वतः शहाणपण नव्हतें, तर पदरच्या शहाण्या व समंजस लोकांच्या मसलतीनें तरी वागावयाचें होतें; पण तें कांहीं नाहीं. दरबारांत मसलतगारांचे व सरदारांचे अपमान करणें म्हणजे तर बादशाहांचे खिसगणतीसही वागत नाहींसें झालें होतें. असें झालें म्हणजे त्यांनीं कट करून, हा बादशाह नको तो बसावा, तो नको तिसरा बसावा, याप्रमाणें दिवसांत तीन बादशाह करण्यापर्यंत मजल येऊन ठेपली. तेव्हां दिल्लीचे बादशाह म्हणजे कळसूत्री बाहुलीं किंवा नाटकांतले राजे असे झाले. वर सांगितल्याप्रमाणें इ० स० १७०७ मध्यें औरंगजेब मेल्याउपरांत त्याचा मुलगा जो कांहीं दिवस गुजराथेंत सुभेदार होता तो, महंमद अजीम, हा तख्तनशीन झाला. पुढें इ० स० १७१८ पर्यंत दिल्लीच्या तख्तावर एकंदर पांच बादशाह झाले. अकबराची राज्यव्यवस्था व राज्यनीति कशीबशी शाहजहानपर्यंत चालली. पण पुढें वर लिहिल्या काळापर्यंत ती अगदीं नाबूद होऊन, तिची गंधवार्ताही राहिली नाहीं. अमीरांनीं आपल्या इच्छेस येईल व दिलास चाहील तसें वागून एकाचा जोडा एकाचे पायीं नाहीं असा स्वेच्छाचारी धंदा चालविला होता. तेव्हां अशा प्रसंगींच त्यांच्यामध्यें परस्पर ईर्ष्या व अभिलाष उत्पन्न होऊन,

त्यांचीं आपापसांत लाथाळीं व पुंडावें माजलीं तर त्यांत आश्चर्य तें कोणतें ? जो तो स्वतंत्र होण्याची इच्छा करून कोणत्या तरी कारणानें दरबारांतून अलग होऊं लागला. कोणी कोणास विचारता नाहीं पुसता नाहीं. सर्वत्र हलकटपणा व नीचता पसरली. मूर्ख व बेवकूब लोकांचे हातीं मोठमोठीं राजकारस्थानाचीं कामें गेलीं. पूर्वी गुजराथचे बादशहांची व त्यांचे राज्याची जी दुर्दशा होऊन अखेरीस अकबराला यावें लागलें तेव्हां गुजराथच्या कारभाराची स्वस्थता झाली. त्याच प्रकारची दुर्दशा व बेदीलपणा औरंगजेबाचे मागून दिल्लीदरबारांत दिसूं लागला. अखेरीस त्या राज्याचे तुकडे तुकडे होऊन शतशः स्वतंत्र धनी बनले. तेव्हां अर्थात् मूळच्या तख्ताधिपतीला कोणीच मानीनासे झाले. त्याजवर जाट, शिख, रजपूत, मराठे व इंग्रज असे सर्वच उठून, जे ते स्वार्थ बघूं लागले.

इ० स० १७१३ मध्यें दिल्लीच्या तख्तावर फरूखशीर नांवाचा बादशाह होता, त्या वेळीं गुजराथेंत सुभेदारीचे जाग्यावर दाउदखान नांवाचा सरदार होता; व त्याचा नायबसुभेदार हमीदखान हा होता. तसेंच, सुरतेस व खंबायतेस अनुक्रमें मोतबीखान आणि मोमीनखान हे मोगलबादशाहाचे अडत्ये असून, शिवाय धोळका, पेटलाद व भडोच वगैरे बादशाही परगण्यांवर देखरेख करण्याचें काम त्यांजकडे सोंपविलें होतें. वरील मोमीनखान हा मूळचा इराण येथील राहणारा असून, तो प्रथमतः पहिला शेरबुलंदखान याचे बरोबर दिल्ली येथून गुजराथ प्रांतांत आला होता. गुजराथच्या सुभेदारीवर दाउदखान कांहीं थोडे महिने होता तों, त्या जागेवर जोधपूरचा राणा महाराज अजितसिंग यास नेमिलें. अजितसिंग सुभेदारीवर आला तसा गुजराथचा नायबसुभा हमीदखान आणि सुरत खंबायतचा अडत्या मोमीनखान यांस काढून टाकण्यांत आलें. पुढें अजितसिंगाकडची ही सुभेदारी काढून मोजबदुल्लाखान याजकडे सोंपविण्यांत आली. परंतु ज्या अर्थी अजितसिंगानें आपली बहीण बादशहाला दिली होती त्या अर्थी अजितसिंगाचा मान वाढेल तितका दिल्लीदरबाराला वाढविणें होता; व म्हणून पुनः गुजराथच्या

सुभेदारीवर अजितसिंगाचीच नेमणूक झाली. त्या वेळीं मात्वयान् मोमीनखान याजकडे सुरतचा पूर्ववत् अधिकार आला. पण पुढें अजितसिंगाचे जागेवर हैदर कुलीखान नेमला गेला, तेव्हां मोमीनखानाचा अधिकार काढण्यांत आला. हैदर कुलीखानानें एक वर्षभर सुभेदारीच्या जाग्याचा उपभोग घेतला नाहीं तोंच तेथें अशोफजा ऊर्फ निजामउल्मुल्क याची नेमणूक झाली; तेव्हां मोमीनखानाची पुनः सुरतेस नेमणूक झाली. निजामउल्मुल्क दिल्लीहून आपल्या सुभेदारीचा ताबा घेण्याकरितां माळव्यापर्यंत येतो आहे, तोंच हैदर कुलीखान गुजराथ सोडून निघून गेला. तें वर्तमान ऐकून निजामही पुढें त्या सुभेदारीवर न येतां, त्यानें आपल्या तर्फे गुजराथच्या सुभेदारीवर हमीदखान यास नेमिलें; आणि आपण माळव्यांतूनच तसा परत दिल्लीस गेला. हमीदखान यानें पूर्वीं कांहीं दिवस गुजराथच्या नायबसुभ्याचें काम केलें होतें, हें वर याच कलमांत आलें आहे. हमीदखान आपल्या जाग्यावर रुजू होईपर्यंत शफदरखान नांवाचा गृहस्थ गुजराथच्या सुभेदारीचें तूर्त काम करणारा म्हणून नेमण्यांत आला होता.

ह्यावरून गुजराथच्या अधिकाऱ्यांचें किती क्षणभंगुर ऐश्वर्य होतें व दिल्लीदरबारांत किती स्वेच्छपणें आणि अव्यवस्थित रीतीनें कारभार चालला होता हें समजून येईल. ह्याप्रमाणें दिल्लीच्या बादशाहीचें महत्व संपण्याला जितकी तयारी व सिद्धता पाहिजे तितकी पूर्णपणें होऊन राहिली होती हें उघड आहे.

ह्या वेळीं गुजराथेंत जे मराठे स्वाऱ्या करीत होते त्यांजमध्यें बहुत करून खंडेराव दाभाडे आणि दमाजी गायकवाड हे दोघे सरदार मुख्य होते. ज्या वेळीं साताऱ्यास मराठे सरदारांमध्यें गादीच्या संबंधानें तंटा उपस्थित झाला होता, त्या वेळीं खंडेराव दाभाडे यानें शाहूराजाचा पक्ष स्वीकारला होता. त्यावर शाहूराजा साताराच्या गादीवर बसला; तेव्हां त्यानें दाभाडे यास आपला सेनापती नेमलें. या मराठे सरदारांचे मनांत दमाजी गायकवाडाविषयीं फार चांगलें मत असून, त्याला नायब सेनापतीची जागा दिली होती. पुढें इ० स०

१७२१ मध्यें खंडेराव दाभाडे व दमाजी गायकवाड हे दोघेही शूर सरदार एकामागून एक थोड्या अवकाशानें वारले. तेव्हां खंडेरावाची जागा त्र्यंबकराव दाभाडे यास व दमाजीची जागा पिलाजीराव गायकवाड यांस देण्यांत आली. या वेळींच पिलाजीला 'समशेरबहादूर' असा किताब मिळाला होता. त्यानंतर थोडे वर्षांनीं उदाजी तुंवार नांवाच्या मराठे सरदाराचे स्वार गुजराथेंत येऊन लूनावाड्यापर्यंत त्यांनीं देश लुटून माळव्यांत प्रवेश केला; व तेथें आपल्या राज्याचा कायमचा पाया स्थापन केला. आणि गुजराथेंत बडोदा प्रांतांत पिलाजीराव गायकवाड यानें आपला अंमल बसविला. इतक्यांत निजामउलमुल्काच्या सुभेदारीचे कारकीर्दींत कंठाजी कदम बांडे नांवाचा एक मराठा सरदार पंचमहालापैकीं दाहोद येथें ठाणें घालून, माळवा व गुजराथ या प्रांतांत त्याणें आपल्या पागा वगैरे ठेवून चौथाई वसूल करण्याचें काम चालविलें; आणि पिलाजीनें गोध्रा परगणा लुटला. तेव्हां, या आगंतुक मराठ्यांचा समाचार घेण्याकरितां मोमिनखान हा आपलें लष्कर घेऊन त्यांशीं सामना देण्याकरितां गेला होता. परंतु त्यांत त्याला यश न मिळतां तो परत आला; आणि मराठ्यांचा जोर वाढत चालला.

पुढें थोडेच दिवसांत गुजराथच्या सुभेदारीवर शेरबुलंदखान नांवाचा सरदार नेमून त्याचे नायब सुभेदारीचे जाग्यावर सुजातखान नांवाचा मनुष्य नेमण्यांत आला; व तो आपल्या कामावर रुजू होण्याकरितां निघाला. परंतु पूर्वीं निजामउलमुल्क यानें आपला काका हमीदखान यास त्या नायब सुभ्याचे जाग्यावर कायम नेमिलें होतें व आपण बादशाहाचा दिल्ली येथें वजीर झाला होता. तेव्हां, या नवीन नेमणूक होऊन आलेल्या सुजातखानास आपली नायब सुभेदारीची जागा न देण्याचा संकेत करून, हमीदखान यानें त्यावेळीं त्या प्रांतांत आलेल्या कंठाजी कदम बांडे या मराठे सरदारास चौथाई हक्काच्या कबुलीनें अनुकूल करून घेतलें; व पुढें सुजातखानाची व हमीदखानाची लढाई झाली. त्यांत सुजातखान मारला जाऊन, हमीदखानाची फत्ते झाली. सुजातखान ह्याप्रमाणें मारला गेल्यामुळें त्याचा

भाऊ रुस्तुमअलीखान हा सुरतेस ठाणेदार होता त्याला राग येऊन, याबद्दलचा सूड घेण्याची तो तजवीज पाहूं लागला. त्यानें असा विचार केला कीं, यावेळीं मराठे प्रबल असून, त्यांचें या कामांत साह्य मिळाल्यास आपला दावा सहज उगवला जाईल, म्हणून त्यानें मराठ्यांकडे मदत मागितली. परंतु मराठ्यांकडून अगोदरच हमीदखान यास साह्य देण्याविषयीं वचन जाऊन ठराव झाले होते. तथापि, त्यांनीं इकडे रुस्तुमअलीखानासही मदत करण्याचें कबूल करून, ते त्याचे बरोबर अहमदाबादेपर्यंत आले. मराठ्यांचा विचार असा होता कीं, 'त्या दोघां मुसलमानांची लढाई सुरू होऊन त्यांत विशेषेंकरून ज्याची यशाची बाजू दिसेल त्याजकडे मिळावें.' तोंपर्यंत आपण रुस्तुमअलीखान याचे बरोबरच असावें. असा विचार करून, त्यांची फौज फाजिलपुराजवळ महीनदी उतरून पलीकडच्या बाजूस जाते आहे तों, तिकडून हमीदखान याचेकडील फौजेनें येऊन रुस्तुमअलीखानावर हल्ला केला. परंतु, रुस्तुमअलीच्या तोफांचे मारापुढें हमीदखानाच्या फौजेच्यानें टिकाव न निघून ते लोक मागें हटले. तरी, ह्या वेळीं पिलाजी गायकवाडाचे मनांत हमीदखानाचाच पक्ष स्वीकारावा असें आल्यामुळें त्यानें रुस्तुमअलीला असें सांगितलें कीं, 'आमच्याकडे तोफा वगैरे सोंपवून, तुह्मी शत्रूच्या मागें लागा.' पिलाजीच्या सांगण्याप्रमाणें रुस्तुमअलीनें आपल्या तोफा वगैरे मराठ्यांच्या स्वाधीन करून आपण शत्रूचा पाठलाग करण्यास गेला. तों इकडे त्याच तोफा मराठ्यांनीं त्याजवर धरिल्या. तेव्हां रुस्तुमानें आपला चांगल्या रीतीनें बचाव केला; परंतु त्याला मराठ्यांच्या मारांतून सुटून जाण्यास सवड न सांपडून, त्यानें पिलाजीच्या विश्वासघातावर संतापून कट्यार भोंसकून आपली आत्महत्या करून घेऊन तो मरून पडला. पिलाजीनें हें सर्व कपट अगोदर योजना केल्याप्रमाणें वेळेवर केलें आणि रुस्तुमअलीच्या पक्षाचा मुद्दाम पाडाव करून, हमीदखानाचे पक्षास जय मिळवून दिला. अर्थात् या कामगिरीबद्दल हमीदखानाकडून कबूल करून घेतलेल्या चौथाईची पिलाजी गायकवाडानें मागणी केली. परंतु त्याचा मूळ

पक्षपाती कंठाजी कदम बांडे हा, ही चौथाई देण्यास आडवा येऊन, 'ती पिलाजीस मिळण्याचें कांहीं एक कारण नसून तिचा हक्क आपल्याकडे आहे,' असें ह्मणूं लागला. पहिल्यानें कंठाजीनें कांहीं हरकत केली नव्हती. हमीदखान यानें ठरावाप्रमाणें व कबुलीप्रमाणें चौथाईचा अर्धा भाग पिलाजीचा पिलाजीस दिला. एकंदर चौथाई मराठे सरदारांस द्यावयाची असा त्याचा विचार ठरला होता; व त्याप्रमाणें ती चौथाई त्यानें कंठाजी व पिलाजी यांजमध्यें विभागून तिचे दोन भाग करून दोघांस दिले. पण वर लिहिल्याप्रमाणें कंठाजी हा पुढें त्या विभागांत आडवा येऊन, आपल्या भागाचे चौथाईच्या वसुलास जेथें जेथें पिलाजीचे कामदार जात तेथें तेथें त्यानें कांहीं तरी हरकत आणून तक्रार करावी. असें होतां होतां तें प्रकरण अगदीं निकरावर येऊन, अखेरीस खंबायतेस त्यांची चकमक उडाली. तींत पिलाजीचा पराजय होऊन कंठाजीचा जय झाला; व नंतर कंठाजीनें खंबायतेची चौथाई स्वतंत्रपणें आपणच वसूल करून घेतली. कंठाजीचे लोक, खंबायतेस जी इंग्रजांची कोठी होती तेथील व्यवस्थापकांकडेही जाऊन त्यांजपासून ५,००० रुपये चौथाईहक्काबद्दल मागूं लागले. परंतु त्यांनीं सांगितलें कीं, 'शाहूमहाराजांनीं आम्हास येथें कोठी ठेवून व्यापार करण्याची परवानगी दिली आहे; सबब आमचेजवळ चौथाई वगैरे मागूं नका व आम्ही ती देणार नाहीं!'

कंठाजी कदम बांडे व पिलाजी गायकवाड यांचें याप्रमाणें चौथाईकरितां भांडण सुरू झालें व तें असेंच सदैव चालून त्यांत कदाचित् आपल्या अमलाला व अधिकारालाही धोका येईल अशी हमीदखानास भीति वाटून, त्यानें त्या दोघांचाही तंटा मिटून त्यांची समजूत व्हावी ह्मणून मध्यस्थीनें असें ठरविलें कीं, महीनदीचे पूर्वेकडील भागाची चौथाई पिलाजीनें वसूल करावी आणि पश्चिमेकडील चौथाई कंठाजीनें वसूल करावी. या ठरावास ते दोघेही मराठे सरदार कबूल होऊन, तेव्हांपासून गुजरायेंत मराठे राज्याचा पाया कायम झाला. चौथाईचा कायम ठराव व वांटे झाल्यानंतर पिलाजी सो-

नगडास राहिला आणि कंठाजी हा आपल्या जहागिरीच्या गांवावर खानदेशांत गेला.

ही सर्व हकीकत दिल्लीदरबारांत कळून तेथून बादशाहानें शेरबुलंदखान यास स्वतःच फौज देऊन इ० स० १७२५ मध्यें गुजराथेंत पाठविलें व त्यास, हमीदखान यानें जी धिंगामस्ती चालविली होती ती मोडण्याचा हुकूम दिला. त्या हुकमाप्रमाणें शेरबुलंदखान हा येऊन, त्यानें अहमदाबादेच्या उत्तरेस सहा कोसांवर अडाळज[1] म्हणून एक गांव आहे तेथें मुक्काम केला. ह्या प्रसंगीं आपण ज्यांना चौथाई कबूल केली

---

१. ह्या गांवीं रस्त्यावरच एक मोठी टोलेजंग विहीर असून, तिच्यामुळें हल्लीं त्या गांवाची विशेष प्रसिद्धि आहे. त्या विहिरीला सात मजले असून, आंत मध्यें बसण्याकरितां अनेक प्रकारच्या जागा व महाल केले आहेत. ह्या ठिकाणीं पूर्वी बादशाह उन्हाळे दिवसांत शीतळाईकरितां बसत असत. ह्या विहिरीस लक्षावधि रुपये खर्च झाला ह्मणून सांगतात; आणि तसेंच तिचें कामही आहे खरें. अहमदाबाद प्रांतांत अशा अनेक लहान मोठ्या विहिरी आहेत आणि त्यांस खर्चही तसेच लागले असतील यांत संशय नाहीं. अहमदाबादप्रांतांत दगडांची दुर्मिळता असल्याचें प्रसिद्धच आहे. असें असून ह्या विहिरींसारखीं व मोठमोठ्या मशिदींचीं जीं कामें झालीं आहेत त्यांस लक्षावधि तर काय, पण कोट्यवधि रुपये खर्च झाले असतील यांत संशय नाहीं ! अहमदाबादेस 'दादा हरीची बाव' ह्मणून एक विहीर आहे, तीही वरील अडाळजच्या विहिरीसारखीच मजलेदार असून, तिचें कामही पाहून आश्चर्य मानण्यासारखें आहे ! एवढालीं चिरेबंदी कामें अहमदाबादसारख्या मृन्मय प्रदेशांत ज्यांनीं बांधिलीं ते किती श्रीमान् आणि हौशी असतील याची कल्पना कोणासही सहज होणार आहे. ज्यांनीं येवढालीं कामें हौसेनें आणि विलासाकरितां बांधिलीं त्यांचें आज निर्मूल व नायनाट होऊन, त्या कामांचा आज कोणीच वारसदार व विचारपूस करणारा न रहावा; व तीं कामें तशींच उदासवाणीं आपल्या रूपांत कायम रहावीं हा काळाचा फेराच ह्मटला पाहिजे ! दुसरें काय ? ह्या कामांस शेंकडों वर्षें झालीं आहेत, तरी त्यांची कांहीं दुरुस्ती करावी लागत

ते मराठे सरदार आपल्याला मदत करतील, अशी हमीदखान यास फार आशा होती. परंतु त्याप्रमाणें त्यांजकडून पहिल्यानें मदत न मिळाल्यामुळें तो निराश होऊन व आपल्याच्यानें शेरबुलंदखान याचे पुढें तग धरवणार नाहीं असें समजून, तो अहमदाबादच्या किल्यावर कांहीं जुजबी बंदोबस्त करून ठेवून तेथून निघाला. तो मही नदी उतरून पुढें जातो तों त्याला मेमदाबादेजवळ मराठ्यांकडून कुमक येऊन मिळाली; तेव्हां तो पुनः अहमदाबादेस परत आला. परंतु हमीदखान पहिल्यानें जो अहमदाबाद सोडून किल्याचा वगैरे बंदोबस्त करून निघून गेला, त्यानंतर शेरबुलंदखानाच्या पक्षाचे जे लोक अहमदाबादेंत होते त्यांणीं तेथील किल्लेदारास हांकून लाविलें होतें; तों हमीदखान परत अहमदाबादेकडे मराठ्यांच्या मदतीसह परतला आणि तो शाहबागेमध्यें छावणी देऊन राहिला. नंतर त्याणें संधि राखून अडाळज येथें जी बुलंदखानाची फौज होती तिजवर हल्ला केला; तेव्हां त्यांत त्याला जय मिळाला. व असाच नेट धरून तो राहिला असता तर बुलंदखानावर त्याची फत्ते झाली असती. परंतु पुढें पुनः मराठ्यांनीं त्याशीं दगाबाजी करून त्याला साह्य करण्याचें नाकारिलें. त्यावरून त्याची निराशा होऊन आपली पुढें काय गति होईल, अशी त्याला चिंता पडली. पुढें हमीदखान शत्रूंपासून कांहीं तरी बचाव करण्याकरितां म्हणून जो शाहबागेंतून बाहेर पडला तो फिरून आपल्या गोटांत परत आला नाहीं. तेव्हां अर्थात् शेरबुलंदखान याचे ताब्यांत अहमदाबादचा कबजा येऊन, त्याणें ताबडतोब आपल्या

---

नाहीं व त्यांची ध्यावी तशी कोणी काळजीही घेत नाहीं; तथापि, तीं कामें असावीं तशीं आपल्या स्थितींत कायम आहेत हें विशेष आश्चर्य! आणि ही पूर्वीच्या कामांची विशेष मजबुती व तीं करून ठेवणारांचें विशेष धोरण होय, असें ह्मणावें लागतें! आलीकडील शिल्पांचीं (इंजिनिअरचीं) कामें व तीं करावयास लागतांच त्यांच्या पुढील दुरुस्तीच्या खर्चाचीही मंजुरी, हीं बरोबरच सुरू होतात हें ज्यांना माहित आहे, त्यांस वर सांगितलेलीं अद्भुत कामें बघून खरोखर आश्चर्य वाटल्यावांचून राहणार नाहीं!

वतीनें सर्व प्रकारचा बंदोबस्त केला. त्या वेळीं त्या प्रांतांत मराठ्यांचें प्राबल्य मनस्वींच वाढलें होतें; तेव्हां त्याबद्दलचा बंदोबस्त करण्याचें काम त्याला विशेष करावयाचें असून, त्याबद्दल जें द्रव्यसाह्य त्याला पाहिजे होतें त्याकरितां त्यानें दिल्लीदरबारास लिहिलें. गुजराथेंतून कोणत्याही तऱ्हेनें पैसा उत्पन्न करून वेळ साधून नेण्यासारखी त्या वेळीं बिलकुल स्थिति नव्हती; ह्मणून त्यानें दिल्लीसरकारास द्रव्याचा पुरवठा करण्याविषयीं अर्ज केला. परंतु त्या अर्जाचा त्या दरबारांत कांहीं उपयोग झाला नाहीं. दिल्लीसरकारानें शेरबुलंदखान याचे विनंतीकडे लक्ष्यही दिलें नाहीं. त्यामुळें तो आपल्या बादशाहाकडून काय मदत होते म्हणून जो वाट बघत बसला होता, त्याची निराशा होऊन शेवटीं त्याला आपल्या मुलखांत शांति व स्वस्थता राखण्याकरितां निरुपायानें व नाइलाजानें मराठ्यांची चौथाई कबूल करून त्याप्रमाणें त्यांस वसूल द्यावा लागला. त्याला असें वाटलें कीं, ज्याअर्थीं वरिष्ठ सरकाराकडून मदत होऊन, या मराठ्यांच्या पुंडाव्यांचा बंदोबस्त होत नाहीं, त्या अर्थीं मराठ्यांच्या म्हणण्याप्रमाणें त्यांची चौथाई कबूल केली ह्मणजे त्यांजकडून आपल्याला उलट मदत होऊन गुजराथेंतील आपल्या नवीन अधिकाराचा अंमल बसविण्यास त्यांचें साह्य आपल्याला चांगलें उपयोगीं पडेल. परंतु त्याप्रमाणें मराठ्यांकडून घडण्याची केवळ भ्रांति होती. त्यांणीं शेरबुलंदखान याजकडून चौथाई वसूल केली कीं, पुनः म्हणून गुजराथेकडे तोंडही करूं नये. पिलाजी व कंठाजी यांणीं शेरबुलंद याजबरोबर, 'तुह्माला आह्मी प्रसंगीं सर्व प्रकारची मदत व साह्य करूं,' म्हणून तह मात्र केला होता; परंतु त्याप्रमाणें एक वेळ जर त्या तहाचे वचनास जागले असतील तर शपथ! ह्याप्रमाणें त्यांजकडूनही बरोबर मदत होण्याची शेरबुलंदखान याची निराशा होऊन, गुजराथेंत आपण आलों हें एक आपण आपल्या हातें आपल्यावर संकटच आणून घेतलें, असें त्याला वाटूं लागलें यांत आश्चर्य नाहीं.

याच वेळीं उदाजीराव पवार ह्मणून एक मराठा सरदार आपले स्वार घेऊन माळव्याकडून गुजराथेंत आला, आणि त्यानें लूनावा-

ह्यापर्यंत सर्व मुलूख लुटून वैराण केला. इतक्यांत साताराचा छत्रपति शाहूराजा याच्या तर्फे बाजीराव बल्लाळ पेशवे यांचा भाऊ चिमाजी अप्पा हाही आपली फौज घेऊन गुजराथप्रांतांत आला, आणि त्यानें धोळका गांव लुटून पेटलादमहालांतून खंडणी घेतली. पुढें त्यानें अहमदाबादच्या मोंगल सुभेदारास (शेरबुलंदखानास) लिहून कळविलें कीं, 'जर तुम्ही आमच्या महाराजांचे नांवें चौथाई व सरदेशमुखी हे दोन हक्क सोडीत असाल तर आम्ही तुमच्या प्रदेशाचें रक्षण करण्यास तुम्हाला मदत करूं.' पूर्वी बुलंदखान यास पिलाजी गायकवाड व कंठाजी कदम बांडे यांजकडून, आपलें वचन मराठे लोक किती पाळतात, याचा अनुभव येऊन चुकलाच होता; तेव्हां त्याचप्रमाणें हे मराठेही आपलें म्हणणें किती अंशांनीं खरें करून दाखवितात तें बघण्याकरितां, त्यानें पेशव्याच्या भावाचें म्हणणें कबूल करून, त्याप्रमाणें शाहूछत्रपतीच्या नांवें गुजराथच्या चौथाई व सरदेशमुखीचा हक्क लिहून दिला. त्याप्रमाणें हा नवीन तह झाल्याबरोबर चिमणाजी अप्पांनीं आपले अडीच हजार लोक शेरबुलंदखान याचे मदतीस व रक्षणार्थ नेहमीं त्याचेजवळ ठेविले व तहांतलें आपलें वचन बुलंदखान यास सत्य करून दाखविलें.

ही सर्व खबर दक्षिणेंत छत्रपतीचा सेनापति त्र्यंबकराव दाभाडे यास कळून, त्याच्या मनांत पेशव्याच्या या करण्यानें कांहीं विषम भाव उत्पन्न झाला. त्याणें स्वतः स्वतंत्र फौज जमविण्याचें काम चालवून एकंदर ३५,००० लोक तयार केले. त्या वेळीं त्याला निजाम-उलमुल्क, पिलाजी गायकवाड, कंठाजी व रघूजी कदम बांडे आणि शिवाजी व आनंदराव पवार असे मुसलमान व मराठे सरदारही मिळून त्या सर्वांनीं गुजराथेवर स्वारी करण्याचें योजिलें. प्रथमतः त्र्यंबकराव दाभाडे यानें अशी बातमी उठविली कीं, 'पेशवे यांनीं महाराज शाहूराजे छत्रपति यांचा अधिकार व राज्य हरण करण्याची इच्छा धरून, छत्रपतींच्या नांवें आपमुखत्यारीनें आलीकडे वाटतील तशीं कामें चालविलीं आहेत; व याजकरितां पेशव्यांना घालवून दिलें पाहिजे. दाभाड्यानें याप्रमाणें पेशव्यांविषयीं चोहों-

कडे नालस्ती पसरून, त्याला मिळालेल्या सर्व मराठे व मुसलमान सरदारांच्या फौजा घेऊन तो गुजराथ सर करण्याकरितां म्हणून निघाला. ही बातमी बाजीराव बल्लाळ पेशवे यास समजतांच तोही आपलें सैन्य घेऊन मोंगल सुभेदाराचे मदतीस आणि चौथाई सरदेशमुखीचा हक्क घेऊन त्याचें संरक्षण करण्याचें जें आपल्या भावानें छत्रपति महाराजांचे तर्फे वचन दिलें होतें तें पूर्ण करून दाखविण्यास, नर्मदा उतरून गुजराथेंत येऊन दाखल झाला. दाभाडे वगैऱ्यांच्या फौजेशीं तुलना करून पाहतां पेशव्याची फौज फारच थोडी होती; तथापि, ती चांगली निवडक व दमदार होती. दाभाडे वगैरे आणि पेशवे यांचा डभईजवळ ता० १ एप्रिल सन १७३१ रोजीं सामना झाला. त्यांत पिलाजी गायकवाड हा जखमी होऊन पळून गेला; आणि बाकीच्या सरदारांचीही तीच दशा झाली. कंठाजी कदम बांडेही पळून गेला. दाभाड्याची फौज तर बाजीरावाचे फौजेकडील मारापुढें क्षणभरही दम व टिकाव न धरून चोहोंकडे उधळून गेली. फक्त त्याचे रक्षणाकरितां काय ते त्याचे जुने व विश्वासाचे लोक त्याच्या आसपास होते. या लढाईमध्यें बाजीराव हा घोड्यावर बसला असून, त्यानें आपलें शौर्य आणि चापल्य फारच दाखविलें. दाभाडे हा एका हत्तीवर अंबारींत बसला असून, तो हत्ती पळून जाऊं नये म्हणून त्याचे चारही पाय जाड सांखळदंडानें रणांगणीं बांधून टाकिले होते. परंतु अशा करण्याचा परिणाम पुढें आपल्याला अपायकारक होईल, हें त्याच्या लक्ष्यांत आलें नाहीं. दुसऱ्या बाजूकडून जेव्हां त्याजवर गोळ्या येऊं लागल्या तेव्हां, हत्ती ठाम बांधला असल्यामुळें त्याला त्या गोळ्यांचा मार चुकवतां न येऊन, एकदां, तो नेम धरून शत्रूकडे तीर रोंखीत असतांच एकदम शत्रूकडून एक गोळी आली; ती त्याचा प्राण घेऊन चालती झाली! तेव्हां अर्थात् बाजीराव पेशव्याचा पूर्णपणें जय झाला.

हा जय मिळाल्यानंतर बाजीरावानें शेरबुलंदखान याच्या मसलतीनें बडोदें घेण्याचा विचार ठरविला. बडोद्याचा मालक पिलाजी गायकवाड हा त्या वेळीं मुळींच पळून गेला होता; तेव्हां तें घेण्यास

त्याला मुळींच श्रम पडले नाहींत. तथापि, शेवटीं त्यानें तेथील सर्व कारभार पिलाजीचा मुलगा दमाजी याजकडे देऊन, आपण साताऱ्यास जावयाला निघाला. दाभाडे वगैरे मराठे सरदारांनीं जरी त्याचे विषयीं भलभलत्या बातम्या उठवून त्याला लोभी, राजद्रोही, वगैरे ठरविण्याचें मनांत आणिलें होतें, तरी त्यानें त्यांचें पारिपत्य केल्यावर पुढें त्यांच्याविषयीं मनांत दीर्घ द्वेष न बाळगतां, त्यांचे वंशजांच्या हक्कांकडे व अब्रूकडे त्यानें लक्ष्य दिलें, हा त्याचे बुद्धीचा थोरपणा होय. वर लिहिल्याप्रमाणें बडोदें काबीज करून पुन: तें पिलाजीच्या मुलाकडे दिलें; व त्र्यंबकराव दाभाडे हा मेल्यामुळें छत्रपतीच्या सेनापतीचा अधिकार त्याचा मुलगा यशवंतराव दाभाडे याजकडे साताऱ्यास आल्यावर कायम केला. त्याचप्रमाणें, साताऱ्यास येतांना बाजीरावानें त्र्यंबकराव दाभाडे याचें कुटुंबही नीट रीतीनें व व्यवस्थेनें संभाळून आपल्याबरोबर नेलें. यावरून बाजीराव हा किती उदार व थोर मनाचा होता हें उघड समजण्यासारखें आहे. साताऱ्यास आल्यावर शाहूराजाकडून यशवंतराव दाभाडे ह्यास सेनापतीचीं वस्त्रें देऊन, त्याचा मुतालिक सेनापति, समशेर बहादूर पिलाजी गायकवाड यास नेमिलें, व त्यास आणखी 'सेनाखासखेल' अशी एक पदवीही दिली. त्याप्रमाणेंच, गुजराथच्या चौथाई व सरदेशमुखीच्या एकंदर उत्पन्नांतून अर्धा भाग गायकवाडानें घेऊन, अर्धा भाग पेशव्यांचे मार्फत छत्रपति महाराजांकडे भरावा, असें ठरविलें. ह्याप्रमाणें, ज्या मराठे सरदारांनीं पेशव्याचा बदलौकिक करण्याचें मनांत आणिलें होतें त्यांस पूर्णपणें लाजवून, उलट त्यांचें होतां होईल तिकडून कल्याण केलें; व त्यांना अब्रूला चढवून आपलें वजन व इतबार कायम राखिला. या सर्व गोष्टींवरून बाजीराव पेशवा हा कोणत्या प्रकारचा मनुष्य होता हें सहज कळून येण्यासारखें आहे. येणेंप्रमाणें, गुजराथेंत मराठ्यांचें राज्य पेशवे बाजीराव याचे हस्तें इ० स० १७३१ पासून कायम झालें व पुढें दिवसेंदिवस तें एकसारखें वाढत्या परिमाणावरच होतें.

शेरबुलंदखान यानें पेशवा चिमाजी अप्पा याचे वचनावर भर-

वसा ठेवून, गुजराथप्रांताची चौथाई व सरदेशमुखी मराठे राजास दिली; व त्याजकडून आपलें संरक्षण होईल अशी त्याला आशा होती. चिमाजी अप्पानें व पुढें बाजीरावानेंही त्या वचनाप्रमाणें त्याचें रक्षण केलें, ही हकीकत वर आलीच आहे. परंतु त्याप्रमाणें त्यांच्याकडून तें वचन अखेरपर्यंत पाळलें गेलें नाहीं. बाजीरावानें आपल्या मनाचा मोठेपणा आणि औदार्य दाखविण्याकरितां, त्याशीं शत्रुभावानें वागणाऱ्या पिलाजी गायकवाडावरही उपकार करून त्याला मोठमोठ्या पदव्या व मोठी राजसत्ता देऊन, जगाला त्याचा वेडेपणा व मूर्खपणा दर्शविला; परंतु त्या करण्यांत बाजीरावाकडे वचनभ्रष्टता आली, तिकडे त्यानें लक्ष्य दिलें नाहीं असें वाटतें. गुजराथप्रांताची चौथाई व सरदेशमुखी ज्या ठरावानें व ज्या अटींवर मिळविली होती तो ठराव व त्या अटी शेवटपर्यंत चालविणें हें पेशव्यांचें काम होतें; परंतु तसें त्यांनीं केलें नाहीं. पिलाजी गायकवाडास मोठेपणा देऊन लाजविण्याकरितां बाजीरावानें जो त्याला 'सेनाखासखेल' हा मोठा किताब देऊन, निम्मे चौथाई व सरदेशमुखीचें उत्पन्न घेण्याचा अधिकार दिला, त्यांत शेरबुलंदखान हा मात्र सफै बुडाल्यासारखा झाला. बाजीरावानें नवीन नेमणूक केल्याप्रमाणें गुजराथेंतला मराठ्यांच्या तर्फेचा वहिवाटदार काय तो गायकवाड झाला; व तो वहिवाटदार झाल्यापासून शेरबुलदंखान हा अर्थात् मराठ्यांकडून असहाय व अरक्षित असा झाला. यामुळें त्याला ही चौथाई देऊन पुनः फसल्यासारखें झालें यांत आश्चर्य नाहींच; व एकंदर मराठे हे विश्वासपात्र नव्हत असाही त्याचा ग्रह होण्यास योग्य कारण झालें. असो.

शेरबुलंदखान यानें मराठ्यांस चौथाई व सरदेशमुखी दिली असें वर्तमान दिल्लीस कळल्यावर बादशहाची मर्जी त्याजवर नाराज होऊन, त्यानें बुलंदखान यास सुभेदारीवरून परत बोलावून, त्याचे जागीं मारवाडचा (जोधपूर येथील) राठोड महाराजा अभयसिंग नामक पदरचा एक सरदार कायम करून पाठविला. तो आपलें लष्कर घेऊन आपल्या हुद्द्याचा अखत्यार घेण्याकरितां गुजराथेंत आला. बुलंदखान याणें प्रथमतः अभयसिंगाशीं गोडीगुलाबीनें राहून

आपले अधिकारावरच कांहीं दिवस काढिले. परंतु अखेरीस त्याला अभयसिंगाच्या नेमणुकीप्रमाणें त्याचा अधिकार त्यास देणें भाग पडून तो परत दिल्लीस गेला. पुढें तो दिल्लीस गेल्यावर त्याजवर बादशाहाकडून फार जुलूम झाला व त्याला दिल्लीदरबारांतून नाहक बहुत छळ सोसावा लागला.

अभयसिंग गुजराथचा सुभेदार झाल्यावर इ० स० १७३२ मध्यें त्यानें बडोद्यावर स्वारी करून पिलाजी गायकवाडापासून तें शहर घेतलें. तथापि, गायकवाडावर बडोद्याच्या लोकांची फार भक्ति व प्रीति होती; त्यामुळें अभयसिंगाला बडोदें निर्भयपणें आपल्याकडे ठेवतां येईना. तेथील लोकांनीं वारंवार उठावणी करून अभयसिंगास त्रास द्यावा. यामुळें त्याला असें झालें कीं, बडोद्यावरील आपला ताबा सोडून चालतें व्हावें. शेवटीं त्यानें कपट करून, बडोद्याचे अधिकाराविषयीं कांहीं गुप्त मसलत करावयाची आहे, अशा निमित्तानें ह्मणून डाकोरास आपला एक वकील पाठवून त्याजकडून पिलाजी गायकवाडाशीं बोलणें चालविलें. त्या वकीलानें बरेच दिवसपर्यंत पिलाजीकडे एकटेंच येऊन राजकारस्थानसंबंधीं बातचीत करीत बसत जावें. यामुळें पिलाजीचे मनांत त्या वकीलाचे संबंधानें कोणत्याही प्रकारचा संशय व वहीम न येऊन, तोही मोकळ्या मनानें त्याशीं पुष्कळ वेळपर्यंत एकटा बोलत बसत असे. ह्याप्रमाणें कांहीं दिवस गेल्यावर एके दिवशीं तो वकील नित्याप्रमाणें पिलाजीशीं गप्पागोष्टी सांगून आपल्या तंबूंत गेला; परंतु कांहीं वेळानें लागलाच पुनः कांहीं जरूरीच्या कामाकरितां ह्मणून पिलाजीकडे परत आला, आणि मारक्यान् पिलाजी व तो असे एकांतीं बोलत बसले. ही संधि बघून अभयसिंगाच्या त्या विश्वासघातकी वकीलानें बरोबर कट्यार

---

१. अभयसिंग हा पहिल्यापासूनच मोठ्या दुष्टबुद्धीचा आणि घातुकप्रकृतीचा होता. हा जोधपूरचा राजा अजितसिंग ह्मणून होता, त्याच्या बारा मुलांतील वडील मुलगा होय. हा व याचा दुसरा सख्खा भाऊ बखतसिंग असे दोघेजण दिल्लीच्या बादशाहानें फितवून आपलेकडे घेतले व त्यांना नागोर व गुजराथ हे

नेली होती ती एकदम पिलाजीचे पोटांत खुपसून त्याला तेथेंच ठार केलें! राजकारस्थानाचे पोटांत किती लोभमूल पातकें असतात हें कोण सांगूं शकेल?

अभयसिंगानें ह्याप्रमाणें कपट व विश्वासघात करून पिलाजीस मारविलें खरें, पण तेवढ्यानें त्याच्या इष्ट हेतूची सिद्धि झाली नाहीं. पिलाजीचा एक पाद्र्याचा देसाई ह्मणून कोणी मित्र होता. त्यानें आपल्या स्नेह्याचा त्याचे शत्रूनें असा नाश केला हें पाहून बडोद्याचे भोंवतालच्या भील कोळी वगैरे लोकांस फूस देऊन त्यांजकडून चोहोंबाजूंनीं बंड उठविलें. त्याचप्रमाणें पिलाजीचा भाऊ महादजी गायकवाड हा जंबूसरास होता तो भावाच्या अपघाताचें वृत्त ऐकून एकदम तिकडून निघून बडोद्यावर आला; आणि पिलाजीचा मुलगा दमाजी हा सोनगडास होता तो तेथून मोठी फौज घेऊन गुजराथच्या पूर्वेकडून कितीएक प्रांत ताब्यांत घेत घेत जोधपुरापर्यंत जाऊन पोहोंचला. ह्याप्रमाणें चोहोंकडून अभयसिंग हा घोंटाळ्यांत पडल्यासारखा झाला. अखेरीस, आपल्या मारवाडांतल्या गादीवर या मराठ्यांची स्वारी गेली असें त्याला कळल्याबरोबर त्यानें आपला नायब सुभेदार रत्नसिंह भंडारी याजकडे गुजराथच्या सुभ्याचें काम सोंप-

---

दोन प्रांत देण्याचें कबूल करून, त्याचा बाप अजितसिंग यास मारून टाकण्याविषयीं बादशाहानें त्यांचें मन वळविलें. तेव्हां त्या दोघां भावांनीं मसलत करून, बाप रात्रीं निजला असतां, अभयसिंगानें आपल्या तरवारीनें त्याचा गळा कापून त्याला ठार मारिलें. अजितसिंग ह्याप्रमाणें अपघातानें मेल्यावर त्याची थोरली राणी, म्हणजे अभयसिंग व बखतसिंग यांची आई व तिच्या दुसऱ्या ८४ सवती अशा राजा अजितसिंगाबरोबर सती गेल्या. पुढें वडीलपणाच्या नात्यानें व हक्कानें अभयसिंग हा आपल्या बापाचे गादीवर बसला. बापाचा वध केल्यावर बादशाहानें बखतसिंगाला नागोर दिलें आणि अभयसिंगाला गुजराथ दिली. अशा प्रकारचा अभयसिंग हा क्रूरकर्मा होता. याविषयींचें सविस्तर वर्णन कर्नल टॉड् यांच्या 'राजस्थानाच्या इतिहासां'त फार नामी आलें आहे.

वून आपण जोधपुराचे रक्षणाकरितां मारवाडांत निघून गेला. असा सोन्यासारखा संधि मिळाल्यावर मग दमाजी कां ती वेळ आपलें राजवैभव कायम करण्यास गमविणार होता? त्यानें तावडतोब गुजराथेंत आपला अंमल दृढ व मजबूत करण्याचें काम अखंडपणें चालविलें; आणि दोन वर्षांचे आंतच त्यानें आपल्या बापाचा वैरी कंठाजी कदम बांडे यास गुजराथेंतून हांकून लाविलें. पुढें कंठाजी हा होळकराकडे जाऊन त्यानें त्याचे मदतीनें गुजराथच्या उत्तरेस येऊन कांहीं भाग आपले ताब्यांत घेतला; आणि ईडर व पालनपूर हे परगणे बनास-नदीच्या पैलतीरापर्यंत काबीज केले. तथापि, त्याचा हा अंमल फार दिवस न राहतां, तो जसा आला तसाच त्या प्रांतांतून परत निघून गेला.

कांहीं दिवसांनीं दिल्लीदरबारांतून अभयसिंगास बर्तर्फी मिळून त्याचे जागीं नजीबउद्दीन किंवा नजीमउद्दौला मोमीनखान या नांवाचा सरदार सुभेदार नेमून पाठविला. पण अहमदाबादेस नायब सुभा रत्नसिंह भंडारी हा सुभेदारीचें काम पहात होता; त्यानें त्याला मुळींच दाद न देतां अहमदाबादेंत पायही ठेवूं दिला नाहीं. असें झालें तेव्हां मोमीनखान यानें दमाजी गायकवाडाची या कामांत मदत मागितली. दमाजीनें हा संधि पाहून, गुजराथेंतील अर्धा वसूल आपण घेऊं अशा कबूलीवर मोमीनखान यास मदत देण्याचें कबूल केलें; व नंतर आपला एक रंगाजी नांवाचा सरदार आपली मराठी फौज देऊन मोमीनखान याला मदत करण्याकरितां पाठविला. तेव्हां रंगाजी आणि मोमीनखान यांनीं जाऊन एकदम अहमदाबादच्या किल्ल्यावर हल्ला केला; पण त्यांत त्यांना यश मिळालें नाहीं. तरी शेवटीं रत्नसिंहच त्यांस मिळून, ता० २० मार्च सन १७३७ रोजीं रंगाजी आणि मोमीनखान यांनीं उभयतांनीं मिळून अहमदाबाद अर्धी अर्धी वांटून घेतली.

पुढें त्याच वर्षीं माळवा आणि गुजराथ या प्रांतांची सुभेदारी दिल्लीदरबाराकडून पुनः निजामउल्मुल्क याचा मुलगा गाजीउद्दीन याजकडे सोंपविण्यांत आली व त्याला बादशाहाचा असा सक्त हुकूम होता कीं,

'ह्याप्रमाणें तुला जें सुभेदार नेमून पाठविण्यांत येत आहे त्या तूं, त्या दोन्ही प्रांतांतून मराठ्यांना अगदीं हुसकून लाविलें पाहिजे.' परंतु बादशाहाचा तो हुकूम त्याला बिलकुल बजावतां आला नाहीं व तो बजावतां येण्यासारखा नव्हताही. मराठे सरदार फार प्रबल असल्यामुळें गाजीउद्दीन निजामउलमुल्क याचें त्यांच्यापुढें कांहीं एक चाललें नाहीं. इतकेंच नाहीं; तर त्याला उलट बाजीराव पेशव्याला असा दस्तऐवज करून द्यावा लागला कीं, 'चंबळा व नर्मदा या दोन नद्यांच्या मधील जो मुलूख आहे तो सर्व बादशाहापासून सनद करून आणून पेशव्यास द्यावा.'

ह्या वेळीं दमाजी गायकवाड याजपाशीं मोठी फौज होती; व तो गुजराथेंतील चौथाई व सरदेशमुखी वसूल करून, काठेवाडच्या राजांकडूनही खंडणी वसूल करीत असे. ह्याप्रमाणें सन १७४३ पर्यंत त्याचा क्रम चालला होता. याच सालीं मोमीनखान मेल्याची खबर दिल्लीस समजून तिकडून अबदुल अजीजखान नांवाच्या एका सरदाराची त्याचे जागीं गुजराथच्या सुभेदारीवर नेमणूक केली. हा अबदुल अजीजखान दक्षिणेकडे औरंगाबाद येथें होता. त्याजकडे हा नेमणुकीचा हुकूम येऊन पोहोंचल्यावर त्याप्रमाणें आपल्या कामावर रुजू होण्याकरितां म्हणून तो सुरतेच्या मार्गानें अंकलेश्वरापर्यंत येतो तों त्याजवर गायकवाडी फौज येऊन त्या झटापटींत तो मारला गेला. त्यानंतर त्या सुभेदारीचे जागेवर इ० स० १७४४ सालीं दिल्लीदरबाराकडून फकीरउद्दवला या नांवाच्या सरदाराची नेमणूक होऊन त्याची रवानगी झाली. परंतु तो गुजराथेंत येऊन दाखल होत आहे तोंच गायकवाडांचा सरदार रंगोजी यानें त्याचा पराजय करून त्यासही मागें पिटाळून लाविलें.

ह्या वेळीं दमाजी गायकवाड हा दक्षिणेकडे साताऱ्यास गेला असून, त्याचे मागें त्याचा भाऊ खंडेराव गायकवाड म्हणून मुखत्यार होता. त्याला रंगोजीचें हें करणें पसंत न वाटून त्याणें त्याला आपल्या आश्रयांतून दूर केलें; व अहमदाबादेस आपल्या वतीचे लोक कारभारी नेमिले. तसाच, त्यानें फकीरउद्दवला यासही आश्रय देऊन,

रंगोजीनें केलें हें आपणास आवडलें नाहीं हें विशेष रीतीनें दाखविलें. हें वर्तमान दमाजीला कळल्याबरोबर तो दक्षिणेकडून निघून त्वरेनें गुजराथेंत येऊन पोहोंचला; आणि त्यानें, खंडेरावानें केलेली नवीन व्यवस्था सर्व मोडून आपली पूर्वीची व्यवस्थाच कायम केली. त्यानें खंडेराव यास बोरसद व नडियाद हे दोन परगणे देऊन, त्याला बडोद्यास आपल्या हाताखालीं ठेविलें; आणि फकीरउद्दवला ह्याला जो खंडेरावानें आश्रय दिला होता तो काढून घेऊन त्याला दूर केलें. परंतु जुना सुभेदार मोमीनखान याचा मुलगा व भाऊ यांस आश्रय देऊन, त्यांना मात्र त्यानें आपलेजवळ ठेविलें.

पुढें इ० स० १७५१ सालीं, शिवाजीचा मुलगा राजाराम महाराज याची राणी ताराबाईसाहेब ही सातान्यास होती; तिचें आणि पेशव्याचें वांकडें येऊन, तिनें दमाजीस आपले मदतीस बोलाविलें. त्याप्रमाणें गायकवाड ताराबाईच्या मदतीस येऊन पोहोंचला व त्याला प्रथमतः पेशव्याच्या एका सरदारावर जयही मिळाला. परंतु पुढें त्याचा पराजय होऊन तो माघारा परतला. शेवटीं त्यानें बाळाजी बाजीराव पेशवा याशीं तह करण्याचा घाट घातला. त्या तहांत पेशव्यानें सांगितलें कीं, 'दरसाल जो वसूल आणि खंडणी व लूट मिळून जें मिळेल त्यांतून खर्च काढून बाकीच्या रकमेंतून निम्मे रकम आम्हांस द्यावी; व त्याचप्रमाणें दहा हजार स्वारांनिशीं दमाजीनें आमची नौकरी करावी.' पेशव्याच्या ह्या तहाच्या अटी ऐकून दमाजी तेंडेपणाच्या गोष्टी सांगूं लागला. तो ह्मणाला, 'मीं तुमच्या ह्या गोष्टी काय म्हणून ऐकाव्या? मी कांहीं तुमच्या हाताखालचा नौकर नाहीं. मी दाभाड्यांचा हस्तक व नायब सेनापति आहें. तेव्हां तुमच्या ह्या भलभलत्या अटी मला पसंत पडावयाच्या नाहींत.' गायकवाडाचा हा जबाब मिळाल्याबरोबर पेशव्यानें ताबडतोब त्याला व दाभाड्याचे कुटुंबांतील कित्येक माणसांस कैद केलें; आणि दमाजीच्या छावणीवर हल्ला करून, तींतील सामानसुमानाची व खजिन्याची वगैरे लूट केली. नंतर दमाजीला तसाच कैद करून पुण्यास आणिला. दमाजीला पुण्यास आणिला तरी पेशव्याचें

त्याचेजवळ मागणें हेंच होतें कीं, 'एकंदर खर्चवेंच जाऊन जी किफायत होईल तिचें अर्ध आह्मांस द्यावें.' शेवटीं निरुपायानें गायकवाडानें पेशव्याला दस्तऐवज लिहून दिला कीं, 'पंधरा लक्ष रुपये भरून तुमची पावती घेईन व गायकवाडी कुटुंबांतील इतरांच्या हातीं जे कांहीं परगणे असतील त्यांच्याही वसुलांतील अर्ध पेशव्याकडे पोंचतें करीन.' शिवाय, त्याचप्रमाणें त्यानें असेंही कबूल केलें कीं, 'पेशव्याला जरूर लागेल तेव्हां दहा हजार स्वारांनिशीं त्याला मदत करण्याकरितां येईन.' दमाजी ज्या अर्थीं दाभाड्यांचा मुतालीक होता त्या अर्थीं, पेशव्यानें त्याजकडून, ती मुतालिकी त्याजकडे कायम ठेवण्याकरितां आणखी पांच लाख व वीस हजार रुपये वसूलीचे परगणे तोडून घेतले; आणि त्या परगण्यांत कोठें किल्ले वगैरे आले तरी त्यांत पेशव्याचें ठाणें बसलें जाईल व त्याबद्दल कोणत्याही प्रकारची कोणाकडूनही हरकत न होईल असा बंदोबस्त गायकवाडानें करावा, असा ठराव झाला. ह्याप्रमाणें गायकवाडाला चोहोंकडून जखडबंद करून व आंवळून घेऊन, दस्तऐवजांतल्या करारांप्रमाणें व अटींप्रमाणें वसूल गोळा करण्याकरितां व मुलूखगिरी करण्यासाठीं पेशव्याचा धाकटा भाऊ रघुनाथराव दादा ( राघोबादादा ) आणि दमाजी गायकवाड असे दोघेही आपआपल्या फौजा घेऊन बरोबरच निघाले. ते फिरत फिरत बिनहरकतीनें अहमदाबादेस येऊन पोहोंचले.

या वेळीं अहमदाबादेस जुंवामर्दखान नांवाचा सुभेदार मोंगलबादशहाचे वतीनें काम पाहत होता; तो तरी गायकवाडाचे मदतीनेंच मोमीनखानाच्या तर्फेचा म्हणून काम बघत होता. परंतु जेव्हां दमाजी पुण्यास कैद झाला असें त्यास वर्तमान कळलें, तेव्हां त्यानें आपलें पारतंत्र्य झुगारून देऊन, अहमदाबाद येथील गायकवाडाची सर्व सत्ता व अधिकार आपल्याकडे घेतला, व गायकवाडाला वसूलीचा जो भाग द्यावयाचा तो आपण वसूल मात्र करून देण्याचें त्यानें योजिलें होतें. राघोबादादा पेशवा व दमाजी गायकवाड जेव्हां पुण्याहून अहमदाबादेस येऊन दाखल झाले, तेव्हां जुंवामर्दखान पालनपूर येथें होता; त्याला ती खबर पोहोंचतांच तो आ-

पल्या अमलाचें रक्षण करण्याकरितां अहमदाबादेस निघून आला. तो आला तसें त्याच्या किल्लेदारांस अवसान येऊन, ते पेशवा व गायकवाड यांस अहमदाबादेंत मुळींच पाऊलही ठेवूं देत ना. परंतु शेवटीं त्याला गायकवाडाशीं सख्य केल्यावांचून गत्यंतर न दिसून, त्याचा मात्क्यान् गायकवाडाशीं तह झाला; व त्यानें मराठ्यांचे स्वाधीन अहमदाबादचा किल्ला केला. तेव्हां गायकवाड व पेशवा यांनीं जुंवामर्दखान याला पाटण, वडनगर, राधनपूर व विजापूर वगैरे नऊ महालांची जहागीर देऊन त्याची समजूत केली; व त्याप्रमाणें तो खुष होऊन आपल्या सन्मानांत व आदबींत आपल्या जहागिरीवर निघून गेला. ह्याप्रमाणें उभय पक्षांच्या राजीखुषीनें ही व्यवस्था झाल्यामुळें इ० स० १७५५ च्या एप्रिल महिन्यामध्यें अहमदाबाद येथील मुसलमानांचा अंमल अगदीं उठून, मराठ्यांचा अंमल कायम झाला; आणि त्या वेळेपासून अहमदाबाद परगण्याचा वसूल गायकवाड व पेशवा यांजमध्यें निम्मेनीम विभागला जाऊं लागला. अहमदाबादेंत 'गायकवाडांची हवेली' म्हणून एक भाग आहे त्यांत गायकवाडी गोट असून, त्याशिवाय इतर भागांत पेशव्याचा गोट होता; व त्यांत पेशव्याचे वतीनें कारभार करण्यास श्रीपतराव म्हणून कारभारी राहिला होता.

---

# भाग पंचविसावा.

## मराठ्यांची कारकीर्द.

### (इ० स० १७५५ पासून इ० स० १८०० पर्यंत.)

मराठ्यांचे अमलांत गुजराथची व्यवस्था कशी काय होती याबद्दल मगनलाल वखतचंद या नांवाच्या इतिहासलेखकानें आपल्या गुजराथी इतिहासांत असें लिहिलें आहे कीं, मराठ्यांचें राज्य गुजराथेंत पाऊणशें वर्षे चाललें; परंतु त्यांत लोकांना विशेषसें सुख झालें नाहीं. अहमदाबाद वगैरे परगण्यांतून जे सुभेदार नेमले जात त्यांनीं

आपले आश्रयाला लबाड व चहाडखोर लोक बाळगावे व त्यांनीं लोकांवर नाना तऱ्हेच्या फिर्यादी करून व त्यांचेविषयीं अधिकाऱ्यांजवळ चुगल्या सांगून त्यांची अब्रू घ्यावी व त्यांच्या मालमत्तेचा विध्वंस करावा, असा एकसारखा क्रम चालला होता. याबद्दलची दाद कोठेंच लागण्याचा संभव नसून, लोक फार चिंतेंत व विपत्तींत असत. मराठी अमलांत कोणीही आपलें द्रव्य उघडें करूं शकत नसे. आपल्या संपत्तीचा उपभोग घेण्यास आपल्याला शतावधि अडचणी असत. कोणी चांगले लत्तेकपडेही पेहरतां उपयोगीं पडत नसे. भिकारी लोकांप्रमाणें गलिच्छ पोषाखानें राहणें भाग पडे. कोणाचा स्वच्छसा व झकफक लत्ताकपडा दिसला कीं, अधिकाऱ्यांच्या उदार आश्रयास असलेल्या नीच व हलकट लोकांनीं त्याजवर कांहीं तरी बालंट आणलेंच असें समजावें. लोकांना आपली जिंदगी व मालमत्ता राखणें इतकें कांहीं मुष्किलीचें पडे व शहरांत बंदोबस्ताचें इतकें पूज्य असे कीं, ज्याला त्याला आपापलीं घरें मजबूत बांधून, अहोरात्र घराचीं दारें बंद करून बसावें लागे; व भरदिवसांही मोठाल्या रस्त्यांतून फिरणें निर्भय नसे! सर्वोचीच स्थिति एकसारखी झाली होती. इन्साफाचें तर वाटोळें झालें होतें. जशी ज्याची शिफारस तसा त्याचा इन्साफ होई. अपराध्यांस शिक्षाही अशा भयंकर व विलक्षण करीत कीं, त्यांना ताळ ना तंत्र! साध्या चोरीला फांशी व खुनाला दंड! अशा विलक्षण व व्युत्क्रम शिक्षा, जशी ज्याची कमी जास्त वग पोहोंचे तशा होत; आणि अधिकाऱ्यांस चांगल्या रीतीनें खुष ठेविलें म्हणजे तर महापराध्यांसही अगदींच दोषमुक्त करण्यांत येत असे. पैसेवाला व सुखी असा कोणी अल्पापराधांत सांपडला तरी त्याच्या त्या अपराधास महापराधाचें रूप देऊन त्याजपासून जितकें द्रव्य निघेल तितकें काढण्याचा अधिकाऱ्यांचा व त्यांचे हस्तकांचा प्रयत्न सुरू असे. या अमलांत दंडाच्या शिक्षांचें प्राबल्य मनस्वी असे; व त्या दंडाचे वसूलीकरितां त्या अपराध्यांचीं घरें लुटण्याचे हुकूम ह्मणजे सर्वसाधारण झाले असत. कोणीकडून तरी लोकांजवळून पैसा काढावयाचा अशीच अधिकाऱ्यांची प्रवृत्ति असल्यामुळें त्याबद्दलच्याच योजना करण्याकडे त्यांचें

लक्ष्य व धोरण असे. दंडाचा पैसा वसूल करण्याकरितां ते फार भयंकर उपाय करीत. कोणाच्या पाठीवर जड धोंडे देऊन भर उन्हांत त्यांस उभें करीत, किंवा अगदीं लहान व आकुंचित खोलींत त्यांस दडपून, त्यांना खाण्यापिण्यास कांहींएक न देतां त्यांचा जीव व्याकुळ करीत. देहांताच्या शिक्षेच्या रीतिही फार भयंकर व आंगावर कांटा उभा राहण्यासारख्या असत. कोणाला सुळावर देत व कोणाला हत्तीच्या पायांशीं बांधून तुडवून तुडवून मारीत. शिक्षा देण्याचा धरबंध व नियम म्हणून कांहींएक नसे. अधिकाऱ्याचे तोंडून निघेल ती शिक्षा आणि तो दंड. बेकायद्याचा सर्व कारभार असे. एकाचे अपराधाबद्दल त्याचें कुटुंबच्याकुटुंब अधिकाऱ्यांचे तोंडून शिक्षापात्र ठरे; व त्याप्रमाणें मग त्या कुटुंबाचा कसकसा छळ होई तो तर विचारणेंच नको. कायदाकानू नसल्यामुळें यःकश्चित् शिपुर्ड्यापासून तों मुख्याधिकारी सुभेदारांपर्यंत मनास येईल तशी त्यांनीं वर्तणूक करावी. सुभेदार किंवा मामलेदार हे इजारदार व मक्तयाचे असल्यामुळें त्यांना रयतेची व मुलखाच्या आबादीची मुळींच काळजी नसे; व यामुळें होईल तिकडून ते आपलीं घरें भरण्याच्याच काय ते नादीं असत. न्यायनीतीचा सर्वत्र भ्रष्टाकार असून, मनःपूत वर्तन आणि धरसोडगिरी हीं त्यांच्या अधिकारांतलीं मूलतत्वें होतीं. एकवार दिलेले हुकूम व केलेले ठराव त्यांचे तेच फिरवीत किंवा फिरवून पुनः कायम करीत. ह्याप्रमाणें केवळ लहरीवर व तब्यतीवर न्यायइन्साफाचें धोरण असे. अशा अम्मलदारींत अब्रूनें राहणें व सकुटुंब निर्वाह करणें हें किती धोक्याचें व अशाश्वत असे, ह्याबद्दल कोणासही सहज कल्पना होण्यासारखी आहे.

वसूलजमेचीही अशीच पहिल्या प्रतीची अव्यवस्था आणि गैरशिस्तपणा असे. ज्याची वग आणि शिफारस लागे त्याजपासून मुळींच धारा वगैरे कांहींएक घेण्यांत येत नसे. परंतु गरीबापासून दुप्पट तिप्पटही धारे जबरीनें वसूल करून घेत. यामुळें शेतीभातीची उदासवाणी स्थिति असे. अशा जुलूमजबरदस्तीनें आणि अन्यायानें शेतकरी लोक त्रासून, झटून पीकपाणी करण्याकडे त्यांचें चित्त लागत नसे.

आपल्या निर्वाहापुरता व खर्चवेंचाच्या बेताचा दाणादुणा ते पिकवीत म्हणजे झालें. यामुळें महर्घता फार असे. तांदूळ तर सणावारांस मात्र खावयाला मिळत. सर्व प्रकारच्या व्यापारी किंवा अव्यापारी मालावर बड्या बड्या व जबर जबर जकाती आणि दस्तुऱ्या असत. शहराला शिबंदी स्वारांचा बंदोबस्त म्हटला म्हणजे इतका असे कीं, वर एके ठिकाणीं लिहिल्याप्रमाणें भरदिवसां हमरस्त्यांतून जाणें बिनधास्त नव्हतें! अहमदाबाद शहराला कोट होता; परंतु तो ठिकठिकाणीं पडून त्याची दुरुस्ती करण्याकडे कोणाच अधिकाऱ्याचें लक्ष नसे. कारण, देशाचे आबादीकरितां व लोकांच्या जीववित्ताचें रक्षण करण्याकरितां आपण आलों नसून, एक प्रकारचा अरेरावीचा अधिकार भोगून संपत्ति मिळविण्याकरितांच आपण या हुद्यावर आलों आहोंत अशी त्या हुद्देदारांची मूळपासूनचीच समजूत असे. अशा वसुलाच्या कारकीर्दीत देशामध्यें विद्या, हरहुन्नर, कलाकौशल्य आणि आनंद व भरभराट यांचें नांव तरी कशाला पाहिजे? ज्याचा त्याचा स्वहिताकडे पाहण्याचा धंदा व उद्योग. त्याला दुसऱ्याकडे पाहण्यास फुरसत होती कोठें? व असली तरी अशा विरल परहितेच्छेचा त्या वेळीं कितीसा उपयोग होणार होता हें स्पष्टच दिसत आहे! ह्या प्रकारें मुसलमान व मराठे यांच्या कारकीर्दीत गुजराथप्रांताची जी स्थिति होती ती तशीच आजपर्यंत राहिली असती तर गुजराथ देश जो आज उद्योगिता व संपत्ति यांचें माहेरघर बनला आहे तसा कधीं तरी होता काय?

---

१ आम्हांस वाटतें कीं, मगनलाल यांनीं जें हें अशा प्रकारचें वर्णन केलें आहे तें, पेशवे दरबारचा बडा मुत्सदी व कारस्थानी असा नाना फडणवीस वारल्यानंतर इ० स० १८०० च्या पुढें जी अहमदाबादेची स्थिति झाली असेल तिचें दर्शक असावें असें वाटतें. कारण, बाजीरावाच्या कारकीर्दीत सर्वत्र धांदल उडाली असून, कोणी कोणाचा धनी ना गोसावी अशी स्थिति झाली होती. बाजीरावाच्या कारकीर्दीतच इजारदार सुभे आणि मक्तयाच्या मामलती सुरु झाल्या होत्या. सर्वत्र सरकारी अधिकारांत हलकट लोक भरलेले असून, कोणाची कोणास दाद ना फिर्याद, अशी

पूर्वभागांत सांगितल्याप्रमाणें मराठ्यांचे ताब्यांत अहमदाबादशहर आल्यानंतर गायकवाडाची फौज मेवाशी लोकांच्या मुलखांत घांसदाणा मिळविण्याच्या सबबेनें शिरली. घांसदाण्याची बाब ही गायकवाडी फौजेनें या वेळीं नवीनच काढली व ती बाब म्हणजे किती रकमेची हें कांहीं नियमित म्हणून त्यांनीं मुळींच ठरविलें नव्हतें. बाबवसूलीला निघालेल्या फौजेचा जोर आणि त्या जोराला भिऊन रकम देणाराची इच्छा हीं जशीं असतील त्याप्रमाणें प्रतिवर्षीं निरनिराळा वसूल आकारण्याची त्यांनीं त्या वेळेपासून वहिवाट ठेविली होती.

इ० स० १७६६ मध्यें, पूर्वभागांत सांगितल्याप्रमाणें, जुंवामर्दखान ऊर्फ जोरावरखान याजकडे दिलेल्या परगण्यांतून वडनगर, विसनगर, विजापुर, खेरालु आणि पाटण हे परगणे परत घेऊन, त्याजकडे फक्त शमी आणि राधनपूर हे दोन परगणे राहूं दिले. आणि पुढें चार वर्षांनीं त्याजकडे कांकरेज नांवाचा किल्ला होता तोही पण त्याजपासून घांसदाण्याचे बाबीच्या सबबेवर परत घेतला. ह्याप्रमाणें मराठ्यांच्या घांसदाण्याची बाब नवीनच पुढें होऊन तिच्यावर त्यांजकडे बराच नवीन नवीन मुलूख येण्यास सुरुवात झाली.

गुजराथेंत मराठ्यांचे व मुसलमानांचे तंटे चालले असतां मध्यें

---

वलवलपुरी आणि टमटमराज्य झालें होतें, त्या वेळचें वरील वर्णन असावें असें वाटतें. त्या काळची स्थिति पाहिलेले व त्या स्थितीचा भोगवटा घेतलेले दुर्दैवी लोक अजूनपर्यंत होते व असतील. ते वरील इतिहासलेखक मगनलाल यांस भेटले असावे व त्यांच्या तोंडून वरील सर्व वर्णन त्यांनीं लिहिलें असावें, असें वाटतें. मगनलाल यांचा हा इतिहास इ० स० १८६८ सालीं लिहिलेला आहे. तेव्हां शेवटचे बाजीरावांच्या कारकीर्दीचेंच हें वर्णन यथास्थित असण्याचा संभव विशेष असून, तसेंच तें आहे. मराठ्यांची कारकीर्द व त्यांची नीति बघणें ती नाना फडणविसाच्या अखेरपर्यंतच काय ती पहावयाची. त्याचे पुढील अव्यवस्थित कारकीर्दीचा व नीतिभ्रष्टतेचा दोष एकंदर मराठी राजांवर लादणें चांगलें नव्हे.

मुंबईस इंग्रजी कंपनीचा एम्. बुसी नांवाचा एक गव्हरनर आला. त्यानें, सुरतेस जे नबाब म्हणून होते त्यांची सत्ता व अधिकार त्या वेळीं कमी झाला असें पाहून, तेथें आपला प्रवेश व्हावा ह्मणून पेशव्याची मदत घेण्याचा यत्न केला. परंतु पेशव्यानें त्याचें म्हणणें मान्य केलें नाहीं, इतकेंच नाहीं; तर उलट त्याला ज्यास्त हरकती घालून त्यानें आपल्या सत्ताप्रसाराची फाजील इच्छा ठेवूं नये ह्मणूनही त्यास कळविण्यांत आलें. परंतु तें पेशव्याचें कळविणें त्यानें मुळींच न जुमानतां, आपल्या स्वतःच्या जोरानें व बादशाही सनदेनें इ० स० १७५९ मध्यें ता० ४ मार्च रोजीं सुरतेचा किल्ला घेतला; आणि पुढें हळू हळू इ० स० १७७२ मध्यें ता० १८ नोव्हेंबर रोजीं भडोचेवरही त्यानें स्वारी करून तेंही शहर आपले ताब्यांत घेतलें. त्या स्वारींत इंग्रजांकडील शूर सरदार जनरल डेव्हिड् वेडरबर्न् हा मारला गेला.

पुढें इ० स० १७६८ मध्यें दमाजी गायकवाड मरण पावला. त्यास सयाजीराव, गोविंदराव, मानाजीराव आणि फत्तेसिंगराव असे चार मुलगे होते. यांत सयाजीराव हा सर्वांमध्यें वडील होता; परंतु तो दुसऱ्या बायकोचा होता. पहिल्या बायकोचा गोविंदराव होता; तेव्हां त्यानें आपल्या वारशाचा व हक्काचा वाद चालविला. हा दावा पुण्यास थोरले माधवराव पेशवे राज्य करीत असतांच उभा राहिला. परंतु तेथें असा न्याय झाला कीं, ज्या अर्थीं सयाजीराव हा वडील मुलगा आहे त्या अर्थीं राज्याधिकार त्याजकडेच असावा; आणि त्याप्रमाणें पेशवेदरबारांतून सयाजीराव यास **'सेनाखासखेल समशेरबहादूर'** ही जी त्याचे वडिलोपार्जित पदवी होती ती देऊन रीतीप्रमाणें त्याचा सन्मान केला. परंतु सयाजीरावाची बुद्धि फार क्षणभंगुर असल्यामुळें तसा मनुष्य राज्यकारभारास सर्वथैव अयोग्य; म्हणून फत्तेसिंगराव हाच त्याचा हस्तक म्हणून बडोद्याचा कारभार पहात असे.

फत्तेसिंगराव ह्याप्रमाणें कारभार पहात असतां इ० स० १७७३ मध्यें त्याचा आणि इंग्रजलोकांचा, मोंगल बादशाहापासून भडोच घेण्याचे संबंधानें पहिल्यानेंच करारमदार होऊन, सल्ला झाला. इंग्रजलोक या दे-

शांत व्यापाराचे निमित्तानें येऊन, पुढें त्यांनीं दिल्लीचे बादशाहास लुब्ध करून, त्याजपासून सनद घेऊन सुरत, खंबायत वगैरे ठिकाणीं आपल्या व्यापाराच्या कोठ्या स्थापन केल्या; आणि कित्येक विशेष सोडवणुकींनीं आणि माफ्यांनीं त्यांनीं आपला व्यापार ज्यास्त वाढवून तो सुयंत्र चालेल अशी व्यवस्था केली होती, वगैरे संबंधाच्या हकीकती पूर्वभागीं दिल्याच आहेत. इ० स० १७५१ पर्यंत या व्यापाऱ्यांचें राज्यकारभारांत कांहीं लक्ष्य आहे अथवा तशा कारभारांत पडण्याचा त्यांचा कांहीं हेतु आहे अशा प्रकारचा कोणाला कांहींएक मागमोस सुद्धां नव्हता. परंतु ह्या वर्षापासून त्यांना आपल्या वाढल्या व्यापाराची आणि मालमिळकतीची, विशेष बंदोबस्ताची कांहीं तरी व्यवस्था करण्याचें भाग वाटून तिकडे त्यांनीं लक्ष्य दिलें. व सुरतेस ह्या वेळीं दिल्लीदरबारांतून जो सुभेदार नेमण्यांत आला होता, त्याजकडून चालावा तसा कारभार चालत नसून भारी अव्यवस्था झाली होती असेंही ह्या इंग्रज व्यापाऱ्यांनीं पाहिलें.

इ० स० १७४६ मध्यें सुरतेचा मोंगली सुभेदार तेगबेगखान हा होता; तो मेल्यानंतर त्याचे जागेवर सफदरखान नांवाचा सुभेदार आला. त्यानें सुरतेच्या किल्ल्याचा अधिकार आपला मुलगा वकारखान याजकडे सोंपविला होता. ह्याप्रमाणें त्या वेळीं सुरतशहर आणि सुरतचा किल्ला ह्या दोन्ही ठिकाणीं दोन निरनिराळे अधिकारी झाले होते. परंतु माजी सुभेदार तेगबेगखान याचा जांवई मिया चंद ऊर्फ मोयेनउद्दीनखान यानें सुरतच्या लोकांचे मदतीनें किल्लेदार वकारखान यास, आणि इंग्रज व्यापारी व दमाजी गायकवाड यांच्या मदतीनें सुभेदार सफदरखान यास, सुरतेहून हांकलून लावून तो सर्व अधिकार आपल्याकडे घेतला. परंतु तो अधिकार त्याजकडे फार दिवस राहिला नाहीं. इ० स० १७५१ मध्यें सफदरखान आणि त्याचा मुलगा वकारखान या उभयतांनीं स्वतंत्रपणें गायकवाडाची मदत घेऊन, त्या आगंतुक मोयेनउद्दीनखानास सुरतेहून हुसकून दिलें. सफदरखानानें गायकवाडास ह्या मदतीबद्दल प्रथमतः सुरतपरगण्याचा अर्धा भाग देण्याचें कबूल केलें होतें; परंतु तो भाग फार जातो

म्हणून मागाहून त्यानें गायकवाडाची मिनतवारी करून तिसरा भाग देण्याचें ठरविलें.

ह्या गडबडीचा शेवट होऊन जरा स्थिरस्थावर होतें आहे तों, सुरतेच्या किल्ल्यावर जंजिऱ्याच्या हबशी राजाची स्वारी येऊन, त्यानें तो किल्ला आपले ताब्यांत घेतला. तेव्हां मात्र इंग्रजी व्यापाऱ्यांस भीति वाटली. शेवटीं इंग्रजांनीं डच्लोकांच्या सरदाराचे मार्फत हबशी राजाशीं तहाचें बोलणें लावून, इंग्रजांचा व हबशी राजाचा तह झाला. त्यांत हबशी राजानें इंग्रजांस असें कळविलें कीं, 'तुम्ही उगाच फाजील फौज ठेवूं नये. शांतता असतां तुमच्या साधारण संरक्षणाला जितके लोक अवश्य असतात तितके काय ते लोक जवळ ठेवा.' परंतु, तहांतलें हें कलम इंग्रजांचा मुंबईस जो अधिकारी होता त्याला न आवडून इ० स० १७५२ मध्यें पुनः नवा तहनामा झाला. त्यांत असें ठरलें कीं, पूर्वींच्या तहनाम्यानें इंग्रजांचें जें नुकसान झालें असेल तें त्यांचें त्यांनीं सोसावें; परंतु पुढें मात्र बादशाहाच्या फर्मानप्रमाणें पूर्ववत् व्यापार चालवावा.

इ० स० १७५७ मध्यें सफदरखान आणि हबशी (सिद्दी) राजा यांचा तंटा वाढून, सफदरखान यानें इंग्रजाशीं असें बोलणें लाविलें कीं, 'तुम्ही या सिद्दीला किल्ल्यांतून काढून लावण्यांत जर मला मदत कराल, तर मी माझें समुद्रांतलें सर्व आरमार तुमच्या स्वाधीन करीन व तें तुमच्या फार उपयोगीं पडेल.' परंतु इंग्रजांनीं त्याचें तें बोलणें मान्य केलें नाहीं. पुढें इ० स० १७५८ मध्यें सफदरखान मरण पावला व त्याचे जाग्यावर बादशाहाकडून फेरिसखान आला. व किल्ल्यावरच्या अधिकारावर सिद्दी मसाउदचा मुलगा सिद्दी अहमद होऊन, ह्याप्रमाणें दोन्ही ठिकाणीं दोन नवे अधिकारी झाले. सिद्दी अहमद यानें डच्लोकांशीं मित्रत्व करून त्यांना चांचेपणाचा धंदा करण्यास उत्तेजन दिलें. तेव्हां त्याच्या आणि इंग्रजांच्यामध्यें कट्टें वैर वाढत चाललें. सुरतेच्या लोकांसही सिद्दीपासून फार त्रास झाल्यामुळें ते त्याला कंटाळून इंग्रजांना अशी विनंति करूं लागले कीं, 'तुम्हांला हा किल्ला, आरमार आणि त्या संबंधाचा एकंदर जो

खर्च होईल तो, असें आह्मी देण्यास तयार आहोंत; परंतु या सिद्दीला येथून हांकलून द्या.' इ० स० १७५८ मध्यें फेरिसखान आणि इंग्रज यांच्यामध्यें करारनामा झाला कीं, 'सुरतशहराचा कारभार फेरिसखानानें करावा व किल्याचा कारभार इंग्रजांनीं करून, त्याबरोबरच त्यांनीं आपला व्यापारही सर्व प्रकारच्या करबाबींच्या माफीनें चालवावा.' परंतु इतक्यांत, सुरतेवर मराठ्यांची नजर आहे व इंग्रजांशीं असे करारमदार झाले तर त्यांनाही तिकडे अवसान येऊन ते सुरतेवर चालून येतील, या भीतीनें वरील करारनामा अमलांत येण्याचा तसाच राहिला. तों तेवढ्यांत सुरतेमध्यें बंड उठून, त्या बंडांत शहराचा कबजा फेरिसखानाच्या हातून निघून त्याचा शत्रु जो मिया चंद ऊर्फ मोयेनउद्दीनखान याचे हातीं गेला. मिया चंद हा फार दिवस सुरतेचा कारभार आपल्या हातीं घेण्याविषयीं झटत असल्याचें वर एके ठिकाणीं लिहिलें गेलें आहेच. मिया चंद हा सुरतेचा वहिवाटदार झाला तेव्हां वर सांगितलेला करारनामा मराठ्यांच्या भीतीनें जो अपूर्ण राहिला होता, तो मिया चंदाचे हातें इंग्रजांनीं पूर्ण करून घेतला. परंतु त्या करारनाम्यांत एक विशेष कलम असें घालण्यांत आलें कीं, 'मिया चंदाचे हाताखालीं फेरिसखान हा नायब सुभेदार म्हणून असावा;' व हें कलम पुढें त्याच वर्षीं दिल्लीसरकारानेंही पण मंजूर केलें.

ह्या करारनाम्यानें सुरतेमध्यें दिवसेंदिवस इंग्रजांची ज्यास्त ज्यास्त सत्ता वाढत चालली. सुरतेचा सुभेदार किंवा नबाब म्हणून जो मिया चंद होता तो वस्तुतः म्हटला म्हणजे इंग्रजांच्या हातांतलें एक बाहुलें होता; व तो सर्वांशीं इंग्रजांचे मसलतीप्रमाणें चालत असे. इ० स० १७६३ मध्यें हा मिया चंद मरण पावला; तेव्हां त्याचा मुलगा कुतुबुद्दीन यास त्याचे गादीवर सुरतेचा नबाब केलें.

ह्याप्रमाणें सुरतेची मालकी किंवा मुखत्यारी हळू हळू इंग्रजांकडे आल्यावर, सुरतच्या सुभेदाराचे ताब्यांतीलच भडोच परगणा असल्यामुळें, इंग्रजांनीं भडोच येथील नबाबाकडेही आपला अधिकारप्रवेश व्हावा ह्मणून बोलणें चालविलें. तेव्हां मात्र त्या उभयतांमध्यें

तंटा माजला. तरी शेवटीं त्या दोघांचे करारमदार होऊन सल्ला व्हावा असा उभयतांचेही मनांत विचार आला. परंतु केलेल्या करारनाम्याच्या मसुद्यांतील कांहीं कलमें भडोचच्या नबाबास अनुकूल आहेत अशीं न वाटून त्यानें तो करारनामा पुरा होऊं दिला नाहीं. असें झालें तेव्हां इंग्रजांनीं इ० स० १७७२ मध्यें आपली फौज भडोचेवर पाठवून भडोच शहर आपले ताब्यांत करून घेतलें.

भडोच परगण्यांत गायकवाडाचाही पण कांहीं हक्कसंबंध होता. त्यामुळें गायकवाडानें आपल्याशीं भांडूं नये म्हणून गायकवाडीची वहिवाट करणारा जो फत्तेसिंगराव याच्याबरोबर इंग्रजांनीं नवीन तह करून त्यांत असें ठरविलें कीं, 'भडोचच्या सुभेदाराशीं पूर्वीं जो गायकवाडाचा संबंध होता तोच संबंध, भडोचचे मालक इंग्रज जरी झाले आहेत तरी त्यांच्याशींही राखिला जाईल.

येणेंप्रमाणें मधल्या अवकाशांत सुरत भडोचकडे काय काय गोष्टी झाल्या व इंग्रजांचा हळू हळू कसा हात शिरून त्यांस कसकसा अधिकार प्राप्त झाला त्याविषयींची जी हकीकत देणें राहिली होती ती दिली. बडोद्यास सयाजीराव गायकवाड हा मुख्याधिकारी आणि त्याचा भाऊ फत्तेसिंगराव हा मुख्य कारभारी असा क्रम चालला होता. इतक्यांत, पुण्यास थोरले माधवरावसाहेब पेशवे वारून त्यांचे पश्चात् नारायणराव पेशवे हे राज्याधिकारी झाले असतां, राघोबादादांकडून त्यांचा वध होऊन कांहीं दिवस राघोबादादा हेच पेशवाईचे गादीवर बसले होते. ती संधि बघून गोविंदराव गायकवाड यानें आपला वारसा व हक्क बडोद्याचे गादीविषयीं दाखवून, नवे पेशवे राघोबादादा यांस अर्ज केला. तेव्हां त्यांनीं गोविंदराव गायकवाड हा दमाजीच्या पहिल्या बायकोचा मुलगा असल्यामुळें, लहान असला तरी तोच गादीचा खरा वारस, असा निकाल देऊन त्याला बडोद्यास पाठविलें. तेव्हां तो आपला अधिकार आपल्या सावत्र भावांपासून परत मिळविण्याकरितां मोठ्या तयारीनिशीं बडोद्यास दाखल झाला. मग अर्थात् फत्तेसिंगरावाच्या पक्षाचें सैन्यही पुढें उभें राहून गोविंदरावाच्या फौजेची आणि त्याची चकमक झडली. ह्याप्रमाणें इकडे चाललें असतां, शिंदे

व होळकर यांच्या मदतीनें पुण्यास नारायणराव पेशवे यांच्या पक्षपाती मंडळीकडून, नारायणरावाची बायको श्रीमती गंगाबाई ह्या गरोदर आहेत असें कळल्यावरून, त्या गर्भस्थ राजपुत्राच्या नांवानेंच पेशवाईची गादी चालविण्याचें ठरून रघुनाथरावांला (राघोबादादांला ) पुणें सोडून बाहेर पडावें लागलें ही गोष्ट इ० स० १७७५ या वर्षी घडली. राघोबादादा पुण्याहून जे उठले ते, त्यांचा मित्र गोविंदराव गायकवाड याजकडे येण्याकरितां निघाले. वाटेनें येतां येतां त्यांनीं मुंबईस इंग्रजी अंमलदाराची भेट घेऊन त्याजवळ मदत करण्याविषयींचें बोलणें लाविलें. तेव्हां त्या अंमलदारानेंही राघोबादादाचा पेशवाईवर कितीसा हक्क पोंचतो याचा कांहींएक विचार न करितां राघोबादादाचें बोलणें कबूल केलें. त्या कबूलींत असें ठरलें कीं, 'इंग्रजांनीं राघोबादादास अडीच हजार फौज द्यावी व तिचे खर्चासाठीं राघोबांनीं इंग्रजांस दीड लाख रुपये दरमहा द्यावे.' इंग्रजी फौज राघोबादादाला मदत करण्यासाठीं कर्नेल कीटिंग् नांवाच्या सेनापतीचे हुकमतींत निघून सुरतेस येऊन पोहोंचते तों त्यांस समजलें कीं, मराठे सरदारांनीं राघोबादादाचा पराभव करून, राघोबाचे मागें हरिपंत फडके आपली फौज घेऊन लागले आहेत. इतक्यांत इंग्रजी फोजेची आणि राघोबाचे पाठीस लागलेल्या मराठी फौजेची महीनदीचे कांठीं आडासा म्हणून एक गांव आहे तेथें गांठ पडून, फडक्यांनीं इंग्रजी फौजेचा अगदीं मोड करून टाकिला. तेव्हां इंग्रजी फौज राघोबाला बरोबर घेऊन खंबायतेकडे वळली. इतक्यांत राघोबाचे जे लोक पूर्वी पराभव होऊन इकडे तिकडे पळाले होते ते मौजे धर्मज नांवाच्या गांवीं एकत्र झाले व तेथून इंग्रजी फौजेला मिळून एकंदर सैन्य मातर नांवाच्या गांवीं दाखल झालें. तेथून पुनः तें सर्व सैन्य ता० ५ मे सन १७७९ रोजीं नडियादेस गेलें; आणि तेथून मातक्यान् आडासा येथें येऊन तेथें त्या सैन्याची आणि मराठ्यांच्या सैन्याची ता० १८ मे सन मजकूर रोजीं मोठी लढाई झाली. त्या लढाईत इंग्रजांचें नुकसान फारच होऊन, राघोबाचे पक्षाचा पूर्ण पराभव झाला. तथापि, तेवढ्यानेंच राघोबाच्या पक्षपाती कर्नेल कीटिंग् याचें समाधान न होऊन, तो

ता० २९ मे रोजीं जखमी लोकांस भडोच येथें ठेवून व फौजेंत नवी भरती करून, पुनः नर्मदेच्या कांठीं मराठ्यांची फौज विसांवा घेत पडली होती तिजवर त्यानें हल्ला केला; परंतु तेथेंही इंग्रजांचा मोड होऊन फौज मागें हटली. मग इंग्रजी सरदारानें असा विचार केला कीं, पावसाळयाचे चार महिने डभई किल्ल्यांत राहून काढावे आणि नंतर पुण्याकडे जावें. परंतु तितक्यांत बंगाल येथील इंग्रजी कंपनी-च्या मुखत्यारांकडून मुंबईच्या अंमलदारांस असा हुकूम आला कीं, 'तुम्हीं राघोबाला मदत करण्याचें कांहीं कारण नाहीं.' असें झालें तेव्हां डभई येथून इंग्रजांनीं आपला तळ हालवून, ते राघोबासह सुरतेस येऊन दाखल झाले. आपल्याला इंग्रज मदत करीत नाहींत असें पाहिलें तेव्हां राघोबानें त्यांस अशी विनंति केली कीं, 'गोविंदराव गायकवाडास तरी मदत करून फत्तेसिंगापासून त्याचें बडोद्याचें राज्य देववा.' परंतु फत्तेसिंगाचा व इंग्रजांचा स्नेह असल्यामुळें त्यांनीं राघोबाची विनंति मुळींच मान्य केली नाहीं. तथापि, इंग्रजांनीं मध्यें पडून फत्तेसिंगाचा व राघोबाचा सलूख घडवून आणिला. तो असाः—फत्तेसिंगानें राघोबास तीन लाखांचा मुलूख द्यावा असें पूर्वी ठरलें होतें; तो मुलूख गुजराथेंत न देतां त्याबद्दल दक्षिणेंत एक लाख रुपयांचाच द्यावा; आणि पंचवीस लाख रुपये राघोबाला दोन महिन्यांत भरती करून द्यावे. हें सर्व मध्यस्थी इंग्रजी अधिकाऱ्यांचें बोलणें ऐकून, फत्तेसिंगानें भडोच, चिखली, वरियाव आणि कोरल वगैरे परगणे २१,३०,००० रुपयांच्या वसूलीचे होते ते वरील सर्व ठरावांचे बद्दल राघोबास देण्याचें योजिलें. याप्रमाणें कर्नल कीटिंग् याचे विद्यमानें गायकवाड याजकडून राघोबादादांची संस्था झाली. (इ० स० १७७९).

पुढें कांहीं दिवसांनीं म्हणजे, इ० स० १७८० च्या जानेवारी महिन्यांत, जनरल् गॉडर्ड् साहेब आपली इंग्रजी फौज घेऊन गुजराथेंत शिरला; व तापीनदी उतरून तो उत्तरेकडे चालला. नंतर त्यानें डभईवर स्वारी केली. तेथें दोन दिवस लढाई झाली व इंग्रजांच्या तोफा चालून किल्ला त्यांचे स्वाधीन झाला. या जयानंतर त्यांनीं सु-

रत व भडोच येथें जे पेशव्याचे कामदार राहिले होते त्यांस घालवून दिलें; व गायकवाडसरकाराशीं असा ठराव केला कीं, महीच्या उत्तरेस पेशव्यांना जो अर्धा भाग आजपर्यंत मिळत असे तो सर्व गायकवाडानें एकट्यानेंच घ्यावा व त्याबद्दल सुरत व भडोच या परगण्यांत गायकवाडाचे जे गांव होते ते इंग्रजांस द्यावे. गायकवाडानें हा नवीन ठराव मान्य केल्यावर जनरल् गॉडर्ड् साहेब आपल्या फौजेनिशीं अहमदाबादेवर गेला. ह्या वेळीं अहमदाबाद शहर म्हणण्यासारखें वस्तीनें वगैरे भरलेलें नसून बरेंच उजाड झालें होतें. तरी त्यांत एक लाखावर लोकसंख्या होती. अहमदाबादेस पेशव्यांच्या तर्फेचा बाबाजीपंत म्हणून एक कारभारी सुभेदार होता. त्यास जनरल् गॉडर्ड् यानें भेटून सांगितलें कीं, 'अहमदाबाद शहर व किल्ला आमचे स्वाधीन करा; आह्माला येथील ताबा गायकवाडास द्यावयाचा आहे. बाबाजीपंतांनीं गॉडर्डच्या म्हणण्यावर कांहींएक वेडेंवांकडें उत्तर न देतां त्यास सांगितलें कीं, 'तुमच्या म्हणण्याप्रमाणें चालण्यास मला कांहीं हरकत वाटत नाहीं; परंतु मजजवळ जे सहा हजार शिद्दी व आरब, आणि वीस हजार मराठे स्वार आहेत ते माझें ऐकणार नाहींत. त्यांच्या विचारानें काय होईल तें करा.' त्यावरून जनरलानें त्या सर्व लोकांना आपली दहशत पडून भीति वाटावी म्हणून, ता० १२ फेब्रुवारी १७८० रोजीं तोफांचे मोर्चे लावण्यास हुकूम केला व किल्ल्याचे तटही एकदोन ठिकाणीं पाडून दोन दिवसपर्यंत किल्लेदार किल्ला स्वाधीन करतो कीं नाहीं तें पाहिलें; परंतु मराठे लोकांकडून तसें कांहीं चिन्ह दिसेना. शेवटीं, ता० १५ रोजीं इंग्रजांची फौज किल्ल्याच्या तटांतून आंत शिरली; व उभय फौजांचे सामने होऊन मराठी फौजेचा पराजय झाला. इंग्रजांपेक्षां मराठ्यांकडे फार लोक मेले व किल्ला इंग्रजांच्या स्वाधीन झाला. मराठ्यांकडील ३०० लोक पडले व इंग्रजांकडीलही पांचपन्नास मेले. पुढें थोड्याच वेळानें शहरही त्यांचे स्वाधीन झालें. नंतर अहमदाबादेंत इंग्रज सरदार जनरल् गॉडर्ड् शिरून, त्यानें इंग्रजी कंपनीसरकारची द्वाही फिरवून जाहिरनामे लाविले व शहरांतल्या मुख्य मुख्य लोकांच्या भेटी घेतल्या. त्याप्रमाणें अहमदाबादेचा कबजा घेऊन

इंग्रजी फौज बडोद्याकडे येण्यास निघाली; तों अशी बातमी येऊन पोंचली कीं, 'शिंदे व होळकर हे एकत्र होऊन, त्यांच्या फौजा नर्मदा नदी उतरून बडोद्याकडे पावागडाजवळ आल्या व तेथून डभईवर जाणार.' त्या वेळीं डभईच्या किल्ल्यावर इंग्रजांचा जेम्स फॉर्ब्स् हा सरदार होता, त्यानें किल्ल्याचे रक्षणाची सर्व प्रकारें तजवीज ठेविली होती. तथापि, त्याचेजवळ असावी तितकी फौज नसून, मराठ्यांचा सेनासमुद्र फार मोठा असल्यामुळें त्यांच्यापुढें कसा काय निभाव लागेल तो लागो, अशी फॉर्ब्स् साहेबाला भीति पडली होती. तितक्यांत, मराठी फौजेंत जे इंग्रज कैदी होते त्यांनीं फॉर्ब्स् साहेबांकडे असे निरोप पाठविले कीं, 'तुह्मी मुकाट्यानें मराठ्यांचे स्वाधीन किल्ला करा. उगाच रक्तपात करून घेण्यांत अर्थ नाहीं.' परंतु किल्ल्यांतल्या इंग्रजी लढवय्यांनीं त्यांचा भित्रेपणाचा निरोप मुळींच न ऐकतां मारूं किंवा मरूं, असा निश्चय करून ते मराठ्यांबरोबर लढण्यास सिद्ध झाले. इतक्यांत जनरल गॉडर्ड् साहेबही आपल्या लष्करासहवर्तमान अहमदाबादेहून येऊन त्यांस मिळाला. ह्याप्रमाणें डभईस कुमक पोंचल्याबरोबर मराठ्यांनीं आपला वेढा उठवून, गुजराथ सोडून ते पुढें चालते झाले.

ह्याप्रमाणें चकमकी व झटापटी चालल्या असतां पुढें इ० स० १७८२ मध्यें मार्चच्या १७ व्या तारखेस महादजी शिंद्यांचे मार्फत पेशवे आणि इंग्रज यांचेमध्यें साल्बाई मुक्कामीं तह झाला. व त्याप्रमाणें तो तहनामा इ० स० १७८३ च्या फेब्रुवारीचे २४ वे तारखेस, ह्मणजे सुमारें एक वर्षानें, पेशव्यांकडून मंजूर झाला. त्या तहनाम्यांत असा ठराव झाला होता कीं, 'इंग्रजांचा पेशव्यांशीं मूळ तंटा इ० स० १७७५ सालीं होऊन लढाई झाली, त्यापूर्वीं जो मुलूख ज्यांकडे होता तो त्यांजकडे तसाच ठेवावा; मध्यंतरीं ज्यांनीं कोणीं हक्कानें किंवा गैरहक्कानें वसूल अथवा खंडण्या घेतल्या असतील त्यांविषयीं कोणीं आतां मागण्या करूं नयेत व दावे सांगूं नयेत; गायकवाडांचा जो मुलूख जेथें होता तो त्यांजकडे कायम राहावा; तसेंच, पूर्वीं इ० स० १७७९ च्या जानेवारीमध्यें, वडगांव मुक्कामीं इंग्रजांचा पराभव होऊन, त्यांजकडील कांहीं लोक शिंद्यानें ओलीस घेतले होते व कित्येक कैदी झाले

होते, त्यांशीं शिंद्यांचें फार उदारपणाचें वर्तन राहिलें व इंग्रजांविषयीं महादजींनीं हमेषा हितबुद्धि बाळगिली, ह्मणून इंग्रजांनीं तदुपकारदर्शक महादजींस भडोच परगणा द्यावा; आणि ठाणें, साष्टी, हे प्रांत इंग्रजांकडे होते ते त्यांजकडेसच रहावे.' याप्रमाणें ठराव होऊन तहनाम्यावर उभय पक्षांच्या सह्या झाल्या. भडोच महादजी शिंद्यांकडे आली; तिचा कबजा घेण्याकरितां त्यांचे तर्फे भास्करराव नांवाचा कोणी कारभारी होता; व इ० स० १७८३ च्या ता० ९ जुलै रोजीं भडोच जिल्हा इंग्रजांनीं त्याचे स्वाधीन केला. आलीकडे भडोच, सिनोर व डभई हे परगणे इंग्रजांच्या हातांत होते ते वरील करारप्रमाणें मराठ्यांचे हातीं गेल्यामुळें तेथील लोकांस फार वाईट वाटलें. कारण, त्या लोकांस मराठे लोकांपासून फार त्रास व जुलूम सोसावे लागत होते; परंतु इंग्रजी न्यायइन्साफाची आणि लोकांना वागवून घेण्याची रीति फारच सुखाची व समाधानकारक होती.

इ० स० १७८९ मध्यें डिसेंबरच्या २१ वे तारखेस बडोद्याचा मुख्य वहिवाटदार व कारभारी फत्तेसिंगराव हा आपल्या राजवाड्याच्या बंगल्यांतून खालीं पडून मरण पावला. त्यामुळें त्याचे जागीं त्याचा धाकटा भाऊ मानाजी हा कारभारी व वहिवाटदार झाला. त्या वेळीं बडोद्याचे राज्यावर मुख्य वारसा सांगणारा गोविंदराव गायकवाड हा दक्षिणेंत होता. त्याला फत्तेसिंगाच्या मृत्यूचें वर्त्तमान समजल्यावरोबर तो आपला दावा सांगण्यास पुण्यास गेला; व पेशव्यांच्या दरबारांत त्यानें आपल्या हक्काची अर्जी ठोकली. परंतु पेशवाईदरबारांत मानाजीसच गादीचा वारस व वहिवाटदार ठरविलें व गोविंदरावाचा हक नाबूद केला. मानाजीनें पेशवेसरकारास ३३,१२,००१ रुपये दिले होते व फत्तेसिंगाचे कारकीर्दीत पेशव्यांचें जें देणें नियत होतें तें सर्व देण्याचें त्याणें कबूल केलें होतें हें कारण अर्थात् पेशव्यांना मानाजीचा पक्ष धरण्यास झालें, हें उघड होतें. परंतु पेशव्यांचा न्याय महादजी शिंद्यांस न आवडतां तो गोविंदरावाचा पक्ष धरून त्यानें पेशव्यांचा मानाजीचे पक्षाचा हुकूम फिरविला; तेव्हां मानाजी इंग्रजांकडे मदत मागण्याकरितां गेला. इंग्रजांनीं

ह्याप्रमाणें "दोघांचें भांडण आणि तिसऱ्याचा लाभ" अशाप्रकारें आपला फायदा बघावयाचा होताच. तेव्हां त्यांनीं मानाजीस साह्य करण्याचें कबूल केलें. इतक्यांत ता० १ आगष्ट इ० स० १७९३ रोजीं मानाजी एकाएकीं मरण पावल्यामुळें मुळींच तंटा न उरतां, एकटा गोविंदरावच वारशाचा हक्क सांगणारा उरला. परंतु त्याला बडोद्यास आपल्या कामावर रुजू होण्यास जावयाला पेशवेदरबारांतून परवानगी होईना. कारण, नाना फडणविसांच्या मनांत त्याजपासून कांहीं लेख लिहून घ्यावयाचा होता. परंतु, तसें करणें बरोबर नाहीं असें, गोविंदरावाच्या पक्षानें इंग्रजांनीं साल्ब्याच्या तहांतील कलमांचें स्मरण देऊन पेशवेदरबारास सुचविलें व त्यावरून शेवटीं त्याला बडोद्यास कामावर रुजू होण्याची पुण्याहून परवानगी मिळाली. त्याप्रमाणें गोविंदराव गायकवाड ता० २० डिसेंबर १७९३ रोजीं बडोद्यास येऊन आपल्या गादीवर रुजू झाला.

पुण्यास इ० स० १७९६ या वर्षी बाजीराव रघुनाथ हा पेशवा झाला. परंतु नाना फडणविसांनीं त्याला नाकबूल करून त्याचा भाऊ चिमाजी अप्पा यास पेशवा ठरविलें व त्याजकडे गुजराथचा सुभा दिला. चिमाजी अप्पानें आपल्या तर्फे अहमदाबादेंत आबा शेलूकर यास मुतालिक सुभेदार नेमिलें. इतक्यांत दौलतराव शिंद्यानें बाजीरावाचा पक्ष धरून नाना फडणविसांस कैद केलें व त्याबरोबरच चिमाजी अप्पाचा मुखत्यार व अहमदाबादचा नायब सुभेदार आबा शेलूकर यासही कैद केलें. परंतु आबा शेलूकर यानें शिंद्यास दहा लाखांचें खत लिहून दिल्यावरून शिंद्यानें त्याला पुनः अहमदाबादचा सुभेदार नेमिलें. मग आबा शेलूकर यानें अहमदाबादेंत जाऊन तेथील लोकांवर जो जुलूम चालविला, तो तर कांहीं पुसूंच नका. तो लोकांजवळ पैसा मागूं लागला; व 'मला शिंद्याला दहा लाखांची भरती करावयाची आहे; तेव्हां इतका पैसा जमला पाहिजे,' असा त्यानें लोकांचे मागें तगादा लाविला. त्याच्यासारखा जुलमी पुरुष यापूर्वी अहमदाबादेंत कधींही आला नसेल. अहमदाबादेंत हल्लीं जें डिस्ट्रिक्ट् जज्जांचें कोर्ट् आहे ती इमारत,

आबा शेलूकर यानें केवळ लोकांचे जवळून पैसा लुबाडून व त्यांचीं घरें मोडून, त्यांच्या योगानें बांधिली असल्याचें प्रसिद्ध आहे. त्यानें प्रथमतः कोणा मोठ्या श्रीमानाला आपल्या हाताखालीं मोठ्या हुद्द्यावर नौकरीस म्हणून ठेवावें; आणि पुढें कांहीं दिवसांनीं त्याजवर एखादा भयंकर आरोप ठेवून त्याला एकदम तोफेच्या तोंडीं देऊन उडवून टाकावें व त्याचें घरदार सर्व लुटून जप्त करावें! अशा त्याच्या जुलमी वर्तनानें लोक अगदीं कंटाळून गेले होते. तेव्हां त्याला अहमदाबादेंतून काढण्याकरितां ज्याचे त्याचे प्रयत्न सुरू झाले. गायकवाडाचे प्रजेलाही तो उपद्रव करूं लागला. शिवाय, तो अत्यंत दुर्व्यसनी व नीच मनुष्य असल्यामुळें, त्याचें कोणाशींही बरें म्हणून नसे व गायकवाड तर त्याचा अतिशय द्वेष करी.

सुरतेस असलेल्या नवाबाकडून आपल्या मुलखाचा बंदोबस्त न राहून, रयतेवर जुलूमजबरदस्त्या फार होऊं लागल्याचे बोभाटे इंग्रजी अधिकाऱ्यांच्या कानीं गेले. इतक्यांत इ० स० १७९९ या वर्षीं नवाब मरण पावला; व त्याचे जागीं त्याचा भाऊ नासिरुद्दीन हा बसला. परंतु पुढल्या वर्षीं म्हणजे १८०० या वर्षीं, मुंबईचा इंग्रजी गव्हर्नर डंकन् साहेब हा सुरतेस येऊन त्यानें नवाबसाहेब यास सांगितलें कीं, 'तुमचे प्रांताचा वसूल जमा करणें, आणि दिवाणी फौजदारी कामें पाहणें, हीं कामें इंग्रजसरकार करील; तुम्ही आपले स्वस्थ बसा. या संबंधानें जो खर्च होईल तो वजा जातां बाकीच्यांतील पांचवा हिस्सा तुम्हाला खर्चास देऊं म्हणजे झालें.' ह्याप्रमाणें गव्हर्नराचें बोलणें चाललें असतां, इंग्लिश गव्हर्नर सुरतेस आल्याचें वर्तमान गायकवाडास कळून, त्यानें त्याचा सन्मान करण्याकरितां म्हणून आपला वकील पाठविला. त्याच्याशींही डंकन्साहेबानें बोलणें लाविलें कीं, 'सुरतचौऱ्यांयशी व इतर किरकोळ बाबी गायकवाडीकडे चालतात त्या इंग्रजसरकारास द्याव्या.' तेव्हां गायकवाडानें पुढच्या आशेवर गव्हर्नराचें तें म्हणणें कबूल केलें; व त्यास सांगितलें कीं, 'आबा शेलूकर याला अहमदाबादेंतून काढून देण्यास मला मदत करा.' परंतु त्याप्रमाणें इंग्रजी गव्हर्नरानें मदत

करण्याचें नाकबूल केलें. तेव्हां गायकवाडानें कोणाच्याच मदतीची पर्वा न करितां आपला एक शिवराम गाडदी म्हणून शूर सरदार होता त्याजबरोबर फौज देऊन त्यास अहमदाबादेवर रवाना केलें. शिवराम गाडदी यानें अहमदाबादेस जाऊन, तेथील गायकवाडाच्या हवेलीचा कबजा घेतला. या ठिकाणीं गायकवाडाचा सुभेदार राहत असे; परंतु त्याला आबा शेलूकर यानें काढून देऊन, ती जागा आपले ताब्यांत घेतली होती. ती पुनः गायकवाडाचे सरदारानें घेऊन पेशव्यांचे भद्रेंत जाऊन ती जागाही घेरली. आबा शेलूकरानें आपली डाकोर येथें असलेली फौज, आणि काठेवाडांत पाठविली होती ती फौज, अशा दोन्ही फौजा एकत्र करून गायकवाडाशीं सामना चालविला. परंतु त्यांत त्याला जय न मिळतां शेवटीं तो किल्ल्यामध्येंच बंदोबस्तानें लपून बसला. गायकवाडी सरदारानें तसें कांहीं दिवस जाऊं दिलें. अशी शांतता बघून आबा शेलूकरानें किल्ल्यांत अनेकप्रकारच्या मौजा व गमतींत आपले दिवस घालविण्यास सुरवात केली. शत्रु बाहेर काय करीत आहेत, त्यांचा काय बेत आहे, वगैरेविषयीं कांहींएक तपास न ठेवितां, तो नाच, रंग, तमासे व गाणींबजावणीं यांजमध्यें दंग होऊन गेला. अशी संधि बघून शिवराम गाडदी यानें एकदम किल्ल्याला वेढा घालून आंत प्रवेश केला व ताबडतोब आबा शेलूकर यास कैद केलें. त्या वेळीं तो एका वारांगनेचें गायन व नृत्याभिनय ऐकत व पहात निष्काळजीनें व गाफीलपणें बसला होता. त्याला त्याच्या हेरांनीं वारंवार सूचना याव्या कीं, 'शत्रु शहरांत आले, किल्ल्याला वेढा दिला, किल्ल्यांत शिरले;' तरी तो आपल्या ठिकाणीं बेफिकीर होता. तो बसल्या जाग्यावरून म्हणून हालला नाहीं; व त्याच बसल्या ठिकाणीं तो कैद झाला. आबा शेलूकर हा पेशव्याच्या तर्फेचा सुभेदार म्हणूनच अहमदाबादेस कारभार करीत होता. पुढें त्याजवर पेशव्याची इतराजी झाली होती, म्हणून त्यानें त्याला काढून देण्याची मसलत गायकवाडाचे विचारें ठरविली. गायकवाडानें पेशव्याशीं इंग्रज गव्हर्नराचे मध्यस्तीनें असा करार केला कीं, 'अहमदाबादचा सुभा मजकडे ठेवाल तर

मी दरसाल पांच लाख रुपये पेशवेसरकारास देत जाईन.' व त्या कराराप्रमाणें पेशव्यांनीं दहा वर्षांच्या कबूलीनें गायकवाडास अहमदाबादची सरसुभेदारी दिली. ह्याप्रमाणें आबा शेलूकर अहमदाबादेंतून निखळल्यावर, तेथें पेशव्यांचे तर्फे गायकवाडी अंमल सुरू झाला; व गायकवाडानें आपल्या मार्फत आपला दिवाण रावजी आपाजी यांचा कोणी आप्त रघुनाथराव महिपत उर्फ काकाजी म्हणून होता, त्यास हा अहमदाबादचा वहिवाटदार नेमिलें.

---

## भाग सत्तविसावा.

### गायकवाडाची इंग्रजसरकारच्या साह्यानें अहमदाबाद येथील कारकीर्द.

(इ० स० १८०० पासून इ० स० १८०८ पर्यंत.)

अहमदाबादची सरसुभेदारी पेशव्यांकडून इंग्रजसरकारच्या मध्यस्तीनें गायकवाडानें आपल्याकडे घेतल्यावर, पुढें लौकरच गोविंदराव गायकवाड ता० १९ सप्टेंबर इ० स० १८०० या वर्षी मरण पावून, त्याचे गादीवर त्याचा वडील मुलगा आनंदराव गायकवाड हा बसला. आनंदरावाहून धाकटा एक कान्होजीराव म्हणून त्याचा भाऊ होता; परंतु त्यानें बाप असतांच कांहीं फितुरी केली होती म्हणून, गोविंदराव गायकवाडानें त्यास कैदेंत टाकलें होतें. आनंदराव गादीवर बसला खरा; पण तो हलक्या बुद्धीचा होता. त्यानें बापानें फितूर म्हणून कैदेंत टाकलेल्या आपल्या धाकट्या भावास बंधमुक्त केलें; व गोविंदरावाच्या वेळचा जुना दिवाण रावजी आपाजी यास बर्तर्फ करून, त्याचे जागीं त्याला मुख्य कारभारी व दिवाण नेमिलें. कान्होजीराव हा मोठा धूर्त व स्वार्थपरायण असल्यामुळें आनंदरावाच्या हलकट बुद्धीचा व कोत्या विचाराचा फायदा घेऊन त्यानें हळूहळू गायकवाडीचीं सर्व सूत्रें व सर्व अधिकार पूर्णपणें आपल्या हातीं घेतले; व प्रसंग पाहून एकदम आनंदरावाला कैदेंत टाकून आपण बडोद्याचा राजा झाला. कान्हो-

जीराव जसा धूर्त व कार्यसाधु होता, तसाच तो जुलमी आणि दुष्ट असे. आनंदरावाला कैदेंत टाकून आपण राज्याधिकारी झाल्यावर त्यानें बडोद्याच्या लोकांवर फार जुलूम चालविला. पहिल्यापासूनच बडोदेंदरबारांत दोन पक्ष झाले होते. जुने दिवाण रावजी आपाजी यांना बर्तर्फी मिळून, आनंदरावानें वेडेपणानें कान्होजीरावाला कारभारी व दिवाण नेमल्यापासूनच दरबारच्या ह्या दोन पक्षांची उत्पत्ति झाली. रावजीच्या पक्षाला त्याचा भाऊ बाबाजी हा असून, शिवाय सात हजार किल्लेदार आणि सामल बेचर व मंगल पारख या नांवांचे दोघे सावकार असे लोक होते. आणखी कान्होजीच्या जुलमी आचरणानें त्रासलेले बडोद्याचे बहुत लोक फितूर होऊन रावजी आपाजीच्या पक्षास मिळाले. येणेंप्रमाणें सर्व मंडळींचें संगनमत होऊन, त्यांनीं ता० २७ जानेवारी सन १८०१ रोजीं कान्होजीराव यास पकडून कैद केलें; आणि आनंदराव कैदेंत होता त्याचे पुढें नेलें. तेव्हां आनंदरावानें त्याला निःशस्त्र करून माळव्याकडे रामपूर रोटियाचा किल्ला म्हणून एक मजबूत ठिकाण होतें, तेथें नेऊन कैद करून ठेविलें; आणि बडोद्यास पुनः आनंदराव गायकवाड हा राजा आणि रावजी आपाजी हा दिवाण अशी पहिल्याप्रमाणें व्यवस्था झाली.

कांहीं दिवसांनीं फत्तेसिंगराव गायकवाड याची कन्या गजराबाई इचा आणि दिवाण रावजी आपाजी यांचा कांहीं बेबनाव होऊन गजराबाई ही बडोदें सोडून सुरतेस जाऊन राहिली. गायकवाडांच्याच वंशांतला कोणी मल्हारराव गायकवाड म्हणून असून, त्याला कडीप्रांताची जहागीर होती. त्याजकडून रीतीप्रमाणें गायकवाडसरकारास जी खंडणी पोहोंचावयाची ती न पोंचल्यामुळें दिवाण रावजी आपाजी यानें त्याजवर खंडणीची मागणी केली; यामुळें त्याच्याही मनांत दिवाणाविषयीं वांकडें आलें. तो म्हणे, 'आमच्या कुळांत सर्व प्रकारें खलबल करणारा हा कोण?' दिवाण रावजी यांशीं गजराबाई वांकडी झाली व मल्हाररावही वांकडा झाला. मल्हारराव, दिवाणजीशीं असलेल्या आपल्या द्वेषाचें बाह्यतः असें नि-

मित्त सांगूं लागला कीं, 'कान्होजीराव गायकवाड यास कैदेंत टाकून त्याची, दिवाण रावजी व त्याचा भाऊ बाबाजी यांणीं जी व्यवस्था मांडिली आहे ती आपल्याच्यानें बघवत नाहीं.' दिवाणजीच्या विरुद्ध मल्हाररावाचा पक्ष आहे असें कळल्यावरोबर गजराबाईच्या पक्षाचे जेवढे लोक होते तेवढे मल्हाररावास जाऊन मिळाले. कान्होजीरावाचा कैदेंत फार छल होतो व दिवाणजीनें नानाप्रकारचीं आणि अघोर कर्मे केलीं, अशा प्रकारच्या खोट्यानाट्या गप्पागोष्टींचा सर्वत्र गवगवा व पुकारा करून, सर्वांचें मत दिवाण रावजी आपाजी याचेविषयीं भ्रष्ट व्हावें व आपला पक्ष दृढ व्हावा, अशा रीतीची त्याणें खटपट चालविली. गायकवाडाचा मुकुंदराव गायकवाड म्हणून कोणी लेंकवळा बडोदेंसंस्थानांतच खजिन्याकडे एक अधिकारी होता. तो सर्व गायकवाडी खजिना घेऊन डाकोरास जाऊन राहिला. तेव्हां त्याला परत बडोद्यास बोलाविलें; परंतु तो मुळींच येईना व नेलेला खजिनाही पाठवीना, म्हणून त्याला धरण्याकरितां आनंदराव गायकवाडानें दिवाणजीच्या मसलतीप्रमाणें डाकोरास सैन्य पाठविलें. तेव्हां तो तेथून निघून कडीस मल्हाररावाला जाऊन मिळाला. पुढें मल्हाररावानें विसनगर व विजापूर हे महाल आपल्या कबजांत घेतले व कान्होजीरावाला तेथें आणून ठेवावें असा त्याचा मानस होता. त्याजवळ ह्या वेळीं एकंदर ४०,००० फौज जमली असून गायकवाडांचा जुना व नांवाजलेला सरदार शिवराम गारदी तोही त्याला जाऊन मिळाला होता. त्याजमुळें मल्हाररावाचा पक्ष बराच बळकट झालासा दिसत होता. दिवाण रावजी याच्या पक्षाला काय तो त्याचा भाऊ बाबाजी आपाजी व त्याची फौज, किल्लेदार व त्यांची फौज आणि सामलदास बेचरदास पारख व मंगलदास पारख हे सावकार इतकेच काय ते होते. उभय पक्षांकडील एकसारख्या तयाऱ्या चालल्या. बाबाजी आपाजी हा आपली फौज घेऊन अहमदाबादेस शाहाबाग म्हणून .शहराचे उत्तरेस एक बादशाही महाल आहे, त्याचे पुढील मैदानांत छावणी देऊन राहिला व एक लष्कर काळींगांवाचे कोठीजवळ ठेविलें. तिकडे म-

ल्हारराव हा आपली कांहीं फौज घेऊन कडीच्या किल्ल्यांत राहिला व कांहीं फौज हणमंतराव नांवाच्या एका सरदाराचे हुकमतींत देऊन त्यास कडीपासून पुढें आठ कोशांवर पाठविलें. व त्याप्रमाणें तो कलोल येथें जाऊन छावणी देऊन राहिला. तेथें त्या फौजेची व बाबाजी आपाजीच्या तुकडीचीं गांठ पडून दोन लढाया झाल्या, व त्यांत हणमंतरावाच्या फौजेस जय मिळाला.

आपल्या पक्षाचा असा मोड झालासें पाहून रावजी आपाजी दिवाण यानें वेळ न गमावतां आपली मजबुती करण्यासाठीं इंग्रज सरकारचा गव्हर्नर डंकन् याजकडे मीर कमालुद्दीनखान व दुसरा एक असे दोन वकील आपले तर्फेनें पाठवून मदतीचें बोलणें लाविलें. त्या संबंधानें कौलकरारनामे होऊन असें ठरलें कीं, 'इंग्रजांनीं गायकवाडास लागेल ती मदत करावी व त्याबद्दल गायकवाडानें सुरतची चौथाई व चौऱ्यांयशी परगणे असे इंग्रजांस द्यावे.' उभय पक्षांकडून करार मंजूर झाल्याबद्दलच्या त्याजवर सह्या झाल्याबरोबर मेजर अलेग्झ्यांडर् वॉकर् याजबरोबर २९०० लोकांची एक टोळी देऊन गुजराथेंत पाठविली व त्याबद्दल गव्हर्नरानें कलकत्ता येथील कंपनीसरकारच्या वरिष्ठ अधिकाऱ्यास लिहून कळविलें कीं, 'ह्याप्रमाणें प्रस्तुत प्रसंगीं गायकवाडाला मदत करणें अवश्य असून, त्या योगानें आपला चांगला फायदा होणार आहे; आणि असें जाणून मी इकडे मेजर वॉकर् याचेबरोबर गायकवाडाचे तैनातीकरितां फौज रवानाही केली आहे, हें वरिष्ठांस कळावें.' ह्या प्रकारच्या हकीकतीचें पत्रक कलकत्यास गेल्यावर तिकडूनही मुंबईसरकारच्या करण्यास मंजुरी मिळाली. वर वॉकर् साहेबाबरोबर जी २९०० फौज पाठविल्याचें लिहिलें आहे तींत ४०० गोरे लोक होते. ही फौज सुरतेहून ता० २४ जानेवारी सन १८०२ रोजीं निघून त्याच महिन्याच्या २९ वे तारखेस बडोद्यास पोंचली. वॉकर् साहेबाला गव्हर्नर डंकन् याची अशी आज्ञा होती कीं, 'होतां होईल तोंवेरी सामादामानेंच हें प्रकरण आपसांत मिटेल असा प्रयत्न करा; आणि तेवढ्यानें नीट स्थितिरीतीला गोष्ट पोंचणार नाहीं तर लढाई करण्याच

विचार ठरवा.' त्या हुकमाप्रमाणें वॉकर् साहेबानें बडोद्यास गेल्यावर सर्व सरदारदरकदारांच्या भेटी घेऊन कचा हालहवाल पुसून व विचारून घेतला. त्यावरून त्याला कळून आलें कीं, सामदामाचा प्रयत्न आजपर्यंत दिवाणजींनीं पुष्कळ केला; परंतु त्यांत त्यांस यश मिळालें नाहीं; व याचप्रमाणें आपणही यत्न केला तरी त्यांत सिद्धि मिळावयाची नाहीं. मल्हाररावाला लढाईची खुमखुम फार आहे; वॉकर् साहेब याचें जें हें मत झालें तेंच त्यानें, गव्हर्नर साहेबास जें एकंदर हकीकतीचें पत्र लिहिलें त्यांतही त्यास कळवून, गायकवाडाचे पक्षानें मल्हाररावाबरोबर आपल्याला लढाई केलीच पाहिजे असें समजाविलें. पुढें वॉकर बडोद्याहून कूच करून खंबायतास आला. तेव्हां त्याला तेथें इंग्रजांच्या फौजेची दुसरी टोळी येऊन मिळाली. त्यावेळीं मल्हाररावाजवळ १५,००० फौज असल्याची बातमी होती; परंतु ती फौज केवळ नांवाचीच होती. खंबायतास इंग्रजांचा वकील होता; त्यानें मल्हाररावाकडे वकील पाठवून हा उपस्थित वाद आपसांत मिटविण्याविषयीं कळविलें; परंतु तो अशा गोष्टी ऐकणारा मनुष्य नव्हताच. हीही हकीकत मुंबईसरकारास कळली. इतक्यांत खुद्द गव्हर्नर डंकन् साहेब खंबायतेस आले; आणि त्यांनीं एकंदर इंग्रजी फौजेस बाबाजी आपाजीकडे जाऊन मिळण्यास हुकूम केला. त्याप्रमाणें ती फौज ता० २३ फेब्रुवारी सन १८०२ रोजीं खंबायताहून निघाली, ती ता० ४ मार्च रोजीं अहमदाबादेस बाबाजीच्या गोटांत जाऊन पोंचली. नंतर तेथून सर्व लष्कर निघून अहमदाबादेपासून सहा कोसांवर अडाळज येथें जाऊन पोहोंचलें; तों मल्हाररावाकडून तहाचें बोलणें लावण्याचा निरोप येऊन पोहोंचला. तेव्हां त्याविषयीं बारीक चौकशी करितां असें कळून आलें कीं, हा त्याचा तहाचे बोलण्याचा विचार खरा नसून, ही कांहीं तरी दिवस लोटण्याची आणि काळ कंठण्याची हिकमत आहे. म्हणून गायकवाडाची आणि त्याचे साह्यकर्ते इंग्रज यांची फौज तशीच पुढें चालून ता० १० मार्च रोजीं कडीस पोंचली व सरेता गांवाजवळ छावणी देऊन राहिली.

या ठिकाणीं मल्हारराव व वॉकर् साहेब यांच्या भेटी झाल्या,

व त्या भेटींत मल्हाररावानें पुन: तहाचें बोलणें लाविलें. परंतु मागाहून वॉकर् साहेबाच्या लक्षांत आलें कीं, याच्या बोलण्यांत प्रामाणिकपणाचा भाग नसून, कोणत्याही रीतीचा धरबंद म्हणून मुळींच नाहीं. केवळ उडवाउडवीचें व लाटालाटीचें बोलणें आहे. तेव्हां शेवटीं वॉकर् साहेबानें त्याला कळविलें कीं, 'आम्ही पुढें कलोलेस जातों; तेथें तुम्हांकडून तुमचा जो काय निश्चय ठरेल त्याप्रमाणें आम्हांस कळवा व आमची भेट घ्या.' आणि सरेताहून कूच होऊन गायकवाडी व इंग्रजी फौज ता० १५ मार्च रोजीं कलोलेस दाखल झाली. तेथें मल्हाररावाकडून काय निकालाचें बोलणें येतें याची वाट पाहण्यांत वॉकर् साहेबानें तो दिवस घालविला; परंतु त्याकडून कांहींच खुलासा कळेना. तेव्हां सर्व सैन्य परतून दुसरे दिवशीं कडीजवळ दीड कोसावर बुडासण म्हणून एक गांव आहे तेथें येऊन दाखल झालें. तेथें त्यांना एक उंचशी टेंकडी आढळली; तिजवर वॉकर् साहेबानें आपल्या सैन्यांतली एक तुकडी व एक तोफ अशी व्यवस्थेनें ठेविली व 'हुकूम झाल्याबरोबर त्यांनीं बत्ती सुरू करावी' अशी त्यांना ताकीद दिली. ह्या उंचवट्यावरून मल्हाररावाची फौज किती व कशी उभी आहे वगैरे स्पष्ट दिसत असे, हा एक गायकवाडाचे फौजेला चांगला फायदा झाला.

मल्हाररावानेंही कडीच्या किल्ल्याचे फत्तेदरवाजावर तोफा ठेवून बंदोबस्त केला होता; पण तितक्यांत त्यानें नम्रतापूर्वक एक पत्र लिहून वॉकर् साहेबाकडे पाठविलें. त्या पत्राचें उत्तर वॉकर् साहेबानें सुंदरजी व कप्तान् विल्यम् या आपल्या दोघां मनुष्यांबरोबर पाठविलें. परंतु मल्हारराव असा कपटी व अधम होता कीं, त्यानें त्या दोघां उत्तर घेऊन जाणाऱ्या गृहस्थांनाच कैद करून इंग्रजी लष्करावर तोफा सुरू केल्या. तेव्हां वॉकर् साहेबानें गायकवाडी सरदारांशीं मसलत करून, 'आतां मल्हाररावाविषयीं कींव करण्यांत हांशील नाहीं; त्यानें आपला जितका अन्याय करावयाचा तितका केला; तेव्हां आतां त्याचा पूर्ण रीतीनें समाचार घेतला पाहिजे,' असें ठर-

विलें. त्याविषयीं वॉकर् साहेबानें अशी व्यवस्था केली; मीर कमालुद्दिनानें हजार स्वार घेऊन इंग्रजी फौज उजवे बाजूला, आणि बाबाजींचें पायदळ, थोडे घोडेस्वार आणि गोलंदाज असे डावे बाजूस, ह्याप्रमाणें सैन्याची व्यवस्था होऊन त्यांनीं पुढें चाल केली; व मल्हाररावाचे फौजेस गांठण्याला अर्ध मैलाचें अंतर राहिलें. त्याच दिवशीं ठरावाप्रमाणें मल्हाररावाचे गोटावर हल्ला करण्याचा ठराव झाला होता; परंतु इतक्यांत वॉकर् साहेबाला असें समजलें कीं, बाबाजींचे आरबलोक आपल्या फौजेच्या मागून चालण्यास खुषी नाहींत; आणि कमालुद्दीनखानाचे घोडेस्वार तोफेवर जाईनात. तेव्हां येऊन जाऊन जबाबदारी वॉकर् साहेबावरच पडूं लागली. यासाठीं त्यानें विचार केला कीं, असा घोंटाळ्या वेळेवर होतां उपयोगीं नाहीं. म्हणून, अंधार पडेपर्यंत काय तो तेथें विसांवा घेऊन नंतर तो तेथें मुळींच न थांबतां पुनः सर्व सैन्यासहवर्तमान तसाच मागें दीड कोस परतून, पूर्वीप्रमाणें आपल्या गोटांत दाखल झाला. मल्हाररावानें प्रतिपक्षाचें सैन्य पुढें चाल करून आलें असें पाहतांच आपल्या इकडील सरबत्तीला सुरुवात केली व गायकवाडी पक्षाकडूनही तोफ सुरू होतीच. परंतु गायकवाडी पक्षाची अनिश्चितता असल्यामुळें ते लोक शत्रूकडील लोकांसारखे ठामउभे राहिले नव्हते; आणि पुढें पाहतात तों वॉकर् साहेबाला आपल्या हल्ल्यांत यश मिळेलसें दिसलें नाहीं. तितक्यांत संध्याकाळ होऊन अंधारही पडल्यामुळें उभय पक्षाकडील दत्ती बंद होऊन गायकवाडी फौजेस मागें परतण्याला संधि सांपडली. ह्या सर्व गोष्टी व्यवस्थित रीतीनें झाल्या; तरी तेवढ्या जाण्यायेण्यांत जो शत्रूकडील मारा झाला त्यांत तीन सरदार, १४५ शिपाई आणि पंचवीस गोरे इतके मारले गेले. त्याचप्रमाणें एका तोफेचा गाडा मोडल्यामुळें ती तेथेंच टाकून द्यावी लागली.

ही सर्व खबर खंबायतेस गव्हर्नर डंकन् यास कळल्याबरोबर त्यानें मुंबईहून ज्यास्त लष्कर मागविलें. त्यांत मुंबईस असलेलें व गोंव्याकडे गेलेलें असें एकंदर गोरें सैन्य इंग्रजी कम्यांडिंग ऑफिसर कर्नल विल्यम् क्लार्क याजबरोबर तावडतोब पाठवून देण्याविषयीं लिहिलें होतें.

हें सैन्य येऊन पोहोंचण्याच्या दर्म्यान **मल्हाररावानें गायकवाडी** पक्षावर बरेच वेळ चाल केली. त्यांत त्याची चांगली तयारी आहे असें **वॉकर् साहेबास** आढळून आलें. परंतु त्यानें असा विचार केला कीं, आपलेजवळ पुरवठ्याचा दारूगोळा नाहीं; आणि **बाबाजीच्या** लोकांकडून जितका आवेशपूर्वक उपयोग व्हावा तितका होण्याचें चिन्ह दिसत नाहीं. याकरितां तूर्त स्वस्थ बसून आपल्यापुरती आपण सुरक्षितता करावी तोंपर्यंत आपली मदत येऊन पोहोंचेल व शत्रूचे लोक किती पाणीदार व हौशी आहेत तोही अजमास कळेल. या मधल्या वेळेंत **वॉकर् साहेबानें मल्हाररावाशीं** सल्याचें बोलणें चालवून, त्यांत प्रथमतः **कप्तान विल्यम** व **सुंदरजी** यांस सोडविण्याविषयीं कळविलें; परंतु त्याप्रमाणें **मल्हारराव** त्यांस सोडीना.

इतक्यांत **खंबायत** बंदरीं, गव्हर्नरानें लिहिल्याप्रमाणें **सर विल्यम क्लार्क** हा येऊन पोंचला; आणि त्यानें ता० २२ एप्रिल सन १८०२ रोजीं फौजेचा अधिकार आपलेकडे घेतला. त्याचा असा हेतु होता कीं, बंदरावर जसजशी फौज उतरेल तसतशी पुढें लावून द्यावी. परंतु **कडीचे** रस्त्यावर **भंकोडा** संस्थानचा **ठाकूर भूपतसिंग** हा एक हजार स्वारांनिशीं या सैन्यास अटकाव करण्यास मध्यें आडवा आला. हें वर्तमान **क्लार्क** याला कळल्यामुळें तो सर्व सैन्य बंदरीं उतरल्यावर त्यासह एकदमच निघाला. त्यामुळें **ठाकुराकडून** हरकत वगैरे कांहीं एक न होऊन ता० २४ एप्रिल रोजीं ही सर्व **इंग्रजी** लष्कराची मदत **बुडासण** येथें **वॉकर् साहेबाला** येऊन मिळाली. ह्याप्रमाणें **गायकवाडाचे** लष्कराशिवाय नुस्तें **इंग्रजसरकारचें** सहा हजार सैन्य असून त्यांत दोन हजार गोरे लोक होते.

**मल्हाररावानें कडीजवळ** खंदक खणून त्याचे आलीकडे तोफा चढविल्या होत्या; आणि खंदकाचे आंत लष्कर उभें करून सर्व प्रकारची तयारी केली होती. शिवाय, त्याजकडे एक युरोपियन गोरा सरदार मिळाला असून, त्याच्या ताब्यांत १२०० घोडेस्वार होते व तेही सर्व खंदकाच्या रक्षणार्थ उभे होते. इतकी त्याची तयारी होती म्हणून आतां दम खाण्याची वेळ नव्हतीच. ता० ३० एप्रिल रोजीं सकाळीं **गायकवाडाचें**

मदतगार इंग्रजी लष्कर शत्रूवर जाण्याकरितां निघालें. त्यांत ७५ वी सर्व पलटण, ८४ व्या पलटणीपैकीं कांहीं लोक व ग्रेनेडियर नांवाच्या अति श्रेष्ठ म्हणून गाजलेल्या शिपायांची पलटण आणि ४ तोफा असें सैन्य लेफ्टेनेंट् कर्नल उडिंग्टन् याच्या हुकमतींत व सैनापत्यांत निघालें. ही कडीच्या किल्ल्यावर हल्ला करण्यास निघालेली फौज खंदकाजवळ येऊन पोहोंचली. तों तेथें तोफा होत्या. तेव्हां त्यांजवरील लोकांस संगिनींच्या मारांनीं हांकून देऊन जलदीनें त्याच तोफा फिरवून मल्हाररावाच्या फौजेवर चालविल्या. तेव्हां त्यांना खंदक ओलांडून जाण्यास मुळींच कठिण पडलें नाहीं. तें अकरा वाजतां खंदकाचे पलीकडे जाऊन पोहोंचलें. इतक्यांत अशी गंमत झाली कीं, मल्हाररावानें आपल्या किल्ल्याचे हद्दींत लष्कराला तोफखान्याकडे वेळेवर पुरवठा व्हावा म्हणून ठिकठिकाणीं जीं दारूचीं पिपें ठेविलीं होतीं त्यांस एकाएकीं आग लागून धुमधडाका उडाली. त्यामुळें त्याच्या फौजेंतले कित्येक लोक जळून मेले. असा एकच घोंटाळा व गोंधळ होऊन इंग्रजी फौज मल्हाररावाच्या छावणीशीं जाऊन पोंचली; इतक्यांत इंग्रजांच्या लष्करी लोकांनीं त्या छावणीला आग लावून दिली. त्यामुळें छावणींतले लोक घाबरून इकडे तिकडे धांवूं-पळूं लागले. ते आपल्याला आश्रय मिळून आपलें संरक्षण व्हावें म्हणून किल्ल्याच्या दरवाजाशीं आंत जाण्याकरितां जमा झाले. परंतु किल्ल्याचे दरवाजे किल्लेदारानें मुळींच न उघडून त्यांस आंत घेतलें नाहीं; तेव्हां ते चोहोंकडे उधळले. नंतर वॉकर् साहेबानें मल्हाररावास सांगून पाठविलें कीं, 'तुम्ही सुंदरजी व कप्तान विल्यम् या आमच्या वकिलांस अटकेंत ठेविलें आहे त्यांना सोडून द्या, नाहीं तर तुमची गति नीट होणार नाहीं.' तेव्हां मात्र मल्हाररावानें कांहीं एक कांकूं न करितां व आढेवेढे न घेतां त्यांना सोडून दिलें; व ते सुखरूपपणें आपल्या गोटांत येऊन दाखल झाले. मागाहून मल्हाररावानें वॉकर् साहेबाकडे असें सांगून पाठविलें कीं, मी तुमचे लष्करांत येऊन दाखल होतों;' व त्याप्रमाणें, त्याचा हेतुही होता. परंतु त्याच्या फौजेनें त्याला तसें करूं दिलें नाहीं. त्यांनीं त्याला अटकाव

करून किल्ल्याचे बाहेरच पडूं दिलें नाहीं. तेव्हां त्याची वाट बघून किल्ल्यावर तोफा सुरू करण्यास इंग्रजी सेनापतीनें हुकूम केला. किल्ल्याचा तट पाडण्यास सुरुवात झाली. तेव्हां ता० ३ मे रोजीं मल्हारराव कडीच्या किल्ल्याबाहेर येऊन इंग्रजांच्या स्वाधीन झाला; आणि गायकवाडाचीं व इंग्रजांचीं निशाणें किल्ल्याचे तटावर चढलीं. किल्ल्यामध्यें लहान मोठ्या ३७ तोफा, हत्ती, उंट आणि कित्येक प्रकारचें दारुसामान व इतर सरंजाम सर्व विजयी पक्षास मिळाला. नंतर या सर्व हकीकतीचा खुलासा पत्रद्वारें बाबाजी आपाजी याणें आपला प्रिय बंधु दिवाण रावजी आपाजी यास बडोदें येथें कळविला. त्यावरून बडोद्यामध्यें इंग्रजांच्या शौर्यवीर्याची मोठी बडेजाव होऊन त्यांचेविषयीं लोकमत विशेष आदरप्रयुक्त झालें. मल्हारराव इंग्रजांच्या स्वाधीन झाल्यावर गायकवाड-दिवाणजीच्या मतानें त्याला कांहींएक इजा न देतां व त्याचा अपमान न करितां त्याला नडियादेस राजकीय अटकेंत ठेवून त्याच्या खर्चावेंचास सालीना सव्वा लक्ष रुपयांची नेमणूक करून दिली.

कडी येथील जय मिळाल्यानंतर इंग्रजांचा बडोद्यामध्यें पाय शिरला. इंग्रजांचा गायकवाडावर मोठा उपकार असून, पूर्वीं त्यांच्या मदतीबद्दल जो ठराव झाला होता तो अमलांत आणण्याचा आतां प्रसंग आला. सुरतेची चौथाई, चौऱ्यांयशी परगणा आणि फौजेच्या खर्चाबद्दल सुरतअठ्ठाविशीपैकीं चिखली परगणा असे सर्व महाल इंग्रजांच्या स्वाधीन करण्यांत आले. तेव्हां त्यांनीं कबूलीप्रमाणें व ठरावाप्रमाणें २००० देशी फौज, एक तोफखाना आणि कांहीं खलाशी व दर्यावर्दी लोक असे निरंतर गायकवाडाचे तैनातीकरितां बडोद्यास राखून ठेवले. या निरंतरच्या तैनाती फौजेचे खर्चाकरितां म्हणून आणखी कांहीं गायकवाडाचे अमलांतला भाग देण्याचें ठरलें. येणेंप्रमाणें इंग्रजांस कबूलीपेक्षां बऱ्याच सढळ हातानें व्हावी त्यापेक्षां पुष्कळ जास्त पेंच झाली.

इंग्रजांची तैनाती फौज जेव्हां गायकवाडीदरबाराला चिकटली तेव्हां गायकवाडाची पहिली व जुनी आरबी वगैरे फौज होती तिचें

कांहींएक काम न उरून तिचा दुणा खर्च गायकवाडाला सोसण्याचें अर्थात् कांहीं कारण उरलें नाहीं, म्हणून त्यांना रजा देणें प्राप्तच झालें. परंतु त्या लोकांचे कित्येक दिवसांचे पगार तुंबले होते त्यांबद्दलची तजवीज केल्याशिवाय ते रजा घेणार नाहींत ही एक अडचण उभी राहिली. यावेळीं गायकवाडी मुलखाची फारच अव्यवस्था होती. दरबाराला अतिशय कर्ज होऊन दिवसेंदिवस नौकर लोकांचे थकलेले पगार चढत चालले. त्यांचें एक जबरदस्त ओझें बडोदेंदरबारावर लादल्यासारखें झालें. त्या लोकांना रजा मिळण्याची बातमी कळतांच त्यांनीं गायकवाडाला घेरलें व 'आमचा थकलेला पगार द्या' झणून ते म्हणूं लागले. पूर्वींपासूनच हे आरबलोक पगाराच्या बाक्या थकल्यामुळें चवताळल्यासारखे झाले होते; आणि यावेळीं तर ते विशेष निःसंग झाले. गायकवाडानें आपली सर्व स्थिति ओळखून वेळींच इंग्रजांची मदत घेतली नसती तर गायकवाडीचे तुकडे तुकडे होऊन तिचा पत्ताही लागला नसता. मग कडीच्या वगैरे जयाचें नांव तरी कशाला पाहिजे होतें? आरबलोकांनीं गायकवाडास घेरलें असून ते त्याला सोडीत नाहींत असें वॉकर् साहेबास कळल्याबरोबर त्यानें आपलें पायदळ, घोडेस्वार आणि तोफखाना यांनीं बडोदेंशहरास वेढा घालून त्या आरबांना दहशत घातली; व त्यांच्या जमादारास विचारून हिशेबानें पावणेदोन लाख रुपये, जें त्यांचें पगाराचें देणें निघालें तें देऊन टाकून, दहा दिवसांत आरबांचा तंटा आणि बंडावा मोडला. हे पावणेदोन लाख रुपये देण्यास गायकवाडाजवळ कांहीं एक नव्हतें; तेव्हां इंग्रजांनीं आपल्याजवळचे रुपये गायकवाडास उसने देऊन त्याजवर आलेला प्रसंग टाळला; व त्या रुपयांच्या फेडीकरितां आनंदरावाकडून बडोदें, कोरल, जनोड, पेटलाद, व अहमदाबाद ह्या परगण्यांचे वसूल देण्याबद्दल लिहून घेतलें. आरबांनीं आपले पगारांचा निकाल झाल्यावर गायकवाडाची नौकरी सोडली आणि कित्येक गुजराथेंतून निघून गेले; व कित्येक कान्होजीराव गायकवाडाकडे आश्रयाला झणून राहण्यासाटीं राजपिंपळा संस्थानांत गेले.

ही संधि बघून इंग्रजांना गायकवाडापासून बरेच अधिकार आणि बराच मुलूख सावडतां आला. इंग्रजांचे व गायकवाडाचे जे करारमदार झाले त्यांत अनेक कलमांनीं इंग्रजांनीं गायकवाडास बांधून घेतलें. इ० स० १८०४ पासून बडोदेंसरकारानें आपल्या मदतीकरितां इंग्रजांची एक फौज ठेवावी व तिचे खर्चाबद्दल धोळका परगणा द्यावा असें एक कलम वरील तहनाम्यांत होतें. त्याचप्रमाणें, पहिल्या वर्षाच्या तैनाती फौजेच्या खर्चाचे ७,८०,००० रुपये गायकवाडाकडून येणें राहिले होते, त्यांबद्दल गायकवाडाकडून दस्तऐवज करून घेतला व त्याचे फेडीकरितां नडियादेंपैकीं ५०,००० रुपये वसूल देऊन बाकीची फेड कडी आणि काठेवाडपैकीं दोन वर्षांची ( इ० स० १८०१ व १८०२ या सालची ) जी मुलुखगिरीची जमा झाली असेल ती द्यावी असें ठरलें. या एकंदर तहनाम्यांतच आणखी असेंही एक कलम होतें कीं, 'बडोद्याचा कारभार व दिवाणगिरी रावजी आपाजी याजकडेसच निरंतर ठेवून त्याचें कुटुंब आणि आप्तस्वकीय यांचें रक्षण इंग्रजसरकारानें करावें. ह्याप्रमाणें कौलकरार व खतेंपत्रें होऊन आनंदराव गायकवाड हा इंग्रजांचा पूर्णपणें अंकित झाला.

याच वर्षीं, ह्मणजे ता० ७ जुलई सन १८०२ रोजीं, गव्हर्नर डंकन् यानें मेजर वॉकर् यास बडोद्याचा पहिला रेसिडेंट् नेमिलें; आणि तो ता० ११ जुलई रोजीं बडोद्यांत आपल्या कामावर रुजू होऊन, त्यानें बडोद्यास इंग्रजसरकारचा बावटा रोंविला. येणेंप्रमाणें बडोद्याचे राज्यांत इंग्रजी वकिलाची स्थापना झाली.

याचवेळीं संखेडा येथें, गायकवाडाचा कोणी गणपतराव म्हणून आप्तसंबंधी होता तो आणि गोविंदराव गायकवाड यांचा दासीपुत्र मुरारराव म्हणून होता तो, असे दोघे एकचित्त होऊन बंड करण्यास निघाले; व त्यांनीं गायकवाडी अमलांत बरीच फितूर आरंभिली. म्हणून त्यांजवर गायकवाडाचे तर्फे कप्तान् बेथ्यून् नांवाचा इंग्रजी सरदार गायकवाडाची तैनाती फौज घेऊन ता० ७ जुलई रोजीं गेला; व त्यानें त्या बंडखोरांचा पराजय केला. तेव्हां ते दोघेही मा-

ळ्यांत बापू पंवार म्हणून एक जहागीरदार असे त्याचेकडे जाऊन त्याच्या आश्रयाला राहिले.

वर सांगितल्याप्रमाणें आरबलोकांच्या पगाराचा बखेडा मोडल्यावर जे गुजराथ सोडून गेले ते गेलेच; परंतु जे राजपिंपळ्यास कान्होजीराव गायकवाडाचे आश्रयाला म्हणून राहिले त्यांच्या उमेदीनें कान्होजीरावाला, दिवाण रावजी आपाजी व त्याचा भाऊ बाबाजी आपाजी यांचा सूड उगाविण्याकरितां त्यांजवर चालून येण्याचें अवसान आलें. त्याप्रमाणें कान्होजीराव हा बडोद्यावर येतो आहे तों त्याजवर रेसिडेंट् मेजर् वॉकर् याणें आपला मेजर हाल्मस् नांवाचा सरदार सैन्यासह पाठविला. त्यानंतर आणखी एक महिन्यानें २५० गोरे व ३०० काळे शिपाई त्याचे मदतीला पाठविण्यांत आले. पुढें ता० ६ फेब्रुवारी इ० स० १८०३ रोजीं त्या उभय पक्षांची महीनदीचे कोतरांत म्हणजे खोऱ्यांत लढाई झाली. त्यामध्यें इंग्रजांचें बहुत नुकसान झालें; परंतु आरबांचे जमादार वगैरे मुख्य व पुढारी फार मारले गेल्यामुळें अखेरीस कान्होजीरावाला मागें हटून कपडवंजास जावें लागलें. तरी त्याचा इंग्रजांनीं पाठलाग करून त्याशीं एक लढाई केली आणि त्यांत त्याचा पूर्णपणें पराभव केला. तेव्हां तो तेथून निघून उज्जनीकडे गेला.

इतक्यांत इकडे नडियादेस मल्हारराव गायकवाड यास कैद करून ठेविलें होतें, तो तेथून संधि राखून निसटला आणि मात्क्यान् फंदफितूर करण्याच्या खटपटीस लागला. तथापि, त्याला पूर्वीसारखें अवसान व बल नव्हतें हें सांगणें नकोच. तो कित्येक दिवसपर्यंत काठेवाडांतील एका काठी जमीनदाराचे आश्रयानें तिकडेच दिवस काढीत होता. शेवटीं तो शत्रुंजच्या डोंगरांत पकडला जाऊन त्याला कैद करून मुंबईस पाठविलें. त्याचाच सोबती कान्होजी, हाही मागाहून काठेवाडांतील ठाकूर, जाम, वगैरे राजांच्या मदतीनें बडोद्यावर येण्याच्या खटपटींत होता. पण तोही कांहीं दिवसांनीं मल्हाररावाप्रमाणेंच अकस्मात् पकडला गेला व त्याला कैद करून मद्रासेस

पाठविलें. ह्याप्रमाणें बडोदेंसंस्थानाला त्रासभूत असे जे दोघे वारसदार म्हणून वारंवार डोंकावत होते त्यांची अशी गति झाली.

याच वर्षी पुढें डिसेंबर महिन्याच्या ३१ व्या तारखेस पेशव्यांचा व इंग्रजांचा वसईमुक्कामीं तह होऊन, तत्संबंधी कौलकरार झाले. त्यांत पेशवेसरकारानें इंग्रजदोस्ताला घोघो, राणपूर, चूडा, आणि सुरत, चिखली, चौऱ्यांयशी वगैरे परगण्यांमध्यें जे आपले हक्क होते ते सर्व लिहून दिले; आणि गायकवाड व इंग्रजमित्र यांच्यांमध्यें जे कौलकरार झाले होते ते सर्व मंजूर करून, त्यांशिवाय आणखी असें लिहून दिलें कीं, आमच्यामध्यें आणि गायकवाडामध्यें देण्याघेण्याचे संबंधाचा जो वाद आहे त्याजबद्दलची लवादगिरी इंग्रजांनीं करावी व ते जो न्याय देतील तो आम्हास कबूल आहे.

इंग्रजांचा व शिंद्याचा बेबनाव असल्यामुळें त्या संबंधानें कांहीं तंटा उपस्थित होऊन, ता० २९ आगस्ट सन १८०३ रोजीं इंग्रजांचा सरदार वुडिंग्टन साहेब आपलें लष्कर घेऊन भडोचेवर गेला आणि त्यानें तो परगणा जो शिंद्याकडे होता तो त्याचे ताब्यांतून इंग्रजांकडे घेतला. त्याचप्रमाणें शिंद्याकडे चांपानेर होतें; तेंही त्याचे अधिकाऱ्यापासून हिसकून घेतलें. याप्रमाणें इंग्रजलोक हळू हळू एतद्देशीय संस्थानिकांस व राजांस संधि पाहून पाहून दडपीत चालले.

सन १८०२ पासून १८०५ पर्यंत गायकवाडाशीं एकंदर वेळोवेळीं पुष्कळ करारमदार झाले. त्या सर्वांचें एकीकरण करून एक स्वतंत्रच तहनामा करण्याची आवश्यकता आहे असें पुढें इंग्रजांस वाटूं लागलें; व त्याप्रमाणें सन १८०५ च्या एप्रिल महिन्यांत गायकवाड आणि इंग्रजसरकार यांचेमध्यें फिरून तहनाम्याचा दस्तऐवज लिहिला गेला. या तहनाम्यांत इंग्रजसरकारची तैनाती फौज १,००० जास्त वाढवून, पूर्वी तैनातीफौजेच्या खर्चाकरितां म्हणून गायकवाडींतून जे परगणे इंग्रजांकडे लाविले होते त्या परगण्यांमध्येंही या १,००० फौजेच्या वाढव्यानें जास्त भर घालावी लागली. ह्याप्रमाणें गायकवाडाचे तैनातीस इंग्रजी ३००० फौज एकंदर राखण्याचा ठराव होऊन, तिचे

खर्चाकरितां ११,७०,००० रुपयांचे पुढें लिहिलेले परगणे पृथक्‌पणें गायकवाडानें तोडून दिले:—

| | |
|---|---|
| धोळका. ............... | रु० ४,५०,०००. |
| नडियाद. ............... | रु० १,७५,०००. |
| विजापूर. ............... | रु० १,३०,०००. |
| मातर................... | रु० १,३०,०००. |
| मोवा.................... | रु० १,१०,०००. |
| कडीटप्पा................ | रु० २५,०००. |
| किमकठोदरची जकात. ... | रु० ५०,०००. |
| काठेवाडची वार्षिक खंडणी | रु० १,००,०००. |

एकंदर—रु०११,७०,०००.

या परगण्यांशिवाय वरील तहनाम्यांत गायकवाडानें इंग्रजांस पूर्वीं दिलेलीं इनामें पुनः कायमचीं लिहून दिलीं त्यांचा वसूल पुढें लिहिल्याप्रमाणें होता:—

| | |
|---|---|
| खेड्याची किल्लेदारी......... | रु० ४२,०००. |
| चिखली परगणा............ | रु० ७६,०००. |
| सुरतची चौथ ............ | रु० ५०,०००. |
| चौऱ्यांयशी परगणा......... | रु० ९०,०००. |

एकंदर रु० २,५८,०००.

या वेळीं वडोदें सरकारास कर्जही पुष्कळ असून, त्यांतून गायकवाडाचा कसा पाय निघतो त्याची सर्वांना मोठी काळजी पडली होती. परंतु इंग्रजदोस्तांनीं गायकवाडाचें सर्व कर्ज वारून टाकण्याकरितां आपल्या खजिन्यांतले लागतील तितके रुपये देण्याचें कबूल केलें. तरी इंग्रजांच्या पैशानेंही कर्जाची वारासार न होतां इंग्रजांच्या जामिनगिरीवर व त्यांच्या मध्यस्थीनें सामलदास बेचरदास पारखी वगैरे श्रीमान् सावकारांचीं कर्जें काढून जुन्या कर्जाच्या फेडी कराव्या लागल्या. या एकंदर उसनवारी पैशाची फिटंफाट करून घेण्याकरितां गायकवाडानें आपल्या ताब्यांतील १२,९५,००० रुपये सालीना वसूल होणारा मुलूख कर्ज फिटेपर्यंत इंग्रजांच्या ताब्यांत

दिला. याचप्रमाणें, गायकवाडाचें व इतर कोणा संस्थानिकाचें कांहीं भांडण उपस्थित झालें तर त्याबद्दल अगोदर इंग्रजांस कळवावें; आणि इंग्रजांशिवाय इतर युरोपियन गोरे लोक आपल्या राज्यांत नौकरीस ठेवूं नयेत अशींही कलमें याच नव्या तहनाम्यांत लिहिलीं गेलीं.

इ० स० १८०० मध्यें पेशव्यानें गायकवाडास गुजराथचे उत्पन्नाचा कांहीं हिस्सा आणि काठेवाडांतून मिळणारी खंडणी मिळून प्रतिवर्षीं पांच लक्ष रुपये पांच वर्षेंपर्यंत देण्याचा ठराव केला होता. पुढें बाजीरावानें राणपूर, घोघो, धंधुका, खंबाइत वगैरे मुलूख इंग्रजांस दिल्यामुळें, त्या मुलखांचें उत्पन्न वजा करून, तेवढ्यापुरती नवी रक्कम इ० स० १८०४ मध्यें पेशव्यानें गायकवाडास ठरवून दिली. परंतु त्यांत काटकसरीनें पांच लक्षांच्या ठिकाणीं साडेचार लक्ष रुपये करून ते दहा वर्षेंपर्यंत प्रतिवर्षीं देण्याचा पुनः नवीन ठराव केला. ह्या नवीन ठरावाप्रमाणें ती दहा वर्षांची मुदत इ० स० १८१४ मध्यें पुरी व्हावयाची होती. परंतु मध्यंतरीं पेशव्याची व गायकवाडाची कांहीं तक्रार पडून बाजीरावानें उलट गायकवाडावर दहा लक्ष रुपये येणें काढलें. गायकवाडाचें म्हणणें असें होतें कीं, ‘बाजीरावाचे वडील राघोबादादा यांचा पेशवाईचे गादीवर जेव्हां कोणी निभाव लागूं देईना तेव्हां त्यांचा पक्ष धरून भांडण्यांत गोविंदराव गायकवाडांचे हस्तें बडोद्याचे खजिन्यावर फार कर्ज चढलें.’ आनंदराव गायकवाडाची ही तक्रार ऐकिल्यावर बाजीराव म्हणाला कीं, ‘ती गोष्ट खरी असल्यास त्या संबंधानें माझे वडिलांकरितां मी तुमच्याकडे निघणाऱ्या बाकींत सहा लक्षांची सूट घालतों; बाकीचे चार लक्षांची भरती तुम्हाला केली पाहिजे.’ परंतु गायकवाडाचे हिशेबनिसांनीं हिशेबांच्या यादी करून बाजीरावावरच जास्त येणें दाखविलें. त्या संबंधाच्या तपशिलांत त्यांनीं असें एक कलम दाखविलें कीं, अहमदाबादेंतून आबा शेलूकरास काढून देण्याकरितां बाजीरावाच्या सूचना आल्याप्रमाणें त्याला काढून टाकण्यांत व गुजराथप्रांतांत पेशव्याचे जे मामले व सुभे होते तेथें फौजा ठेवून

त्यांचा बंदोबस्त करण्यांत भारी खर्च आला. तसेंच, सन १८०० सालीं पहिला जो पांच वर्षांचा पट्टा (करारनामा) झाला होता, तो पट्टा पुरा होण्यापूर्वींच, पेशव्यानें इंग्रजांशीं वसईमुक्कामीं तह करून त्या तहनाम्यांत पट्ट्यांतला कांहीं मुलूख इंग्रजांस दिल्यामुळें, कराराप्रमाणें पांच लक्षांची भरती होण्यास तूट आली. त्या नुकसानीचेही रुपये पेशव्याकडे येणें निघतें. येणेंप्रमाणें पेशव्याच्या उलट गायकवाडाच्या येण्याचीच रक्कम फुगून, त्याबद्दलची मागणी गायकवाडानें पेशव्यावर लादली. तेव्हां त्याबद्दलचा खुलासा होऊन उभय पक्षांची समजूत घालण्याची व्यवस्था अवश्य व्हावयाला पाहिजे होती.

या सर्व व्यवस्थेवरून आणि तहसंबंधावरून रेसिडेंट वॉकरसाहेब याला असें कळून आलें कीं, काठेवाड आणि महिकांठा या प्रांतांतील तालुकदारांकडून वसूल जमा करण्यांतही मिळकतीचा एक बराच मोठा भाग आहे. ही जमाबंदी गायकवाडाकडून फौज जाऊन नंतर होत असे. गायकवाडाचे तालुकदार वहिवाट व वसूल जमा करणारे असतांना, त्यांना आणखी गायकवाडाकडून त्या जमाबंदीकरितां मदत मागावी लागे; व त्याप्रमाणें मदत आली म्हणजे त्याबद्दलचा फौजेचा खर्च तालुकदारांवर चढे. तो खर्च तरी अमुक प्रमाणानें घेण्यांत येत असे असें नाहीं. त्या वेळेस जसें कमी जास्त चेंपून व दडपून द्रव्य काढण्यांत येईल तसें काढण्याची वहिवाट असे. तालुकदारांशीं, या मदतीबद्दल फौजेच्या मुलुखगिरीकडे म्हणून अमुक जादा वसूल घ्यावयाचा असा मुळींच ठराव नसे. वेळेवर जसा रंग दिसेल त्याप्रमाणें ती मुलूखगिरीवरील फौज आपल्या खर्चाचा आकार कमी जास्त चढवी. बरें, ह्याप्रमाणें तालुकदारांची जमाबंदी झाली व मुलूखगिरीवर गेलेल्या फौजेनें आपल्या खर्चाचा मन मानेल तो आकार वसूल करून घेतला म्हणजे मागें त्या मुलखांत कशी काय व्यवस्था आणि सुखशांति आहे याची कधीं कोणीं चौकशी केली होती काय? कधीं नाहीं. तालुकदारांनीं आपापल्या तालुक्यांत रयतेकडून नेहमीं अनेक प्रकारचे कौलकरार करून, अनेक प्रकारें वसूलजमेच्या आंकड्यांचे फेरफार

करावे. या संबंधानें त्यांचे आंतल्याआंत बरेच तंटे चालून जमाबंदीला हरकत येऊन, सरकारच्या ठरावाप्रमाणें तिकडचा पैसा तिकडे भरण्यास विलंब लागे. तेव्हां अर्थात् सरकाराकडून जमाबंदीसाठीं वर लिहिल्याप्रमाणें पुनः मदत मागावी लागे व त्याप्रमाणें मदत ह्मणून एकदां फौज आली कीं, तिच्या मुलूखगिरीचा म्हणून दुसरा खर्च तालुक्यावर चढेच. यामुळें तालुकदारांना व त्यांच्या कुळांना तें एक मोठें संकटच पडे. हे आपले तंटे आपसांतल्या आपसांत विझून निकालास लागतील व जमाबंदीकरितां मदत मागवून डोक्यावर खर्चाचें ओझें जिकडून चढणार नाहीं तिकडून प्रयत्न करण्याकडे, तालुकदारांचें लक्ष्य असे. मदतीची फौज आली ह्मणजे लागलाच बहुशः त्यांचा जो कांहीं आपसांतला तंटा असे तो मिटे. तसा जर तो न मिटला तर त्या फौजेनें त्या तालुक्याची एकदम लूट करून सर्व गांव ओसाड व वैराण करून टाकावा अशी रीति असे. मुलूखगिरीवर फौज जाण्यांत गायकवाडाचें नुकसान मुळींच नसून, तसे प्रसंग येणें हें त्या सरकारास इष्ट व फायदेशीर वाटे व त्या योगानें अनायासें त्यांचा लष्करीखजिना वाढे. कारण, त्यांत नफ्याचें कलमच मोठें असे. व याकरितां गायकवाडानें लाठी, पालिटाणा, अमरोळी आणि दुसऱ्या कित्येक ठिकाणीं आपलीं लष्करी ठाणीं सोईप्रमाणें मुद्दाम ठेविलीं होतीं. हा सर्व प्रकार वॉकर् साहेबाला समजून, या संबंधांत कांहीं तरी सुधारणा होऊन वेगळ्या तऱ्हेचा बंदोबस्त व्हावा म्हणून तो, गायकवाडाचा दिवाण आपल्याबरोबर घेऊन इ० स० १८०७ मध्यें काठेवाडाचे बाजूला योग्य व्यवस्था करण्याकरितां निघाला. तिकडे गेल्यावर वॉकर् साहेबाचें मुख्यत्वेंकरून दोन गोष्टींकडे चित्त लागलें; देशांत समाधान व शांतता राहून गायकवाडाला वारंवार मुलूखगिरीवर मदतीकरितां ह्मणून फौज पाठविण्याचें जें सोंग करावें लागतें तसें सोंग करावें न लागून, रीतीप्रमाणें व ठरावाप्रमाणें कबूल असलेला वसूल प्रतिवर्षी नियमितपणें व विनहरकत गायकवाडसरकारास पोंचता व्हावा. व अशा प्रकारच्या मुख्य दोन गोष्टी अमलांत आणण्याच्या तजविजीस तो लागला. त्या संबंधानें तालुकदारांचे इंग्रज रेसिडेंटामार्फत नवीन

कौलकरार होऊन, इंग्रजांनीं आपल्या जामिनकीवर ही सर्व वर लिहिलेली शांतिसमाधानता राखण्याचा पतकर घेतला. तसेंच तालुक्यामध्यें चोरीचपाटी व लांडीलबाडी न चालतां, लोकांमध्यें आबादी व सुख वाढविण्याविषयीं इंग्रजांनीं तालुकदारांस जबाबदार ठरवून, त्याप्रमाणें त्यांचेकडून करारमदार करून घेतले.

येणेंप्रमाणें इंग्रजांच्या बुद्धिकौशल्यानें गुजराथप्रांतांत एकंदर सुख व समाधान लोकांस भासूं लागलें व त्यामुळें इंग्रजांचेविषयीं लोकांमध्यें सन्मान आणि आदरप्रयुक्त भय हीं वाढत चाललीं. दिवसेंदिवस देशांत आबादी वाढत जाऊन रयत व रयतेवरील अधिकारी यांचें मित्रत्व व प्रीति वाढत चालली. गायकवाडाचा खजिना केवळ फौजेच्या खर्चाकडे जो विनाकारण खर्चीं पडत असे तसा पडण्याचें कारण न राहून, तो निःसंशय वाढत्या पंथाला लागला. येणेंप्रमाणें इंग्रजसरकार मध्यें पडल्यानें अमुक प्रकारचे अनेक फायदे आहेत असें उघड रीतीनें हळू हळू सर्वांच्या अनुभवास येऊन, त्या रीतीचेंच अनुकरण सर्व काठेवाड, महीकांठा आणि इतर प्रांत यांमध्यें चालू झालें.

---

## भाग सत्ताविसावा.

### गुजराथचा तावा मराठ्यांकडून सर्वांशीं इंग्रजांकडे आला तेथपर्यंत वर्णन.

(इ० स० १८०८ पासून इ० स० १८२० पर्यंत.)

पूर्वभागांत सांगितल्याप्रमाणें पेशवा व गायकवाड यांच्या देण्याघेण्याचा खुलासा होऊन, निकाल झाला पाहिजे होता व उभयपक्षांची समजूत घालण्याची व्यवस्था अवश्य व्हावयाला पाहिजे होती. त्याप्रमाणें त्याबद्दलचा एकमेकांस खुलासा समजविण्याकरितां गायकवाडाकडून बापू मेराळ या नांवाचा कोणी हिशेबी व पोक्त गृहस्थ पुण्यास पाठविण्यांत आला. परंतु पुण्यांत काय व्यवस्था होती ? तेथें सर्व गोंधळ माजला होता. तेथील दरबारांत थोर व प्रौढ मनुष्य कोणीही नव्हता. हलक्या व नीच बुद्धीच्या लोकांकडे मोठाले अधिकार गेले

होते; त्यामुळें पेशवाईदरबारचा लौकिक आणि दरारा हीं नाहींशीं होत चाललीं होतीं. न्यायनीति आणि खरेखोटेपणा जाणणाराचा अभाव होऊन, एखाद्या महत्वाच्या प्रकरणाचा योग्य रीतीनें व निष्पक्षपातानें निकाल करणारा असा त्या दरबारांत एकही मनुष्य नव्हता. बापू मैराळ हा स्वभावतः प्रामाणिक आणि शांत प्रकृतीचा मनुष्य होता. तो पेशवाईदरबारची ही व्यवस्था बघून कांहीं एक उतावळी न करितां तसाच स्वस्थ बसला. पुढें अहमदाबादच्या इजाऱ्याची मुदत भरत आली; म्हणून नवीन इजारा घेण्याकरितां व मागील देण्याघेण्याचा निकाल करण्याकरितां गायकवाडसरकाराकडून मुतालिक दिवाण गंगाधर शास्त्री पटवर्धन यांस पाठविण्याचा विचार चालला. परंतु पुण्यास बाजीरावाचा कारभारी त्र्यंबकजी डेंगळा हा अतिदुष्ट व घातुक मनुष्य असल्यामुळें राजकीय खटपटीचे कामांत पेशवेदरबारांत जाण्यास बाहेरचे लोक फार भीत असत. म्हणून ती गोष्ट गायकवाडानें इंग्रजसरकारास कळवून शास्त्री यांचे सौरक्ष्याबद्दल त्यांचे मार्फत बाजीरावाकडून व्यवस्था करून घेतली; आणि इंग्रजांच्या जबाबदारीवर इ० स० १८१४ मध्यें गंगाधर शास्त्री पटवर्धन यांस पुणें येथें पाठविण्यांत आलें.

गंगाधर शास्त्री पुणें येथें पोहोंचले; परंतु बाजीराव त्यांची भेट घेईना. कारण, बडोद्याचा दिवाण रावजी आपाजी हा इ० स० १८०३ सालीं मेल्यावर त्याचे जागीं त्याचा पुतण्या नेमला होता; त्यास बाजीरावानें फितवून आपलेकडे पुण्यास बोलावलें होतें व आपल्या आश्रयास ठेविलें होतें. त्यानें बाजीरावास सांगितलें कीं, 'गंगाधर शास्त्र्यांचा सर्व अभिमान आणि कल इंग्रजांकडचा असून, इंग्रजांच्या हिताकडेच काय तें त्यांचें लक्ष्य आहे. ही गोष्ट मनांत ठेवून, पेशव्यानें शास्त्री यांची भेट न घेण्यास असें कारण सांगितलें कीं, पूर्वीं गंगाधर शास्त्री हे कारकून असतां त्यांनीं माझा एकदां अपमान केला होता; व म्हणून मी त्यांची भेट घेण्यास खुषी नाहीं. परंतु ही गोष्ट पेशवेदरबारचे रेसिडेंट एल्फिन्स्टन् यांस कळल्यावर त्यांनीं बाजीरावास कळविलें कीं, 'पूर्वीं तुह्मास शास्त्री

यांना पाठवून देतों असें गायकवाडाकडून कळलें असून व तुम्हींही त्यांस पाठवा असें कबूल केलें असून, आतां तुम्ही ही सबब सांगून, शास्त्री यांचा अपमान करितां हें बरोबर नाहीं. तर तुह्मीं कबूली-प्रमाणें त्यांची भेट घेऊन, ते कशाकरितां आले आहेत त्याप्रमाणें सर्व गोष्टी झाल्या पाहिजेत, हें रास्त आहे.' तेव्हां बाजीरावानें शास्त्री यांची भेट घेतली; परंतु त्या भेटींत कर्जाची वास्तपूस कांहींएक न करितां व त्याविषयींचा कांहीं एक निकाल न करितां फक्त 'अहमदाबादची कमाविशी गायकवाडास पुनः द्यावयाची नाहीं' म्हणून कळविलें. तेव्हां शास्त्री यांनीं रेसिडेंट एल्फिन्स्टन् यास कळविलें कीं, 'मी बडोद्यास परत जातों. गायकवाडसरकारच्या कर्जाचा वगैरे वाद आपणच मध्यस्थ होऊन तोडून टाकावा.'

शास्त्री हे नाखुष होऊन बडोद्यास जावयास निघणार ही बातमी बाजीरावास कळली. तेव्हां त्यांची हुशारी व कारस्थानीपणा बघून त्यांस आपलेकडे पैसा वगैरे देऊन फितवून घेण्याचा प्रयत्न बाजीरावानें चालविला. बाजीरावाचा मुख्य मंत्री व कारभारी त्र्यंबकजी डेंगळा याणें शास्त्री यांशीं बाह्यात्कारीं फारच सख्य व अगत्य दाखविण्यास सुरवात केली व शास्त्री यांचा आपल्यावर पूर्ण विश्वास बसेल अशी व्यवस्था ठेविली. त्रिंबकजीनें गंगाधरशास्त्री यांची ज्याचे त्याचेजवळ स्तुति करुन, 'शास्त्री यांचे सारखा विद्वान् व सुशील राजकारस्थानी गृहस्थ ज्याचे पदरीं असेल तो धन्य,' असें तो बोलूं लागला. तो शास्त्री यांस ह्मणाला, 'आपण बडोद्यास फार चांगली व्यवस्था ठेविली असून, त्याबद्दल श्रीमंत आपल्यावर फार खुष आहेत. आपल्यासारखा कोणीही शहाणा नाहीं.' त्याचप्रमाणें, बाजीरावानें आपली मेहुणी शास्त्री यांचें घराण्यांतील मुलास देऊन आपला आप्तसंबंध जोडण्याची इच्छा दर्शविली व त्याबद्दलची तयारीही चालविली. गंगाधर शास्त्री तरी मोठे धूर्त व विचारी असत. ते लब्धप्रतिष्ठ नसल्यामुळें, त्यांना, बाजीराव व त्याचे दरबारची मंडळी आपल्या इतकी भजनीं लागली आहे व आपल्याला इतकी गळ घालीत आहे हें चांगलें नव्हे; व त्यांच्या स्तुतीस आपण लुब्ध होऊन त्याप्रमाणें वागणें हितपर

नाहीं, असें वाटून, त्यांनीं बाजीरावाच्या म्हणण्यास रुकार देण्याचें दिरंगाईवर टाकिलें. गंगाधर शास्त्री यांस दुसरा आपला या कामांतील दोष असा वाटूं लागला कीं, पेशव्याच्या बोलास भुलून त्याप्रमाणें मी वागलों तर गायकवाडाशीं मी बेइमान झालों असें होऊन, मीं येथें येण्यांत आपलें काय तें हित बघितलें व गायकवाडांचें व पेशवे दरबारचें वितुष्ट कायम केलें असें होईल. ह्या सर्व गोष्टी मनांत आणून गंगाधर शास्त्री यांणीं पेशवे दरबारानें किती जरी सलगी दाखविली तरी त्यांशीं बेतावाताचाच संबंध ठेवण्याचा क्रम ठेविला. पेशव्याकडून शास्त्री यांचे बायकांस वगैरे आपल्या स्त्रियांकडून बोलावणीं जात; परंतु शास्त्री यांस बाजीरावाचा व त्याचे घरांतील अनाचार सर्व माहित असल्यावरून त्यांणीं आपल्या बायकामनुष्यांस पेशव्यांकडे मुळींच जाऊं दिलें नाहीं. हा सर्व प्रकार बघून बाजीरावाला संशय आला. तो शास्त्री यांस म्हणाला, 'आतां आपल्या कुटुंबांत विवाहकार्य घडून आपला आप्तपणा व्हावयाचा व त्याकरितां आह्मांकडून इतका खर्चवेंच होत असतां, तुह्मी असा दुजाभाव कां ठेवितां व हें मंगलकार्य अवकाशावर कां टाकतां?' परंतु त्याबद्दल शास्त्री यांजकडून बाजीरावाचें समाधान होण्यासारखें कांहीं उत्तर न मिळाल्यामुळें त्यास शास्त्री यांचेविषयीं संशय व राग आला. तरी त्रिंबकजीनें शास्त्री यांशीं जें सख्य ठेविलें होते त्यांत त्याणें कमीपणा दिसूं दिला नाहीं. पुढें इ० स० १८१५ या वर्षी श्रीमंतांची स्वारी पंढरपुरास जावयाला निघाली. तेव्हां त्यांजकडून शास्त्री यांस निरोप गेला कीं, 'आपण आमचेबरोबर पंढरपुरास चलावें व तेथेंच आपल्या देण्याघेण्याच्या गोष्टी परस्पर ऐकून निकाल करूं.' असें पेशव्याचें म्हणणें ऐकून गायकवाडाचे हिशेबनीस बापू मैराळ, जे अगोदरपासून पुण्यास येऊन राहिले होते, त्यांणीं शास्त्री यांस कळविलें कीं, 'तुह्माला जरी पेशवे आपले बरोबर बोलावीत आहेत तरी तुह्मी जाऊं नये; मी जातों आणि काय तो निकाल करितों.' परंतु गंगाधर शास्त्री बापूंचें ह्मणणें ऐकेनात व ते आपणच पेशव्याबरोबर पंढरपुरास गेले. तेथें गेल्यावर ता० १४ जुलई रोजीं शास्त्री यांचें पेशव्याचे पंक्तीस जेवण झालें व त्याच

रात्रीं त्रिंबकजीकडील जेवणाचें आमंत्रण येऊन, त्याणें फारच आग्रह केला ह्मणून थोडीं माणसें बरोबर घेऊन, बाजीरावाबरोबर ते नगरप्रदक्षिणेस निघाले. प्रदक्षिणा होऊन श्रीमंतांस त्यांच्या मुक्कामीं पोहांचवून, त्यांचा निरोप घेऊन व नमस्कार करून शास्त्रीबोवा निघाले. ते पांचशें पावलेंही पुढें गेले असतील नसतील; इतक्यांत त्यांजवर मारेकरी घसरून त्यांणीं गंगाधर शास्त्री पटवर्धन यांचे तुकडे तुकडे केले!

ह्या खुनामुळें पंढरपुरामध्यें मोठा गवगवा झाला. बाजीराव व त्रिंबकजी यांणीं तर चकचकीत कानावर हात ठेवून, हा खून कसा झाला याची आपल्यास जणूं काय कांहींएक माहिती नाहीं, असें दाखविलें. शास्त्री यांचे बरोबर जीं माणसें पंढरपुरास गेलीं होतीं तीं सर्व परतून पुण्यास गेलीं. शास्त्री यांचा खून त्रिंबकजीनें कपटानें केला हा पुकारा सर्वत्र झाला. बापू मैराळ यांणीं तर एल्फिन्स्टन्‌साहेबाकडे त्रिंबकजीवर फिर्यादच दिली. त्यावरून चौकशी चालली व त्यांत त्रिंबकजीच्या दुष्कर्माचा एकंदर स्फोट होऊन, त्रिंबकजीस शास्त्री यांचे खुनाबद्दल शिक्षा देण्याकरितां, रेसिडेंट साहेब यांनीं बाजीरावाकडे 'त्रिंबकजीस आमचे स्वाधीन करा,' ह्मणून मागणी केली. त्यावरून बाजीरावानें अनेक आडेवेडे घेऊन व होय ना करून, शेवटीं त्याला इंग्रजांच्या स्वाधीन केलें. तेव्हां त्रिंबकजीस इंग्रजांनीं ठाण्याचे किल्ल्यांत ठेविलें. परंतु कांहीं महिन्यांनीं तो ठाण्याचे तुरुंगांतून पळून गेला. तो पुनः इ० स० १८१८ सालीं पकडला जाऊन काशीचे पलीकडे चुनारगड ह्मणून इंग्रजांचा किल्ला आहे त्यांत त्यास आजन्म कैदेची ठेप देऊन ठेविलें; आणि रावजी आपाजीचा पुतण्या व दुसरे दोन कारकून, जे गायकवाडींतून पेशव्याकडे फितूर झाले होते, त्यांस धरून गायकवाडाचे हवालीं करण्यांत आलें; व गायकवाडानें त्यांना कैदेंत टाकिलें.

इ० स० १८१७ चे जून महिन्यांत पेशवे व इंग्रज यांचेमध्यें नवा तहनामा झाला. त्यांत पेशव्याला काठेवाडांतून जी खंडणी मिळत असे ती त्याणें सर्व इंग्रजांकडे लावून दिली व अहमदाबाद वगैरे महाल पूर्वींच्या कराराप्रमाणें गायकवाडाकडे जाऊन, गायकवाडाकडील क-

जांबद्दल पेशव्याला जें घेणें होतें त्याबद्दल प्रतिवर्षी उक्त चार लाख रुपये घेत जावे, असा ठराव झाला. याच वर्षी नोव्हेंबरच्या ६ वे तारखेस नव्या शर्तीवर गायकवाडानें इंग्रजांकडील तैनाती फौज जास्त वाढवून घेऊन, तिच्या खर्चाबद्दल अहमदाबादच्या उत्पन्नांत जो आपला भाग होता तो सर्व त्याणें इंग्रजांस लावून दिला. येणेंप्रमाणें गायकवाडाकडे आतां चारहजार फौज व दोन स्वारांचे रिसाले अशी तैनाती फौज झाली. व तिचे खर्चामध्यें अहमदाबादचा निमे अंमल इंग्रजांचे स्वाधीन झाला. आणि पुढें इ० स० १८१८ सालीं जेव्हां पेशव्याचें सर्वच राज्य इंग्रजांकडे आलें तेव्हां अर्थात् अहमदाबादचा सर्वच अंमल इंग्रजांकडे येऊन अहमदाबादचा कारभार ह्मणजे इंग्रजी कारभार झाला.

याच वर्षी, आनंदराव गायकवाडाचे तर्फे बडोद्याचा कारभार पाहत असणारा फत्तेसिंगराव गायकवाड हा एकंदर १३ वर्षे अंमल चालवून, मरण पावला; व त्याचे मागून थोडेच दिवसानीं आनंदरावही मरण पावला. त्यानंतर त्याचा धाकटा भाऊ सयाजीराव हा इ० स० १८१९ सालीं आक्टोबर महिन्यांत बडोद्याचे गादीवर बसला. पुढें इ० स० १८२० या वर्षी मुंबईचा गव्हर्नर बडोद्यास आला. त्या वेळीं सयाजीरावानें त्याचें मोठें स्वागत करून, आपल्या कारभारांत रेसिडेंटानें हात घालण्याचें कांहींएक कारण नसून, माझें राज्य मीं आपल्या मुखत्यारीनें आणि स्वतंत्रतेनें चालवावें, अशी व्यवस्था राखण्याविषयीं त्याणें गव्हर्नरास विनंति केली. ती विनंति गव्हर्नरानें मान्य करून, त्याप्रमाणें सयाजीराव यास स्वतंत्रतेनें आपला राज्यकारभार पाहण्याची परवानगी दिली. पण त्या वेळीं गायकवाडाकडून असा करार करून घेण्यांत आला कीं, 'इंग्रजांचें जें कर्ज गायकवाडाला देणें आहे त्याबद्दल प्रतिवर्षी वीस लाख रुपये गायकवाडानें देत जावें. परंतु पुढें त्याप्रमाणें गायकवाडाकडून प्रतिवर्षी फेड होईना ह्मणून, पुनः सन १८२८ सालीं गायकवाडाकडील कांहीं महाल इंग्रजांनीं जप्त करून त्यांचा ऐवज येईल तो कर्जाच्या फेडीकडे ओढण्याचा ठराव केला. पण सयाजीरावाला हें प्रशस्त वाटलें नाहीं. शे-

वटीं, सन १८३२ सालीं इंग्रजांचें गायकवाडींतील सर्व ऋण फिटून, जप्त केलेल्या महालांवरची जप्ती इंग्रजांनीं उठविली व गायकवाडाचे महाल गायकवाडास परत केले.

---

## भाग अठ्ठाविसावा.

### गुजराथेंत इंग्रजांची कारकीर्द व त्या वेळीं गायकवाडी राज्याची स्थिति.

**(इ० स० १८२० पासून इ० स० १८६९ पर्यंत.)**

येथपर्यंत वर्णन केलेल्या हकीकतीवरुन इंग्रजांकडे गुजराथेंतील सुरत, भडोच, खेडा व अहमदाबाद ह्या जिल्ह्यांतले परगणे कसकसे आले हें समजेलच. इंग्रजांना कांहींएक हालचाल न करितां व लढाई अथवा दंगाधोपा न होतां निमूटपणें एका मागून एक प्रांत मिळत गेले. सुरत येथील आणि सुरतेच्या आसपासचा मोंगलाई अंमल सुरतेच्या नवाबापासून मिळाला; आणि बाकीचा अंमल वेळोवेळीं मराठ्यांकडूनच मिळाला. मोंगलाई अंमल शिथिल पडत चालला तसे त्यांचे जे इकडील प्रांतांत सुभे होते ते मराठ्यांच्या आसऱ्यानें आपला बचाव करुन घेण्यास लागले. त्यांच्या प्रांतांत लोकांनीं तुफान होऊन दंगे करावे, ह्मणजे त्यांणीं मराठ्यांकडे साह्य मागावें. मराठ्यांची तरी व्यवस्था असावी तशी होती असेंही नाहीं. त्यांच्यामध्यें आपसांतील तंटे व कलह बहुतच होते, आणि त्यामुळेंच त्यांच्या कारभारांत इंग्रजांचें पाऊल शिरलें. मराठ्यांच्या अव्यवस्थित व बेबंद कारभारामुळें सर्व लोक, इंग्रजांची सत्ता झाल्यास बरें, असें इच्छीत होते. इ० स० १८०३ मध्यें काठेवाडचे कित्येक तालुकदारांनीं बडोद्याच्या रेसिडेंटाकडे, 'आपली दाद लावून आपल्यावरील सर्व अंमलदारी व कारभार तुह्माकडे घ्या' असें कळविण्याकरितां एक विनंति अर्ज पाठविला. त्याचप्रमाणें धोलक्याचे गिरासदारांनींही रेसिडेंटामार्फत इंग्रजसरकारास आपली राजीखुषी कळवून, 'तुमची राजनीति आणि राजसत्ता ह्या आह्मास फार प्रिय आहेत,' असें समजाविलें. ह्याप्रमाणें इंग्रजांचे विषयीं लोकांमध्यें अधिकाधिक पूज्यता व

सन्मान वाढत जाऊन, तीच पूज्यता व तोच सन्मान गायकवाडालाही उत्पन्न झाला; आणि त्याणें आपल्या साह्यास इंग्रजांना घेऊन आपल्या राज्याची योग्य रीतीनें व्यवस्था चालविली. इंग्रजांची गायकवाडाला मदत नसती तर क्वचितच त्याच्यानें आपल्या अमलांत स्थिरस्थावर करवलें असतें. असो.

ह्याप्रमाणें इ० स० १८२० मध्यें या देशांतील सर्व कारभार आणि मुखत्यारी बहुतकरून इंग्रजसरकाराकडे आल्यापासून गुजराथच्या आसपासच्या संस्थानिकांचा कारभारही त्यांजकडेच आला; व तिकडील सर्व लोक त्यांचा यथास्थित मानमरातब ठेवूं लागले. या वेळीं काठेवाडामध्यें एक निराळाच पोलिटिकल् एजंट् कायम करण्यांत आला; व रेवाकांठा, महीकांठा, आणि गुजराथेंतील इतर कांहीं संस्थानें यांच्यावर वडोयाचे रेसिडेंटाची पाहणी राहावी असें ठरून, तशा कामांत त्याला रेसिडेंट न म्हणतां पोलिटिकल् कमिशनर् म्हणण्याचें ठरलें. इंग्रजांच्या देखरेखीखालीं गुजराथ व काठेवाड हे प्रांत आल्यानंतर त्यांणीं, गायकवाडाच्या व त्याचप्रमाणें जुनागडचा नबाब, ईडरचा महाराज आणि वाघेर, काठी व भील कोळी वगैरे लोक यांच्या फौजा मुलूखगिरीला ह्मणून निघून तालुकदारांपासून वाटेल तसा पैसा उपटीत व ते तालुकदार स्वभावतःच अशक्त व भित्रे असल्यामुळें, ते या मुलूखगिरी करणारांस ते आपल्या प्रांतांत आहेत तोंपर्यंत सर्व प्रकारचा पुरवठा करीत, हा जो त्यांजवर विनाकारण मोठा जुलूम असे, तो जुलूम अगदीं बंद करून, मुलूखगिरीचें सोंग ज्यासाठीं ह्मणून निघालें तें वसूलजमाबंदीचें सर्व काम आपलेकडेच घेतलें; आणि सर्व तालुकदारांचा वसूल शांततेनें व बिनबोभाट करून देण्याची सुरवात केली. तेव्हांपासून त्या मुलूखगिऱ्यांचीं बंडें दरोबस्त मोडत चाललीं व कोणाचीही फौज इंग्रजसरकारच्या हुकुमावांचून आपल्या शिवाराच्या बाहेर पडतां उपयोगीं नाहीं असा ठराव होऊन, त्याप्रमाणें त्या त्या संस्थानिकांकडून व लोकांकडून लेख करून घेतले.

पूर्वभागीं लिहिल्याप्रमाणें, इ० स० १८२० सालीं गव्हर्नर डंकन साहेब वडोयास आल्या वेळीं त्याणें गायकवाडी मुलखांतून बाह्य

प्रदेशीं जी अफू व्यापाराकरितां जाई तिचा कायम धारा बांधून टाकिला आणि त्याचप्रमाणें इ० स० १८२५ मध्यें त्याणें सयाजीराव याजपासून असा करार लिहून घेतला कीं, काठेवाडांत गायकवाड सरकारची जी हक्काची आणि इनामाची जमाबंदी होईल ती सर्व जाडेजालोकांचे कन्यांकरितां एक भांडवल जमविण्यामध्यें खर्ची घालावी.

काठेवाड आणि गुजराथ या प्रांतांतील कितीएक भागांत जाडेजा समा, व त्यांच्यामध्यें जेठवा, मियाणा आणि लेवा कुणबी वगैरे कित्येक जाती आहेत. त्यांजमध्यें बरेच दिवसांपासून अशी एक दुष्ट चाल असे कीं, घरांत मुलगी झाली कीं, तिचा हरप्रयत्नानें जीव घ्यावयाचा, नाहीं तर 'दूधपिती' नांवाच्या प्रयोगानें तिला मारून टाकावयाचें! हा 'दूधपिती'चा प्रयोग म्हणजे, एका भांड्यांत पुष्कळसें दूध घेऊन त्याजमध्यें त्या अर्भक कन्येचें तोंड बुडवावयाचें; व याप्रमाणें तिचा श्वासावरोध करून तिला मारावयाचें! ह्या दुष्ट चालीचा प्रचार कोणीं घातला असेल तो असो; परंतु तो मानवी प्राण्यास असें दुष्कर्म करण्याचा मोठा कालिमा होता, यांत संशय नाहीं. तरी त्याविषयीं कधीं कोणी विचार करीत नसे. ही चाल मोडून टाकण्याची कल्पना प्रथमतः इंग्रजांनींच काढिली व त्याबद्दल ते स्तुतीस पात्र आहेत. मुंबईस डंकन साहेब गव्हर्नर असतां काठेवाडांत कर्नल वॉकर याणें ही कन्याहत्येची दुष्ट चाल मोडून टाकण्याची मनस्वी खटपट केली व त्या खटपटीप्रमाणें त्याला यशही मिळालें. ही चाल मोडून टाकण्याबद्दल वेळोवेळीं त्याणें तिकडच्या जमीदारांपासून लेख लिहून घेतले होते. तरी मागाहून, कन्याहत्येचे प्रकार गुप्तरीतीनें चालू रहात व त्याविषयीं वॉकर साहेबालाही कळलें. ही दुष्ट चाल अमलांत ठेवण्याविषयीं त्या लोकांचे कुलोपाध्याय ब्राह्मण (गुरु) हे त्यांस अनेक प्रकारांनीं धास्त्या व धर्मोल्लंघनाच्या भीति घालून, मुलींच्या आईबापांस, कन्या मारून टाकण्याविषयीं उत्तेजन देत. कितीएक लोक अशा कन्याहत्या करण्याचें असें कारण सांगत कीं, मुलीच्या लग्नास खर्च अतिशय येतो व तेवढा खर्च गरीबगुरिबांस व साधारण मध्यमप्रतीच्या लोकांस करण्याचें सामर्थ्य नसतें; आणि घरांत अविवाहित कन्या मो-

ठल्या करणें यांत बेअब्रू आहे; तेव्हां, तें संकट पुढें येणार त्यापेक्षां त्याच्या निराकरणाची तजवीज ह्याप्रमाणें अगोदरच केलेली बरी. त्या कन्या मोठ्या होईपर्यंत त्यांचें पालनपोषण करा; त्यांना ममतामाया लावा; आणि त्यांच्या विवाहाची नीटशी सोय जमली नाहीं किंवा त्यांना योग्य स्थल मिळालें नाहीं ह्मणजे घरांत उपवर कन्या ठेवून जीवाला घोर लावून घ्या; त्यापेक्षां ती कन्या कोंवळें अर्भक असतां व तिच्या संबंधानें फारसा मायापाश उत्पन्न झाला नसतांच तिचा ह्याप्रमाणें सोक्षमोक्ष केलेला बरा. लोकांकडून कन्याहत्येच्या संबंधानें अशीं कारणें जेव्हां समजलीं, तेव्हां इंग्रज सरकारनें एक रकम उभारली; आणि त्या रकमेंतील द्रव्यानें अशा गरीबगुरिबांच्या मुलींचीं लग्नें करून देण्याचें व ज्या कोणाजवळ मुलीच्या लग्नापुरता पैसा नसेल त्याला या रकमेंतून मदत करावयाची असें ठरविलें. त्याचप्रमाणें, कोणी कन्याहत्या करूं नये म्हणून त्याबद्दल तपासणीवर व देखरेखीवर पाहणीदार ठेविले. या उभारलेल्या रकमेंत गायकवाडानें नेहमीं पुष्कळ द्रव्य टाकीत जावें व त्यामुळें ती रकम बरीच मोठी होऊन तिच्यापासून इष्ट हेतूही बराच सिद्धीस जाऊं लागला. ह्याप्रमाणें कन्याहत्येचें बंड इंग्रज सरकारानें बरेंच चेपीत चेपीत आपल्या आटोक्यांत आणिलें; आणि शेवटीं एक जाहिरनामा लावून असें प्रसिद्ध केलें कीं, अशा रीतीनें कन्याहत्या करणारा आढळला कीं, त्याला कडक शासन केलें जाईल. आणि त्या जाहिरनाम्याप्रमाणें, जे जे कोणी हुकूम तोडणारे मागाहून आढळले त्यांस त्यांस इंग्रज सरकारानें जबर शिक्षा देऊन, सर्वत्र आपला दरारा बसविला. याप्रमाणें या कन्याहत्येचें महापातक इंग्रज सरकारानें मोठ्या नेटानें व आग्रहानें बंद करून, सर्व हिंदु लोकांचा दुवा मिळविला व चोहोंकडे त्यांच्या या शुभ कृत्याचा लौकिक झाला.

इ० स० १८३१मध्यें काठेवाडांत इंग्रज सरकारानें लोकांना फौजदारी इन्साफ मिळण्याकरितां फौजदारी कचेरी स्थापन करून त्यावर पोलिटिकल् एजंटाला मुख्य नेमिलें, व त्याच्या न्यायाला मदत करण्याकरितां तिकडील तालुकदारांस पंच (असेसर) नेमिलें. याचप्रमाणें

इ० स० १८३९ मध्यें महीकांठ्यास व इ० स० १८४२ त रेवाकांठ्यास फौजदारी न्यायाच्या कचेऱ्या स्थापन केल्या.

इ० स० १८३५ पर्यंत महीकांठ्याचा कारभार बडोद्याच्या रेसिडेंटामार्फत चालू होता. परंतु इतक्या दूर पल्ल्यावरून त्या प्रांताचा बंदोबस्त राहण्यास बरीच अडचण पडे. आणि तिकडे हंमेषा चोहोंकडून बाहरवटे, दंगेखोर, व लुटारू यांणीं मनस्वी तुफान माजवून बंडाळी करावी. असें होणें चांगलें नाहीं हें लक्ष्यांत आणून, मुंबईसरकारानें त्या प्रांताला एक स्वतंत्र पोलिटिकल् एजंटच नेमून तिकडचा बंदोबस्त केला.

इ० स० १८४० मध्यें इंग्रजसरकारानें गुजराथप्रांतांत सतीची व जीवंत समाधि घेण्याची, अशा घोर चाली बंद करण्याविषयींचा जाहिरनामा लाविला. ह्या दोन्ही दुष्ट चाली सर्व हिंदुस्थानांत फार दिवसांपासून चालत आल्या होत्या असें म्हणतात. तथापि, त्यांचें बंड राजस्थानांत फार असून, गुजराथेंतही इतर ठिकाणांप्रमाणेंच त्यांचें महत्व मानिलें जात असे. राजस्थानांत तर अशी चाल असे कीं, कोणी मोठा राजा मेला म्हणजे, त्याच्या जनानखान्यांतल्या नाजूक व सुस्वरूप अशा स्त्रियांच्या टोळ्याच्या टोळ्या त्याच्या प्रेताचे बरोबर चितेंत प्रवेश करून आपले देह अभ्यर्पण करीत! हा अत्यंत जुलमाचा व कळवळा उत्पन्न करणारा रूढिमार्ग होता. राजस्थानांत प्रत्येक रजवाड्याचे प्रांतांत जाऊन बघा; म्हणजे तेथें सतींच्या समाधीच्या मालिकांच्या मालिका दृष्टीस पडतात; व यावरून पूर्वकालीं हें सतीचें प्राबल्य किती होतें हें सहज समजून येण्यासारखें आहे. ह्या दुष्ट चालीलाही दयाळू इंग्रजसरकारानेंच म्हणून अटकाव केला व तो त्यांणीं नेटानें अमलांत आणिला हेंही त्यांच्या राज्याच्या चांगुलपणांतील एक सत्कृत्य होय असें सर्व लोक म्हणतात.

याच वर्षी (इ० स० १८४०त) इंग्रजसरकारानें गायकवाडावर आणखी दीड हजार कॉंटिंजंट् फौजेचा खर्च बसवून त्याबद्दलच्या स्वतंत्र उत्पन्नाची मागणी केली; परंतु ही मागणी १८१७च्या तहनाम्याविरुद्ध होती. गायकवाडानें या आगंतुक मागणीचा स्वीकार कर-

ण्यास पुष्कळ आढेवेढे घेतले. परंतु शेवटीं त्याला असें आढळून आलें कीं, इंग्रजसरकारचें हें कोड पुरविलें नाहीं तर त्यांच्या व आपल्या मित्रत्वांत कमीपणा येईल. आणि शेवटीं, वरील अगोदरच्या तहनाम्यांत कांहीं नवा फेरफार करून १८४१ सालीं गायकवाडानें आपल्या दोस्त इंग्रजसरकारची नवीन मागणी कबूल केली. ह्याप्रमाणें, तैनाती फौजेचा गायकवाडावर तीन लाख रुपयांचा खर्च होताच व त्याशिवाय ह्या १५०० कॉंटिंजंट् स्वारांचा वेगळा खर्च गायकवाडसरकारानें आपलेकडे लावून घेतला. त्यांत इतकें मात्र ठरलें कीं, हे १५०० स्वार गायकवाडसरकाराला हवे तिकडे पाठविण्याची मोकळीक होती. गायकवाडानें आपल्या दिमतीस हे १५०० स्वार लावून घेतल्यामुळें, इंग्रजसरकाराकडे पूर्वीं, पेटलादमहाल व एक लाख रुपये रोख रकम अशीं फौजखर्चाकरितां म्हणून गायकवाडानें अनामत ठेविलीं होतीं, तीं दोन्हीं इंग्रजांनीं गायकवाडाचीं गायकवाडास परत दिलीं.

इ० स० १८४४ मध्यें गायकवाडाशीं इंग्रजसरकारानें एक नवीन करारनामा केला व त्यांत, गुजराथच्या बंदरावर चुकून आलेल्या गलबतांवर व जहाजांवर जो गायकवाड आपला हक्क सांगत असे तो उडवून दिला. याच प्रकारचा करार यापूर्वीं इंग्रजसरकारानें काठेवाडांतील बंदरकिनाऱ्यावरील राजांशींही केला होता. आजपर्यंत अशी वहिवाट चालत आली होती कीं, तुफानांत गलबत किंवा जहाज सांपडून तें चुकून गुजराथच्या बंदरांवर आलें कीं, तें तेथील तालुकदारांनीं आपला माल म्हणून सर्व खालीं करून घ्यावें आणि सोडून द्यावें. यामुळें व्यापाऱ्यांचें फार नुकसान होत असे. परंतु ह्या १८४४ च्या नव्या करारनाम्यानें असें ठरलें कीं, ह्याप्रमाणें कोणा व्यापाऱ्याचें गलबत चुकून गुजराथच्या बंदरीं आलें तर त्याचा मालक मिळेपर्यंत त्यांतील सर्व माल तसाच नीट रीतीनें जतन करून ठेवावा. त्याचप्रमाणें, त्या चुकारू गलबतांवर व जहाजांवर कोणी संकटग्रस्त लोक असतील तर त्यांना बंदराबंदरांवरून लागेल ती मदत करावी, असाही ठराव केला. या नवीन करारनाम्यानें समुद्रमार्गानें होणाऱ्या

व्यापारास एक प्रकारें उत्तेजन दिल्यासारखें होऊन, आजपर्यंत अशा गलबतांचा व जहाजांचा मधल्यामध्येंच तालुकदारांनीं फडशा उडवून गवर व्हावें, अशी जी दुष्ट रीति होती ती मोडली जाऊन, गायकवाडसरकारास एक प्रकारें बंदरकिनाऱ्यावरील हें नवीन उत्पन्न करून दिल्यासारखें झालें व व्यापाराच्या सोयीही विशेष वाढल्या.

इ० स० १८४५ मध्यें, महिकांठा आणि रेवाकांठा येथील पोलिटिकल् एजंटावर बडोद्याचे रेसिडेंटाची जी आजपर्यंत देखरेख होती ती काढून, स्वतंत्रपणें मुंबईसरकारच्या देखरेखीखालीं वरील एजंटाचा कारभार आला.

इ० स० १८४७ या वर्षी डिसेंबरच्या २८ वे तारखेस बडोद्याचा राजा महाराज सयाजीराव हा वारला व त्याचे पश्चात् त्याचे गादीवर त्याचा थोरला मुलगा गणपतराव गाइकवाड हा बसला. सयाजीराव बडोद्याच्या गादीवर बसला, तेव्हां त्याचें वय २१ वर्षांचें होतें व त्याणें २८ वर्षें राज्य केलें. अर्थात् तो वारला तेव्हां त्याचें वय ४९ वर्षांचें होतें. पहिल्यानें सयाजीराव हा स्वार्थी व स्वच्छंदी लोकांच्या सहवासानें लोकांस अप्रिय असा झाला होता परंतु त्याचा वेणीराम नांवाचा एक दुर्मंत्री दूर झाला तेव्हांपासून सयाजीरावाच्या वर्त्तनांत फरक पडून जरा संतोषकारक बडोद्याचा कारभार चालूं लागला. व पुढें पुढें सयाजीराव हा चांगलाच लोकप्रिय झाला. तो द्रव्याचा फार लोभी असून, पैसा कमावून तो जतन करण्याकडे त्याचा विशेष कल असे. त्यानें सट्टयाचा व्यापार चालू करून एक मोठी सराफी पेढी स्थापन केली. त्या पेढीचें नांव 'गणेशईश्वर पेढी' असें ठेवून, तिच्या अनेक ठिकाणीं अनेक शाखा काढिल्या होत्या. सयाजीरावामध्यें, या देशांतील इतर राजांमध्यें जे कांहीं दुर्गुण असतात तसे कांहीं दुर्गुण नव्हते. तो मोठा काटकसरी, चौकस, मेहनती, उद्योगदक्ष, आणि राज्यकारभारांत व गृहकृत्यांत खबरदार असा राजा असे. असें म्हणतात कीं, त्याच्या संग्रही व काटकसरी स्वभावामुळें, तो मेला तेव्हां त्याचे पश्चात् खजिन्यांत तीन कोटी रुपये शिल्लक होते. त्याणें आपल्या मुलांची दरोबस्त व्यवस्था त्यांच्या

जन्मकाळींच बरोबर करून ठेविली होती. तथापि, त्याच्या एका मुलानें त्याचे पश्चात् बसलेल्या मुलाला (गणपतरावाला) काढून लावण्याचा प्रयत्न केला होता; व त्या वेळीं त्या बंडखोर मुलाला पकडून त्याचा बंदोबस्त करण्याची सयाजीरावास मोठी फिकीर व मेहनत पडली. त्याणें आपल्यामागून गादीवर बसणाऱ्या गणपतरावाला आपल्या देखतांच राज्यारूढ करून आपण त्याचा कारभारी झाला होता. सयाजीराव हा स्वभावतः स्वार्थतत्पर व भीरु असल्यामुळें तो बहुशः रेसिडेंटाच्या सल्ल्यानें वागून त्याची खुशामत विशेषेंकरून करीत असे; आणि इंग्रजसरकारच्या पूर्ण पाठिंब्यानें तो आपल्या मुलखांत आपलें वजन व भीति बसविण्यास समर्थ झाला होता. त्याणें अपराध्यांस फार कडक शासन करावें व त्याच्या या न्यायनिष्ठुरतेनें अपराधी लोक त्याला फार भीत असत. तो मेल्यामुळें त्याची रयत फार हळहळली. तो स्वतः सशक्त व निरोगी होता. मरणापूर्वी तो तीन दिवस काय तो अजारी होता. अजारी झाल्यावर त्याणें एकांतीं आपले दोस्त इंग्रजसरकार यांच्या वकीलाची (रेसिडेंटाची) भेट घेऊन, 'माझ्या मागें माझ्या राज्याचें व वंशाचें नांव राखण्याविषयीं मित्रभावानें जपा,' असें त्याला सांगितलें. त्याला नेहमीं असें वाटे कीं, माझ्या मागें गायकवाडवंशाकडे राज्य चालेल किंवा नाहीं कोण जाणे!

गणपतराव गायकवाड तख्तनशीन झाल्यावर, इंग्रजसरकारानें इ० स० १८४९ या वर्षी, मुलें विकण्याची चाल बंद केली; आणि इ० स० १८५६ मध्यें गुलामांचा व्यापार बंद करण्याविषयीं गणपतराव गायकवाड याजपासून लेख करून घेतला. हा गुलामांचा व्यापार राजस्थानांत फार चालत असून तिकडे, प्रत्येक राजाचे पदरीं पुष्कळ गुलाम असत. ज्याचे पदरीं ज्यास्त गुलाम तो अधिक अब्रूदार व श्रीमंत असें समजलें जात असे. गुलाम खरेदी करण्याची चाल असल्यामुळें तो व्यापार मोठाच चालत असे; व मेमण लोक जहाजें भरून गुजराथ, काठेवाड, व राजस्थान या प्रदेशांत गुलाम आणून विकीत, व त्यावर ते मोठे श्रीमान् झालेले असत. जैनलो-

ह्यांचे गुरूजी व अतीत लोकही चेले करण्याकरितां चांगले चांगले छोकरे बघून खरेदी करीत व त्याकरितां, वर सांगितल्याप्रमाणें, मुलगे विकण्याची चाल गुजराथ वगैरे प्रांतांत फार असे. त्याचप्रमाणें, लुच्चे लोक मुलांचे मेळे बघून त्यांस फितवून दुसऱ्या गांवीं नेत व तेथें त्यांस विकून त्यांचे पैसे करीत असत. हें सर्व बंड व अंदाधुंदी बघून इंग्रजसरकारानें वर लिहिल्याप्रमाणें गुजराथ व काठेवाड या प्रांतांतील दरोबस्त राजांकडून गुलामांचा व्यापार बंद करण्याविषयींचे लेख लिहून घेतले, व तो व्यापार अजीवात बंद पाडला.

गणपतराव गायकवाड बडोद्याच्या गादीवर बसला तेव्हां त्याणें आपल्या दिवाणगिरीचे जागीं भाऊ तांबेकर यास नेमिलें. भाऊ तांबेकर हा दिवाणगिरीचे कामास असावा तसा चांगला हुशार असे; परंतु त्या वेळीं बडोद्यास जो रेसिडेंट होता त्याचें आणि तांबेकर याचें कांहीं वांकडें येऊन त्या दोघांमध्यें तेढ पडली. त्यामुळें त्या वेळीं बडोद्यास मोठें राजकारस्थानच उपस्थित झालें. त्याचा परिणाम असा झाला कीं, त्या वेळचे मुंबईचे गव्हर्नर लॉर्ड फॉक्लंड यांणीं रेसिडेंट कर्नल औटरम यास रेसिडेंटाचे जाग्यावरून दूर केलें. तेव्हां, तो (कर्नल औटरम) विलायतेस जाऊन तेथें त्याणें खटपट केली; त्यामुळें असें झालें कीं, ह्या वेळपर्यंत बडोदेंसंस्थान जें मुंबईच्या गव्हर्नराचे देखरेखीखालीं असे तें तिकडून काढून इ० स० १८५३ सालीं कलकत्ता येथील सरकारच्या ताब्यांत देण्यांत आलें. परंतु पुढें चार वर्षांनीं, म्हणजे इ० स० १८५७ सालीं हिंदुस्थानांतील इंग्रजांच्या फौजेनें बंड उपस्थित केलें; तेव्हां प्रत्येक कामाकाजाचे संबंधानें बडोद्याचे रेसिडेंटास लौकर लौकर जबाब येण्यास व पत्रव्यवहार सुरळीत चालण्यास हरकत पडूं लागली, व त्यामुळें सर्व प्रकारच्या अडचणी भासूं लागल्या. ह्मणून बडोद्याची वहिवाट फिरून मुंबईसरकाराकडे देण्यांत आली. परंतु ह्या सर्व गोष्टी होण्याचे अगोदरच इ० स० १८५६ मध्यें बडोद्याचे राजे गणपतराव महाराज हे वारले व त्यांचे मागून त्यांचे धाकटे बंधु खंडेरावमहाराज

हे राज्यावर विराजमान झाले. खंडेरावमहाराजांचे कारकीर्दींत बडोद्याच्या राज्याचें उत्पन्न एकंदर एक कोटी रुपयांचें होतें.

खंडेरावमहाराज गादीवर बसल्यानंतर, इ० स० १८५७ सालीं, वर लिहिलेलें, सर्व हिंदुस्थानांतील इंग्रजी फौजेंतल्या पलटणींनीं बंड केलें. ह्या बंडाचे कारणाविषयीं अनेकांचीं अनेक मतें आहेत. त्यांत मुख्य कारण असें सांगतात कीं, त्या वेळीं कलकत्त्याच्या मुख्य प्रतिनिधीच्या ( गव्हर्नर जनरलाच्या ) जागीं जो लॉर्ड् डालहौसी साहेब आला होता त्याणें आपल्या कारकीर्दींत विलक्षणच राजनीति सुरू केली होती. हिंदुस्थानांतील सर्व राज्यें खालसा करून जिकडे तिकडे इंग्रजी अंमल सुरू करावयाचा; असा त्याचा विशेष कल असल्यामुळें, त्याणें आपला हा हेतु सिद्धीस नेण्याकरितां अशी तजवीज योजिली कीं, हिंदुस्थानांतील कोणत्याही राजाला किंवा संस्थानिकाला अनपत्यत्वामुळें दत्तक मुलगा घ्यावयाचा असल्यास तसें त्याला करूं देऊं नये; व याप्रमाणें, तो बेवारस मेला म्हणजे अर्थात् त्याचें राज्य खालसा करण्यास सुलभ पडेल, असा त्याचा बेत होता. तसेंच मयत राजाचे किंवा संस्थानिकाचे कोणी आप्तस्वकीय वारसा सांगण्यास पुढें आलेच, तर त्यांस जन्मपर्यंत चांगल्या नेमणुका करून दिल्या म्हणजे त्यांचींही तोंडें बंद होऊन, राज्यें व संस्थानें इंग्रजी मुलखांत सामील करण्यास हरकत पडणार नाहीं, अशीं त्याणें धोरणें व संधानें योजून ठेविलीं होतीं. दक्षिणेंत 'इनामचौकशी'चें (इनाम कमिशन) म्हणून एक स्वतंत्र खातें काढून त्याच्या मार्फत लहानसहान इनामें, जहागिऱ्या व वतनवृत्ति एकसारख्या हरण करण्याचा कारखाना चालविला. लॉर्ड् डालहौसी याणें याप्रमाणें खालसाशस्त्र इतक्या जोरानें चालविलें कीं, मांडवा, अलीबाग, सातारा, तंजावर, नागपूर व लखनौ, वगैरे ठिकाणचीं व शिख वगैरे लोकांचीं राज्यें दत्तक घेऊं न दिल्यावरून, किंवा जे राजे होते त्यांणीं गैरशिस्त रीतीनें राज्यकारभार केला असा त्यांजवर आरोप ठेवून, अपहारबुद्धीनें खालसा करण्यांत आलीं. येणेंकरून जिकडे तिकडे गवगवा व हाहाकार झाला. अयोध्याप्रांतीं तर प्रथमतः एकदम दंगा उसळला. द-

क्षिणचे राजे बाजीराव पेशवे यांच्या वंशजांकडील नेमणुकी बंद करून, त्यांचे दत्तक मुलगे रिकामे फिरण्याचा प्रसंग येऊन ठेपला. झांशीचें राज्य बेवारस व दत्तकाची परवानगी नाहीं म्हणून जप्त होऊन, तेथील राणी निराश होऊन बसली. आणि यामुळें त्या त्या प्रांतांतले सर्व राजपक्षीय लोक अयोध्येच्या दंग्यांत मिळाले. तिकडे दिल्लीचे मुसलमानांनीं बंड करून, तेथील बादशहाचा वारस होता त्याचे हाताखालीं कित्येक बंडखोरांची एक जबरदस्त टोळी जमली. ह्याप्रमाणें जिकडे तिकडे रान अगदीं बखबखून इंग्रजी राज्यास जणूं काय खायाला उठण्याच्या बेतांत आलें होतें. त्याच वेळीं काडतुसांच्या संबंधानेंही लोकांमध्यें कांहीं गैरसमज उत्पन्न होऊन, इंग्रजांच्या पलटणांतील हिंदुमुसलमानांस इंग्रजांच्या अशा विलक्षण प्रकारच्या नीतीवरून, त्यांचा आह्मां सर्वांना बाटवून टाकण्याचा विचार आहे, अशी दृढतर शंका उत्पन्न झाली. हीं काडतुसें दांतांनीं फोडून बंदुकींत टाकावीं असा नवीन संप्रदाय इंग्रजी लष्करांत सुरू केला व तशीं तोंडानें काडतुसें फोडणें धर्मभ्रष्ट करण्याकरितांच आहे, अशी लष्करांतील लोकांची समजूत झाली. आणि ही समजूत विशेष दृढ होण्याला कारण असें झालें कीं, त्या काडतुसांना गाईची आणि डुकरांची चर्बी लावलेली असते अशी गप्पही कोणीं पिकविली. त्यामुळें गाईच्या संबंधानें हिंदुलोक आणि डुकरांच्या संबंधानें मुसलमानलोक असे दोन्ही जातींतील पलटणवाले एकंदर बिथरून, त्यांणीं इंग्रजी राज्य रसातळास नेऊन पोंचविण्याचा बेत केला. आणि हें तुफान दिवसेंदिवस जास्त जास्त वाढून, इ० स० १८५७ मध्यें मे महिन्याचे ११ वे तारखेस कानपुरास तर भयंकर कत्तलच झाली. त्यांत बंडखोरांनीं अविचारानें इंग्रजी अधिकाऱ्यांच्या बायकांस व मुलांसही निर्दयपणें कापून टाकलें!

या भयंकर प्रसंगीं गुजराथेंतही थोडासा दंगा झाला होता. अहमदाबादेस एक पलटण होती; तींतील लोकांनींही असाच बंडावा करून अहमदाबाद लुटण्याचा बेत केला होता. परंतु तो त्यांचा बेत गुप्त न राहतां बाहेर फुटला व जे लोक त्या कटांत असल्याचें सिद्ध झालें

त्यांस एकदम तोफेच्या तोंडीं देऊन उडविण्यांत आलें; व कित्येकांस फांशीं देऊन कित्येकांस काळ्या पाण्यावर पाठविण्यांत आलें. ह्या कटांत, अहमदाबाद येथें इंग्रजांच्या कैदेंत असणारा कोणी बापू गायकवाड म्हणून होता त्याचेंही अंग असावें असा इंग्रजांस संशय येऊन, त्यांणीं त्यांस तेथून काढून दूर नेऊन ठेविलें. ह्याप्रमाणें गुजराथचें बंड व दंगा मोडून लौकरच शांतता झाली.

त्यानंतर अहमदाबादच्या नदीचे पलीकडे घोडेस्वारांच्या रिसाल्याची छावणी होती त्यांतील मुसलमान लोकांनीं 'दीन' गाजविण्याचा विचार केला होता. परंतु ती बातमीही अगोदरच फुटून वेळेवर अधिकाऱ्यांना कळली; त्यामुळें ते सावध होऊन तयार राहिले. मागाहून, त्या बंडखोरांच्या कटाप्रमाणें जेव्हां एक मनुष्य छावणींतून दंग्याचें निशाण घेऊन बाहेर पडला व त्यानें 'दीन' शब्द उच्चारिला, तेव्हां त्याचे मागून त्याच्या कटाला सामील अशीं पांच मनुष्यें मात्र बाहेर पडलीं. परंतु तींही पुढें चुकल्यासारखीं होऊन घाबरून पळून गेलीं. हा प्रकार बघून त्या रिसाल्यावरील लढाईचा बिगुल झाला व क्याप्टन टेलर साहेबास ती खबर समजून तो व त्याचे हाताखालीं असलेला क्याप्टन पीम हा दुसरी एक काळी पलटण घेऊन बंडखोरांवर चढून गेला. तेव्हां त्यांना ते घाबरलेले बंडखोर शाहावाडीस सांपडून त्यांस पकडण्यांत आलें. त्यांत एक तर पहिल्यानेंच मारला गेला. बाकी राहिलेल्या चौघांतून दोघांना फांशीं चढविण्यांत आलें व दोघांना काळेपाण्यावर पाठविलें.

हें तुफान इकडे चाललें असतांच अशी खबर आली कीं, इंदुरच्या होळकराची आई बायजाबाई ही आपले १५०० लोक घेऊन इंग्रजांच्या विरुद्ध उठून त्यांशीं सामना करण्याकरितां गुजराथेंत यावयास निघाली. होळकर हा इंग्रजसरकाराशीं मिळून असे; परंतु त्याच्या आईचे माथ्यांत असें वेड शिरलें होतें कीं, इंग्रजांचे विरुद्ध बंड करून त्यांस या देशांतून घालवून द्यावें. आणि याकरितांच तिणें उत्तरेकडील बंडखोरांप्रमाणें पूर्वेकडूनही कांहीं उठावणी करून इंग्रजांची तळी उचलण्याचा बेत केला होता. परंतु कर्मधर्मसंयोग असा

झाला की, तिचा हेतु कांहीं तरी रंगारूपास येऊन, त्याला कोणती स्थिति येते हें समजण्यापूर्वींच, ती अकस्मात् मरण पावून, तिचे सर्व बातबेत ठिकाणच्या ठिकाणीं राहिले. या वेळीं गुजराथेंत बहुतेक शहरांमधून भीतीचीं व उत्पाताचीं चिन्हें दिसत असून, कोणते सरदार इंग्रजसरकारचे मित्र आहेत किंवा शत्रु बनले, याबद्दलची खबर कळण्यास मार्ग नाहींसा झाला होता. याचें कारण, अशा वेळीं परस्परांमधील पत्रव्यवहार व दळणवळण जें रहावयाचें तें साधारणतः अगदीं बंद पडल्यासारखेंच झालें होतें. एकमेकांकडील बातम्या एकमेकांकडे पावत्या न होतील अशा प्रकारें डांका मारण्याचा बंडखोरांनीं विशेष सपाटा ठेविला होता. तथापि, त्या वेळीं अहमदाबादचे श्रीमान् सावकार लोकांनीं खाजगी रीतीनें बातम्या आणून इंग्रजसरकारास वेळोवेळीं कळविण्याची विशेष खबरदारी घेतल्यामुळें इंग्रजांस त्यांची ती मोठीच मदत झाली.

याच वेळीं गायकवाडाच्या विजापूर नांवाच्या गांवीं असलेल्या मगन नांवाच्या वाण्यानें, वडोद्यास कोणी न्याहालचंद जव्हेरी नांवाचा श्रीमान् व्यापारी होता, त्याशीं मसलत करून, गुजराथेच्या उत्तरेकडील मेवास या ठिकाणचे कोळी लोक उठविण्याची खटपट चालविली. ती बातमी इंग्रजांस लागून त्यांजकडून तावडतोब एक पलटण त्या कोळ्यांवर जाऊन, ही हुल्लड माजविणाऱ्या पुढारी लोकांस कांहीं एक आयासावांचून व चकमक झडल्यावांचून पकडण्यांत आलें. परंतु ते लोक म्हणजे गायकवाडाच्या मुलखांतली प्रजा असल्यामुळें, त्यांची चौकशी करून निकाल लावण्याकरितां जी न्यायाधीशपंचांची सभा नेमिली होती, तींत गायकवाडाचे वतीनें त्रिंबकशास्त्री नांवाचे न्यायाधीश नेमिले होते; व इंग्रजांच्या तर्फेचा न्यायाधीश या पंचांत कोणी हाडो नांवाचा साहेब होता. त्या उभयतांनीं त्या बंडखोर कोळ्यांची चौकशी करून ज्यांच्यावर बंडाचा दोष लागू झाला त्यांस विजापुरास नेऊन, तेथील लोकांस चांगली दहशत बसण्याकरितां तोफेच्या तोंडीं देऊन, उडविण्यांत आलें. त्या-

नंतर गुजराथप्रांताकडील खरें बंड आणि खरी गडबड बहुतकरून बंद पडल्यासारखीच झाली.

यानंतर इंग्रजसरकारानें लोकांपासून हत्यारें हिसकून घेण्याचा ठराव करून बंडाचें बीजच काढून टाकण्याचा धोशा चालविला. आणि त्याप्रमाणें इ० स० १८५८ मध्यें गुजराथेंतील एकंदर लोकांपासून हत्यारें घेण्यांत आलीं. त्यांत उंच वर्णाचे जे हिंदुलोक होते त्यांणीं तर सरकारच्या ठरावाप्रमाणें मुळींच कांहीं एक तक्रार न सांगतां भराभर आपापलीं हत्यारें त्यांच्या स्वाधीन केलीं. परंतु मेवासचे भील व कोळी यांणीं आपलीं हत्यारें न देण्याचा निश्चय करून, त्यांचेपैकीं कित्येकांनीं स्वतःच तीं मोडून टाकिलीं व कित्येकांनीं आपलीं चांगलीं चांगलीं हत्यारें घरांतच पुरून टाकिलीं; आणि कित्येकांनीं तर इंग्रजसरकारच्या तोंडावरच सांगितलें कीं, 'आम्ही हत्यारें देत नाहीं.' अशा त्यांच्या दांडगेपणाच्या उत्तरावरून, पुनः कांहीं बंड उद्भवेल अशी शंका येऊन गायकवाड आपली फौज घेऊन अहमदाबादेस गेला व येथून इंग्रजी फौज घेऊन त्याणें मेवाशी लोकांवर स्वारी केली व त्यांजपासून ठरावाप्रमाणें दरोबस्त हत्यारें हिसकून घेतलीं. तरी हें शस्त्रहरण पूर्णपणें सर्व प्रांतांतून अमलांत आलें नाहीं. कारण, काठेवाडप्रांत तर या शस्त्रहरणांतून अगदींच वांचला. तेथील पोलिटिकल् एजंट कर्नल् लॉंग याणें या शस्त्रहरणाचे संबंधानें सरकारास असें लिहून कळविलें कीं, माझे प्रांतांतील लोकांपासून हत्यारें न घेतल्यामुळें बंड उठण्याची धास्ती तर मुळींच बाळगण्याचें कारण नाहीं.

यापुढें दुसरें एक बंड गुजराथेकडे डोकावूं लागलें. तात्या टोपे नांवाचा कोणी महाराष्ट्र सरदार आपलें मोठें बंडखोर सैन्य घेऊन गुजराथेकडे वळला, व बडोद्याजवळ छोटाउदेपूर म्हणून जें गांव आहे तेथपर्यंत येऊन ठेपला. त्याच्या येण्याची बातमी अगोदरच इंग्रज सरकारास कळल्यावरून त्यांणीं आपलें लष्कर अहमदाबाद येथून पंचमहालाकडे पाठवून दिलें; व दुसऱ्या बाजूनें बडोद्याजवळ इंग्रज व गायकवाड यांणीं आपल्या फौजेची बरोबर तयारी करून बंडखोरांस

अडविण्याची सर्व व्यवस्था केली. त्यानंतर तात्या टोपे अगदीं जवळ न येतां दुरून दुरूनच कांहीं धामधूम करून रतलामाकडे परत गेला; परंतु जातांना त्याणें खेरवाडची छावणी मात्र लुटली. यापेक्षां त्याच्यानें जास्त कांहीं झालें नाहीं.

ह्याप्रमाणें हिंदुस्थानांत सर्वत्र बंडाळी माजून लोकांमध्यें अस्वास्थ्य व अशांति प्राप्त झाली व ही कंपनीसरकारच्या कारभारांतील अव्यवस्था होय असें लक्ष्यांत आणून, महाराणी विक्टोरिया इणें कंपनीसरकारचा इजारा बंद करून, इ० स० १८५८ मध्यें ता० १ नोव्हेंबर रोजीं आपल्याकडे सर्व हिंदुस्थानांतील कारभार घेतल्याबद्दलचा जाहिरनामा प्रसिद्ध केला; आणि त्यानंतर आपल्या वतीनें कारभार करण्याकरितां राणी सरकारानें लार्ड क्यानिंग नांवाच्या साहेबास कलकत्ता येथें आपला प्रतिनिधि (व्हाइसराय) नेमून पाठविलें. लोकांमध्यें इंग्रजी राज्याचें महत्व व त्यांची चांगली राज्यरीति हीं समजण्याकरितां व त्यांविषयींची खात्री बाळगण्याकरितां, राणी सरकारानें आपल्या राज्यग्रहणाचे जाहीरनामे सर्व देशांत सर्व भाषांमधून प्रसिद्ध केले; त्यामुळें लोकांमध्यें सर्वत्र स्तब्धता व शांतता झाली; आणि चोहोंकडे राणीसरकारचा जयजयकार झाला. ती स्तब्धता व शांति आजपर्यंत सारखी चालत आली असून, राणीसरकारचें तें राज्यवैभव आज तागाईत तसेंच कायम आहे व असेंच तें ईश्वरकृपेनें चिरकाल राहील अशी आशा आहे. राणीसरकारच्या अमलाखालीं प्रजांचे हक्कांकडे व स्वातंत्र्याकडे दिवसेंदिवस जास्त जास्त लक्ष्य पुरविलें असून, सर्व लोकांना त्यांचें राज्य अधिकाधिक प्रिय व हवें हवेंसें होत आहे ही महानंदाची गोष्ट आहे.

खरें पाहिलें असतां या पन्नास वर्षांत गुजराथप्रांतांत ज्या कांहीं घडामोडी इंग्रज सरकाराकडून झाल्या त्या सर्व चांगल्या हेतूनीं आणि गुजराथच्या प्रजेस सुखावह होतील अशाच उद्देशानें करण्यांत आल्या आहेत. मराठे व मुसलमान यांचे कारकीर्दींत गुजराथ देशच्या लोकांस जें सुख झालें असेल त्याच्याशीं तुलना करून पाहिली तर कृतज्ञ प्रजा इंग्रज सरकारच्या राज्यास सर्वांशीं खुष असून, त्याजविषयीं

अत्यंत उपकारी आहे असें आढळून येईल. मराठ्यांच्या वेळेस एक दिवस तंट्याबखेड्यावांचून आणि धामधूम व गडबडीवांचून सुना जात नसे. फौजा आणि घोडे यांची नेहमीं दौडादौड चालू असे; व कोणाच्याही जीवास स्वस्थता म्हणून नसे. शेतकऱ्यांना आपल्या मेहनतीचें फळ आपल्याला मिळेल असा मुळींच भरंवसा नसे. मुसलमान व मराठे यांचीं लष्करें येऊन त्यांणीं मिळेल तें लुटीत व सांपडेल त्यास मारहाण करीत पुढें चालतें व्हावें, इतकेंच नाहीं; तर ते लोकांचीं राहतीं घरें व छपरें पाडून त्यांचे खांब व वांसे आपल्या स्वयंपाकाकरितां जळाऊ लांकडांच्या ऐवजीं बिनधास्त उपयोगांत आणीत. परंतु त्याबद्दलची कोठेंच दाद लागत नसे. अशामध्येंच आणखी भील, कोळी, जाट, काठी, मियाणा व वाघेर वगैरे रानटी लोक मर्जीस येईल त्याप्रमाणें लटपटीनें आपला निर्वाह चालवीत असत. त्यांचा देशांतल्या देशांत एक जबरदस्त उपद्रव असे; यामुळें सर्व देश सधन व सुपीक असतां अगदीं कंगाल अवस्थेस येऊन पोहोंचला होता. सैन्यशिबंदीचे अतिशय श्रीमंती खर्च देशाचे डोक्यावर बसत आणि पैदास्त मुळींच थोडी होई. यामुळें राजे व जमीदार, जाहगीरदार वगैरे प्रजेचे मुख्याधिकारी नेहमीं कर्जबाजारी असून, त्यांच्या डोक्यावर त्यांना सोसावयाचीं नाहींत व त्यांचे खालून त्यांचीं डोकीं कधींही मोकळीं व्हावयाचीं नाहींत असलीं अवजड कर्जाचीं ओझीं लादलीं गेलीं होतीं.

या सर्व संकटांचा व दुःखांचा इंग्रजी राज्यकारभारानें व त्यांच्या सुखावह अंमलबजावणीनें एकदम अंत होऊन, चोहोंकडे स्थिरस्थावर व सुव्यवस्था झाली, आणि लोकांचा जीव खालीं झाला. शेतकरी लोक हौसेनें व उत्साहानें आपल्या कृषिकर्मास लागून, त्यांच्या मेहनतीचा फायदा व उपभोग त्यांचा त्यांना मिळूं लागला. देशांतील एकंदर व्यापार वाढून राजे, संस्थानिक व जाहगीरदार यांचीं उत्पन्नें दिवसेंदिवस वृद्धिंगत होत चाललीं. त्यांच्या मागील लष्कर व फौजा यांचे अवाढव्य खर्च मुळींच कमी होऊन, त्यांचे खजिने वाढत चालले. समुद्रकांठच्या बंदरांवरून चांचे लोकांचा जो अतिशय उपद्रव असे तो अगदीं मोडला जाऊन, जलमार्गानें आलेलीं व्यापाऱ्यांचीं

मालांनीं भरलेलीं जाहजें बिनधोकपणें किनाऱ्यास लागून, ठिकठिकाणीं व्यापारांच्या सोई वाढत चालल्या, सरकारचीं फौजदारी व दिवाणी न्यायगृहें सर्वत्र स्थापन होऊन, रयतेचा न्याय उत्तम रीतीनें होऊं लागला. देणें घेणें, चोरी चपाटी व जुलूम जबरदस्ती यांच्या संबंधानें, ह्या न्यायगृहांतून चांगले न्यायवेत्ते व निष्पक्षपाती न्यायाधीश बसून, रयतेला न्याय देण्याची वहिवाट अप्रतिबंध चालू होऊन, रयतेचें सुख आणि समाधान हीं वाढत्या क्रमास लागलीं आहेत. पूर्वींचे भाट, चारण, सराफ, आणि इतर शेंकडों वर्ग लोकांचे श्रमावर व मेहनतीवरच आपला अनधिकार निर्वाह करीत असत व तो लोकांवर मोठा जुलूम होता; ती सर्व भिक्षुकी आणि अयत्ननिर्वाहवृत्ति या उद्योगव्यवसायी इंग्रजी कारकीर्दींत अगदींच बसत जाऊन, मेहनतीला व कर्त्तबगारीला विशेष मोल चढत चाललें आहे.

ह्या सर्व खुद्द इंग्रजी अमलांतील म्हणजे खालसा मुलखांतील व्यवस्थेचा भाग झाला. परंतु ईंग्रजांचेंच अनुकरण त्यांच्या दृष्टीखालीं व आश्रयाखालीं असलेल्या राजे व संस्थानिकांच्या सत्तेखालील मुलखांतही होऊं लागलेलें पाहून कोणासही इंग्रजी राज्याचें महत्व व त्याजविषयींचा आदरमान हीं यःकश्चित् वाटणार नाहींत. इंग्रजांप्रमाणेंच या संस्थानांतून कायम धारे, कोर्टें, पोलीस, तुरुंग, सडका, दवाखाने, म्युनिसिप्यालिट्या, तळीं, धर्मशाळा, विद्यालयें, अनेक कारखाने, वगैरे निघून त्या त्या कामांस लागणारे उद्योगी, कल्पक व वाकब लोक निर्माण होऊं लागले. वकील, इंजीनिअर (शिल्पी), डाक्टर, शस्त्रवैद्य, वगैरे कसबी व वरिष्ठ प्रकारच्या शिक्षणाचे लोक ह्या संस्थानिकांच्या उदार आश्रयानें तयार होऊं लागले. ह्या सर्व इंग्रजी राज्यसत्तेचा परिणाम होय, हें आतां वेगळें सांगण्याचें कारणच नाहीं. या सर्व सुधारणा काठेवाडांतील एजन्सीनें जितक्या त्वरित आपल्या मुलखांत यथाप्रत उठविल्या तशा गायकवाडी अमलांत गायकवाडाकडून उठविल्या गेल्या नाहींत; व या कामांत गायकवाडी मुलूख फार दुर्दैवी असा समजला जात असे. परंतु आलीकडे दहा वर्षांत त्यांही अमदानींत इंग्रजी राज्यकारभाराचें अनुकरण अतिशय जो-

रानें होत आहे, हें पाहून कोणासही आनंद झाल्यावांचून राहणार नाहीं. खंडेराव गायकवाड यांचे कारकीर्दीत महालांचें उत्पन्न मनस्वी वाढलें, त्यांतच इ० स० १८६० पासून अमेरिकेच्या लढाईमुळें कापसाचा भाव चढून गुजराथेंत पैसा पुष्कळ आला. परंतु खंडेरावांच्या औदार्याचें धोरण व वळण कांहीं वेगळेंच असल्यामुळें त्यांचा पैसा लोकांच्या चिरसुखाकडे उपयोगीं लागण्यापेक्षां, इतर प्रकारचे दानधर्म, पहिलवानांचे आखाडे, पिराची चादर, मकरपुऱ्याचा वाडा, फकीरांचे खाने, दरबारच्या मेजवान्या आणि जवाहिराची खरेदी, इत्यादि कामांमध्येंच खर्चला गेला. या खर्चाकडे एकंदर अजमासें दहा कोट रुपये गेले. हा इतका पैसा त्यांणीं इतर लोकोपयोगी कामांकडे लाविला असता तर त्यापासून लोकांचें सदैव हित होऊन बडोद्याची प्रजा सुखी होती. बडोद्यामध्यें गोड्या पाण्याची मोठी हांकाहांक होती; त्या पाणी आणण्याकडे, शेतकीच्या सुधारणेकडे अथवा स्वतंत्र शाळाखात्याकडे ही एवढी रकम भागशः वांटली असती तरी तिच्यापासून फार उपयोग झाला असता. परंतु प्रजेच्या दुर्दैवानें खंडेराव महाराजांस विद्येची विशेष गोडी नसल्यामुळें त्यांचा पैसा व त्यांचें औदार्य यांचा अनाठायीं व्यय झाला, ही मोठ्या खेदाची गोष्ट झाली! बाकी इतकें खरें कीं, गायकवाडवंशाचा उदय झाल्यापासून खंडेराव महाराजांच्या सारखा दानशूर आणि खर्चिक असा पुरुष पूर्वी कधीं झाला नव्हता व पुढेंही कधीं होणार नाहीं. दान, धर्म, बक्षिसें, इनामें आणि जवाहीरसंग्रह या सर्व अतिशय खर्चाच्या गोष्टींविषयीं खंडेरावांची कारकीर्द फारच प्रसिद्ध आहे. खंडेरावमहाराज असे खर्चिक असतांही ते वारले तेव्हां चार पांच कोटी रुपये गायकवाडाच्या खजिन्यांत शिलक होते. असा त्यांचे अमदानींत द्रव्याला जणूं काय पूर आला होता. तथापि, त्यांजकडून त्या पैशाचा व्यय इंग्रजी कारकीर्दीतील चांगल्या गोष्टींचें अनुकरण करण्यांत झाला असता तर फार बरें झालें असतें. परंतु तसें त्यांजकडून घडावें असा सुयोग त्या वेळीं नसल्यामुळें या गोष्टी बडोद्याचे राज्यांत आणण्याचें यश त्यांना मिळावयाचें नव्हतें, इतकेंच ह्मणावें. दुसरें काय?

खंडेरावमहाराज हे निर्व्यसनी, भोळे, अभिमानी व विलक्षण उदारप्रकृतीचे असत. त्यांचा सर्वांत मोठा गुण म्हटला ह्मणजे ते सर्वांना अयत्नदर्शनी असत. त्यांची भेट एखाद्या लहान मुलापासून अतिशय थोर संस्थानिकापर्यंत सर्वांना वाटेल तेव्हां आयासावांचून होत असे. त्यांच्याजवळ जाण्यास व त्यांना भेटून त्यांशीं बोलण्यास कोणाला कधींच प्रतिबंध नसे. ते वाटेल त्याची भेट घेत व जो जें कांहीं म्हणेल तें त्याचें नीट रीतीनें ऐकून घेत, हा गुण इतर राजपुरुषांमध्यें फारच क्वचित् दृष्टीस पडतो !

खंडेरावमहाराजांच्या कारकीर्दींत, त्यांणीं एक दोन मनुष्यांस कांहीं संशयावरून[1] हत्तीच्या पायाशीं देऊन हालहाल करून ठार मारलें. याबद्दलचा गवगवा होऊन, तो इंग्रजसरकाराचे कानावर गेला व तसें पुनः न करण्याबद्दल इंग्रज सरकारानें त्यांजपासून लेख लिहून घेतला. त्याचप्रमाणें, एकदां महाराजांची मर्जी फिरून बडोद्यांतल्या सर्व विधवांचें जबरीनें केशवपन करविण्याचा त्यांनीं ठराव केला. तेव्हां त्या संबंधानेंही इंग्रजसरकाराला महाराजांस हरकत करणें भाग पडून पुनः तसें जुलमाचें कृत्य न करण्याबद्दल महाराजांपासून लेख करून घेणें भाग पडलें. ह्याप्रमाणें खंडेरावमहाराजांस त्यांचे कारकीर्दींत इंग्रज सरकाराकडून दोन वेळ ठपका आला. तथापि, त्यांचें इंग्रजसरकारांतलें वजन कांहीं कमी झालें नाहीं.

खंडेराव महाराज गायकवाड हे इ० स० १८७० सालीं नोव्हेंबरच्या २८ वे तारखेस एकाएकीं वारले. त्या दिवशीं चंपाषष्ठी असल्यामुळें लोक म्हणूं लागले कीं, आज खंडेरायाचा महोत्सव व्हाव-

---

१. हा संशय इतकाच होता कीं, ते अभागी लोक, खंडेरावमहाराजांचे राजकीय कैदेंत असणारे कनिष्ठ बंधु मल्हारराव यांच्या सांगीवरून, खंडेराव महाराजांस अनिष्ट होऊन मल्हारराव गादीवर यावे अशाबद्दल, कांहीं घोर साधन करीत होते, अशी खंडेरावांस बातमी समजली. व त्यावरून त्यांचा क्रोध अनावर होऊन, त्यांणीं वर लिहिल्याप्रमाणें त्यांस राजद्रोही समजून, हत्तीच्या पायाशीं देऊन त्यांचा शेवट केला!

याचा त्याचे ऐवजीं त्याच्या अंत्यविधीचाच दुष्ट प्रसंग आला! व त्यांच्या आकस्मिक मृत्यूनें बडोद्याची रयत फार हळहळली. मृत्यु-समयीं त्यांचें वय सारें ४२ वर्षांचें असून, त्यांणीं १४ वर्षेपर्यंत बडोद्याचें राज्य केलें.

---

## भाग एकुणतिसावा.

## खंडेराव महाराज गायकवाड यांचे मागून झालेल्या राज्याधिकाऱ्यांच्या कारकीर्दी.

### (इ० स० १८७० पासून इ० स० १८८५ पर्यंत).

खंडेराव महाराज गायकवाड यांचा काळ झाल्यानंतर, त्या वेळीं बडोद्यास असणारे तेथील रेसिडेंट कर्नल बार यांणीं, महाराजांचे कनिष्ठ बंधु मल्हारराव यांस पाद्रे येथील राजकीय कैदेंतून खुलें करून बडोद्यास आणिलें व त्यांचे नांवें बडोद्यांत द्वाही फिरविली. परंतु, माजी महाराजांची राणी जमनाबाईसाहेब ह्या गरोदर असल्यामुळें, त्यांची प्रसूति होऊन काय अपत्य होतें याचा निकाल लागेपर्यंत, मल्हाररावांस राज्याभिषेकाचा संस्कार होण्याचें अर्थात् राहिलें. मल्हारराव व खंडेराव यांचें परस्पर अत्यंत वैर असे; आणि मल्हार-रावाचे ताब्यांत खंडेरावाची विधवा गरोदर पत्नी राहणें बिनधोक नाहीं हें लक्षांत आणून, मुंबईसरकारानें राणी जमनाबाईसाहेब यांस कापांत रेसिडेंटाचे बंगल्यांत नेऊन सुरक्षित ठेविलें. व त्यांचे संरक्षणा-करितां कर्नल कोल व गजानन विठ्ठल जांभेकर यांस नेमिलें. पुढें, ता० ५ जुलई सन १८७१ बुधवार या दिवशीं राणी जमनाबाई प्रसूत होऊन कन्या झाली. तिचें नांव ताराबाई असें ठेविलें.

ह्याप्रमाणें खंडेराव महाराजांचे वंशजाचा निकाल कळल्यानंतर पुढच्याच (आगस्ट) महिन्यांत, मल्हाररावांचा जो बडोद्याच्या गादीला कौल लागला होता त्याप्रमाणें ते गादीवर बसले. मल्हारराव बडोद्याच्या गादीवर बसल्यानंतर राणी जमनाबाईस, आतां पुढें बडोद्यांत राहणें सुरक्षित नाहीं असें वाटून, त्यांणीं सरकाराची विनंति

करून, तीन हजार रुपये दरमहाप्रमाणें नेमणूक घेऊन पुण्यास राहण्याचें पतकरिलें; व त्या आपल्या कन्येसहवर्तमान पुण्यास राहण्यास गेल्या.

इकडे मल्हारराव महाराजांनीं आपली कारकीर्द अशी कांहीं मनस्वीपणानें चालविली कीं, थोडक्याच दिवसांत हे महाराज चांगले गुण उधळतील असा लोकांचा दुष्ट तर्क झाला व शेवटीं तो तर्क खराच झाला! मल्हाररावांनीं जुने, माहितगार, अनुभवी आणि राज्याचें अभीष्ट चिंतणारे नौकर लोक भराभर काढून टाकिले; आणि हलकट, नीच व अक्षरशत्रु असे लोक मुख्य मुख्य जागीं भरले. बळवंतराव राहुरकर, दामोदरपंत नेने वगैऱ्यांसारखे लोक मल्हाररावांचे मसलतगार झाले. अशी मंडळी मसलतगार झाल्यावर राज्याची काय वासलात व्हावयाची तें उघड दिसत होतें. आपलें वजन आणि आब राखण्याकरितां मल्हाररावांनीं बाह्यतः बडोद्याचे प्रसिद्ध श्रीमान् व सुशील असे गोपाळराव मैराळ नांवाचे सावकार होते त्यांजकडे दिवाणगिरी सांगितली होती; परंतु वस्तुतः सर्व कारभार मल्हाररावांचे मसलतगारांनींच आपल्याला वाटेल तसा करावा; असा प्रकार चालला होता. पुढें दिवाण श्रीमंत गोपाळराव मैराळ ता० २६ मे स० १८७२ रोजीं वारले. गोपाळराव मैराळ वारण्याचे पूर्वीं ता० १८ मार्च स० १८७२ रोजीं बडोद्यास कर्नल फेअर हे रेसिडेंट होऊन आले. ते आल्यापासून त्यांचेकडे मल्हाररावांच्या कारकीर्दीचे संबंधानें फार बोभाट जाऊं लागले व ती गोष्ट कांहीं खोटी नव्हती. मल्हाररावांनीं सर्व राज्यभर एकसारखी धुमाळी उडविली होती. खंडेराव महाराजांच्या वेळचा जुना दिवाण भाऊ शिंदे म्हणून एक गृहस्थ होता त्याला, मल्हाररावांनीं गादीवर बसल्याबरोबर कैद करून तुरुंगांत टाकिलें; व पुढें ता० १ मे सन १८७२ रोजीं तुरुंगांतच त्याला विषप्रयोग करून मारून टाकिलें. याचप्रमाणें

१. असें ह्मणतात कीं, पूर्वभागांत लिहिल्याप्रमाणें राजद्रोही गुन्हेगारांस हत्तीच्या पायाशीं दिल्याबद्दल इंग्रजसरकाराकडून खंडेराव महाराजांस जसा टपका आला होता, तसाच टपका, राजद्रोही ठरविलेल्या गुन्हेगारास

मल्हाररावांनीं खंडेराव महाराजांच्या वेळचे व त्यांच्या प्रीतींतले म्हणून जे जे होते त्यांची त्यांची भाऊ शिंद्याप्रमाणेंच कमीजास्त रीतीनें व्यवस्था लाविली. खंडेरावाच्या कारकीर्दींत त्यांना प्रिय असणारे रावजी केशव सांबारे व गोविंदजी नाईक यांची दशाही भाऊ शिंद्याप्रमाणेंच झाली. याशिवाय दुसऱ्या अनेक अन्यायाच्या, अनीतीच्या, बेअब्रूच्या व नीचपणाच्या बहुत गोष्टी मल्हाररावांकडून झाल्या. हिंदुस्थानाचे इतिहासांत अतिनीचपणाची कारकीर्द अशी लखनौ येथें वाजीद अल्लीची झाली म्हणून प्रसिद्ध आहे. परंतु मल्हाररावांच्या बडोदा येथील कारकीर्दीनें वाजीद अल्लीच्या कारकीर्दीसही लाजविलें. ह्या संबंधानें बडोद्याचा रेसिडेंट कर्नल फेअर याचे मार्फत सरकारच्या कानापर्यंत अतिशय बोभाट गेले व शेवटीं सरकारांतून जनरल मीड, जयपूरचे दिवाण आणि इथ्रीज साहेब अशा त्रिवर्गाचें ता० ५ नोवेंबर इ० स० १८७३ रोजीं कमिशन नेमून, मल्हाररावांच्या संबंधाच्या बोभाटांत खरेपणा किती आहे त्याची चौकशी झाली, व त्या कमिशनाकडून सरकारांत रिपोर्ट गेला. त्या रिपोर्टाचा सरकारांत विचार होऊन निकाल कळण्यापूर्वींच, मल्हाररावांनीं नवसरीस जाऊन, तेथें सुरतेच्या एका पोलिस शिपायाची लक्ष्मीबाई नांवाची मुलगी होती तिच्याशीं ता० ७ मे इ० स० १८७४ रोजीं लग्न लाविलें. ह्या लग्नाचे वेळेस लक्ष्मीबाई गरोदर होती. तेव्हां 'अशा स्थितींत लग्न होण्यास कांहीं हरकत आहे काय?' म्हणून शास्त्रार्थ विचारतां, शास्त्री लोकांनीं 'कांहीं हरकत नाहीं' असा शास्त्रार्थ दिला; व त्या शास्त्रार्थाप्रमाणें तो

---

आपणही तसेंच किंवा अन्य प्रकारें शासन केलें तर आपल्यावरही येईल असें जाणून, त्या भीतीनें, मल्हाररावांनीं असा क्रम ठेविला होता कीं, राजद्रोही ह्मणविलेल्या गुन्हेगारांस अल्पशा मुदतीची कैद द्यावयाची; आणि तो गुन्हेगार एकदां कारागारनिविष्ट झाला ह्मणजे त्याला विषप्रयोग करून त्याचा शेवट करावयाचा. अशा गुप्त रीतीनें आपल्या द्वेषाचा व शत्रुत्वाचा सूड उगविण्याची मल्हाररावांनीं युक्ति योजिली होती!

शुद्ध विवाह झाला. परंतु, त्या विवाहानें जातीचा तंटा उपस्थित होऊन, मल्हारराव गायकवाडाचे पंक्तीस मराठे सरदार भोजनास बसेनात. त्यामुळें मल्हाररावांचा कितीएक लोकांशीं बेबनाव झाला. पुढें ता० १६ आक्टोबर रोजीं या बाईस मुलगा झाला.

मध्यंतरीं मल्हाररावांनीं विचार केला कीं, आपल्या संबंधानें अशा प्रकारें कमिशनें नेमून चौकशा व्हाव्या व आपल्या कारभारांतील अव्यवस्थेच्या संबंधानें बोभाटे व्हावे; त्यापेक्षां एक चांगलासा दिवाण नेमून त्याच्या दिमतीस वडोद्याचा कारभार करून आपण स्वस्थ त्याच्या मसलतीनें चालावें, व त्या विचाराप्रमाणें ता० १० आगस्ट इ० स० १८७४ रोजीं मल्हाररावांनीं दादाभाई नौरोजी नांवाच्या प्रसिद्ध व विद्वान् पार्शी गृहस्थांस आपले दिवाण नेमिलें. दादाभाई दिवाणगिरीच्या जाग्यावर आल्यानंतर त्यांणीं सर्व व्यवस्था बघून व मल्हाररावांचे तोंडून सर्व हकीकत ऐकून सरकारांत असें लिहून कळविलें कीं, 'कर्नल फेअर ह्या रेसिडेंटाचें व मल्हाररावांचें वितुष्ट असल्यामुळें तो वाजवीपेक्षां फाजील गोष्टी सरकारास कळवून वडोद्याच्या कारकीर्दीविषयीं सरकारास संशय उत्पन्न करीत आहे. तेव्हां अशा रेसिडेंटास येथून बदलून दुसरा कोणी नवीन रेसिडेंट् नेमावा' अशा तक्रारी सरकारांत गेल्या. त्याचप्रमाणें दादाभाईनीं सरकारास अशी विनंति केली कीं, 'मल्हाररावांस आपली राज्यव्यवस्था सुधारण्यास १८ महिन्यांची मुदत द्यावी.' सरकारानें दादाभाईच्या अर्जाप्रमाणें कर्नल फेअर याची बदली करून मल्हाररावांस आपला कारभार सुधारण्यास १८ महिन्यांची मुदत दिली. कर्नल फेअर याची बदली होऊन तो वडोद्याहून निघून जावयाचा तोंच त्याणें सरकारांत रिपोर्ट केला कीं, 'माझ्या पिण्याचे सरबतांत विषप्रयोग झाला असून, त्यासंबंधीं आरोप मल्हाररावांवर आहे.' कर्नल फेअर याचे जाग्यावर सरकारानें, पंजाबांत स्पेशियल कमिशनर या हुद्यावर असलेले कर्नल सर लुई पेली यांस गव्हर्नर जनरलाचे एजंट म्हणून नेमिलें. त्यांनीं मल्हाररावांस आपला कारभार कसकसा सुधारून, सरकारची आपल्यावर खुपमर्जी कशी होईल याविषयीं बहुत

प्रकारें समजून सांगितलें. परंतु पेली साहेबांची मसलत गायकवाड यांस मुळींच उपतिष्ठली नाहीं. नंतर वरील विषाच्या चौकशीचें काम सरकारानें कमिशन नेमून करण्याचें ठरविलें. त्या कमिशनांत ग्वाल्हेरचे श्रीमंत जयाजीराव शिंदे, जयपुरचे राजे रामसिंग महाराज, इंग्रजसरकाराचे व नेटिव संस्थानिकांचे दोस्त व स्नेही राव राजे सर दिनकरराव राजवाडे, मिस्तर मेलव्हिल् आणि सर् रिचर्ड कौच्, असे तिघे नेटिव आणि दोघे युरोपियन मिळून पांचजणांची सभा नेमिली. यांत सर रिचर्ड कौच् हे मुख्य होते. हें कमिशन ता० २४ फेब्रुवारी, सन १८७४ रोजीं वडोद्याच्या कापांत बसून, त्याजपुढें उघड रीतीनें मल्हाररावांवरील आरोपाची चौकशी चालली.

इंग्रजसरकारच्या बरोबरीच्या व स्नेही अशा संस्थानच्या अधिकाऱ्यावर, पंचांची सभा नेमून तिचेपुढें उघड रीतीनें विषप्रयोगासारख्या आरोपाची चौकशी चालविण्याचें उदाहरण आलीकडच्या काळांत इकडच्या लोकांस अदृष्टपूर्वच असल्यामुळें, त्या खटल्याविषयीं लोकांत फारच गवगवा होऊन त्याला विलक्षणच रूप आलें[1] होतें. मल्हाररावांनीं आपले बचावाकरितां विलायतेहून सार्जंट् ब्यालंटाइन् नांवाचा एक प्रसिद्ध ब्यारिस्टर आणिला होता. झालेल्या चौकशींत हिंदु सभासदांचें मत मल्हारराव आरोपांतून निर्दोष आहेत म्हणून ठरलें व साहेब सभासदांचें मत मल्हाररावांवर आरोपाची शाबिती होत आहे असें निघालें; व त्याप्रमाणें त्या सर्व चौकशीचा रिपोर्ट हिंदुस्थानसरकाराकडे केला. तेव्हां, त्यावेळचे हिंदुस्थानचे गव्हर्नर जनरल लॉर्ड् नॉर्थब्रूक् हे साहेब होते. त्यांणीं असें ठरविलें कीं, 'पंचांचे अभिप्राय आम्हास घ्यावयाचे नाहींत. पंचांची सभा फक्त या चौकशीचे संबंधाचा साक्षीपुरावा पाहण्याकरितांच नेमिली होती. यासाठीं, त्यांणीं जो साक्षी-

---

१. या आमच्या ह्मणण्याचे सत्यतेकरितां त्या वेळचीं वर्त्तमानपत्रें वगैरे पाहिलीं ह्मणजे समजून येण्यासारखें आहे. त्या प्रसंगाला अनुसरून एक 'मल्हारराव नाटक' ह्मणूनही प्रसिद्ध झालें आहे. या सर्व गोष्टींवरून हें खटलें विलक्षण असें झालें होतें हें सहज सिद्ध होतें.

पुरावा मिळवून आह्मांकडे पाठविला आहे तो पाहतां आमचा असा अभिप्राय आहे कीं, मल्हारराव यांणीं विषप्रयोग करण्याची खटपट केली असें सिद्ध होत असल्यामुळें, त्यांस पदच्युत करण्यांत येत आहे.' आणि व्हाइसरायांच्या त्या अभिप्रायाप्रमाणें, ता० २२ एप्रिल सन १८७५ रोजीं एकदम मोठ्या बंदोबस्तानें मल्हाररावांस आगगाडींत घालून मद्रासेस रवाना केलें! त्याच दिवशीं बडोद्यामध्यें हिंदुस्थान सरकारचा जाहिरनामा लागला कीं, 'मल्हारराव यांस जरी पदभ्रष्ट केलें आहे तरी, बडोद्याच्या राज्याचे संबंधानें इंग्रजसरकाराला पूर्ण अभिमान असून, श्रीमती राणी जमनाबाईसाहेब यांचे मांडीवर दत्तक देऊन व एतद्देशीय दिवाण नेमून, त्याचे हातानें बडोद्याचें राज्य सुयंत्र चालेल अशी व्यवस्था करण्यांत येईल.'

परंतु, सरकारच्या हेतूप्रमाणें त्या सर्व गोष्टी घडून येण्यास अवकाश होता; ह्मणून, ता० २८ एप्रिल सन १८७५ रोजीं, बडोद्यास कोणी राजा नाहीं या सबबेनें बाजारचे लोकांनीं मोठा दंगा केला; आणि मल्हाररावांची दुसरी राणी लक्ष्मीबाई इचा मुलगा गादीचा वारस म्हणून राज्यावर बसविला. लोकांचा हा बंडावा बघून इंग्रजसरकारची फौज शहरांत आली. त्याबरोबर दंगेखोर लोक पांगून जिकडे तिकडे पळून गेले. पुढें, म्हाळसाबाई व लक्ष्मीबाई या मल्हाररावांच्या दोघीही स्त्रिया बडोद्यांत होत्या त्यांस, त्यांचे संरक्षणास बापू रावजी मांडे यांस बरोबर देऊन मद्रासेस मल्हाररावांकडे पोंचतें केलें; आणि पुण्याहून राणी जमनाबाईस ता० २ मे रोजीं बडोद्यास नेलें. त्याचप्रमाणें तालुके मालेगांवपैकीं कोलाणें नांवाच्या गांवचे कोणी काशीराव गायकवाड हे बडोद्याचे गायकवाडघराण्यास अगदीं जवळचे संबंधी आहेत असें पाहून, त्यांचे चिरंजीवांस ता० २७ मे सन १८७५ रोजीं राणी जमनाबाईनीं दत्तक घेऊन त्यांचें नांव 'सयाजीराव महाराज' असें ठेविलें.

मल्हाररावांवर विषप्रयोगाचा आरोप आल्यावर त्या संबंधानें पुरावा जमविण्याची खटपट चालली व मोठ्या प्रयत्नांनीं पुरावा मिळवून मुंबईच्या अड्व्होकेट जनरलास दाखविला. तेव्हां व त्याचा अभि-

प्राय, महाराजांवर खटला करून चौकशी चालवावी, असा पडला. त्यावरून वर लिहिल्याप्रमाणें पांचजण काळे गोरे मिळून एक कमिशन बसलें व मल्हाररावांची चौकशी सुरू झाली. मल्हाररावांच्या वतीनें वर सांगितल्याप्रमाणें विलायतेहून सार्जंट ब्यालंटाइन यांस सव्वालक्ष रुपये देऊन आणिलें होतें. ह्या कमिशनास सात लाख रुपये एकंदर खर्च झाला. शिवाय, मल्हाररावांस कैद करण्याचें ठरलें तेव्हां इंग्रजसरकारची फौज व तोफखाने आणि पोलिस वगैरेची गर्दी झाली तो खर्च वेगळाच.

मल्हाररावांवर आरोपाची शाबिती होऊन त्यांची मद्रासेस रवानगी झाल्याबरोबर सर लुई पेली विलायतेस गेले व मीड साहेब रेसिडेंट् होऊन आले. परंतु तेही थोडेच दिवस राहिले. कमिशन बसण्याचे पूर्वींच दिवाण दादाभाई नौरोजी हे आपल्या नौकरीचा राजीनामा देऊन निघून गेले होते.

मल्हाररावांनीं आपले बंधु खंडेराव महाराज यांच्या औदार्यास मागें टाकण्याकरितां अतिशय उधळपट्टीचे खर्च केले व त्यांचें लक्ष नेहमीं खंडेरावांवर तोड कशी होईल इकडे असे. खंडेरावांनीं चांदीच्या तोफा ओतविल्या होत्या, त्यांवर सरशी करण्याकरितां मल्हाररावांनीं सोन्याच्या तोफा ओतविल्या. दुसरें एक मल्हाररावांचें विलक्षण धोरण असे, व इकडील बहुतेक राज्याधिकाऱ्यांचीं हींच धोरणें असलेलीं दिसतात कीं, आपल्या पूर्वाधिकाऱ्यांवर सरशी करण्याकरितां त्यांच्या कारकीर्दींत घडलेल्या गोष्टी तुच्छ करून, आपला डौल आणि आपला वर्चष्मा गाजविण्याकरितां विशेष जपावयाचें. अशी गोष्ट इतर संस्थानच्या राज्याधिकाऱ्यांमध्यें किती अंशांनीं असेल ती गोष्ट वेगळी. परंतु बडोद्याच्या राज्याधिकाऱ्यांमध्यें ती मल्हाररावांपर्यंत पूर्ण दिसत आली आहे. खंडेरावांनीं मकरपुऱ्यांतील राजवाडा बांधविला; परंतु मल्हाररावांनीं तो पाडवून टाकून दुसरी एक 'नजरबाग' म्हणून तयार केली व तींत वेगळा राजवाडा बांधिला. एकंदर खंडेरावांनीं जें केलें तें कुचकामाचें व आपण करूं तें सुंदर, असा मल्हाररावांचा निश्चय झाला होता. खंडेरावांचे कार-

कीर्दींत जो दानधर्म होत असे त्यावर सरशी करण्याकरितां मल्हा-रराव्यांनीं लक्ष गोप्रदानें, ब्राह्मणभोजनें, वगैरेंमध्यें बराच पैसा उधळला. परंतु त्यांच्या दुर्दैवाची गोष्ट ही कीं, खंडेरावांच्या राज्यकारभारास मल्हाररावांच्या कारभारानें कमीपणा न येतां, मल्हाररावांच्या दुर्वर्तनानें खंडेरावांची कारकीर्द विशेष तेजस्क भासूं लागली. मल्हाररावांनीं जें जें करावें तें तें लोकांस अप्रिय वाटून, दिवसेंदिवस लोकांतील त्यांचे संबंधाचा मान व अभिमान कमी कमी होत चालला, ह्यांत कांहीं नवल नव्हतेंच.

हिंदुस्थानांतील संस्थानिकांमध्यें राज्यकर्तृत्व, सदसद्विचार, पुढलें मागलें धोरण आणि नीतिमत्व यांचा अभाव असून, ते आपल्या प्रजेस कसेही अप्रिय झाले असले तरी, त्यांजमध्यें इंग्रजसरकाराशीं प्रेमानें आणि मित्रत्वानें राहून त्याची मर्जी प्रसन्न व खुष ठेवण्याची जी कला ती पूर्णपणें अवगत असली, ह्मणजे त्या कलेच्या पोटीं कशाही दुष्ट बहात्तर खोडी असल्या तरी त्या लपल्या जाऊन, त्या संस्थानिकांचा आब व मान हीं बाह्यतः कायम असतात. परंतु या आवश्यक कलेमध्येंही मल्हारराव अजाण असल्यामुळें त्यांची वर लिहिल्याप्रकारची फजिती व दुर्दशा झाली. दुर्व्यसनग्रस्तता, अनीतियुक्त कारभार आणि हाताखालच्या मानकऱ्यांचा व सरदारांचा अपमान, ह्या महान् दुर्गुणांनीं प्रथमतः लोकप्रीति व लोकाभिमान यांतून मल्हारराव मुक्त झालेच होते; आणि अशा अवस्थेंतच वरिष्ठ इंग्रजसरकाराशीं बांकून राहण्याचा हट्ट; अशा एकंदर अंतर्बाह्य कारणांनीं मल्हाररावांची उचलबांगडी झाली. नाहीं तर झाली नसती.

इंग्रज सरकाराशीं मल्हाररावांकडून जो वादाचा विषय निघाला होता तो म्हटला ह्मणजे इतका विकोप्याला जावा असा नव्हता. प्रथमतः डाव्या उजव्या बाजूचे मानासंबंधानें मल्हाररावांकडून इंग्रज सरकाराशीं बोलणें चाललें. मल्हाररावांचें ह्मणणें कीं, गायकवाडांचा मान इंग्रज सरकारच्या दरबारांत पहिल्यापासून उजव्या बाजूस बसण्याचा आहे तोच कायम रहावा; आणि खंडेराव महाराजांपर्यंत तो मान इंग्रज सरकारांनीं चालविलाही होता. त्यांत जेव्हां जाणून बुजून असा

फेरबदल दिसला, तेव्हां मल्हाररावांनीं त्याबदलचा विशेष आग्रह धरून सरकाराशीं बोलणें चालविलें. आपल्या हक्काकरितां न्यायवेत्त्यांजवळ मनुष्यानें रीतीप्रमाणें भांडावें व वाद करावा. परंतु त्या वादाचा परिणाम भयंकर होण्याचा संभव असल्यास तो वाद तसाच पडूं दिल्यास त्यांत शहाणपणाचा भाग विशेष होय. तें धोरण मल्हाररावांस न राहून तो वाद फारच हट्टास पेटला व इंग्रज सरकारच्या मनांत मल्हाररावांविषयीं जास्त जास्त वितुष्टपणा येत जाऊन शेवटीं त्याचा वर लिहिल्याप्रकारें भलताच परिणाम झाला, असा लोकांचा समज आहे. तें कांहीं असो. मल्हाररावांची कारकीर्द कोणत्याही प्रकारें कोणासच सुखावह झाली नाहीं. सुज्ञ लोकांचा आणि मसलतगारांचा अव्हेर होऊन, मतिमंद, नीतिभ्रष्ट आणि दुर्विचारी लोकांच्या सहवासानें आणि मसलतीनें त्यांचा एकंदर कारभार सर्वांना तिरस्कार्य व निंद्य असा झाला. मल्हारराव पदभ्रष्ट होऊन मद्रपुरीला त्यांचा अधिवास झाला, ह्या गोष्टी न्यायाच्याच झाल्या; परंतु इंग्रजसरकारानें आपल्या अधिकाराचा व वचनांचा अतिक्रम करून मल्हाररावांचें उच्चाटन करण्यास जी घाई केली त्याचें कांहींएक कारण नव्हतें, व या संबंधानें पुनः विलायतेस मुख्य पार्लमेंटसभेमध्यें विचार होण्याकरितां मल्हाररावांच्या पक्षपाती लोकांनीं खटपट चालविली होती. परंतु त्या खटपटीस यश आलें नाहीं. पार्लमेंटच्या पुढें या संबंधाचा प्रश्न निघणार तोंच, मल्हाररावांच्या कारकीर्दीच्या संबंधाच्या हकीकतीचे सविस्तर वर्णनाचीं 'ब्ल्यूबुकें' प्रसिद्ध होऊन, मल्हाररावांच्या पक्षपात्यांचे ह्मणण्यांत कांहीं अवसान राहिलें नाहीं. आणि झाला हा प्रकार निमूटपणें व बिनबोभाट कायम राहिला. अशा रीतीनें मल्हाररावांच्या

१. बडोदें संस्थानांतील मल्हाररावाच्या कारकीर्दींत ज्यांणीं सरन्यायाधिशाचें काम केलें ते उद्योगी व कारस्थानी रा० रा० बळवंतराव अनंत देव यांणीं "मल्हाररावांचा खरा इतिहास" ह्मणून एक मोठें विस्तृत पुस्तक प्रसिद्ध केलें आहे; व त्यांत मल्हाररावांच्या कारकीर्दीचें बरेंच विस्तारपूर्वक साधार वर्णन केलें आहे. वाचकांनीं एकवार तें वाचून बघावें अशी आह्मी शिफारस करितों.

कारकीर्दीचा आद्यंत झाला; आणि वर लिहिल्याप्रमाणें भाग्यशाली तरुण सयाजीराव महाराज यांचें महाराणी जमनाबाईचे मांडीवर दत्तविधान होऊन, बडोद्याच्या राज्याचे मालक ह्मणून त्यांची स्थापना झाली.

सयाजीराव महाराजांच्या पूर्वस्थितीचा विचार केला असतां, अनुकूल प्रारब्धाचें चमत्कृतिवैचित्र्य बघून दैववादी लोकांच्या पक्षाला विशेष वजन व मान येईल यांत संशय नाहीं. "दैव हें रावाचा रंक आणि रंकाचा राव करितें," असें जें म्हणतात, त्याचें प्रत्यक्ष उदाहरण, पदच्युत झालेल्या कै० वा० मल्हाररावांकडे व प्रस्तुतच्या राज्याधिष्ठित महाराजांकडे लक्ष दिलें म्हणजे दिसेल.

सयाजीराव महाराजांस बडोद्याच्या राज्याचे मालक केलें व त्यांच्या दिवाणगिरीचे जागीं राजे सर टी० माधवराव या हुषार व राज्यकारस्थानी पुरुषास नेमिलें. त्यावेळीं पहिले रेसिडेंट मीडसाहेब होते, त्यांस बदलून त्यांचे जागीं मि० मेलव्हिल या नांवाचे पंजाबइलाख्यांतून सरकारानें नेमून पाठविले. हे गृहस्थ पूर्वी मल्हाररावांच्या चौकशीचे कमिशनांत एक पंच होते व त्यांजकडेच या वेळीं, बडोद्याच्या दरबारीं इंग्रजसरकारचे वकील होऊन राहण्याचें काम आलें.

मल्हारराव पदच्युत झाल्यामुळें बडोदासंस्थानांत फार अव्यवस्था व अस्वस्थता झाली होती ती मोडून स्थिरस्थावर करण्याकरितां बडोद्याच्या दरबाराला कांहीं दिवस घालवावे लागले. त्याचप्रमाणें मल्हाररावांच्या चौकशीचे कामांत सरकारच्या वतीनें बडोद्यास ज्यांणीं झटून मेहनत केली व ज्यांच्या मेहनतीनें सरकारच्या हातीं धरलेल्या कृत्याची सार्थकता झाली असें त्यास वाटलें, त्या लोकांस बक्षिसें वगैरे देऊन त्यांचा सन्मान करण्यांत आला. त्यांत, राव बहादूर गजानन विठ्ठल जांभेकर यांचा मोठा सत्कार झाला. गजानन विठ्ठल जांभेकर हे, इ० स० १८७४ च्या डिसेंबर महिन्यांत मुंबईचे पोलिस कमिशनर सर फ्रयांक सौटर यांकडून जी बडोद्याचे राज्यांत तपासणी आणि पुराव्याची जमवाजमव चालली होती तींत, त्यांस मुख्य मदतगार होते. त्या कामांत त्यांनीं केलेली मेहनत आणि पूर्वी

नरगुंदच्या बंडाचा मोड करण्यांत त्यांनीं दाखविलेली बहादुरी हीं लक्षांत आणून, इंग्रजसरकारानें त्यांस एक गांव इनाम दिला. त्याचप्रमाणें बडोद्याचे वरील कामांत मदत करणारे दुसरे दोघे मुसलमान गृहस्थ खान बहादूर अकबर अली व अबदुल अली यांसही सरकारानें वंशपरंपरा पेन्शन करून दिलें.

बडोद्याचे संस्थानावर सर टी० माधवराव हे दिवाण झाल्यापासून त्यांनीं सर्व प्रकारें त्या राज्यांतील व्यवस्था आणि बंदोबस्त करण्याकडे लक्ष दिलें. त्यांनीं शाळाखातें व न्यायखातें वाढवून विद्या व न्याय हीं फार वाढविलीं. वसूलखात्याचा उत्तम प्रकारें बंदोबस्त करून, बडोद्याचे राज्यांत कोणकोणत्या न्यूनता व गरजा आहेत त्यांची पूर्णता करण्याची सुरवात केली. सरकारी कचेऱ्यांस स्वतंत्र व प्रशस्त इमारती नव्हत्या ती न्यूनता प्रथमतः दिवाण माधवराव यांनीं काढून टाकिली. खालसा (इंग्रजी) मुलखांतल्या म्युनिसिपालिट्यांप्रमाणें शहर सुधारण्याची सरकारी खर्चानें व्यवस्था ठेविली. एकंदर खर्चांतील उधळपट्टीचे व अवास्तव खर्च दरोबस्त रद्द करून बडोदेसंस्थानची शिल्लक चांगली वाढविली. दत्तक राजपुत्राचे विद्याभ्यासाकरितां, योग्य विद्वानांच्या शिक्षकांचे जाग्यांवर नेमणुका करून, त्यांजकडून नव्या गायकवाडांस चांगल्या रीतीचें शिक्षण दिलें. राज्यांतील सर्व खातीं आणि सर्व कामें व्यवस्थित आणि सुयंत्र चालतील अशा रीतीची, योग्य कामदार नेमून व्यवस्था केली. परंतु हें सर्व करण्यास दिवाण माधवराव यांस सर्व प्रकारें बाहेरचीच मदत घ्यावी लागली. सर्व कामदार बाहेरून आणून, संस्थानांत त्यांच्या नेमणुका कराव्या लागल्या. बडोद्यांतल्या बडोद्यांत पाहिजेत तसे लोक मिळाले नाहींत. तेव्हां, राज्यांत एकंदर जी व्यवस्था आणि सुबत्ता लागते तिची अगोदरपासून नीट रीतीनें व पुढील काळावर नजर देऊन, धोरणाधोरणानें योग्य तजवीज ठेवीत जाण्याचा जो इंग्रजी राज्यरीतीचा कित्ता आहे तो सर्वांनीं वळविला पाहिजे. विद्वानांच्या व कौशल्यनिपुणांच्या खाणी राज्यामध्यें आपाप सांपडत नाहींत. त्यांची योग्य काळीं

लागवड केली पाहिजे म्हणजे तिचे वृक्ष पुढें प्रफुल्लित होऊन त्यांपासून राज्यकर्त्यांस योग्य फळें मिळत जातात.

इ० स० १८७५ सालीं नोव्हेंबरच्या २३ व्या तारखेस बडोदें येथें युवराज प्रिन्स् ऑफ् वेल्स् यांची स्वारी आली. तरुण महाराजांच्या अमदानींतील युवराजागमनाचा हा प्रसंग पहिलाच मोठ्या उत्सवाचा झाला. त्यावेळीं दिवाण सर टी. माधवराव यांनीं बडोदें दरबारांतून युवराजांचें फार उत्तम प्रकारें स्वागत केलें व त्यावरून राज्ञीपुत्र फारच खुष झाले. त्यापुढें इ० स० १८७६ च्या अखेरीस, महाराणी व्हिक्टोरिया यांनीं आपणास १८७७ च्या जानेवारींत 'चक्रवर्तिनी' अशी जी पदवी घेतली त्या संबंधानें दिल्ली येथें जो महोत्सव झाला होता त्या महोत्सवाकरितां, गायकवाड सरकार आपल्या ऐश्वर्यासहवर्तमान गेले होते. त्यावेळीं दिवाण सर माधवरावही महाराजांबरोबर होतेच. नव्या गाइकवाडाचे दत्तविधानानंतर दिल्लीच्या महोत्सवाला जाऊन येण्याचा समारंभ हा दुसरा ध्यानांत टेवण्यासारखा प्रसंग होय. इ० स० १८८० मध्यें ह्या नव्या महाराजांचा मोठ्या थाटाचा व डौलाचा लग्नसमारंभ झाला; आणि इ० स० १८८१, ता० २४ डिसेंबर रोजीं गादीवर बसण्याचा महोत्सव झाला. या राज्यारोहणोत्सवास एकंदर ११ लाख रुपये खर्च झाला. ह्या महोत्सवसमयीं मुंबई इलाख्यातील एकंदर निवडक व प्रसिद्ध गृहस्थांस आमंत्रण केलें असून, त्या समारंभाकरितां शेंकडों नेटिव व युरोपियन लोक जमले होते.

गाइकवाड सरकार राज्यारूढ झाल्यानंतर लौकरच दिवाण राजे सर टी. माधवराव हे रजा घेऊन, स्वदेशीं जाण्याकरितां निघाले. दिवाणजींनीं बडोदें संस्थान सुधारण्याकरितां जी मेहनत घेतली आणि तें संस्थान चांगल्या राज्याचे पंक्तीला आणून बसविण्याच्या योग्यतेचा जो पाया घातला, त्याबद्दल महाराजांनीं दिवाणजींना आ-

१. असें ह्मणतात कीं, या महोत्सवाकरितां हिंदुस्थानसरकाराला ६० लक्ष रुपये खर्च आला.

पली कृतज्ञता दाखविण्याकरितां, तीन लाख रुपयांचें बक्षिस दिलें. त्याचा त्यांनीं स्वीकार करून स्वदेशीं प्रयाण केलें, ते पुनः **बडोद्यास** परत आले नाहींत. दिवाणजी स्वदेशीं गेल्यानंतर **बडोद्याचा** सर्व राज्यकारभार **सयाजीरावांचे** हातीं आला. पुढें **सर माधवरावांप्रमाणेंच बडोद्याचे रेसिडेंट मि० मेलव्हिल्** हेही विलायतेस निघून गेले. **सर माधवराव** यांचे मागून त्यांचे दिवाणगिरीचे जाग्यावर **खान बहादूर काजी शाहाबुद्दीन** यांस **सयाजीरावांनीं** आपले दिवाण नेमिले; व पूर्ववत् सर्व कारभार व्यवस्थित चालविला.

**सयाजीरावांचा, हिंदुरीतीप्रमाणें** बालविवाहाचे सदरांत येण्यासारखा, विवाह न झाल्यामुळें योग्य कालीं राजाराणींची विवाहोत्तर गांठ पडून, राज्यारोहणसमयीं तर त्यांची प्रिय पत्नी दुसऱ्यानें गरोदर होती. त्यावेळींही त्यांस कन्याच झाली. परंतु पुढें एक वर्षानें त्यांस एक पुत्र झाला.

इ० स० १८८२, ता० २५ जुलै रोजीं, पदभ्रष्ट झालेलें **मल्हारराव** महाराज **मद्रासेस** वारले. तेव्हां, त्यांच्या दोन्ही राण्यांस **बडोद्यास** आणून ठेविलें. **मल्हाररावांना** दुसऱ्या बायकोपासून जो मुलगा झाला होता तोही आपल्या बापाच्या दैवदुर्विलासांतच **मद्रास** येथें मरण पावला. ह्याप्रमाणें **मल्हारराव** अनपत्यावस्थेंतच मृत्यु पावले.

**सयाजीराव** महाराजांची प्रियपत्नी **श्रीमती** सौभाग्यवती **चिमणाबाईसाहेब** यांस दुर्धर क्षयरोगानें ता० ७ मे, सन १८८५ रोजीं देवाज्ञा झाली. मृत्युसमयीं **चिमणाबाई** राणीसाहेब यांचें वय केवळ २१ वर्षांचें असून, त्या फार सुशील आणि सुशिक्षित होत्या. त्या पतिपत्नींचें परस्पर प्रेम अतिशयच असल्यामुळें व खुद्द **सयाजीरावांचें** एकपत्नीव्रत आणि निर्व्यसनिता हीं विशेष ध्यानांत ठेवण्यासारखीं असल्यामुळें, त्यांनीं आपल्या आसन्न झालेल्या पत्नीला आरोग्य होण्याकरितां जे अश्रांत श्रम केले ते फारच होते. त्याचप्रमाणें आपल्या राणीला आराम पडावा ह्मणून त्यांनीं खर्चही अतिशय केला; परंतु त्यामध्यें त्यांस यश मिळालें नाहीं. शेवटीं वर लिहिल्याप्रमाणें श्रीमती राणी **चिमणाबाईसाहेब** ह्या आपल्या प्रिय भर्त्यास आणि अल्पवयी युवराजास सोडून स्वर्गलोकीं चालत्या झाल्या! पत्नीवियोगाचें ह्या महाराजांस फार फार दुःख झालें.

सयाजीराव महाराजांचे कारकीर्दींत वडोद्याचे प्रजेला फार सुख होईल अशी सर्वांना मोठी आशा आहे. आणि सुदैवानें, त्या आशेचें साफल्य करण्यासारखाच हा तरुण राजा आहे. विद्या, विनय, गांभीर्य, शालीनता, सारासार विचार आणि मागचें पुढचें धोरण हे जे मुख्य गुण राजपुरुषांत अवश्य असावयाचे ते प्रस्तुतच्या महाराजांत पूर्णपणें असल्याचें दिसत आहे. व तसेच ते गुण पुढेंही राहतील अशी खात्री आहे. ह्या महाराजांमध्यें अत्यंत वंद्य व स्तुत्य गुण म्हटला म्हणजे त्यांची असाधारण निर्व्यसनिता. ही तर फारच थोड्या कुलीन राजपुत्रांत सांपडते. लोक तर अशी आशा बाळगून आहेत कीं, एकंदर सर्व गाइकवाडवंशजांकडून जें सुख व जी सुव्यवस्था आजपर्यंत आपल्यास कधींही मिळाली नाहीं तें सुख व ती सुव्यवस्था प्रस्तुतच्या सयाजीरावमहाराजांकडून आपल्याला मिळेल व आपण इंग्रजसरकारचे रयतेपेक्षांही कित्येक गुणांत जास्त भाग्यशाली होऊं. इंग्रजसरकारचे रयतेपेक्षां, गाइकवाडाची रयत स्वराज्यांत आहे हें तर एक तिला विशेष भूषण व अभिमानाला कारण आहेच; आणि त्यांतच तिजमध्यें, महाराजांच्या सद्बुद्धीनें, साम्राज्यानें व सत्प्रेरणेनें स्वातंत्र्य, विद्याप्रसार, यंत्रकलावृद्धि आणि अनेक उद्योगव्यवसाय निघून, ज्या मुख्य मुख्य गोष्टींत व नांवलौकिकांत आजपर्यंत वडोदें अगदीं मागें होतें तें, ह्याप्रमाणें शनैःशनैः उत्तमोत्तम संस्थानांत गणण्यासारखें होईल, अशी आशा व उमेद आहे. ह्या महाराजांनीं आपले बंधु विलायतेस विद्याभ्यासाकरितां पाठविले असून, आनुकूल संधि मिळाल्यास त्यांचा स्वतःही युरोपखंडांतील मुख्य मुख्य राष्ट्रें पाहण्यास जाण्याचा हेतु आहे. या महाराजांस व त्यांचे युवराजास दीर्घायुष्य होऊन, त्यांच्या हस्तें गुजराथेंतील या मुख्य संस्थानचें उत्तम रीतीनें हित व कल्याण घडून आणण्याचा भाग ईश्वराधीन आहे. त्याप्रमाणें तो महाराजांस अनुकूल व साह्य असो.

## समाप्त.

---

१. हा इतिहास सन १८८५ पर्यंतच लिहिला गेला असल्यामुळें पुढील म्हणजे महाराजांचें दोन तीन वेळ युरोपखंडांत प्रयाण व तेथून नाना तऱ्हेच्या सुधारणा आपल्या राज्यांत आणणें, वगैरे इतिहास अर्थातच या ग्रंथांत आला नाहीं.

# राज्यतुलना.

गुजराथचा इतिहास लिहिला गेला व तो वाचून, त्यांतून राज्य-क्रांतीचीं चक्रें कशा रीतीनें आणि किती वेगानें फिरत आलीं हें समजून येईल. जुनीं राज्यें व जुने कारभार हळू हळू दरोबस्त मोडून चोहोंकडे इंग्रजी राज्याचा पगडा बसला. व जेथें जुनीं राज्यें आहेत तेथेंही इंग्रजी राज्यकारभाराचेंच अनुकरण निर्बाध रीतीनें चालू झालेलें आतां आपण पहातों. तेव्हां हा चमत्कारिक प्रकार आहे तरी काय? अशी काय इंग्रजी राज्यकारभारांत मोहनी आहे काय कीं, त्याचेंच अनुकरण सर्वांनीं निरभिमानपणें आणि निर्मत्सरतेनें करावें? यामध्यें खचित कांहीं तरी अपूर्वाई आहे व ती अपूर्वाई सर्वांना हितकर व आवडती आहे; आणि म्हणूनच इंग्रजांच्या अनुकरणीय पद्धतीचें चोहोंकडे अवलंबन होऊन ज्या त्या संस्थानिकाचा इंग्रजी अमलांतील मुलखाच्या कारभाराशीं साम्य आणि बरोबरी करण्याचा विशेष कल दिसतो. आतां इंग्रजी मुलखांत जो राज्यकारभार चालतो तो सर्वांशींच निर्दोष आणि प्रजासुखावह असतो किंवा आहे असें नसून, त्यांतही असमाधानकारक व हीनतादर्शक अशा कित्येक गोष्टी तशाच चालत आहेत, तें चागलें नाहीं. त्याविषयीं पाहिलें असतां देशी राज्यांतील व संस्थानांतील प्रजा व लोक सुखी आहेतसे दिसतात. तथापि, इंग्रजी राज्यपद्धति एकंदरींत फार सुधारलेली, लोकांच्या स्वातंत्र्याकडे तिचें विशेष लक्ष आणि कोणत्याही रीतीनें प्रजेला संतुष्ट राखून आपल्या काबूंत ठेवण्याविषयीं तिचें विशेष धोरण, यांकडे पाहिलें म्हणजे इंग्रजांच्या व एतद्देशीय राज्यपद्धतींतील फरक तेव्हांच दृष्टीस पडतो. गुजराथेंत बडोद्याचें राज्य फार मोठें व त्या राज्याच्या योग्यायोग्य व्यवस्थेकडे बहुतांचें लक्ष असून, तिकडे कांहीं प्रशंसनीय सुधारणा होऊन, त्याविषयीं लोकमत अनुकूल मिळालें पाहिजे, असें सर्व लोक इच्छीत आहेत. आणि ज्याप्रमाणें बडोद्याचें राज्य सुधारलें

जावें असें लोक इच्छितात, त्याचप्रमाणें हिंदुस्थानांतील इतर देशी संस्थानें व त्यांचे राजेही सुधारले जावे, अशी सर्व देशहितेच्छूंची इच्छा असणेंही साहजिकच आहे. आतां, ज्यांच्यांशीं आपल्याला साम्य व बरोबरी करावयाची आपण इच्छा करितों त्या इंग्रजी अमलांतील गुणावगुणांची व एतद्देशीय संस्थानांतून असलेल्या गुणावगुणांची आपण या खालीं एक यादी करून, त्यांवरून त्या परस्परांची तुलना बघूं; व कोणत्या कमज्यास्ती गोष्टींत कोण कमी ज्यास्त आहे हें पाहून, त्याचा विचार करण्याचें काम, त्या दोन्ही भिन्न राष्ट्रांकडे व त्यांच्या अमलांतील लोकांकडे करण्याचें सोंपवूं, ह्मणजे झालें. ही राज्यतुलनेची कल्पना ज्या सन्निकट असलेल्या बडोद्याचे राज्यावरून सुचली तेंच बडोद्याचें राज्य, सर्व देशी राज्यें व संस्थानें यांचें एक मुखत्यार समजूं, किंवा त्याच्या संबंधानें ज्या कांहीं गोष्टी आणि गुणावगुण आपण या राज्यतुलनेंत पाहूं त्या गोष्टी व ते गुणावगुण इतर राष्ट्रांचेही परीक्षिले गेले असें मानावयाचें, हें विशेष रीतीनें येथें सांगून ठेवावयाचें आहे. म्हणजे, एकट्या बडोद्याचे राज्यकारभारावरून बहुशः एकंदर एतद्देशीय राज्यांच्या व संस्थानिकांच्या राज्यकारभाराचें अनुमान बसवावयाचें आहे; व तसें अनुमान बसविण्यास फारशी हरकतही नाहीं. आतां ज्याअर्थी, हा राज्यतुलनाभाग गुजराथच्या इतिहासाचे एकंदर अवलोकनावरून लिहिण्याचें सुचलें आहे त्या अर्थी तो भाग त्याच इतिहासाला समालोचनेंदाखल किंवा एकंदर परीक्षणासारखा जोडला गेल्यास अप्रासंगिक होणार नाहीं असें वाटतें.

(इंग्रजी राज्यांतील गुणावगुण.)

१. प्रजा अकलेनें प्रतिवर्षी जास्त जास्त सुधारत आहे. याचें कारण शाळा, छापखाने, ग्रंथप्रसार आणि देशावरचा व्यापार व प्रवास यांनीं लोकांची अकल व बुद्धि विशेष वाढत आहे.

(देशी राज्यांतील गुणावगुण.)

१. पांचपांचशें किंवा दोनदोनशें वर्षें एकछत्री राज्य असलें व तें एकाच वंशाकडे चालत असलें तरी प्रजेची अकल आणि बुद्धि पहिल्या दिवसाप्रमाणेंच मंद आणि कर्तव्यशून्य असलेली दिसते

याचें कारण उघड आहे कीं, अकलेचा व बुद्धीचा विकास होण्याचीं जीं उत्कृष्ट साधनें, व ज्यांचा इंग्रजी राज्यांत उत्तम रीतीनें प्रसार झाला आहे व होत आहे त्या शाळा, छापखाने, ग्रंथप्रसार, व्यापार आणि प्रवास, या गोष्टींचा अभाव; या अभावामुळें अकलेचें व बुद्धीचें दार लागून आंत औदुंबरकीटवत् देशी राज्यांतील प्रजा इंग्रजी राज्यांतील प्रजेपेक्षां मलिन आणि मतिमंद राहिली।

२. विद्वान् व बुद्धिमान् लोकांच्या गुणांचें योग्य परीक्षण होऊन, त्यांच्या गुणांप्रमाणें सरकारांत वजन, अब्रू आणि अधिकार वाढत जातो; व त्यामुळें विद्या व बुद्धिमत्ता यांचें महत्व लोकांस कळून त्याकडे त्यांचें चित्त साहजिक ओढ घेतें.

२. विद्या व बुद्धिमत्ता यांचें परीक्षण मुळींच होण्याची वहिवाट नसून, दरबारांत कोणाचा मान, अब्रू, व अधिकार वाढवावयाचा, याचा विचार बिलकुल होत नाहीं. आपले आप्त, सोयरे, मित्र व खुषमस्करे वगैऱ्यांकडे अत्यंत जबाबदारीचे अधिकार बेलाशक द्यावयाचे, व त्याबद्दल मनांत कोणत्याही प्रकारची शंका म्हणून बिलकुल बाळगावयाची नाहीं; हा देशी राजांचा व संस्थानिकांचा बाणा. बडोदें राज्यांत आलीकडे खंडेराव व मल्हारराव यांच्या कारकीर्दीपर्यंत बघितलें तरी हेंच दिसेल. हरिबादादा, लिंबाजी,

भाऊ शिंदा, वगैरेंसारखे अक्षरशत्रु व 'सही निशाणी नांगर' ह्मणणारांसारखे केवळ अप्रबुद्ध लोक गायकवाडींत मोठमोठे पगार खाऊन अत्यंत महत्वाचे अधिकार भोगीत होते, हें स्वतंत्रपणें बडोदें राज्याचेंच टिप्पण बघितलें तर समजून येईल. पुढें, इंग्रजीप्रमाणें सुधारणा करावयाची म्हटली तेव्हां, सर्व प्रकारच्या अधिकारांवर व दर्ज्यांवर योग्य लोकांच्या नेमणुका करण्याकरितां इंग्रजी अमलांत नांवाजलेल्या व शिक्षण घेतलेल्या लोकांस बोलावून न्यावें लागलें. कारण, घरीं स्वतःचा माल ह्मणून कांहींच नव्हता !

३. लोकमत्ता उत्पन्न करण्याकडे सरकारचें विशेष धोरण असून, तदनुरूप जूरी, असेसर, कौन्सिलर वगैरेंच्या नेमणुका करण्याकडे फार लक्ष असतें; व लोकही, आपले हक्क व स्वातंत्र्य सरकारानें समजून त्याप्रमाणें वागावें म्हणून, ठिकठिकाणीं सार्वजनिक सभा, लोकहितैषिणी सभा वगैरे नांवांनीं सर्व जातिधर्मांच्या लोकांच्या सभा व मंडळ्या सरकारांत आपल्या वतीनें

३. लोकसत्तावृद्धीकडे धोरण व तत्संबंधाची कल्पनाही देशी राजांचे मनांत येत नाहीं. मग लोकांच्या मताची पर्वा कोण करितो ? राजानें आपली सत्ता आपण घेऊन बसावें; त्या सत्तेंत दुसऱ्या कोणास म्हणून भाग देऊंच नये, असा त्यांचा फार जुनापुराणा ठराव आहे व तोच परंपरेनें त्या त्या राजकुलांत अव्याहतपणें चालत आलेला असतो. त्यामुळें राजाचें स्वातंत्र्य आणि म-

बोलण्यास उभ्या करून, व प्रसंगविशेषीं सरकारच्या चुका, हयगयी आणि न्यूनाधिक प्रकार अमल्यास कळविण्यासाठीं, सिद्ध असतात.

नस्वीपणा तसाच कायम राहून त्याचें सर्व काम गुप्तपणें चालतें. ह्याप्रमाणें एकाचें अनुकरण दुसरा करतो. परंतु लोककल्याणाचा व लोकस्वातंत्र्याचा मार्ग कोणी काढीत नाहीं, व रयतेमध्येंही तसें पाणी नाहीं. रयतेमध्यें तरी पाणी कोठून येणार? 'राजा कालस्य कारणम्' ही म्हण त्यांच्या हाडीं खिळली असते. त्यामुळें त्यांच्यानें आपल्या राजापुढें चकार शब्द काढवत नाहिं. तेव्हां, तो जें करील ती पूर्व दिशा, असें मानलें जातें!

४. सरकारी अधिकाऱ्यांच्या कचेऱ्यांची व्यवस्था उत्तम रीतीनें लागलेली असते; म्हणून त्या त्या अधिकाऱ्यांचीं कामें सुयंत्र व नियमानें चालतात; कोणींही अर्जी केली कीं, तिचा जाब ठेवलेला. पहिल्यानें पोंचल्याचें उत्तर; आणि मागाहून तिच्या फैसल्याचें उत्तर, अशीं अर्जदारास मिळतात. आतां, ह्यावरून इंग्रजींत ह्मटलेल्या गोष्टींची न्यायानें दाद लागतेच असें जरी नाहीं तरी तेवढ्या व्यवस्थेनें इंग्रजींतील कारभार सुस्त व क्रियाशून्य दिसत नाहीं.

४. अशा तरतुदींचा मुळींच अभाव व त्यामुळें अधिकाऱ्यांचे कामांत मनस्वी घोंटाळे असतात. कोणाची अर्जी गेली तर वर्षोंगणती तिची दाद लागत नाहीं. सर्व कारभार सुस्त. अर्जदारानें स्वतः खेपा घालाव्या तरी त्याच्या म्हणण्याची कोणीही विचारपूस करीत नाहीं. या गोष्टींविषयीं देशी राजदरबारांची सर्वत्र मोठी ख्याति आहे. देशी राजांचे दरबारांत कोणालाच लौकर न्याय मिळावयाचा नाहीं. अतिशय महात्वाचे व जबाबदारीचे असे फौजदारी खटले आणि त्यांचे न्याय वर्षोंवर्षें

तसेच पडून राहतात. पण त्यांच्याकडे राजदरबारचा कोणताही अधिकारी ढुंकून पाहत नाहीं; आणि त्यांच्या ह्या रीतीच्या कारभारांनीं लोकांमध्येंही असा धीर व दम निरुपायानें आला असतो कीं, 'हें राजदरबारचें काम, आपल्या प्रारब्धानें दाद लागेल, तेव्हां लागेल' असें अर्जदार निराशेनें बोलत असतात.

५. लेखनस्वातंत्र्य फारच असल्यामुळें, लोकमताला सरकारांतून फार मान मिळतो. व जे जे नवीन नवीन अधिकारी येतात ते ते लोकस्वातंत्र्याचे अधिकाधिक भक्त असतात. लोकस्वातंत्र्याचा नेहमीं घोष करणारीं अशीं वर्तमानपत्रें, मासिक पुस्तकें व इतर शेंकडों ग्रंथ नेहमीं छापून प्रसिद्ध होत असतात; व यामुळें दिवसेंदिवस लोकांच्या स्वातंत्र्याच्या रुची अधिकाधिक दृढ व प्रस्फुरित होत चाललेल्या दिसतात.

५. अशा गोष्टींचें नांव देखील घेणें नको. लोकमताला कोणी विचारीत नाहीं व जो कोणी असलें लेखनस्वातंत्र्य भोगूं म्हणेल तो राजद्रोही ठरून, दरबाराकडून होणाऱ्या शासनास मात्र पात्र ठरेल! स्वातंत्र्योपदेशाचें जें मुख्य साधन वर्त्तमानपत्र तें काढण्याची परवानगी तर कधींच कोणताही राजा देणार नाहीं. हल्लींच बडोद्याकडे पहा: प्रस्तुतचे बडोद्याचे महाराज नवीन शिक्षणाचा संस्कार झालेले, नवीन इंग्रजी राज्यरीतीचें अनुकरण करणारे आणि इंग्रजी मुलखाप्रमाणें आपल्या प्रांतांत सुधारणा करूं इच्छिणारे असे आहेत ना? परंतु ते तरी कोठें लोकांना आपलें विचारस्वातंत्र्य भोगूं

देण्याची इच्छा करीत आहेत? सर्वत्र मुक्याबहिऱ्यांचा कारभार पहिल्यापासून चालत आलेला, तसाच पुढेंही चालू ठेवण्याची आपलपोटी बुद्धि. एकटा राजा, व त्याची इच्छा जें करील तें प्रमाण!

६. कायदाकानू ह्यांचेकडे राज्यकर्तृत्व, कवाइती व योग्य लष्करी शिक्षण मिळालेल्या फौजेकडे राज्यरक्षण; आणि इस्पितळें, दवाखानें व डिस्पेन्सऱ्या हीं औषधालयें स्थापून त्यांजवर मोठमोठे जे चतुर व अनुभविक डाक्तर नेमिले असतात, त्यांचेकडे राज्यांतील प्रजेचें आरोग्य; अशी महत्वाच्या कामाची वांटणी केलेली असते. व यामुळें तीं तीं कामें अबाधित व व्यवस्थेनें चालतात.

६. राजाच्या मर्जीकडे किंवा तदिच्छाधीन राज्यकर्तृत्व; विदेशीय माणसें, मानकरी, आप्तसोयरे व पदरची मंडळी ही राजरक्षण करणारी फौज; आणि घरोघर वैद्य. यामुळें लोकांच्या आरोग्याची जबाबदारी ज्याचे त्याचेवर. तिकडे राजाचें लक्ष कदापि जावयाचें नाहीं. वरील प्रकारची इंग्रजीपेक्षां अगदीं वेगळी तऱ्हा असल्यामुळें, देशी राजांच्या कारभारांमध्यें क्षणभंगुरत्व विशेष आहे.

७. सर्व कांहीं लोकांकरितां आहे. सरकार म्हणजे, लोकांची इच्छा, त्यांचें हित, कल्याण आणि बरेपणा हीं अमलांत आणणारी कोणी श्रेष्ठ मंडळी. इतकेंच समजलें जातें. आणि, अमुक वस्तु सरकारी अशी म्हटली म्हणजे ती सर्व लोकांची आणि लोकोपयोगाकरितांच केलेली व राखून ठेवलेली, असें मानलें जातें. आणि

७. अशी गोष्ट देशी राज्यांत कदापि मानली जाणार नाहीं. दोन खातीं मुळींच नसून, त्यांतही खाजगी किंवा खानगी खातें ह्मणजे, केवळ व्यक्तिविशेष राजाच्या हक्काची ह्मणून कांहीं वेगळीच व्यवस्था केलेली असते. बाकी तरी, जें कांहीं राज्यांत ह्मणून आहे तें सर्व राजाचेंच असें मानलें जातें. लोक ह्मणजे कोणी

असें मानलें व समजलें जावें ह्मणून एकंदर सरकारी कामाकाजाला व वस्तुस्थितीला 'पब्लिक' (लोकांचें) असें विशेपण दिलेलें असतें. तेथें खाजगी ह्मणून कांहीं एक नाहीं. जें काय आहे व असेल तें सर्व लोकांचें. त्यावर व्यक्तीचा अधिकार व हक्क नाहीं.

नव्हेत. ते आपले करभार देण्याचे मालक. परंतु, त्या करभाराचा उपयोग आपणासंबंधीं व्यवस्था राखण्यांतच होतो का अन्या कोणीकडे त्याचा उधळपट्टीनें खर्च होतो, याबद्दल कोणीही तपास करणार नाहीं; व तसा कोणालाही अधिकार व हक्क पोहोंचत नाहीं! अर्थात् राजा हाच काय तो सर्व धनैश्वर्याचा मालक. मग तो आपल्या अमलांतील लोकांचा धनी ह्मणा, त्यांच्या बऱ्यावाइटाकडे पाहून योग्य व्यवस्था करूं इच्छिणारा उदार स्वभावाचा दाता ह्मणा, अथवा तो आपल्या अमलांतील प्रजारूप गुलामांचा मालक ह्मणा. सर्व कांहीं करणारा तो मालक व सर्व वस्तुमात्राचा तो धनी, असें समजावयाचें!

८. सर्वांनीं उद्योगी व रोजगार धंद्यांत गुंतलेलें असावें अशा प्रकारची राज्यव्यवस्था असल्यामुळें कोणीही रिकामा आढळावयाचा नाहीं. उद्योगव्यवसायाशिवाय निर्वाह चालविणेंच संभाव्य नसतें; आणि याकरितां जो तो आपल्या पुढील व्यवस्थेवर योग्य ठेवून त्या त्या मानानें

८. लोक बेफिकीर असतात. उद्योगधंद्यांवांचून रिकामे लोक फार. तथापि त्यांचा देशी राज्यामुळें निर्वाह चालतो. रोजगार व नौकऱ्याचाकऱ्या तरी मिळणार कोठून व कशा? गुणांची पारखच नाहीं. अमुक गुणाच्या मनुष्याकरितां अमुक काम नेमलेलें आहे, असा कांहींएक धरबंद न-

शिक्षणादिकांची तजवीज लावीत असतो.

सल्यामुळें, तेथें गुणवत्वसंपादनाची कोणासच इच्छा, काळजी व फिकीर नाहीं. खावें, प्यावें आणि आयुष्याचे कसे तरी दिवस काढावे, अशी पशुवृत्ति फार आढळते!

९. हरएक कामदारास त्याचेवर त्याचे कामाचे संबंधानें विचारपूस करणारा कोणी तरी वरिष्ठ आहेच. व याप्रमाणें शेवटच्या पायरीवर असणाऱ्या श्रेष्ठ सरकाराजवळून त्यांच्या कामाचा हिशेब मागण्याचा लोकांस अधिकार असतो. यामुळें, जो तो आपलें काम लक्ष्य लावून बिनचूक होईल अशाविषयीं खबरदारी बाळगितो. तसेंच सरकारचें धोरण, लोकांनीं अमुक कामाविषयीं तपशील व हिशेब मागितल्यास त्याबद्दलची सावधगिरी ठेवून अगोदरपासून आपल्या एकंदर कामाच्या हकीकतीचे वार्षिक रिपोर्टांत चोखपणा राखण्याकडे असून, त्याविषयीं तें फार काळजी बाळगीत असतें.

९. इंग्रजी कारभारासारखा चोखपणा आणि सावधगिरी तर कोणाही कामदारामध्यें असलेली दिसत नाहीं. कारण, त्यांना आपल्या वरिष्ठांचा कडक हुकूम आणि वचक नसल्यामुळें त्यांचा बेबंद आणि मनस्वी कारभार चालत असतो; आणि शेवटील पूर्णाधिकाराची पायरी ह्मणजे खुद्द गादीवरील महाराज ते तर स्वतंत्रतादेवीचे प्रत्यक्ष पुतळेच. त्यांना आपल्या कामाचा व कारभाराचा कोणालाच हिशेब आणि तपशील द्यावयाचा नसतो; व त्याबद्दल त्यांना कोणाचीही फिकीर बाळगावयाची नसते. तेव्हां, दिवाणी, फौजदारी व मुलकी या सर्व खात्यांतून ज्या अनास्था, बेपर्वाई आणि बेदादी चालू असतात त्या अतोनातच. इतकें मात्र आहे कीं, कांहीं राजकीय प्रकरण असून त्या संबंधाची चौकशी न केली तर खुद्द-

इंग्रजसरकारच्या श्रेष्ठपणास कमी पणा येण्यासारखा कांहीं प्रकार असल्यास, त्याबद्दलची तपासणी व जाब मागण्यास इंग्रजसरकारच्या मार्फतीनें त्यांचा रेसिडेंट किंवा पोलिटिकल एजंट ह्मणून प्रत्येक संस्थानावर एक गोरा अधिकारी असतो, व तो त्याबद्दलचा काय तो खुलासा आणि तपशील विचारणारा असतो.

१० इंग्रजी राज्याची रचना व त्या राज्यरचनेस कायदारूनें केलेली जखडबंदी हीं अशीं कांहीं उत्तम असतात कीं, त्यांतून कोणाही अधिकाऱ्यास आपल्या मतानें आणि स्वेच्छेनें काडीभर इकडेतिकडे हालचाल करितां येत नाहीं. त्याचप्रमाणें ती राज्यरचना आणि कायदेकानू छापून प्रसिद्ध केल्यामुळें तें राज्यतंत्र आणि तो कारभारक्रम सर्व लोकांस समजण्याला मार्ग असतो. पुढील कामदार येतो तो मागील छापील वहिवाटीप्रमाणें (कायद्याप्रमाणें) आपला कारभार चालवितो. त्या वहिवाटींत यत्किंचितही फेरफार करण्याचा त्याला हक्क व मुखत्यारी नसते. सर्व का-

१०. राज्याच्या स्वेच्छेनें कारभार चालत असल्यामुळें व त्यास कायम अशा कायद्यांचें बंधन नसल्यामुळें, देशी राज्यकारभारांत एकाच्या अमलांत अनेक फेरबदली होऊन जातात; यामुळें लोकांना कोणत्याही कारभारसंबंधांत संस्थानिकांच्या ठरावांचा व नियमांचा भरंवसा न येतां त्यांच्या जीवास स्वस्थता व बेफिकीरी राहत नाहीं. बरें, जे नियम किंवा ठराव होतील किंवा बदलतील ते छापून लोकांमध्यें त्यांची प्रसिद्धि करण्याचीही रीति आणि वहिवाट नसल्यामुळें त्या संबंधानें लोक अगदीं अज्ञान व अजाण असतात. एतावता, देशी राज्यांतील कारभार म्हणजे केवळ तोंड बांधून

ादार सख्यभावानें आणि प्रेमानें
:कमेकाशीं वर्तन ठेवितात. त्यांचें
रस्परांचें अधिकारसंबंधानें को-
ात्याही प्रकारचें वैर नसून, ते क-
ांही एकमेकांचा मत्सर करीत न-
ातात. एकमेकांच्या कामास मान
ऊन, त्या परस्परांचा परस्परांनीं
ाभिमान धरावा, अशी वहिवाट
ासलेली सर्वत्र दृष्टीस पडते. क-
वेत् कोठें यामध्यें अपवादरूप
ाद दिसला तर तो नेटिव काम-
ारांच्या आचरणांत दिसेल व तो
ासा दिसला तर ती त्यांच्या बु-
ीची नीचता होय. बाकी इंग्रज
ामदार एकमेकाकरितां जीव
ातील. कधीं कोणी कोणाचा अप-
ान करणार नाहीं व आपल्या
ागोदरच्यानें अमुक काम असें
ारशिस्त आणि चुकीचें केलें असें
ोणी कोणास बोलणार नाहीं.
ारण, तसें म्हणण्याचा अधिकार
ांस कायद्यानें येत नाहीं. प्रत्ये-
ावर त्याच्या कामाला पसंत
केंवा नापसंत करणारा वरिष्ठ
ामदार असतोच. परंतु समाना-
धेकाऱ्यानें आपल्या हुशारीचा
ाणि विद्वत्तेचा आपल्या बरोबरी-
च्या कामदाराशीं डौल मारणें हें क-
ापि कोणाला सहन होणार नाहीं.

बुकऱ्यांच्या माराप्रमाणें असतो!
कोणालाही त्याबद्दल बोलतां येत
नाहीं. आलीकडे, कोणी राजपुत्र
अज्ञान असला तर इंग्रज सरकां-
रच्या वतीनें तेथें कोणी हुशार
व समंजस कारभारी किंवा दि-
वाण नेमून त्याच्या हातें सरकार
इंग्रजींतल्याप्रमाणें सर्व व्यवस्था
व बातबेत ठेवितें. परंतु पुढें राज-
पुत्र वयांत येऊन आपल्या मुख-
त्यारीनें राज्यभार चालवूं लागला
कीं, पुन: सर्व गाडें फिरून प-
हिल्या जुन्या व स्वेच्छ कारभा-
रावर त्याच्या कारकीर्दीचें धोरण
जातें. सर्व कामदार एकमेकां-
विषयीं मत्सरी आणि निरभिमान
असतात. जो तो आपल्या शहा-
णपणाचा दिमाख मिरवूं लागतो.
मी काय तो शहाणा व मी क-
रीन तेंच सुव्यवस्थित, असा त्याला
मोठा गर्व असतो. कारण, त्याच्या
शहाणपणाला मर्यादाच नसते; व
तो करील तें त्याच्या मुखत्यारी-
वर असतें. ह्याप्रमाणें इंग्रजीपेक्षां
देशी राज्यांतील कारकीर्दीमध्यें
मोठी तफावत आहे. सर्व काम-
दार एकमेकांचा अपमान व घात
करण्याविषयीं इतके उद्युक्त अस-
तात कीं, ते त्या संबंधानें वाट-

तील तशीं नीच कामें करण्यास प्रवृत्त होतात. त्यांच्यामध्यें दुफळ्या तर इतक्या माजलेल्या असतात कीं, मार्जारमूषकवत् त्यांची स्थिति असते. परभूंनीं ब्राह्मणांस पाण्यांत पहावें; कऱ्हाड्यांनीं कोंकणस्थांचीं व्यंगें शोधावीं; आणि एका मराठ्यानें दुसऱ्या मराठ्यास विघ्न आणावें. ह्याप्रमाणें एक का अनेक भेदभाव सर्व खात्यांतून व दर्ज्यांतून दृष्टीस पडतात. एकमेकांचा पक्ष घेऊन एकमेकांविषयीं अभिमान, प्रेम व बंधुत्व बाळगतील ही गोष्ट तर कधीं कोठेंही आढळावयाची नाहीं. ज्याचे त्याचे जातिजातीप्रमाणें निरनिराळे जथे व पक्ष दृष्टीस पडतात व ते मात्र आपापल्या जथ्यांतील मनुष्यांविषयीं जपतात व काळजी बाळगतात. असा नीचतेचा व हीनतेचा प्रकार इंग्रजीमध्यें फारच क्वचित् आढळेल.

११. हलकट, अविद्वान् आणि कार्यसाधु अशा लोकांना इंग्रजी कारभारांत थारा न मिळतां, त्यांचे निर्वाह अत्यंत कष्टतर व विवंचनेनेंच चालतात; आणि कदाचित् सरकारच्या नौकरींत असून जे

११. हलकट, अविद्वान् आणि कार्यसाधु अशा लोकांना देशी राज्यांत अवश्य आश्रय मिळावयाचा. व त्यांचा जसा तेथें डौल आणि मिजास असते, तसा डौल आणि मिजास, सभ्य, सुशील, सद्वर्तनी

हलकट व नीच स्वभावाचे असतील त्यांजकडे सरकाराच्या मोठ्या हुद्याचीं आणि मुख्याधिकाऱ्यांचीं कामें कधींही देण्यांत येत नाहींत.

१२. इंग्रजसरकारच्या कीर्तिवैभवाचा मत्सर करणारे जगावर किती देश आहेत व त्यांचा ससेमिरा त्यांच्या मागें नेहमीं असतांही ते आपल्या मुलखांत शांतता व व्यवस्था ठेवण्यास सर्वदा तत्पर व सावध राहून आपल्या अमलाचें व वैभवाचें उत्तम रीतीनें रक्षण करितात. रयतेला अज्ञान न ठेवतां, ती दिवसेंदिवस पुढें पाऊल टाकीत जाऊन शहाणपणांत व उद्योगांत आपल्या बरोबरीला येऊन पोंचावी अशी इंग्रजसरकारची इच्छा असते. त्या सरकाराला केवळ आपली दडेजावी व्हावी एवढेंच अप्पलपोटेपणाचें कर्तव्य आहे असें वाटत नाहीं. अशी त्यांची बुद्धि उदार असते.

आणि कर्तव्यनिरत अशा सात्विकवृत्तीच्या मनुष्याचें कांहींएक तेज पडत नाहीं. सर्वत्र नीच लोकांचें प्राबल्य विशेष; आणि तेच राजाचे मंत्री व प्रीतिपात्र होऊन बसतात; यामुळें शहाण्या लोकांचें मोल तेथें कोणीच जाणत नाहीं!

१२. कोणत्याही प्रकारचा व्याप, ताप व धाक किंवा धास्ती नसून, त्याबद्दलची सर्व जबाबदारी सार्वभौम इंग्रजसरकारानें आपल्या शिरावर घेतली असतां, आपल्या शांत व निरुपद्रव अमलांत, तशा स्थितींत असतांना ज्या लोकसुधारणेच्या व दुसऱ्या अनेक महत्वाच्या गोष्टी करावयाच्या, त्या देशी राजांकडून होत नाहींत. त्यांच्यावर काय तो रेसिडेंट किंवा पोलिटिकल एजंट पाहणीदार असतो; परंतु त्याच्या पाहणीचा लोकसुधारणांना व तशाच महत्वाच्या गोष्टींना कधींच प्रतिबंध नसतो. तथापि देशीराजांकडून तीं कर्तव्यें बजावलीं जात नाहींत. ज्ञानांत, पराक्रमांत व लौकिकांत आपले लोक पुढें पडावे हें त्यांचे ध्यानांतही नसतें. त्यांची स्वतःची प्र-

तिष्ठा व मान राहिला म्हणजे तेवढ्यांत ते तृप्त असतात. आपल्या रयतेस उच्चता आणण्याइतकी त्यांची बुद्धि सुसंस्कृत आणि उंच प्रतीला पोंचलीच नाहीं.

१३. कड व पक्षपात या गोष्टींचें वारें इंग्रजीराज्यांत नसावयाचें असा मूळ सरकारचा हेतु आहे; व त्याप्रमाणेंच बहुतकरून अंमलबजावणी चालू आहे. सरकारांत कोणाची शिफारस चालावयाची नाहीं व कोणाचा अपमान व्हावयाचा नाहीं. रीतीप्रमाणें विद्वान् व गुणी लोकांची बूज राखली जाऊन, अविद्वान् व अक्षरशत्रु यांना इंग्रजसरकारांत मुळींच थारा मिळत नाहीं. सर्वांचें म्हणणें ऐकून घ्यावयाचें, हा गुण तर इंग्रजसरकारचा फारच प्रशंसनीय आहे; आणि तें सर्वांचें म्हणणें कळविण्याचें काम वर्तमानपत्रें व अनेक सभा चोख रीतीनें आणि अत्यंत स्वतंत्रतेनें करीत आहेत. हा भाग इंग्रजीराज्यांत विशेष आहे. इंग्रजसरकारास कोणाचा पाश नाहीं. त्यांचें करणें म्हणजे विचारपूर्वक, गंभीरतेनें व शांतपणें करावयाचें असतें. त्याज-

१३. कड व पक्षपात यांचें मूलबीज ह्मटलें ह्मणजे देशी राज्यांतच उत्पन्न होऊन तेथेंच त्याची लागवड होते; आणि हळू हळू त्याचे मोठमोठे वृक्ष होऊन त्यांचे छायेखालींच सर्व देशीराज्यें वसलेलीं असतात ! शिफारशी आणि आपपरपणा समजणें, हें काय तें गुणपरीक्षण. त्या गुणपरीक्षणाप्रमाणें कोणाचा मान व बूज रहावयाची ती राहते. लोकांचें ह्मणणें ऐकून घेण्याची कल्पनाच नाहीं. मग अत्यंत स्वातंत्र्य भोगणारीं वर्तमानपत्रें व उघड रीतीनें राज्यकारकीर्दीवर टीका किंवा विचार करणाऱ्या सभा, अशा लोकोपयुक्त आणि लोकस्वातंत्र्यवर्धक साधनांचें तर देशीराजे बीजच पडूं द्यावयाचे नाहींत. अशा गोष्टींना थारा देणें ह्मणजे आपल्या राज्याचें व परंपरेच्या अधिकाराचें वाटोळें किंवा नायनाट करण्यासारखेंच आहे असें

वर आपस्वार्थी व मतलबी लोकांचें वजन किंवा दाब मुळींच नसून, जें व्हावयाचें तें यथान्याय मार्गानेंच होतें व तशा यथान्याय मार्गानें वागून मिळणारें यश तें सरकार भोगीत आहेच.

१४. विद्यावृद्धि, विद्याशाला, नानाप्रकारच्या सोई, शहरसुधारणा, म्युनिसिपल कमिटीकडील व्यवस्था, पुस्तकालयें (लायब्रऱ्या), दवाखाने (हॉस्पिटलें) वगैरे गोष्टींकडे इंग्रज सरकारचें विशेष लक्ष असून, त्या गोष्टींची वारंवार पाहणी करण्यास सरकारानें त्या त्या कामावर मोठमोठे स्वकार्यनिरत पाहणीदार नेमिलेले असतात; व शिवाय, गव्हर्नरापर्यंतचे

ते समजतात. आपल्या शेजारीं किती चांगल्या रीतीनें इंग्रजसरकारचें राज्य चाललें आहे हें जाणून त्यांचें अंशतः देखील अनुकरण करण्याचें ज्ञान व इच्छा एतद्देशीय राजांमध्यें नाहीं. त्यांचे भोंवतीं जें स्वार्थी लोकांचें कडाळें असतें, ते स्वार्थी लोक राजाची भेट देखील होऊं देत नाहींत. तशी कोणाची भेट होऊं दिली तर राजाची बुद्धि फिरून, आपला आश्रय तुटून कदाचित् आपला घात होईल, अशी भीति त्या राजाच्या सभोंवतालच्या स्वार्थी लोकांस असते; आणि यावरून ते राजेही इतक्या हलक्या कानाचे असतात कीं, त्यांस स्वतःचा विचार ह्मणून नसतोच !

१४. ह्या गोष्टींचा देशी राज्यांत गंधही नसतो. आतां आलीकडे, इंग्रजसरकारच्याच नेटानें किंवा तसें करण्यास सरकारानें भाग पाडल्यामुळें ह्या देशी राजांनीं दवाखाने व शाळा स्थापन केल्या आहेत; व त्याकरितां भपकेदार इमारतीही बांधलेल्या असतात. परंतु हा सर्व प्रकार केवळ सरकारच्या समजुतीकरितां आणि इमारतींचा डौल दाखवि-

लहान मोठे अधिकारी वारंवार त्या सर्व गोष्टींवर व खात्यांवर आपली देखरेख ठेवीत असतात. यामुळें त्या त्या गोष्टी व तीं तीं खातीं सर्व सुयंत्र व लोकांना अत्यंत उपयोगी अशीं आपापल्या स्थितींत असतात.

ण्याकरितांच त्यांजकडून होतो. त्या गोष्टींची त्यांना मनापासून हौस व इच्छा म्हणून मुळींच नसते. विद्यादेवीला देशी राज्यें ह्मणजे अज्ञात प्रदेश! तेथें ती गेली तर तिला पावलोपावलीं ठेंचा लागून, तिला आपला मार्ग काढण्यास सुचावयाचेंच नाहीं. यावरून, पुढें पुस्तकालयाचें नांवच घेणें नको. कोणत्याही राज्यांत तेथील राजानें हौसेनें मोठालीं पुस्तकालयें स्थापिलीं असून, त्याची पुस्तकवाचनाची अभिरुचि वाढत्या प्रमाणांत असलेली कोठेंही दृष्टीस पडावयाची नाहीं, आलीकडे राजांचीं मुलें कोठें इंग्रजी 'यस्' 'नो' शिकूं लागलीं आहेत. परंतु तो अभ्यासही म्हणण्यासारखा त्यांजकडून होत नसून, त्यांचें लक्ष सर्वदा आपल्या संपत्तिवैभवाकडे व तदनुरूप डामडौल-आणि-विलासोपभोगांकडे असलेलेंच आढळतें. लोकांमध्यें ज्ञानप्रसार करण्यासाठीं त्यांना विद्यादान देण्याचें त्यांच्या स्वप्नांतही न येतां त्यांचें ध्यान मन नेहमीं माणिकमोत्यें आणि सोनें-चांदी यांचे अलंकार व दागिने यांचेकडे ओढलेलें राहतें.

१५. वसुलाचे जमाखर्च सरकारच्या मुख्य पार्लमेंटसभेला दाखवावे लागतात; त्यामुळें रयतेला त्याचे संबंधानें विचार करण्यास सांपडतें. आतां, त्यामुळें ह्मणजे सर्व जमाखर्चाच्या बाबी व कलमें वाजवीच असतात असें नाहीं; तथापि, रयतेला विचार करण्याची व त्यामध्यें लक्ष घालण्याची फुरसद होते, हा विशेष गुण समजण्यासारखा आहे.

१६. परशत्रूंची भीति आणि रयतेच्या संरक्षणाचें जोखीम या गोष्टी इंग्रजसरकारच्या वांट्यास विशेष असल्यामुळें, त्याला लष्करी खात्याकडे विशेष धोरण ठेवावें लागून, तत्संबंधाचा खर्च त्याला फार सोसावा लागतो.

१७. इंग्रजांचे सर्वच कायदेकानू चांगले व रयतेला सुखावह आहेत असें नाहीं. कांहीं कायदे चांगले आहेत व कित्येक कानू त्रासदायक आहेत.

१५. आपण वसूल कसकसा व किती घेतला, त्यापैकीं रयतेच्या सुखाकडे किती खर्च केला व स्वतःचे च्छानच्छोकीकडे काय खर्च झाला, हें रयतेस कळविणें हा आपला धर्म आणि कर्तव्य आहे, असें देशी राजांचे मनांत कधीं तरी येतें काय? त्यांस आपलें राज्य म्हणजे आपली वडिलोपार्जित मिरास आहे, तींत रयतेचा कांहीं संबंध नाहीं, असें वाटतें.

१६. अशा प्रकारचा अवाढव्य खर्च देशी राजांना करण्याचें कांहीं एक कारण नसून त्याकरितां इंग्रज सरकाराप्रमाणें कर्जें काढण्याचेही प्रसंग त्यांस येत नाहींत. परंतु या शांतिस्वास्थ्याचा फायदा आपल्या रयतेस देण्याकडे त्यांचें चित्त ओढत नाहीं हें स्वराज्यांतील रयतेचें दुर्दैव होय. ह्या शांतिस्वास्थ्यानें वांचलेलें द्रव्य लोकोपयोगीं पडावें; परंतु तसें न होतां तें भलत्याच कामांत खर्च होतें!

१७. देशी राज्यांत ठरींव कायदे असे मुळींच प्रसिद्ध नसतात. तथापि, इंग्रजींत जे वाईट व जुलमी कायदे असे मानिले व समजले जातात त्यांचें अनुकरण मात्र

यथाप्रत होतें. स्त्र्यांपाचा कर जो इंग्रजीराज्यांत फार ज़ुलमाचा आहे. त्याची नक्कल बहुतेक देशी राजांनीं उचलली आहे. बाकी चांगल्या कायद्यांची नक्कल उचलण्याची जणूं काय त्यांस शपथच असते!

१८. कर, पट्ट्या, जकाती व दस्तुऱ्या वगैरे सरकारदेण्याचें बंड इंग्रजीअमलांत रयतेला वाजवीपेक्षां फाजील सोसावें लागतें; व ह्या संबंधानें रयतेला नाखुष ठेवणें हें इंग्रजी राज्याला मोठें दूषण आहे.

१८. देशी राज्यांत सरकारदेण्याचा जुलुम इंग्रजी राज्याइतका नसल्यामुळें, त्या कलमांत रयत फार सुखी असते; व हा देशी राज्यांतला गुण उलट इंग्रज सरकारानें अंशतः तरी घेण्यासारखा आहे.

१९. कलेक्टर, कमिशनर अथवा गव्हर्नर वगैरे अधिकाऱ्यांच्या स्वाऱ्या आपापल्या प्रांतांत फिरणें प्राप्त आहे व त्याप्रमाणें ते ते अधिकारी फिरावयास निघतात. परंतु त्यासंबंधानें त्यांच्या स्वारीचा लवाजमा अगदीं बेताचा असून, ते त्याबद्दलचा खर्च लोकांवर फारसा पडूं देत नाहींत. इंग्रजींत अधिकाऱ्यांचा साधेपणा फार असतो. डौल व भपका दाखविण्याकडे त्यांचें धोरण नसतें. यामुळें फाजील खर्च न होतां, लोकांवरही खर्चाचें ओझें फारसें लादलें जात नाहीं.

१९. देशी राजांच्या स्वाऱ्या आपल्या प्रांतांत फिरावयास निघाल्या ह्मणजे त्यांचा लवाजमा फार मोठा असून, त्याबद्दलचा व्यर्थ खर्च फार होऊन लोकांस त्यापासून अतिशय त्रास भोगावा लागतो. राजे लोकांना साधेपणा तर माहितच नाहीं. भपका, डामडौल आणि लवाजमा यांशिवाय त्यांचें राज्यत्वच नाहीं असें त्यांस वाटतें. आणि लोकांची तरी अभिरुचि त्याच प्रकारची झालेली दिसते. कोणाजवळही मोठा परिवार आणि पुष्कळ माणसेंकाणसें नौकरीचाकरीस असल्याशिवाय त्यांची

श्रीमंती व मोठेपणा दिसत नाहीं, अशी लोकांची समजूत आहे. व हे सर्व भिकार चाळे आहेत हें आतां सर्वांस कळूं लागलें आहे. परंतु त्यापासून कोणी परावृत्त होत नाहींत, ही मोठी आश्चर्याची गोष्ट आहे!

२०. अनुभविक व वृद्ध यांचा मान जास्त असून, त्यांच्या नजरेखालीं तरुण मंडळी त्यांच्या हुशारीप्रमाणें व अकलेप्रमाणें लहान मोठ्या अधिकारावर असते. परंपरेनें अधिकार ठेवण्याची रीति इंग्रजीमध्यें मुळींच नसल्यामुळें सर्व प्रकारचे कारभार हुशारीनें, नेटानें आणि व्यवस्थितपणें चालतात. अज्ञान, अननुभूत आणि हूड अशा तरुण संततीकडे लोकांवर अम्मलबजावणी करण्याचे अधिकार न देण्याविषयीं सरकारचें विशेष धोरण असतें. त्याचप्रमाणें अक्कल हुशारी बघून त्या मानानेंच अधिकारदान होत असतें. 'बडे बापके बेटे' ह्मणून तो शंखशिरोमणि असला तरी त्याजकडे एखादा अधिकार मिळेल ही आशा व्यर्थ आहे. गुण दाखवून अधिकारमान मिळवावा, हें

२०. परंपरेच्या व पिढीजाद अधिकाराची रीति सुरू असल्यामुळें, वृद्ध, अनुभविक आणि विचारी असे अधिकारी खालीं राहून त्यांचे डोक्यावर तरुण, अननुभूत व हूड मुलें आपल्या वडिलांच्या मोठमोठ्या जबाबदारीचे अधिकारांवर हक्कानें येतात. यामुळें वृद्धांची बूज व मान न राहून रयतेचेंही कल्याण होत नाहीं. आणि त्यामुळें राज्यकारभारांत जितका शहाणपणा व अनुभव पाहिजे तितका शहाणपणा व अनुभव न येऊन, लोकस्थिति कधींही सुधारली जात नाहीं. वंशपरंपरेच्या व कुलपरंपरेच्या अधिकारदानानें तर देशी राज्यांत अगदींच मातेरें करून टाकलें आहे! राजा परंपरेचा, किल्लेदार पिढीजाद, पारख, मुत्सद्दी, सरदार, स्वार वगैरेंसुद्धां वंशपरंपरेचेच.

इंग्रजींतील मुख्य कलम. निर्गुणी व बेअकली अशा मोठ्या कुळांतल्याही संततीला इंग्रजींत कधीं कोणी पुसत नाहीं.

यामुळें त्या त्या कामांतील गुणवृद्धीचें नांव देखील घेणें नको. सर्वत्र सुस्तपणा व आळशीपणा भरलेला दिसतो. आणि खरेंच; कांहीं एक गुण किंवा पात्रता दाखविल्याशिवाय बिनबोभाट मोठमोठे अधिकार जर केवळ परंपरेनें आपल्याकडे येताहेत, तर त्यांनीं तरी आपल्या गुणसंपादनांत श्रम करावे कशाला? हें उघडच आहे.

२१. सर्वत्र बुद्धीचा विकास होऊन विचार आणि ज्ञान यांची दिवसेंदिवस वृद्धि आहे असें अनुभवास येतें. याचें दर्शक प्रतिवर्षी जो नवीन नवीन ग्रंथसंग्रह बाहेर पडत आहे तोच असून, तें इंग्रजी राज्यास मोठें भूषण आहे. विद्वान् ग्रंथकर्त्यांची इंग्रजीमध्यें मोठी मान्यता असून, त्यांना सरकार व सरकारची विद्याव्यसनी रयत यांजकडून यथाशक्त्या आश्रय व उत्तेजन मिळत असल्यामुळें ग्रंथकारांची संख्या प्रतिवर्षी जास्त जास्त वृद्धिंगत होत आहे. त्याचप्रमाणें बहुतेक लोकांचें लक्ष विद्याज्ञानप्रसाराकडे विशेषेंकरून गुंतल्यामुळें त्यांना इतर रिकामपणाचे उद्योगव्यवसाय करण्यास

२१. बुद्धीचा विकास होऊन विचार व ज्ञान यांची वृद्धि होण्यास अवकाश नसल्यामुळें व तिकडे देशी राजांचें बिलकुल दुर्लक्ष असल्यामुळें उभ्या वर्षांत एकही ग्रंथ त्यांच्या रयतेपैकीं कोणाकडून होत नाहीं. स्वतः राजे अल्पवयी व निर्बुद्ध असल्यामुळें आणि मनस्वीपणानें, विपरीत आचरणानें व स्वेच्छेनें चालण्याचीच त्यांना संवय असल्यामुळें त्यांजकडून आपल्या रयतेमध्यें विद्याज्ञानप्रसाराची आणि तद्दर्शक नूतन ग्रंथवृद्धीकडे लक्ष देण्याची स्फूर्तिच त्यांस होत नाहीं. लोकांना स्वतः विद्याज्ञानप्राप्तीची इच्छा व्हावी, तर तसें करण्यास त्यांना सुचत नाहीं. कारण, तद्विषयक

फावत नाहीं, हा तर मोठाच फायदा आहे.

राजांचे औदासिन्यामुळें तसें करून त्यांना फायदा दिसत नाहीं; नेहमीं हांजी हांजी व महाराज महाराज करून असलें म्हणजे त्यांत जो त्यांस महाराजांकडून फायदा होतो तो, बुद्धिज्ञानाच्या विकासानें होण्याचें चिन्ह दिसत नाहीं. आणि यामुळें लोक आपले आयुष्याचा काळ कसा तरीं आळशीपणांत आणि असदाचारादि दुर्वृत्तींत घालवितात!

२२. यंत्रादिकांचा भरणा इंग्रजी अमलांत फार होऊन लोकांमध्यें उद्योग व कौशल्य फार वाढत चाललेलें दिसतें. म्हणजे, ते उद्योग व्यवस्थितपणें चालावे अशी सरकारची व्यवस्था आणि उत्तेजन रयतेला मिळत असल्यामुळें, लोकांचेंही यांत्रिकवृद्धीकडे आणि अनेक कारखाने काढण्याकडे विशेष लक्ष आणि ओढ दिसते. व्यापारवृद्धि होऊन तिला सौरक्ष्य मिळण्याकडे सरकारचें विशेष धोरण असल्यामुळें सरकारानें तशा प्रकारचे कायदेकानू करून, कोणी कोणाचे कामांत आडवें येऊन, त्याचे व्यापारोद्योगास हरकत करूं नये असा बंदोबस्त केलेला आपण

२२. व्यापारोद्योगांचा अभाव हें तर देशी राज्यांचें मुख्य लक्षण! तेथें यंत्रादिकांचा भरणा कोठचा? आणि कलाकौशल्याची वृद्धि कोठची? राजे व त्यांची प्रजा यांनीं आपल्याजवळ असेल त्यावर चैना व मौजा करून काळ घालवावा, यापलीकडे त्यांस दुसरें कांहीं माहित नसतें. त्याचप्रमाणें कोणी कांहीं स्वतंत्रोद्योग करण्याचें मनांत आणलें तर त्या उद्योगाचें संरक्षणाची आशा देशी राज्यांत मुळींच नाहीं. हेव्यानें व मत्सरानें त्या उद्योगी मनुष्यास बहुत लोक हरकती व अडचणी आणण्यास प्रवृत्त होतील; परंतु त्यांना प्रतिबंध करण्यास देशी रा-

सर्वत्र पाहतों. तेणेंकरून देशाचें दिवसेंदिवस बऱ्याच अंशांनीं कल्याण होण्याचा संभव आहे. इंग्रजीवांचून अशा कृत्यांचा आणि उद्योगांचा संभव कमीच होता, असें निष्पक्षपातानें कोणीही कबूल करील.

जांचे कडक व आस्थेचे असे कायदे व ठराव नसल्यामुळें कोणासच यंत्रादि आणून कारखाने काढण्याची उमेद आणि हौस येत नाहीं. सारांश, ज्या गोष्टींत राज्याधिकारी पुरुषांनीं विशेष लक्ष घालून उत्तेजन दिलें पाहिजे, त्या गोष्टी सर्वथैव पडून राहून, त्या संबंधानें देशाला मोठें नुकसान सोसावें लागतें; परंतु त्याबद्दल कधीं कोणी महात्मा देशी राजा विचार करीत नाहीं! स्वदेश आणि त्याचें कल्याण याची कल्पना व व्याप्ति देशी राजांच्या मनांत कदापि यावयाचींच नाहींत!

२३. अनेक प्रकारचे शोध आणि अनेक प्रकारचें ज्ञान यांजकडे लोकांचें लक्ष्य अतिशयच वेधलेलें दिसतें. प्राचीन शोध व तपास काढणारे (आंटिक्केरियन्), भूगोलशोधक मंडळ्या (जॉग्रफिकल सोसायटीज़्), सर्व ग्रंथसंपादक मंडळ्या (एशियाटिक सोसायटीज़्), इत्यादि महाविद्वान् लोकांच्या सभा व परिषदें यांनीं इंग्रजी राज्याचें महत्व इतकें कांहीं वाढविलें आहे कीं, तें अवर्णनीय झालें आहे. आणि अशा लोकांकडून

२३. मोठमोठे उत्सव, लग्नें, कार्यें, मेजवान्या, शिकारी, तमाशे, आणि नाचगाणीं व बैठका यांचेशिवाय राजांना आणि त्यांचे कामदारांना दुसरें कांहीं सुचावयाचेंच नाहीं. रयतेचीं कामेंकाजें तरी, फावल्या वेळीं आणि रिकामपणीं करावींशीं व पाहावींशीं वाटलीं तर त्याप्रमाणें व्हावयाचीं. सर्व काळ सर्व कामदार व अधिकारी यांची वेळ म्हणजे राजेसाहेबांच्या खाजगी कामकारभारांतच जावयाची. सर्वांचें मुख्य

जें नवीन नवीन ज्ञान, जे नवीन नवीन शोध आणि जे अनेक इतिहास आपल्या देशांत सर्व भाषांमधून पसरत आहेत, त्या चांगुलपणाच्या यशाचें भोक्तृत्व इंग्रजसरकारच्या राज्याशिवाय कोणाकडे हक्कानें जाऊं शकेल ? श्रुति, स्मृति व पुराणें जीं लोकांस अज्ञात होतीं, त्यांचे दरोबस्त भराभर तर्जुमे होऊन, ते लोकांस स्वल्पांत मिळूं लागले व त्यांतील ज्ञान त्यांस अल्पायासानें मिळण्याच्या सोयी झाल्या. हे फायदे देशी राजांकडून होण्याचा संभव होता काय ?

काम म्हटलें म्हणजे महाराजांना राजीखुषी आणि आनंदात ठेवावयाचें. लोक ओरडत बसले तरी त्यांस दाद मिळावयाची नाहीं ! सरकारी कामें एकीकडे ठेवून सुभे, सरसुभे, न्यायाधीश, वगैरे सर्व लहान मोठे कामदार आणि अधिकारी राजेसाहेबांचे खाजगीकडेच गुंग ! अशा स्थितींत इंग्रजींतल्याप्रमाणें नवे नवे शोध, तपास आणि नवें नवें ज्ञान व ग्रंथ यांचें नांव तरी कशाला ? इंग्रजी इतिहासलेखकांनीं ह्या राजांच्या पूर्वजांचे इतिहास व वंशावळी लिहून ठेविल्या आहेत, त्या वाचण्याची ज्यांना पंचाईत, अशांचें ज्ञान किती असावें याचा अजमास कोणालाही सहज होण्यासारखा आहे. सारांश, शोध नको, तपास नको, इतिहास नको, किंवा कोणत्याही प्रकारची माहिती नको. कूपमंडूकाप्रमाणें स्थिति असते !

२४. कर्ज काढण्याचा प्रसंग आला तर इंग्रजसरकार लक्षावधि किंवा कोट्यवधि रुपयांचीं खतें (नोटा) बाजारांत विकावयास पाठवितें कीं, अल्पावकाशांत तीं खतें (नोटा) विकलीं जाऊन

२४. सावकार लोकांमध्यें देशी राजांची मुळींच पत नाहीं व त्यांस कधीं कर्ज लागलें तर कोणीही त्यांच्या खतांपत्रांवर विश्वसून, त्यांस हातउसना पैसा देत नाहींत. सावकार लोकांस त्यांचे

सरकाराला लागेल तितकें कर्ज मिळतें. यावरून इंग्रजसरकाराची पत व अब्रू त्यांच्या अमलांत फार आहे असें सिद्ध होतें. सरकाराकडून काढलें गेलेल्या कर्जाचें किंवा सरकाराकडे ठेवलेल्या ठेवीचें व्याज चोखपणें, मागितलें तेव्हां देण्यांत येतें; किंवा तें व्याज घेतलें नाहीं तर तें पुनः मुद्दलांत धरून चक्रवाढ व्याजानें पैसा सावकारांचा सावकारांस किंवा ठेव ठेवणारांस देण्यांत येतो. या कामांतील सर्वांचे हिशेब चोख ठेवून, प्रति सहा महिन्यांनीं सावकारांस आणि ठेव ठेवणारांस त्यांचा हिशेब कळविण्यांत येतो. इतकी सुयंत्र व्यवस्था आणि येवढी पत व विश्वास इंग्रजसरकारच्या संबंधानें लोकांमध्यें आहे. ही साधारण गोष्ट नव्हे. आणि त्यांतूनही तें परदेशीय सरकार, ही गोष्ट विशेष लक्षांत धरावयाची.

अनुभव येऊन चुकले आहेत कीं, ते आज खतेंपत्रें लिहून देऊन कर्जाऊ ऐवज घेतील आणि उद्यां तें देणें मुळींच नाकबूल जातील; आणि असें झालें ह्मणजे काय करावयाचें ? पावसानें भिजविलें, निसर्ग्यानें पाडलें आणि राजानें लुटलें तर फिर्याद कोणापाशीं जावयाचें आहे ? असा विचार करून कोणीच सावकार देशी राजांचा विश्वास मानीत नाहींत व त्यांस कर्जें देत नाहींत. त्यांना आजपर्यंत ज्यांनीं ज्यांनीं कर्जें दिलीं तीं फेडण्याविषयींची आजपर्यंत किती खळखळ झाली असेल ती त्या त्या राजांच्या सावकारांस व त्यांसच माहीत असेल! त्या सावकारांस त्यांजकडून घेतलेल्या कर्जाचें व्याजही मिळत नाहीं. असे ते सावकार फसले गेले! यामुळें त्यांची त्यांजवळ पत नाहीं! ही सावकारी कर्जाचे संबंधाची गोष्ट झाली. मग लोक आपण होऊन अशा राजांजवळ आपली ठेव ठेवण्यास जातील, ही गोष्ट तर मुळींच बोलणें नको! देशी राजांची आपल्या रयतेमध्यें इतकी नापत असणें म्हणजे खेदाची गोष्ट नव्हे काय ?

२५. इंग्रजसरकारास सात-सात आठआठ रुपये दरमहावर एतद्देशीय लढवय्ये इमानी शिपाई मिळतात; व अशा शिपायांकडूनच सरकारानें इकडील राज्यें काबीज करीत येऊन, आपलें राज्य आणि आपला अंमल इतका वाढवून दृढ पायावर बसविला आहे; यावरून एतद्देशीय लोकांची इंग्रजसरकारावर प्रीति असून, त्यांचें राज्य सर्वांस आवडतें व त्यांना त्यांजपासून सुख आहे, असें मानण्यास चिंता नाहीं. आपल्या नौकरीस असलेल्या लोकांचा अभिमान धरून त्यांचा योग्य रीतीनें मान ठेवण्याचा; व ते अशक्त व वृद्ध झाले असतां त्यांना बैठा पगार देऊन त्यांच्या पडत्या काळांत त्यांचा समाचार घ्यावयाचा; इत्यादि जीं नीतीचीं व भूतदयेचीं कलमें आहेत, त्यांप्रमाणें इंग्रजसरकार चालतें व आपल्या इमानी नौकराचें इमान जाणतें, हा इंग्रजसरकारचा प्रशंसनीय व अनुकरणीय गुण आहे; व ह्याच गुण सर्वांस त्यांचा पक्ष घेण्यास लावतो.

२५. नेटिव राजांना इमानी-इतबारी व शूर शिपाई मिळत नाहींत. शिपाई तर हलके नौकर; तेव्हां त्यांची गोष्ट राहूंद्या; पण आश्रय देऊन लहानाचे मोठे केलेले आणि वैभवकीर्तीला चढविलेले असे पदरचे मोठमोठे सरदार शिलेदारही वेळेवर आपल्या राजांचा पक्ष सोडून इंग्रजांस मिळाले; व त्यांच्या आश्रयानें राहून आज आनंदांत व शांतिसमाधानांत आपल्या आपल्या संस्थानचा स्वतंत्रतेनें कारभार पहात आहेत. तेव्हां; असा विरुद्ध प्रकार एतद्देशीय राजांचे अमलांत कां असावा? **म्हैसूरवाले, निजाम** व **गायकवाड** यांच्यासारखे देशी राज्यांचे मुख्य स्तंभरूप सरदार आणि अभिमानी पुरुष असे असतांना त्यांनीं आपल्या फौजा घेऊन इंग्रजसरकाराला मदत केली व **टिपूसुलतान** व **पेशवे** या आपल्या देशी राजांस पादाहत करून त्यांचीं राज्यें बुडविलीं; असें कां व्हावें? याचा विचार केला म्हणजे इतकेंच समजावयाचें कीं, जिकडे न्याय व नीति त्या पक्षाचें लोक अवलंबन करितात. मग त्यांत पदरीं बेइमानी-

पणा येतो किंवा ती कृति अत्यंत निंद्य अशी अधमता समजली जावी. त्याविषयीं लोक बेपर्वा असतात !

२६. इंग्रजसरकार जरी एवढें या देशांत राज्य करीत आहे व रयतेला निष्पक्षपातानें वागवीत आहे, तरी त्याचे अधिकारी लोकांचा देशाभिमान किती जाज्वल आणि प्रखर आहे तो सर्वांना माहीत आहेच. याविषयींचा विचार करण्यासारखा आहे. नेटिव लोक फितूर होऊन, दुसऱ्याला मिळून, आणि चहाडखोरपणा करून, आपला देश सावडून दुसऱ्याचें घर भरण्यास प्रवृत्त होतात; तसे इंग्रज-लोक कधीं कोणास फितूर होऊन, त्यांनीं आपलें घर उघडून परक्याच्या स्वाधीन केलें, असें कधीं कोणीं कोठें तरी ऐकिलें असेल काय ? त्यांचें आपल्या देशबांधवांशीं आचरण, त्यांचें आपल्या स्त्रियांशीं वर्तन आणि त्यांचा न्यायाचा व स्वातंत्र्यपूर्ण कारभार, यांनीं त्यांचे लोक एकमेकांविषयीं मोठे अभिमानी आणि हितेच्छु असतात.

२६. सर्वत्र अन्याय, अनीति आणि आपमतलबीपणा यांचेंच राज्य सुरू झाल्यावर कोणी कोणाचा अभिमान धरावयाचा ? आणि देशाभिमानाचें खोटें ब्रीद धारण करून, कोणीं पुढें व्हावयाचें ? राजे, लोक आणि त्यांचे धर्मोपदेष्टे ब्राह्मण यांनीं आपापल्यापरी अनेक जुलूम, अनीतीचे आचार आणि कुधर्म यांचीं बंडें माजविलीं; स्त्रियांचे छल व त्यांचा अपमान, लोकांवर जबरदस्त्या, आणि विचारशून्यता व पठणपाठनक्रमाचा लोप, इत्यादि दुर्गुणांनीं सर्वांचाच देशाभिमान उडाला. देशाभिमानाला तरी कांहीं तसें योग्य स्थळ पाहिजे. त्या स्थलाचा मुळींच अभाव झाला. तेव्हां अर्थात् परकीय राजाच्या सत्तेखालीं आणि छायाश्रमाखालीं जाणें सर्वांनाच प्राप्त व भाग झालें ! स्त्रीला जसें ब्राह्मणाच्या वंशांत जन्म देणें आवडणार नाहीं त्याचप्रमाणें देशी राजांचेंच राज्य कायम राहून त्यांचे आश्रयाला

आपण रहावें असें कोणीही इच्छि-णार नाहीं. इतकी स्वराज्याविषयीं निरभिमानिता लोकांना उत्पन्न झालेली दिसते !

२७. इंग्रजीराज्यांत विश्वासपात्रता फार असून, तिजविषयीं सर्व लोकांची खात्री आहे. कोणास कांहीं ठेव किंवा शिल्लक ठेवणें झाली तर ते मुंबईत इंग्रजसरकारच्या ताब्यांत आणून ठेवतात. खुद्द मल्हारराव गायकवाड यांनीं आपला द्रव्यसंग्रह मुंबईसच ठेवला होता, तेव्हां, इंग्रजसरकारच्या विश्वासपात्रतेची तोड कोणासही येणार नाहीं. सर्वांच्या जीववित्ताचें संरक्षण करणारा असा इंग्रजराजा विलक्षण इमानी पाहरेकरी आहे, असें लोक मोठ्या कौतुकानें बोलतात !

२७. देशी राजांची क्षणिक बुद्धि असून, ते फार हलक्या कानाचे असतात. तेव्हां, ते कोणा मत्सरी मनुष्याचा बुद्धिवाद ऐकून आपल्या द्रव्यसंग्रहाचा अपहार करतील व आपणास नागवतील, अशी पैसेवानांस मोठी भीति असते; आणि ह्मणूनच ते आपला पैसा इंग्रजसरकारचे अमलांत नेऊन ठेवतात. देशी राजांचे दिवाण व कारभारी हे आपली पुंजी बहुतकरून इंग्रजी मुलखांतच नेऊन ठेवतात. कारण, त्यांना आपल्या महाराजांचा विश्वास नसतो. 'अव्यवस्थितचित्तानां प्रसादोऽपि भयंकरः' हें ते समजून असतात. नीति व विचार यांच्या अभावीं देशी राजे वाटेल त्यास लुटण्यास किंवा त्याचें सर्वस्व हिरावून घेण्यास कधींच कमी करीत नाहींत !

२८. सर्व देशचे इतिहास, सर्व प्रकारच्या माहित्या, आणि सर्वप्रकारचे शोध, यांचा दाखला इं-

२८. पूर्वी जेथें एक वेळ भारतासारखे विस्तीर्ण ऐतिहासिक ग्रंथ झाले त्या देशांत आलीकडे

अर्जीत मिळूं शकतो. हिंदूचे वैदिक ग्रंथ शुद्ध रीतीनें लंडनास छापलेले मिळतात; होळकराचे वंशाचा इतिहास इंग्लंडच्या पुस्तकालयांत ठेवलेला आढळतो; व तो मालकम नांवाच्या एका साहेबानें केलेला समजतो ! याप्रमाणें सर्व प्रकारच्या विद्यावैभवाचा जसा इंग्रजांस शोक आहे तसा कोणासही नसेल.

हा असा ऐतिहासिक ग्रंथसंबंधानें एवढा गाढांधकार कां पडला ? हें समजत नाहीं. मुसलमानांमध्यें इतिहासलेखनाची अभिरुचि असल्यामुळें त्यांणीं कांहीं इतिहास लिहिले. परंतु हिंदुलोक व त्यांचे राजे यांचा शेंकडो वर्षे मुक्यामुक्यानेंच कसा कारभार चालला, हें नकळे ! आपल्या वंशांत कोण कोण पुरुष होऊन गेले व त्यांनीं काय काय कृत्यें केलीं, यांचें टिपण परक्या जातीच्या व धर्माच्या लोकांकडून आपल्याला मिळवावें लागतें, ही मोठी शरमेची व लाजिरवाणी गोष्ट आहे, असें कोणासही वाटत नाहीं !

२९. शिल्पकला, शिक्षण व सामाजिक सुधारणा यांचे विषयीं इंग्रजीराज्यांत नेहमीं घोष चाललेला असतो. आतां त्या घोषाप्रमाणें शिल्पकलाशिक्षणाची वृद्धि व्हावी तशी होत आहे; किंवा लोकांमध्यें झपाट्यानें सुधारणेचें पाऊल पुढें पडतें आहे असें जरी नाहीं, तथापि त्याविषयीं लोकांमध्यें चर्चा चालू असते व त्या चर्चेप्रमाणें आज नाहीं तरी कांहीं कालानें तिचा योग्य परिणाम होईल अशी खात्री आहे.

२९. देशी राज्यांत या गोष्टींची वार्ताच नाहीं. राजांना, आपल्या राज्यांत अनेक प्रकारचे कारखाने काढावे अथवा यंत्रें चालू करावीं, या गोष्टीची मुळींच हौस नसून, त्यांचे दिवस चैनाविलासांत आणि मौजागमतींत गेले ह्मणजे त्यांच्या जन्मधारणेचें आणि राजकुलोत्पन्नतेचें सार्थक झालें असें ते समजतात किंवा मानतात ! त्याचप्रमाणें त्यांच्या पैशाचा अतोनात व्यय त्यांच्या त्या नाना ढंगांत होऊन जातो, त्याची

त्यांस क्षितीही नसते. तेव्हां लोकांमध्यें तरी आपली सुधारणा करण्याची स्फूर्ति व्हावी कशी? कारण, 'यथा राजा तथा प्रजा'!

३०. इंग्रजीराज्यांत मोठा कमीपणा व दोष हा आहे कीं, सरकारचे गोरे अधिकारी हे एतद्देशीय लोकांपासून नेहमीं अलग असतात. तूप व पाणी हीं जशीं एक जीव कधींही होत नाहींत, तद्वत् नेटिव लोक आणि इंग्रजसरकारचे अधिकारी गोरे लोक हे सर्वदा विभक्त असतात.

३०. हा दोष एतद्देशीय राज्यांमध्यें दिसावयाचा नाहीं. राजा व प्रजा एकाच देशांतलीं असल्यामुळें तीं एकमेकांविषयीं उदासीन व निरभिमान नसतात. त्यांचें एकमेकांविषयीं प्रेम आणि सद्भाव असतो. देशी राजाच्या अधिकाऱ्यांकडून केवळ इंग्रजी अधिकाऱ्यांप्रमाणें कोळसा आणि खडू असा आपल्या रयतेमध्यें व आपल्यामध्यें भेद राखण्याची दुर्बुद्धि नसते.

३१. बहुतेक सर्व मोठमोठे अधिकार इंग्रजांकडे दिले जातात. नेटिवांकडे मोठ्या पगाराच्या व अधिकाराच्या जागा देण्यांत येत नाहींत. पोलीस व रेव्हिन्यु या खात्यांत त्यांस फौजदार किंवा फार फार झालें तर इन्स्पेक्टर आणि मामलेदार यांचे पलीकडे जागा व अधिकार देण्यास सरकारचा जीव कासावीस होतो! नेटिवांच्या अधिकाराची व कामाची जी सीमा ती युरोपियनांच्या अधिकाराची

३१. प्रजा व रयत म्हणजे आपले जातभाईच असून, आपण एकाच धर्मातले म्हणून एतद्देशीय राजे आपल्यांत आणि नेटिव रयतेंत प्रतारणा ठेवीत नाहींत. **हिंदु**, **मुसलमान**, किंवा **पारशी** यांजमध्यें या संबंधानें जें ऐक्य आणि अभेदबुद्धि आहे ती प्रशंसनीय आहे. **निजामसरकारच्या** जवळ **विठ्ठल सुंदर** नांवाचे गृहस्थ दिवाण होते; अकबराचे जवळ **बीरबल** (**वीरबल**) हा दिवाण होता. **गाय-**

व कामाची सुरुवात! युरोपियनाला साडे तीनशें रुपये पगार प्रारंभींच मिळूं लागतो. परंतु तितका पगार नेटिवाला मिळण्यास त्याच्या कारकीर्दीचे अखेरीचेच दिवस येऊन, तो पेन्शनाला येऊन पोंचतो! हा विलक्षण पक्षपात आणि आपपरदृष्टि इंग्रजी अमदानींत अत्यंत दोषावह आहे. लष्करी खात्यांत तर मोठाल्या अधिकारांवर नेटिवांना नेमणें ह्मणजे जणूं काय त्या खात्यास विटाळ होतो, असें मानण्यांत येतें, ही फार खेदाची व असमाधानाची गोष्ट आहे! असा भेद ठेवणें इंग्रजसरकारच्या अनेक गुणांला मोठा कलंक आहे!

३२. इंग्रजी अमलांतील आणखी मोठा दोष लोकांच्या अनु-

कवाडींत शेट दादाभाई नवरोजी हे दिवाण असून, हल्लीं काजी शाबुद्दीन हे दिवाण आहेत; याप्रमाणें मोठमोठ्या व जबाबदारीच्या अधिकारांवर आपल्या देशांतील विद्वान् व योग्य लोकांना नेमण्यास देशी राजांचा पक्षपात दिसत नाहीं. ह्याविषयीं देशी राजे निर्दोष व निष्कलंक आहेत. देशी राजांकडून ज्याप्रमाणें एतद्देशीय लोकांस मोठमोठे अधिकार देण्यांत येतात, त्याचप्रमाणें त्यांच्या पगारांतही कपट होत नाहीं. पगार मोठाले देतात. बरें, नेटिव लोकांसच ते असे मोठाल्या पगाराचे व जबाबदारीचे अधिकार देतात असें नसून, युरोपियन लोकांसही ते तसेच मोठाले अधिकार व पगार देऊन त्यांचा समाचार घेतात. यामुळें नौकरीचाकरीच्या संबंधानें देशी राजांचे अमलांत पक्षपाताला जागा मिळत नाहीं. हा गुण एतद्देशीय राज्यांत फारच स्तुत्य व अनुकरणीय आहे.

३२. न्यायनैपुण्य आणि पक्षपात यांचेपासून देशी राज्यें अ-

भवास असा येतो कीं, अत्यल्प कारणावरून व गैरवाकब गोऱ्या अधिकाऱ्यांचे रिपोर्टावरून पंचवीस पंचवीस वर्षे नौकऱ्या करून पेन्शनाला येऊन पोंचलेले अधिकारी फडाफड बर्तर्फ होतात व त्यांनीं इतके दिवस इमानें इतबारें केलेली सरकारची नौकरी पाण्यांत जाते! नवीं नवीं तरणीं पोरें विलायतेहून इकडे मोठाल्या अधिकारांवर येतात आणि तीं अत्यंत मनस्वीपणानें व अरेरावीनें आपला अम्मल चालवितात. त्यांना आपल्या हाताखालच्या जुन्या व अनुभविक अधिकाऱ्यांशीं कशा रीतीनें वागावें हें बिलकुल न समजून, ते वाटेल तसे गैरशिस्त रिपोर्ट करून वरिष्ठांचें मन दूषित करितात व मग वरिष्ठही त्याजबद्दलचा सारासार विचार न करितां जातिवर्णाभिमानानें त्या जुन्या व फार दिवसांच्या एतद्देशीय अधिकाऱ्यास एकदम बर्तर्फी देतात! याजबद्दलचीं उदाहरणें शेंकडों आहेत; व तीं अल्पाधिकारापासून तों मोठाल्या अधिकारापर्यंत सारखीं आहेत. अल्पकारणावरून सरकारची मर्जी घाण होते. इतकी जलालग आहेत. तत्संबंधाचा दोष देशी राज्यांस लागत नाहीं, हें फार आनंदानें कबूल करावें लागतें. मात्र राजद्रोहासारखीं भयंकर कृत्यें कोणाकडून उपस्थित होतील, किंवा त्या संबंधानें संशय उत्पन्न होऊन तद्विषयक पुरावा मिळेल तर बरीक देशी राज्यांत न्यायदेवतेचा क्रोध अनावर होऊन, त्या राजद्रोहाचे अपराध्यास फार कडक शासन मिळतें. यापेक्षां इतर कोणत्याही बाबतींत अविचाराचा व मनस्वीपणाचा न्याय देशी राजे व त्यांच्या हातांखालील अधिकारी लोक होऊं देत नाहींत. ह्या गोष्टीबद्दल देशी राजांचा अभिमानच बाळगला पाहिजे. त्यांना इंग्रजसरकारासारखा काळा गोरा भेद ठेवण्याचें कारण पडत नसून, जो न्याय होणार तो सर्वांना मान्य असा होतो. इंग्रजी राज्याप्रमाणें इंग्रजी आरोप्यांचे रक्षणाविषयीं इंग्रजी न्याय तत्पर असतो, तसा देशी राजांचा न्याय त्यांच्या रयतेंतील आरोप्यांचे संरक्षणाविषयीं निष्पक्षपातानें तत्पर असतो. यःकश्चित् संशयावरून व भलत्यासलत्या रिपोर्टावरून आपल्या रा-

प्रकृति नौकर लोकांस अत्यंत भीतिदायक असून, अशा सरकारची नौकरी करणें ह्मणजे केवळ सुळावरची पोळीच वाटते! **नाना मोरोजींना** पेन्शन कोणत्या रीतीनें देण्यांत आलें हें सर्वांस माहित आहेच. **खानदेश, नाशिक, नगर,** व शेवटीं **सातारा,** या जिल्ह्यांत **मामलयाचे** कामावर असलेले २७ वर्षांचे जुने नौकर रा० सा० **नरसिंगअप्या संगाप्पा** किंवा तसेच **नारायणराव पर्वते** यांच्यासारखे अधिकारी लोक यःकश्चित् सांशयिक कारणावरून नौकरीला व पेन्शनाला मुकले! ह्या गोष्टी व यांचेसारख्याच दुसऱ्या शतशः गोष्टी इंग्रजसरकारच्या राजनीतीस बट्टा लावितात! बरें, सरकारचें हें न्यायनैष्ठुर्य काळ्यागोऱ्यांविषयीं सारखेंच अनुभवास येतें तर एक असो; परंतु तसें होत नाहीं. **युरोपियन** मनुष्यावर कसाही अधमपणाचा, नीचतेचा व घोर अपराधाचा आरोप आला असला तरी तो त्यांतून सुटावयाचाच; किंवा झाली तर अल्पस्वल्प शिक्षा देऊन त्यास सोडून द्यावयाचें! असा मूर्तिमंत पक्षपात आणि भेदबुद्धि ज्यांतील चाकरनौकरांस अन्नान्नगतीला लावावयाचें, असें अधमपणाचें व निंद्य कर्म देशी राज्यांत सहसा होत नाहीं. आणि त्यांत, पुष्कळ दिवस ज्यांनीं राजसेवा केली असेल त्यांचेविषयीं तर देशी राजे फारच अभिमानी असून, त्यांच्या कुटुंबांचा परंपरेनें समाचार घेण्याची त्यांची रीति फारच ममत्व व दयालुता दर्शक आहे. या संबंधानें इंग्रजींतील कायदा फारच विलक्षण आहे. मोठमोठे अधिकारी मेले तरी त्यांचे पश्चात् त्यांच्या कुटुंबीयांचा समाचार घेण्याचें कलम इंग्रजसरकाचे भाराभर कायद्यांत मिळावयाचें नाहीं. इंग्रजांची जोंपर्यंत नौकरी होत असेल तोंपर्यंत किंवा पुढें जीवंत असेपर्यंत सरकाराकडून पगार व पेन्शन मिळावयाचें; परंतु त्या नौकराचें प्राणोत्क्रमण झालें कीं, त्याचा पगार बंद व पेन्शनही बंद! यामुळें असा प्रकार पाहण्यांत येतो कीं, जे मोठमोठे अधिकारी आपल्या अस्तित्वांत गाड्याघोड्यांवरून फिरतात तींच गाड्याघोडीं ते मृत झाले कीं, त्यांच्या दहा दिवसांतच तबेल्यांबाहेर विकण्याकरितां निघ-

दिसते, ही साधारण कानाडोळा करण्याची गोष्ट नाहीं आहे. इंग्रजीराज्यांत न्यायदेवतेकडे इतका पक्षपात लागू व्हावा ही फार दुःखाची गोष्ट आहे! एकाच तराजूंतून किंवा कांऱ्यांतून न्याय जोखण्यांत इतका सरसनिरसपणा कोणासही अभिमत होणार नाहीं.

तात! व पुढें त्यांच्या कुटुंबांत दुर्दैवानें कोणी मिळविता नसला ह्मणजे मग तर त्यांना फांके मारण्याचीच वेळ येते! तसा प्रकार देशी राजांचे कारकीर्दींत आढळावयाचा नाहीं. असा कोणी अधिकारी मेला तरी त्याचे कुटुंबीयांचा समाचार देशी राजे आस्थापूर्वक घेतात व त्याचे बंधु किंवा पुत्र यांस त्यांचे जागीं समजून त्यांचा राजदरबारच्या नौकरीवर हक्क आहे, असें ते समजतात. यामुळें लोकांस आपल्या चाकरीनौकरीची इंग्रजींतल्याप्रमाणें अशाश्वति न वाटतां, खानदानीच्या कुटुंबांत सहसा आपत्ति व खाण्यापिण्याची भ्रांति पडण्यासारखे दुष्ट प्रसंग येत नाहींत, ही मोठ्या संतोषाची व समाधानाची गोष्ट आहे. आणि याचप्रमाणें, न्यायाच्या कांऱ्यांतून एकाला एका मापानें न्याय द्यावयाचा व त्याच कांऱ्यांतून दुसऱ्याला दुसरा न्याय द्यावयाचा असा भेदभाव आणि पक्षपात सहसा होत नाहीं. यामुळें देशी राज्यास लोक माना डोलावतात व त्याचें अनुकरण इंग्रजसरकारानें करावें असें सर्व जन इच्छितात.

३३. इंग्रजी कारकीर्द कायद्यानें बांधल्याचा गुण वर दर्शविला आहेच; परंतु त्या गुणाचे पोटांत दुर्गुणही फार वसत आहेत. इंग्रजी कायद्यांत दिवसेंदिवस दुष्टत्व जास्त येऊन, प्रजा फार पीडित होत चालली आहे असें ऐकूं येतें! अनेक प्रकारच्या सरकारदेण्यांनीं रयत अगदीं त्रासून गेल्याचा बोभाट जिकडेतिकडे ऐकूं येतो! लोकांच्या उत्पन्नाचे मानानें त्यांजवर सरकारदेणें फार लादलें जाणें व त्यामुळें रयतेला त्रासविणें हा इंग्रजीराज्याच्या चांगुलपणाला कमीपणा आहे!

३४. असें म्हणतात कीं, इंग्रजींत परीक्षांचा सुकाळ, कोडतांची माळ, रोजगारांची वाळ, आणि पैशाचा दुकाळ! ही गोष्ट, विचार करून पाहिली असतां कांहीं खोटी नाहीं. परीक्षांच्या नादीं लागल्याशिवाय गत्यंतर नाहीं; आणि त्यामुळें नवीन शिक्षित तरुण अल्पायु होऊन पटापट मरत असल्याचीं उदाहरणें शेंकडों व हजारों आपले दृष्टीपुढें नेहमीं येतात! भांडाभांडी आणि

३३. इंग्रजी कारकीर्दीतल्याप्रमाणें देशी राज्यांत, कायद्याच्या बंधामुळें होणारे गैरफायदे वर दर्शविले आहेतच. तथापि, तिकडे त्यामुळें एक फायदा आहे तो हा कीं, लोकांना इंग्रजी अमलांतल्या लोकांप्रमाणें कायद्यापासून होणाऱ्या जुलमाचा त्रास आणि पीडा हीं सोसावीं लागत नाहींत. त्याचप्रमाणें, रयतेला भारभूत असें सरकारदेणें द्यावें लागत नसल्यामुळें रयत आबाद व सुखी असते. तिची आपल्या राजाविषयीं इंग्रजसरकारचे रयतेच्या कुरकुरीप्रमाणें कुरकुर आणि तक्रार नसते.

३४. नेटिव राजे व संस्थानिक यांचे राज्यांत व अमलांत इंग्रजी अमलांतील या चारही गोष्टींचें अस्तित्व नसल्यामुळें लोक सुखी आहेत असें म्हणावें लागतें. अभ्यासाच्या आणि परीक्षांच्या कांचामुळें तरुण लोक अकालीं मरत नाहींत. दिवाणी फौजदारी कज्जांचे व दाव्यांचे संबंधानें अवाढव्य खर्च पक्षकारांस करावे लागत नसल्यामुळें, पक्षकारांस इंग्रजींतल्याप्रमाणें कोरड्या हा-

दायविभाग यांच्या संबंधाचे कज्जे व दावे सुरू झाले कीं, त्या वादांत पिढ्यांच्यापिढ्या गुजरून जावयाच्या, आणि दाव्याची सबंध रकम सरकारच्या कोडतांचे पदरीं पडावयाची! ह्मणजे मग वाद भांडणारांनीं सरकारी ठरावांचे कागद हातीं घेऊन कोरडें ठणठणीत घरीं जावें! जों जों परीक्षा जास्त वाढत चालल्या आहेत, तों तों नौकऱ्या आणि रोजगारांची तूट पडत चालली आहे! आणि जिकडेतिकडे परदेश भरल्यामुळें पैशाला जसें खोरें लागून लोक निर्धूत आणि निःसत्व झाले आहेत! इंग्रजीराज्याच्या बाहेर दिसणाऱ्या भपक्यास रयतेची अंतस्थ स्थिति फार लाजिरवाणी आहे असें लोक म्हणतात!

तांनीं सरकारी ठरावांचीं दप्तर व पुडकीं खाकेंत मारूनच केवळ घरीं जावें लागत नाहीं. नौकऱ्याचाकऱ्या मिळावयाच्या तितक्यांना मिळतात व त्या संबंधानें लोकांचे राजांवर दोष येत नाहींत; आणि देशी राज्य असल्यामुळें लोकांजवळ पैसा राहतो. याचें कारण उघड आहे कीं, इंग्रजलोकांचा रोजगारधंद्याचा पैसा जसा त्यांचे देशांत सर्व जातो, तसा देशीराज्यांतील रोजगारी व नौकर लोकांचा पैसा परदेशांत न जातां त्याच राज्यांत मुरतो. याचप्रमाणें खुद्द राजांचे अवाढव्य चैनाविलासांचे तरी खर्च त्यांच्या त्यांच्या मुलखांतच राहून, तो सर्व पैसा देशी राज्यांत फिरता व खेळता राहतो; यामुळें लोकांजवळ पैसा राहून, इंग्रजींतल्याप्रमाणें मुलूख कंगाल आणि भिकारी होत नाहीं. मुलूख कंगाल व भिकारी नसल्यामुळें लोक इंग्रजीरयतेपेक्षां सुखी व निष्काळजी असतात; आणि लोक सुखी व निष्काळजी असल्यामुळें आरोग्य आणि आयुष्य हीं इंग्रजीअमलांतील मुलखापेक्षां जास्त प्रमाणांत असतात.

३५. इंग्रजीअमलांत परीक्षांचीं बंडें आणि वयाच्या इयत्ता यांनीं रोजगारधंद्याला मोठा अडथळा घालून ठेविला आहे! किमानपक्ष म्याट्रिक्युलेशन परीक्षा तरी झाली पाहिजे ह्मणजे वकीलीची परीक्षा देऊन, प्रतिष्ठितसा व किफायतीचा धंदा करण्याची उमेद असते. सरकारी नौकऱ्याचाकऱ्या तरी या परीक्षांच्या कमीजास्त प्रमाणांवरच अवलंबून असून, त्याही वयाच्या पंचवीस वर्षांचे आंतच धरिल्या पाहिजेत! जज्ज व कलेक्टर वगैरेंसारख्या मोठाल्या हुद्यांच्या नौकऱ्या मिळविण्याची इच्छा असली तर त्याबद्दलची जी सिव्हिल सर्व्हिसची परीक्षा द्यावी लागते ती १९ वर्षांच्या आंत विलायतेस जाऊन द्यावी लागते! त्याशिवाय त्या हुद्यांच्या जागा मिळण्याची आशा नाहीं! अशा या जुलमामुळें परभाषेचा अभ्यास करून करून तरुण मंडळीला आपलें आयुष्य क्षीण करावें लागतें. सरकारी नौकरी करणें म्हणजे त्याला इंग्रजी चांगलें समजलें पाहिजे; व इंग्रजी मजकूर जुळून लिहितां आला पाहिजे. इंग्रजी अक्षर चांगलें पाहिजे. जि-

३५. नेटिव राज्यांत, परभाषाभ्यासानें तरुण मंडळीस आपल्या मानसिक व शारीरिक शक्ति क्षीण करण्याचा जुलमी प्रकार बिलकुल नसून, नौकरीच्या संबंधानेंही वयाची इयत्ता राजदरबारीं पहात नाहींत, हें मोठें सुख आहे. इंग्रजी अमलांत सर्व गोष्टींमध्यें काळ्या गोऱ्यांचा भेदाभेद आणि पक्षपात—त्यांना नौकऱ्याचाकऱ्या व हुद्दे देण्यामध्यें पक्षपात, न्यायांत पक्षपात, पगार देण्यांत पक्षपात, आणि त्यांना वागवून घेण्यांत पक्षपात. येणेंप्रमाणें जिकडेतिकडे पक्षपात दिसतो! तसा पक्षपात नेटिव राजांचे अमलांत होत नाहीं. इंग्रजी अमलांत जसे आज सात हजारांवर गोरे लोक अनेक प्रकारच्या हुद्यांवर व कामांवर आहेत; मोठमोठे लष्करचे सरदार, न्यायाधीश, वकील, वगैरे अनेक धंद्यांचे आणि रोजगारांचे लोक आपलीं कामें चालवितात; त्याचप्रमाणें नेटिव राज्यांतही गोरे लोक नौकरीधंद्यांवर नाहींत असें नाहीं. त्या सर्वांस जर एतद्देशीय भाषांतून इकडील लोकांचे

कडेतिकडे इंग्रजीशिवाय बात बोलावयाची सोय नाहीं ! यामुळें नेटीव लोक त्याही भाषेचा उत्तम अभ्यास करून, इंग्रजांच्या बरोबरीनें त्यांचीं विद्वत्तेचीं जेवढीं कामें तेवढीं ते हुशारीनें व शहाणपणानें करितात. नेटीव लोक इंग्रजींत मोठमोठे ग्रंथ लिहितात, कविता करितात, वर्तमानपत्रें चालवितात; आणि मोठमोठ्या कोर्टांतून व सभांतून इंग्रजी भाषेंत सुंदर सुंदर व अस्खलित व्याख्यानें देतात. असा नेटिवांवर इंग्रजसरकारानें मोठ्या कष्टाचा आणि त्रासदायक बोजा लादला आहे ! येऊन जाऊन इंग्रजी भाषेंत सरकारच्या नौकरींतील व अमलांतील लोक प्रवीण व निष्णात झाले म्हणजे झालें; मग त्यांना स्वभाषेचें ज्ञान व त्यांतील ग्रंथावलोकन कांहीं नसलें तरी त्याबद्दल चिंता व फिकीर नाहीं, असा चमत्कारिक प्रकार झाला आहे !

बरोबरीनें भाषाविषयक परीक्षा दिल्याशिवाय नौकऱ्या द्यावयाच्या नाहींत, असा ठराव केला, तर कितीजण टिकाव धरून राहतील? व नेटीव लोक जसे इंग्रजांच्या बरोबरीनें त्यांच्या भाषेशीं परिचित होऊन तिजमध्यें नैपुण्य मिळवितात, त्याप्रमाणें हिंदुस्थानांत आज जे इंग्रजलोक आहेत त्यांपैकीं शेंकडा किती लोक नेटिवांच्या बरोबरीनें एतद्देशीय भाषेंत तयारी दाखवितील? एकही साहेब नेटिवाप्रमाणें आपली प्रवीणता दाखविण्यास समर्थ होणार नाहीं. अशी स्थिति असतां इंग्रजसरकार नेटिवांस बळजोरीनें आपली भाषा शिकण्यास भाग पाडतें, या त्याच्या करण्यास नेटिव राजे लाजवितात, ही गोष्ट कांहीं सामान्य नाहीं! हिंदुस्थानदेशांत अंमल करावयाचा आणि त्याबद्दलचें सर्व दप्तर व लेख इंग्रजीमध्यें ठेवावयाचे, हा एक द्राविडीप्राणायामच नव्हे काय? अशा प्रकारचा जुलूम नेटिव राजांकडून आपल्या नौकर साहेबावर झाल्यास तो साहेब कितीसा तग धरील बरें !

# गुजराथेंत राज्यसत्ता भोगलेले वंश, व त्यांतील राजसत्ताधारी पुरुष.

## रजपूत राजे.

### (१) चावडा वंश.—

१. जयशेखर (यशोराज).
२. वनराज.
३. योगराज.
४. क्षेमराज.
५. भूयड (पृथु).
६. वैरिसिंह (विजयसिंह.)
७. रत्नादित्य (रावतसिंग).
८. सामंतसिंह.

### (२) चालुक्य किंवा सोळंखी वंश.—

१. मूळराज.
२. चामुंड.
३. वल्लभसेन.
४. दुर्लभसेन.
५. भीमदेव.
६. कर्णराज.
७. सिद्धराज जयसिंग.
८. कुमारपाल.
९. अजयपाल.
१०. बालमूळराज.
११. भोळा भीमदेव.

### (३) वाघेल वंश.—

१. वीरधवल.
२. वीसलदेव.
३. अर्जुनदेव.
४. लवणराज.
५. सारंगदेव.
६. राजा कर्ण.

## मुसलमान राजे.

### (१) खिलजी वंश (दिल्ली).

१. अल्लाउद्दीन.
२. मुबारकशाह.

### (२) तघलख वंश.—

१. घियासुद्दीन.
२. महंमद.
३. फिरोजशाह.
४. घियासुद्दीन (२).
५. अबू बेकर.
६. नासरुद्दीन.
७. महंमद (२).

### (३) स्वतंत्र मुसलमान राजे.

१. मुजफरशाह.
२. अहमदशाह.

३. महंमदशाह.
४. कुतुबशाह.
५. दाऊदखान.
६. माहमूद बेगडा.
७. मुजफरशाह (२).
८. शिकंदरशाह.
९. बहादुरशाह.
१०. माहमूद लतीबखान.
११. अहमदशाह (२).
१२. मुजफरशाह. (३).

## (४) मोगल वंश (दिल्ली).–

१. अकबर.
२. जहानगीर.
३. शाहजहान.
४. औरंगजेब.
५. महंमद अजीम.
६. जहानदरशाह.
७. फरुखशीर.
८. रफीउदर्जात.
९. शाहजहान (२). (शाहजहान सानी.)
१०. महंमदशाह.
११. अहमदशाह.
१२. अलमगीर सानी.

# मराठे राजे.

## (१) गायकवाड.

१. पिलाजी.
२. दमाजी.
३. फत्तेसिंग.
४. मानाजी (माणिकर्जी).
५. गोविंदराव.
६. आनंदराव.
७. सयाजीराव.
८. गणपतराव.
९. खंडेराव.
१०. मल्हारराव.
११. सयाजीराव (२).